இந்தப் பிரபஞ்சமே பேபல் நூலகம்தான்

(இலக்கியக் கட்டுரைகள்)

ஆசை

டிஸ்கவரி பப்ளிகேஷன்ஸ்
எண்: 9, பிளாட் எண்: 1080A, ரோஹிணி பிளாட்ஸ்
முனுசாமி சாலை, கே.கே.நகர் மேற்கு,
சென்னை – 600 078. பேச: 99404 46650

இந்தப் பிரபஞ்சமே பேபல் நூலகம்தான்
ஆசிரியர்: ஆசை©

INTHAP PRABANJAME BABEL NOOLAKAMTHAAN
Author: **Asai**©

அட்டை வடிவமைப்பு: லார்க் பாஸ்கரன்

First Edition: Jan-2022

வெளியீட்டு எண்: 0081

ISBN: 978-93-91994-05-1

Pages: 328

Rs. 330

Printed at: clictoprint | *Chennai-600 018.*

Publisher • Sales Rights

Discovery Publications	**Discovery Book Palace (P) Ltd**
No. 9, Plot,1080A,	No. 6, Mahaveer Complex,
Rohini Flats,	Munusamy Salai,
Munusamy Salai,	K.K.Nagar West,
K.K.Nagar West,	Chennai-600 078.
Chennai - 600 078.	Ph: (044) 4855 7525
Mobile: +91 99404 46650	Mobile: +91 87545 07070

discoverybookpalace@gmail.com
W W W . D I S C O V E R Y B O O K P A L A C E . C O M

இந்த நூலில் பிரசுரமாகியுள்ள எந்த ஒரு பகுதியையும் பதிப்பாளரின் எழுத்துபூர்வமான முன்அனுமதி பெறாமல் எடுத்தாள்வதோ, மறுபிரசுரம் செய்வதோ, மொழியாக்கம் செய்வதோ, அச்சு மற்றும் மின்னணு ஊடகங்களில் மறுபதிப்புச் செய்வதோ, காப்புரிமைச் சட்டப்படி தடை செய்யப்பட்டுள்ளது. இந்த நூலிலிருந்து குறிப்பிட்ட பகுதிகளை மேற்கோள்காட்டி புத்தக விமர்சனம் செய்ய, ஊடகங்களுக்கு மட்டும் அனுமதி உண்டு.

உங்கள் மொபைல் போனிலிருந்து ஸ்கேன் செய்து 'டிஸ்கவரி புக் பேலஸ்' மொபைல் ஆப்பை டவுன்லோடு செய்து, புத்தகங்களை வாங்குங்கள்.

முதல் ஆசிரியர்கள்
சுஜாதாவுக்கும்
சுந்தர ராமசாமிக்கும்

'இந்து தமிழ்' நாளிதழ், 'தமிழ் இன்று' இணைய இதழ், என் வலைப்பூ (writerasai.blogspot.com), 'பாஷோ' ஹைக்கூ சிற்றிதழ் ஆகியவற்றிலும், 'தமிழில் புத்தகக் கலாச்சாரம் - க்ரியா ராமகிருஷ்ணன் நினைவுக் கட்டுரைகள்' (2021) நூல், கவிஞர் ஷங்கர் ராமசுப்ரமணியன் தொகுத்திருக்கும் 'அருவம்-உருவம்' என்ற நகுலன் நூற்றாண்டு மலர் (2022) ஆகியவற்றிலும் வெளியான கட்டுரைகளின் விரிவான, அசல் வடிவங்கள்தான் இந்தத் தொகுப்பில் கொடுக்கப்பட்டிருக்கின்றன. இந்த இதழ்களுக்கும், புத்தகங்களின் தொகுப்பாசிரியர்களுக்கும் மிக்க நன்றி!

ஆசையைப் பற்றி...

1979-ல் மன்னார்குடியில் பிறந்த ஆசையின் இயற்பெயர் ஆசைத்தம்பி. ஆங்கில இலக்கியம் பயின்றவர். கவிஞர், புனைகதை எழுத்தாளர், அகராதியியலர், பிரதி செம்மையாக்குநர் (எடிட்டர்), பத்திரிகையாளர், சிறார் இலக்கிய எழுத்தாளர், மொழிபெயர்ப்பாளர் என்று பல பரிமாணங்களைக் கொண்டவர். 2003லிருந்து 2013வரை 'க்ரியா' பதிப்பகத்தில் பணியாற்றிய இவர் 2013லிருந்து 'இந்து தமிழ்' நாளிதழின் நடுப்பக்க ஆசிரியர் குழுவில் பணியாற்றுகிறார். 'க்ரியாவின் தற்காலத் தமிழ் அகராதி' (விரிவாக்கப்பட்ட பதிப்பு, 2008), தமிழ் வினைச்சொற்களின் வடிவங்களுக்கான 'A Handbook of Tamil Verbal Conjugation' (2009) என்ற பெருநூல் ஆகியவற்றின் துணை ஆசிரியராகவும் ஆசை பணியாற்றியிருக்கிறார். சமூகம், இலக்கியம், வரலாறு, அறிவியல், சுற்றுச்சூழல், திரைப்படம் போன்றவை தொடர்பாக 'இந்து தமிழ்' நாளிதழில் தொடர்ந்து கட்டுரைகள் எழுதிவருகிறார். 'இந்து தமிழ்' நாளிதழுக்காக 'தி இந்து' (ஆங்கிலம்), 'த கார்டியன்', 'த நியூயார்க் டைம்ஸ்' போன்ற இதழ்களிலிருந்து கட்டுரைகளை மொழிபெயர்த்தும் வருகிறார்.

ஆசையின் பிற நூல்கள்

கவிதை:

சித்து (2006), கொண்டலாத்தி (2010), அண்டங்காளி (2021),
குவாண்டம் செல்ஃபி (2021)

மொழிபெயர்ப்பு:

ருபாயியத், ஒமர் கய்யாம் (2010),
(தங்க.ஜெயராமனுடன் இணைந்து மொழிபெயர்த்தது)
அமைதி என்பது நாமே, திக் நியட் ஹான் (2018)

பிற:

பறவைகள்: அறிமுகக் கையேடு (2013),
(ப.ஜெகநாதனுடன் இணைந்து எழுதியது)
என்றும் காந்தி (2019)

விருதுகள்:

பபாசி வழங்கும் 'கலைஞர் பொற்கிழி விருது - 2022'
(கவிதைக்காக)

சென்னை லிட்டரெரி ஃபெஸ்டிவல் 2014-ன் 'எமெர்ஜிங் லிட்டரெரி ஐகான்-2014'

வலைப்பூ: writerasai.blogspot.com
மின்னஞ்சல் முகவரி: asaidp@gmail.com

உள்ளே...

பேபல் நூலகத்தின் படிக்கட்டுகள் வழியே...
- ஆசை 9
மாம்பழ நிறப் புடவைக்குக்
கறுப்பில் கரைக்கட்டு நெய்யும் கலை
- தங்க.ஜெயராமன் 17

புனைவுகள்

1. மௌனி கதையுலகம்:
   நீண்ட முத்தத்தில் ஒரு வாழ்க்கை 27
2. லா.ச.ரா.வின் 'புத்ர':
   சாபத்தில் பிறந்த கவிதை 33
3. தி.ஜா. என்றொரு சக்தி உபாசகர் 36
4. தி.ஜா. சிறுகதைகள்:
   உலகை அன்புமயமாக்கும் கலை 42
5. கி.ரா.வின் 'பிஞ்சுகள்':
   சொல்லின்றி உயிரில்லை! 47
6. தஞ்சை ப்ரகாஷ் சிறுகதைகள்:
   பிறழ்வுகளை உற்றுநோக்கும் கண்கள் 51
7. பாகீரதி: அற்புதங்களின் இதிகாசம் 56
8. பா.வெங்கடேசன் தாண்டவமாடிய கதை 61
9. பிரான்சிஸ் கிருபாவின் 'கன்னி':
   காதல் ஏற்றிய சிலுவை 67
10. பாலசுப்ரமணியன் பொன்ராஜ்: அபத்தத்தைக் கொண்டு
    அர்த்தத்தை அளவிடும் படைப்பாளி 72
11. தூயன்: நாசூக்கில் செருகும் கத்தி 76

கவிதை

12. பாரதி: பிரபஞ்சத்தின் பாடகன் 81

13. பாரதியும் சூரியனைச் சுட்டிக்காட்டிய மல்பெரியும் 85

14. நகுலன்: தன்னைத் தானே எழுதிக் கலைக்கும் எழுத்து 89

15. கண்ணதாசன்: காலங்களில் அவன் வசந்தம் 105

16. ஞானக்கூத்தன்: விளக்கின் வெள்ளரித் தீ! 110

17. பிரமிளின் கவித்துவம்: நிலைத்து எரியும் சோதி 116

18. அபி கவிதைகள்: ஊசிமுனைப் புள்ளியுள் கமகம் 120

19. தேவதச்சனின் 'யாருமற்ற நிழல்':
சிறு கணங்களின் புத்தகம் 126

20. புத்தாயிரத்தின் கவிஞர்கள் 131

21. மழையை அதன் இயல்பில் இருக்க விடுதல் 135

22. வல்லபி: மலை தேவதையின் காதல் பாடல்கள் 139

23. பொன்முகலி கவிதைகள் - காலநதிக் காதல் 143

24. சபரிநாதன்: நூறு புலன்கள் முளைத்த கவிஞர் 154

மொழிபெயர்ப்புகள், இந்திய இலக்கியம், உலக இலக்கியம்

25. மொழிபெயர்ப்புகளைக் கொண்டாடுவோம்! 161

26. தாவோ தே ஜிங்: செயல்படாமையின் வேத நூல் 170

27. 'மூர்த்தி கிளாஸிக்கல் லைப்ரரி':
இந்தியாவிலிருந்து உலகத்துக்கு 178

28. புதிய வெளிச்சம்:
உலக அரங்கை நோக்கி தலித் இலக்கியம் 182

29. ஓமர் கய்யாமின் 'ருபாயியத்':
நூலின் பின்னுரையும் மொழிபெயர்ப்பு குறித்தும் 186

30. மாதவிடாய் காலத்தில் காதல்: அன்னமையாவும் தற்காலக்
கலாச்சாரக் காவலர்களும் 201

31. நாட்சுமே சொசெகி:
கனவுகளை தியானிக்கும் எழுத்து 205

32. இந்தப் பிரபஞ்சமே பேபல் நூலகம்தான்! 211

33. ஆம், அது கொல்லப்படுவதில்லை! 213

34. காலரா காலத்துக் காதல்:
ஒரு கரோனா கால வாசிப்பு 217

35. மனிதர்களின் எதிர்காலம் என்ன?
   டான் பிரவுனின் நாவலை முன்வைத்து... 222
36. இந்தியாவின் 'டா வின்சி கோட்' 230
37. இரட்டைப் புலப்பெயர்வின் தமிழ் வாழ்க்கை 233
38. லூயிஸ் க்லூக்: நோபலின் மற்றுமொரு ஆச்சரியம்.............237
39. 'துயிலின் இரு நிலங்கள்': துன்பியலிலார்ந்த விபத்து.........241
40. 'பொம்மை அறை': நாவலும் மொழிபெயர்ப்பும்.........255

அடுனைவு

41. அண்ணா: தம்பிகளின் ஆசிரியர்!..........................263
42. அஸிமோவுடன் ஓர் அறிவியல் சவாரி!...................267
43. சொல்–நண்பர்களுக்கு ஓர் அகராதி!......................271
44. தென்னிந்தியப் பறவைகளுக்கு ஒரு கையேடு............274

பதிப்புத் துறை

45. இருநூறு ஆண்டுகளுக்குப் பின் பதிப்பு கண்டிருக்கும்
   முதல் திருக்குறள்..281
46. மர்ரே ராஜமும் பொக்கிஷப் பதிப்புகளும்!..............284
47. காந்தி தொகுப்பு நூல்கள்:
   ஓர் இமாலய முயற்சியின் கதை..........................288
48. புத்தகங்களைக் காதலித்தவர்கள்:
   பதிப்புத் துறை நால்வர் நூற்றாண்டு!......................295
49. க்ரியா ராமகிருஷ்ணன்:
   தமிழில் முன்னுதாரணமில்லாத ஒரு எடிட்டர் 300

அஞ்சலிகள்

50. ஜோஸே ஸரமாகு (1922 - 2010):
   கடவுளின் ஸ்தானத்திலிருந்து... 315
51. சார்வாகனுக்கு (டாக்டர் ஹரி ஸ்ரீனிவாசனுக்கு) அஞ்சலி!......319
52. பிரான்சிஸ் ஏன் உங்களை கைவிட்டீர்?..................322

பேபல் நூலகத்தின் படிக்கட்டுகள் வழியே...

- ஆசை -

1

திரும்பிப் பார்க்கும் தருணம் இது! திரும்பிப் பார்க்க வேண்டிய அளவுக்கு வயதாகிவிடவில்லையென்றாலும் குறிப்பிட்ட கால இடைவெளியில் அப்படிச் செய்வது நம்மைச் செழுமைப்படுத்திக்கொள்ள உதவும் என்று நம்புகிறேன்.

மிகச் சமீபத்தில்தான் யோசித்துப் பார்த்தேன், எத்தனை ஆண்டுகளாகக் கட்டுரைகள் எழுதுகிறோம் என்று. மன்னார்குடி அரசுக் கல்லூரியில் இளங்கலை ஆங்கில இலக்கியம் மூன்றாம் ஆண்டு (2001-ல்) படிக்கும்போது நண்பரின் ஆசிரியத்துவத்தில் அவருடன் இணைந்து கொண்டுவந்த 'இந்தியன் இனி' மாத இதழில் எழுதிய கட்டுரைகளைக் கணக்கில் எடுத்துக்கொண்டால், கடந்த 21 ஆண்டுகளாக நான் இலக்கியக் கட்டுரைகளை எழுதிவருகிறேன். என்னளவில் இது மலைப்பையே தருகிறது. ஆனால், இத்தனை ஆண்டுகளாக எழுதியிருக்கிறேன் என்ற பிரக்ஞை எனக்கு சமீப காலம் வரை இல்லை. 'இந்தியன் இனி' இதழுக்கும் முன்பு 10-ம் வகுப்பு படிக்கும்போது மன்னார்குடியின் மாதாக்கோவில் தெரு நண்பர்களோடு இணைந்து கொண்டுவர முயற்சி மேற்கொண்டு தோல்வியடைந்த 'நதி' என்ற பத்திரிகையும் என் இலக்கியச் செயல்பாடுகளுக்கு ஒரு முன்னோட்டம் என்று கொள்ளலாம்.

ஆனால், வாசிப்புதான் எல்லாவற்றுக்கும் அடித்தளம். சிறுவர் இலக்கியம், க்ரைம் நாவல்கள், சரித்திர நாவல்கள் என்று பெரும்பாலானோரைப் போலவே என் வாசிப்புப் படிக்கட்டு அமைந்திருந்தது. 10, 11-ம் வகுப்புகள் படித்த காலகட்டத்தில் சுஜாதாவின் கட்டுரைகள், குறிப்பாக 'கணையாழியின் கடைசிப் பக்கங்கள்' நூல், எனக்குப் பெரும் திறப்பைத் தந்தன.

ஏற்கெனவே, அண்ணன் மூலம் தி.ஜானகிராமன், ஜெயகாந்தன் அறிமுகமாகியிருந்தாலும் சுஜாதாவின் மூலம்தான் புதுமைப்பித்தன், மௌனி, அசோகமித்திரன், சுந்தர ராமசாமி உள்ளிட்ட பல பெயர்களையும் கேள்விப்படுகிறேன். தமிழ் இலக்கியத்தின் முக்கியமான பெரும் பரப்பை எனக்குக் காட்டிவிட்டதற்காக சுஜாதாவுக்கு நான் நன்றிக்கடன் பட்டிருக்கிறேன்.

11 வயதில் கவிதை எழுத ஆரம்பித்துவிட்டேன். அடுத்து வந்த சில ஆண்டுகள் அதிகம் மரபுக் கவிதைகள்தான். பாரதியும் பாரதிதாசனும் அப்போது எனக்குப் பெரும் தாக்கத்தை ஏற்படுத்தினார்கள். பாரதியின் தாக்கம் இன்று வரை எனக்குள் தொடர்கிறது. கட்டுரைகளைப் பொறுத்தவரை சுஜாதாதான் ஆரம்பப் புள்ளி. இளங்கலைப் படிப்பின்போது நான் படித்த சுந்தர ராமசாமியின் 'ஜே.ஜே: சில குறிப்புகள்' நாவலும் 'விரிவும் ஆழமும் தேடி' கட்டுரைத் தொகுப்பும் என்னை அப்படியே புரட்டிப் போட்டன. அதுவரையிலான என் ரசனை, மதிப்பீடுகள் போன்றவற்றை மாற்றியமைத்தது சுந்தர ராமசாமிதான். 'விரிவும் ஆழமும் தேடி' கட்டுரைத் தொகுப்பில் நான் கண்டெடுத்த 'மறுபரிசீலனை' என்ற சொல் அப்போதைக்கு ஒரு மந்திரச் சொல்லாக எனக்குள் ஒலித்துக்கொண்டிருந்தது. அரசியல், திரைப்படம், இலக்கியம் என்று எல்லாவற்றிலும் நான் கொண்டிருந்த மதிப்பீடுகளும் ரசனையும் மாற ஆரம்பித்தன. நான் செய்த மறுபரிசீலனைகளால் நிறைய நல்ல விளைவுகளும் சில தீய விளைவுகளும் ஏற்பட்டன. சிறு வயதிலிருந்து திராவிட இயக்கத்தில் ஊறியிருந்த எனக்கு, கார்கில் போர் காலகட்டத்தில் சற்றே பாஜக சாய்வு ஏற்பட்டது. ஆனால், அங்கே நான் விழுந்துவிடாமல் என்னைக் காப்பாற்றியது இலக்கியம். அது நல்ல விளைவு. அதே நேரத்தில் என்னை முற்றிலும் அரசியலற்றவனாகவும் நவீன இலக்கியம் ஆக்கிவிட்டது. இது குறித்து, கருணாநிதிக்கு நான் எழுதிய அஞ்சலிக் கட்டுரையில் இப்படிக் குறிப்பிட்டிருப்பேன்: 'கட்சியின் மீது தொடர்ந்து வெறுப்புணர்வை அவன் வளர்த்துக்கொண்டான். முழுக்க முழுக்க இலக்கியத்தை நோக்கி அவன் நகர்ந்ததும் இதற்குக் காரணம். அவன் படித்த நவீன இலக்கியங்கள் அவனை அரசியலற்றவனாக மாற்றிவிட்டதை சமீபத்தில்தான் அவன் உணர்ந்தான். ஆரம்ப காலத்தில் அந்த இலக்கியங்கள்தான் திராவிட இயக்கத்தின் மீது 'புனிதமான' கேள்விகளைக் கேட்கவைத்து அந்த இயக்கத்திலிருந்து அவனை விலக வைத்தன.'

கல்லூரியில் படிக்கும்போதே சுந்தர ராமசாமியின் 'ஜே.ஜே: சில குறிப்புகள்' பாதிப்பிலிருந்து விலகிவிட்டேன். என் தனிப்பட்ட ரசனையின் விளைவு இது. நான் அதிகம் கவிதையிலேயே கவனம் செலுத்தினேன். அதன் பிறகு மறுபடியும் நண்பர்களும் நானும் சேர்ந்து 2010-ல் தொடங்கிய 'தமிழ் இன்று' இணைய இதழ் எனக்குக் கட்டுரைகள் எழுதுவதற்கான வாய்ப்புகளைத் திறந்துவிட்டது. சிற்றிதழ்கள் பலவும் இருந்தாலும் யாரோடும், எந்த இலக்கிய அரசியலோடும் என்னை இணைத்துக்கொள்ளாமலேயே இருந்தேன், இருக்கிறேன். இதிலும் நல்ல விளைவுகள், தீய விளைவுகள் இரண்டுமே இருக்கின்றன. 'அன்றாட வாழ்க்கையில் இருக்கும் சிக்கல்கள், பிரச்சினைகள், சண்டை சச்சரவுகள் போலத்தான் இலக்கிய உலகிலும் இருக்கும்; அதற்காக இலக்கிய உலகத்தையே புறக்கணிக்க வேண்டியதில்லை' என்ற தெளிவு மிகவும் தாமதமாகவே எனக்கு வந்தது. மேலும், நான் அடிப்படையில் புதியவர்களுடன் பழகுவதில் தயக்கமும் கூச்சமும் கொண்டவன். நானொரு அகவுலகவாசி. மன்னார்குடியில் உள்ள எங்கள் வீட்டில், என்னுடைய அறைக்குள்ளேயே என்னை நானே புதைத்துக்கொண்டு புத்தகங்கள், இளையராஜா என்று மூழ்கிவிடுவேன். சென்னை வந்த பிறகும் அதிக பேருடன் நான் பழகவில்லை. ஆகவே, எந்தக் குழுவுடனும் நான் என்னை இணைத்துக்கொள்ளவில்லை.

சுஜாதா, சுந்தர ராமசாமிக்கு அடுத்தபடியாக என் இலக்கிய பார்வையை விரிவுபடுத்தியவர்கள் க்ரியா ராமகிருஷ்ணனும் ஜெயமோகனும். இவர்களுடைய பார்வைகளை நான் வரிந்துகொண்டதும் உரிய நேரத்தில், அல்லது சற்று தாமதமாக, அவற்றிலிருந்து விடுபட்டு, எவ்வளவு எளிமையானதென்றாலும் எனக்கென்று ஒரு பார்வையை உருவாக்கிக்கொண்டதும் காலப் போக்கில் நிகழ்ந்தது. அது எவ்வளவு அவசியமானது என்று இப்போது புரிகிறது.

2013-ல் 'இந்து தமிழ்' நாளிதழ் தொடங்கப்பட்டபோது அதன் நடுப்பக்க அணியில் இணைந்துகொண்டேன். இலக்கியம், சமூகம், சுற்றுச்சூழல், அறிவியல், மொழி, திரைப்படம், சிறார் இலக்கியம் என்று பல்வேறு வகைமைகளில் எழுதவும் மொழிபெயர்க்கவும் எனக்கு வாய்ப்பு கிடைத்தது. அந்த வாய்ப்பை இன்றுவரை பயன்படுத்திக்கொண்டிருக்கிறேன். எனது சிறிய உலகம் 'இந்து தமிழ்' நாளிதழில் சேர்ந்த பிறகு விரிய ஆரம்பித்தது. எழுத்தாளர்கள்,

வாசகர்கள் என்று பலரின் உறவும் கிடைத்தது. அச்சுப் பதிப்பு மட்டுமல்லாமல் இணையத்திலும் நாளிதழ் வெளிவருவதால் தினமும் உலகெங்கும் உள்ள லட்சக்கணக்கானவர்களிடம் என் எழுத்து சேர்வதற்குக் கிடைத்த இந்த வாய்ப்பை மிகவும் பொறுப்புடன் பயன்படுத்திக்கொள்ள வேண்டும் என்ற எச்சரிக்கை உணர்வும் எனக்கு ஏற்பட்டது.

2

இந்தத் தொகுப்பில் உள்ள கட்டுரைகளுள் கணிசமானவை நூல் மதிப்புரைகள். இவற்றை மேலோட்டமாகப் பார்ப்பவர்களால் கூட உணர்ந்துகொள்ள முடியும், இயன்ற அளவுக்குப் பல எழுத்தாளர்கள், பல பதிப்பகங்களை இந்தக் கட்டுரைகள் உள்ளடக்கியுள்ளன என்று. எனினும் விடுபாடுகள் இருக்கவே செய்கின்றன என்பதை நானும் உணர்கிறேன். முன்னோடி எழுத்தாளர்கள், மூத்த எழுத்தாளர்கள், 2000-க்குப் பின் எழுத வந்தவர்கள், பெண் எழுத்தாளர்கள் என்று இன்னும் நிறைய ஆளுமைகளைப் பற்றி எழுத வேண்டும் என்ற ஆவல் எனக்கு இருக்கிறது. (கிடைத்த சந்தர்ப்பங்களில் இவர்களில் பலரது படைப்புலகத்துக்கு 'இந்து தமிழ்' நாளிதழில் அணியாக மரியாதை செலுத்தியிருக்கிறோம் என்பது நினைவில் கொள்ளத்தக்கது). இவர்களைப் பற்றி நான் எழுதுவது, நான் ஏதோ இவர்களுக்குச் செய்யும் உபகாரம் என்று அர்த்தமாகாது. இவர்களைப் படித்து எழுதுவதன் மூலம் எனது எழுத்தின் ஆழத்தையும் படைப்புச் சிந்தனையையும் விரிவுபடுத்திக்கொள்கிறேன் என்பதே முதலும் முடிவுமான நோக்கம். இந்த நூல் ஒரு தொடக்கம்தான்.

நான் ஆங்கில இலக்கிய மாணவன் என்பதால் அதன் வழியாகவும், சிற்றிதழ் உலகம் மூலமாகவும், தனிப்பட்ட வாசிப்பின் மூலமாகவும் எவ்வளவோ இலக்கியக் கோட்பாடுகள் என்னை வந்தடைந்திருக்கின்றன. அவையெல்லாம் சேர்ந்து என் இலக்கியப் பார்வையில் குறிப்பிட்ட அளவு தாக்கம் செலுத்தியிருக்கின்றன. கூடவே, குவாண்டம் இயற்பியல் மீதான எனது நாட்டத்தை எனது அறிவியல் கட்டுரைகளில் மட்டுமல்லாமல் எனது இலக்கியக் கட்டுரைகளிலும் காண முடியும். இலக்கியமும் குவாண்டம் இயற்பியலும் அடிப்படையில் மெய்ம்மையைப் பார்க்கும் பார்வைகள்தானே? அதனால் இரண்டுக்கும் இடையே வியக்கத்தக்க

ஒற்றுமைகளை என்னால் உணர முடிகிறது. முக்கியமாக, புறவயமான (objective) பார்வை ஒன்று கிடையவே கிடையாது, எல்லாமே அகவயம் (subjective) சார்ந்ததுதான் என்பது குவாண்டம் கோட்பாட்டின் அடிப்படைகளுள் ஒன்று. இதை இலக்கியத்துடனும் பொருத்திப்பார்க்க முடியும். கூடவே, காலம், வெளி குறித்து குவாண்டம் கோட்பாடு, சார்பியல் கோட்பாடு போன்றவை கூறியவற்றில் பலவும் தமிழ்ப் படைப்பாளிகளின் படைப்புகளில் அவர்களையும் அறியாமலேயே இழையோடுவதையும் என்னால் பார்க்க முடிகிறது. கோட்பாடுகள் எனக்கு உதவியிருந்தாலும் நான் கோட்பாட்டு விமர்சகன் அல்ல. என்னுடைய இலக்கிய அனுபவத்தைப் பகிர்ந்துகொள்ளும் விதமாக, ஒரு படைப்பில் நான் என்னவெல்லாம் கண்டடைந்திருக்கிறேன், எதுவெல்லாம் என் கற்பனையைக் கிளறுகிறது என்பதை நானே கண்டுபிடிப்பதற்காகவே பெரிதும் விமர்சனங்கள் எழுதுகிறேன்.

நான் இலக்கிய உலகுக்குக் கடன்பட்டிருப்பவன். ஆகவே, அந்த உலகுக்கு என்னால் ஆன மரியாதைதான் இந்தக் கட்டுரைகள். ஒரு நூலுக்கு மதிப்புரை எழுதுவதாலேயே, அதுவும் வெகுசனப் பத்திரிகையில் பணியாற்றிக்கொண்டு மதிப்புரை எழுதுவதாலேயே ஒரு நூலின் ஆசிரியருக்கு மேல் தன்னை வைத்துக்கொண்டுவிடலாகாது என்ற பிரக்ஞை எனக்கு எப்போதும் உண்டு.

வெகுசன இதழில் எழுதும்போது கூடுமான வரை கடுமையான விமர்சனங்களைத் தவிர்த்தே வந்திருக்கிறேன். ஆனால், மொழிபெயர்ப்புகள் வெள்ளம்போல் பாய்ந்துவரும் சூழலில், அக்கறையின்றி எப்படி அவை செய்யப்படுகின்றன என்பதைச் சுட்டிக்காட்ட இரண்டு முறை மட்டும் கடுமையான விமர்சனம் செய்திருக்கிறேன். அதற்காக நான் மிக மோசமாக அவதூறுகளுக்கு உள்ளாக்கப்பட்டதும் நடந்தது. இதையெல்லாம் தாண்டி, எவ்வளவோ எழுத்தாளர்களும் வாசகர்களும் என்மீது அன்பு செலுத்தியிருக்கிறார்கள். அவர்களின் நம்பிக்கையை நான் தொடர்ந்து தக்க வைத்துக்கொள்ள வேண்டும்.

3

என்னுடைய 21 ஆண்டுகால இலக்கியம், கலை விமர்சனக் கட்டுரைகளை மட்டும் கணக்கிலெடுத்துப் பார்த்தபோது

100-க்கும் மேற்பட்ட கட்டுரைகள் கிடைத்தன. அவற்றிலிருந்து தேர்ந்தெடுக்கப்பட்டவைதான் இந்தக் கட்டுரைகள். இலக்கியம், அறிவியல், மொழி என்று பல்வேறு வகைமைகளில் நான் கட்டுரைகள் எழுதியிருப்பதை இந்தப் புத்தகத்தை வேகமாகப் புரட்டினால் கண்டுகொள்ள முடியும். இலக்கியத்தைத் தாண்டியும் உலகம் இருக்கிறது. புனைவுகள், கவிதைகளைத் தாண்டியும் புத்தகங்கள் இருக்கின்றன என்று க்ரியா ராமகிருஷ்ணன் என் பார்வையை விரிவாக்கியதுதான் இதற்கு அடிப்படை.

இந்தத் தொகுப்புக்கான செம்மையாக்கம் செய்யும்போது நிறைய மாற்றங்களைச் செய்திருக்கிறேன். கட்டுரைகளின் அடிப்படையில் கைவைக்கவில்லை என்றாலும் தேவையான திருத்தங்களைச் செய்திருக்கிறேன். சில தலைப்புகளையும் மாற்றியிருக்கிறேன். கட்டுரைகளை அவை வெளியான கால வரிசையில் இல்லாமல் புனைவு, கவிதை, மொழிபெயர்ப்பு உள்ளிட்ட பகுப்புகளின் அடிப்படையில் கொடுத்திருக்கிறேன். பிற மொழிப் பெயர்களை அந்தந்த மொழியில் எப்படி உச்சரிக்கிறார்களோ அப்படியே கொடுப்பதற்குக் கூடுமானவரை முயன்றிருக்கிறேன். எடுத்துக்காட்டாக, Nikos Kazantzakis-ன் பெயரைத் தமிழில் நிக்கோஸ் கசன்ஸாகீஸ் என்று எழுதுவதே வழக்கம். ஆனால், அவருடைய மொழியான கிரேக்கத்தில் நீக்கோஸ் காஸான்ட்ஸாகீஸ் என்றே அவர் அழைக்கப்படுகிறார். நான் அதையே பின்பற்றியிருக்கிறேன்.

இந்தத் தொகுப்பில் உள்ள கட்டுரைகள் பலவும் விரிவாக எழுதப்பட்டு அவற்றின் சுருக்கமான வடிவங்கள் மட்டுமே அச்சுப் பதிப்பில் வெளியாயின. ஆகவே, இந்தத் தொகுப்பில் பெரும்பாலும் விரிவான வடிவங்களே கொடுக்கப்பட்டிருக்கின்றன. தகுந்த இடங்களில் எந்த சந்தர்ப்பத்தில் இந்தக் கட்டுரைகள் எழுதப்பட்டன என்ற குறிப்புகளைக் கொடுத்திருக்கிறேன்.

4

இந்தக் கட்டுரைத் தொகுப்பின் தலைப்பு ஹோர்ஹெ லூயிஸ் போர்ஹெஸின் ‘பேபல் நூலகம்’ (த லைப்ரரி ஆஃப் பேபல்) என்ற சிறுகதையின் தொடக்க வரியிலிருந்து தழுவிக்கொள்ளப்பட்டது. போர்ஹெஸுக்கு நன்றி!

‘சிந்தனையானது ஆழமாகவும் கூர்மையாகவும் வெளிப்பட மொழி மிகவும் முக்கியம்’ என்று எனக்குச் சொல்லிக்கொடுத்த

க்ரியா ராமகிருஷ்ணனுக்கு எப்போதும் நன்றி! ஒட்டுமொத்தத் தொகுப்பையும் படித்துவிட்டு, ஊக்கமளிக்கும் வார்த்தைகளைக் கூறியவர் என்னுடைய பேராசிரியர் தங்க.ஜெயராமன். ஆங்கில இலக்கிய-விமர்சன மரபு பற்றிய ஆழமான அறிவு கொண்ட அவர் இந்தத் தொகுப்புக்கு வழங்கியிருக்கும் மதிப்புரையை மிகப் பெரிய கௌரவமாகக் கருதுகிறேன். அவர் எழுதியதற்கு ஏற்றவாறு என்னைச் செழுமைப்படுத்திக்கொள்ள வேண்டும் என்ற கூடுதல் பொறுப்புணர்வு ஏற்பட்டிருக்கிறது. தங்க.ஜெயராமனுக்கு என் நன்றி!

இந்தக் கட்டுரைகளை அவை எழுதப்பட்ட காலத்திலேயே, வெளியாகும் முன்பே படித்துவிட்டு அவற்றைச் செம்மையாக்குவதற்கும் கூர்மையாக்குவதற்கும் நண்பர் சமஸ் கூறிய யோசனைகள் மிகவும் பயனுள்ளவையாக இருந்திருக்கின்றன. அவருக்கு நன்றி! வெகுசன இதழில் தீவிர இலக்கியக் கட்டுரைகள் எழுதுவதற்கு முழுச் சுதந்திரம் அளித்து, என்னுடைய பல கட்டுரைகளைப் பாராட்டியிருக்கும் 'இந்து தமிழ்' நாளிதழின் ஆசிரியர் கே.அசோகனுக்கு நன்றி! உடனுக்குடன் படித்துவிட்டு, கருத்துகளையும் ஆலோசனைகளையும் கூறிய கவிஞர் ஷங்கர் ராமசுப்ரமணியன், செல்வ புவியரசன், த.ராஜன் உள்ளிட்ட சகாக்களுக்கும் நன்றி! மூத்த சகாக்கள் சாரி, சிவசு ஆகியோருக்கும் நன்றி!

சாரு நிவேதிதாவும் எஸ்.ராமகிருஷ்ணனும் என் வலைப்பூவில் உள்ள கட்டுரைகளைத் தங்கள் வாசகர்களுக்கு அறிமுகப்படுத்தி எழுதியது விரிவான இலக்கிய வாசகப் பரப்புக்கு என்னைக் கொண்டுசென்றது. அவர்களுக்கு என் நன்றி!

பல முறை என் கட்டுரைகளைப் படித்துவிட்டுக் கூர்மையான கருத்துகளை வழங்கியிருக்கும் பா.வெங்கடேசனுக்கும் சீனிவாச ராமாநுஜத்துக்கும் நன்றி!

இந்தக் கட்டுரைத் தொகுப்பை சிரத்தையுடன் படித்துத் தங்கள் விரிவான கருத்துகளையும் கூர்மையான விமர்சனத்தையும் வழங்கியவர்கள் தூயன், முகம்மது ரியாஸ், ராஸ்மி. அவர்களுக்கு மிக்க நன்றி!

நண்பர்கள் கார்த்தி, செந்தமிழுக்கு என் அன்பு.

இந்தப் புத்தகத்தை வெளியிடும் டிஸ்கவரி பப்ளிகேஷன்ஸ் மு.வேடியப்பனுக்கு நன்றி! பொருத்தமான அட்டைப் படத்தை வடிவமைத்துத் தந்த லார்க் பாஸ்கரனுக்கும் நன்றி!

மேலும், இந்தக் கட்டுரைகள் வெளியானபோது படித்துவிட்டுப் பாராட்டிய, குறைகளைச் சுட்டிக்காட்டிய எழுத்தாளர்களுக்கும், தொடர்ந்து ஊக்கம் தரும் வாசகர்களுக்கும் மனமார்ந்த நன்றி!

எனது ஒவ்வொரு புத்தகமும் எனக்குக் கொஞ்சமாவது மகிழ்ச்சியைக் கொண்டுவர வேண்டுமென்று ஆசைப்படும் என் மனைவி சிந்துக்கு இந்த நூல் மேலும் கொஞ்சம் ஆசுவாசம் தரும் என்று நம்புகிறேன்.

மகன்கள் மகிழ் ஆதனுக்கும் நீரனுக்கும் அன்பு முத்தங்கள்.

ஆசை
asaidp@gmail.com

கூடுவாஞ்சேரி,
23-11-2021

மாம்பழ நிறப் புடவைக்கு கறுப்பில் கரைக்கட்டு நெய்யும் கலை

- தங்க.ஜெயராமன் -

தற்காலத் தமிழ்ச் சமூகத்தின் இலக்கிய ரசனை என்ன? அதன் இலக்கிய விமர்சனங்களில் நாம் காண்பது விமர்சனக் கோட்பாடுகளின் தேக்கமா, வளர்ச்சியா? உலக இலக்கிய வாசிப்பின் தாக்கம் நம் சமூகத்தின் இலக்கியப் படைப்புகளில் துலக்கமாகத் தெரிவதுபோல் அதன் ரசனையிலும் விமர்சனக் கோட்பாடுகளிலும் தென்படுகிறதா? தன் இலக்கிய மரபின் தொன்மையிலேயே திளைத்துக் கிடக்கும் சமூகத்துக்குத் தன்னைப் பற்றிய சுய விமர்சனமாக இப்படிக் கேட்டுக்கொள்ளும் முதிர்ச்சித் தருணங்கள் அனுபவமாவது உண்டா?

இலக்கியப் படைப்புகள் மீதான மதிப்பீடுகள் என்பதோடு ஆசையின் விமர்சனங்களை இத்தகைய கேள்விகளுக்கான விடைகளாகவும் நாம் பார்க்க இயலும். சில நேரங்களில் படைப்புகளுக்கான விமர்சனம், தானே நல்ல படைப்பிலக்கியமாகப் பரிணமிக்கும். இலக்கிய மாணவர்கள் படைப்புகளைப் போல அவற்றின் விமர்சனங்களையும் அதிகம் நேசிக்கும் வழக்கத்துக்குக் காரணம் இதுதானே! இது விமர்சனக் கட்டுரையா, இதுவே இலக்கியமா என்று நாம் வியக்கும் ஆக்கங்களும் ஆசையின் விமர்சனங்களில் உண்டு.

ஒரு நாவல், தன் புனைவுக் கோலத்தின் சாத்தியமாகக் காட்டும் முழு வீச்சையும் வசப்படுத்த வேண்டும். புனைவுப் புலத்தில் புதிய சாத்தியங்களையும் காட்ட வேண்டும். இவற்றைச் சாதித்துக்காட்டியது பா.வெங்கடேசனின் 'பாகீரதியின் மதியம்' என்கிறார் ஆசை. புனைவுக்கு இப்படி ஒரு உரைகல்லைக் காட்டி, ஒரு நாவலையும் அதில் உரைத்துத் தரம் காட்டுகிறது ஆசையின் விமர்சனம். நாவலை எழுதும் நாவலாசிரியர் யதார்த்தத்தில் இருக்கும் மனிதர். அந்த நாவலைக் கதையாகச் சொல்லும் கதைசொல்லியோ

அந்தப் புனைவு சுட்டும் ஒரு படைப்பு. அந்தக் கதைசொல்லியே ஒரு கதாபாத்திரத்தின் கற்பனை. இப்படி சுவாரசியமான புனைவு உத்திகளைக் கையாள்வதான நாவல் பா.வெங்கடேசனின் 'தாண்டவராயன் கதை'. புனைவுப் புலம் பற்றிய மேலை இலக்கிய விவாதங்களில் புனைவு உத்திகளை நுணுக்கமாகப் பேசுகிறார்கள். நம் வாசிப்பு ஆர்வத்தின் வேகத்தில் இப்படியான உத்திகளின் இயக்கத்தை நாவலில் கவனிக்கத் தவறுவோம். கதைக்குள் இயங்கும் கதைகளையும், ஒரு தளத்தின் ஊடாகத் தெரியும் இன்னொரு அர்த்தத் தளத்தையும் நமக்குக் கவனப்படுத்தும் ஆசை பாத்திரங்கள், வர்ணனைகள், சித்தாந்தப் பின்புலங்கள் போன்ற வழக்கமான விமர்சனக் கூறுகளை ஒதுக்கி, ரசனையை மற்றொரு தளத்துக்குக் கொண்டுசெல்கிறார்.

'பாகீரதியின் மதியம்' நாவலின் கட்டமைப்பை 'மிதக்கும் வண்ணம்' என்ற கலைநுட்பம் தீர்மானிப்பதாகக் காண்கிறார் விமர்சகர். வண்ணங்களின் கலவையில் விளைவது ஓவியம், சொற்களின் கோர்வையில் பிறப்பது புனைவு - இரண்டுக்கும் பொதுவான கட்டமைப்பு முறையை விமர்சகர் காட்டுகிறார். கவி ஒருவர் சொற்களில் விவரிப்பதைக் கல்லில் சிற்பமாகவும், கோடுகளில் சித்திரமாகவும் நம் கண்கள் காணும் காட்சியாக மாற்றுவது போன்றதல்ல இது. ஒரு கலைப் படைப்பு எப்படி சோடித்துக் கட்டப்படுகிறது என்ற சிருஷ்டி சூட்சுமம். ததும்பும் குளங்களின் கரை உடைவதுபோல் கலை வடிவங்களுக்கு இடையேயான எல்லைகள் தீவிர ரசனையின் உச்சத்தில் உடைந்து ஒரே அனுபவ சமுத்திரமாகிவிடும்.

மொழியின் எல்லையிலிருந்து தன் பயணத்தைத் தொடங்கி மொழியை விரிவாக்குகிறார் மௌனி என்பது ஆசையின் மதிப்பீடு. தர்க்க ஒழுங்குக்குள் ஒடுங்கிவிட்ட மொழிக்கு என்றைக்கும் அகப்படாத உணர்வு, காலமும் வெளியும் அதனதன் அடையாளம் அழிந்து கூடிக்கொள்ளும் மாயத் தருணம் - இவ்விடங்களில் வழக்கமான மொழியின் போதாமையைச் சமாளிக்க வேண்டும். இப்படிச் சொல்லும் விமர்சகர் இங்கேதான் மௌனியின் மொழி மீறல்கள் நிகழ்வதாகக் கூறுகிறார்.

கவிகள் மொழியை பலவந்தப்படுத்தியும், தேவைப்பட்டால் அதன் அமைப்பைக் குலைத்தும் தங்கள் அர்த்தங்களை உருவாக்கிக்கொள்கிறார்கள் என்று ஒரு கட்டுரையில் டி.எஸ். எலியட்

சொல்கிறார். மொழியை இலக்கியப் படைப்பின் முதன்மையான கூறாக்கி விவாதிக்கும் ஆசை, தமிழ் இலக்கிய விமர்சனத்துக்கு அதன் மூலம் வளம் சேர்க்கிறார். ஆசையின் விமர்சனங்கள் ஆய்வுக் குறிப்புகளல்ல, ஒரு தேர்ந்த ரசிகரின் ஆழமான அனுபவம். இலக்கியப் படைப்பின் கூறுகளாகவும் தன்மைகளாகவும் பொதுக் கருத்து எவற்றை வைத்துக்கொண்டிருக்கிறதோ அவற்றிலிருந்தெல்லாம் வெகுவாக விலகிச் செல்லும் பாதை இது.

மௌனியின் கதைகளை இவர் 'பாழின் வசீகரம்' என்று சொல்வதை நாம் இங்கே கவனிக்க வேண்டும். தானே ஒரு கவிஞராக இருக்கும் ஆசை, இன்னொரு படைப்பாளி பற்றி எழுதும் விமர்சனம் வழக்கமான விமர்சன பாணியிலோ மொழியிலோ இருக்க இயலுமா? எது இலக்கியம் என்பதற்கான பொது லட்சணப் பட்டியல் ஒன்றை வைத்துக்கொண்டு அதில் உள்ளவை, ஒருவரின் படைப்பில் இருக்கிறதா என்று ஆராய்ந்து நமக்குச் சொல்வது, அவரே கவியாக இருக்கும் ஆசை போன்ற விமர்சகர் செய்வதல்ல. சென்ற நூற்றாண்டின் முற்பகுதியில் இப்படிக் கவிஞர்களே விமர்சகர்களாக இரட்டிக்கும் மரபு பற்றி விவாதங்கள் நடந்திருக்கின்றன. கவித்துவமும் திறனாய்வுத் திறனும் ஒருவரிடமே கூடும்போது, அதன் விளைவு என்ன என்பதை ஆரய்ந்திருக்கிறார்கள். எழுத்துக்கு இலக்கியத் தகுதியைத் தருவது எது? என்னென்ன தன்மைகள் இருந்தால் அதை இலக்கியம் என்று சொல்கிறோம்? இந்தக் கேள்விகளுக்கு தானே கவியாகவும் விமர்சகராகவும் இருக்கும் ஒருவரும் விமர்சனத்தைத் திறன் மேம்பாடாகப் பயின்ற இன்னொருவரும் ஒரே விடையைத் தருவார்களா? 'யாமறிந்த புலவரிலே கம்பனைப்போல்,/ வள்ளுவர்போல், இளங்கோவைப்போல்/ பூமிதனில் யாங்கணுமே பிறந்ததிலை' என்ற பாரதியின் கூற்றும் விமர்சனமே. ஆனால், ஒரு விமர்சகரின் வாக்குமூலத்திருந்து இது வேறானது. ஒரு கவியாக பாரதிக்கு சிருஷ்டித் தொழிலின் வலி தெரியும் என்பதற்காக அல்ல. கவியின் இலக்கிய ரசனை வேறொரு வகையைச் சேர்ந்தது. நூறு விமர்சகர்கள் 'கம்பன் மிகச் சிறந்த கவி' என்று சொல்லியிருந்தாலும் தமிழ்ச் சமூகம் அவர்கள் சொல்லுக்கு மசிந்திருக்காது. ரசனையில் பிறக்கும் பாரதியின் சொற்கள் நம்மை மிக எளிதாகத் தொற்றிக்கொள்ளும். தான் உன்னதம் என்று கண்ட படைப்புகளின் தன்மையை நாமும் உணரவும் அனுபவிக்கவும் உதவுவதுதான் ஆசையின் விமர்சனம். அது உணர்வுத் தளத்திலும் அனுபவத் தளத்திலும் இயங்கித் தொற்றிக்கொள்ளும் ரசனை.

இலக்கியமாகத் தான் ரசித்த ஒரு படைப்பில் தன்னை ரசிக்கத் தூண்டியவை எவை என்று அடையாளம் கண்டு அவற்றுக்குப் பெயரிடுகிறார் ஆசை. ரசனையிலிருந்துதான் கோட்பாடு பிறக்கிறது. நம் விமர்சன மரபு ஏற்கெனவே அடையாளம் கண்டவற்றைக் கைக்கொள்வதோடு அவர் திருப்தியடைவதில்லை. 'எனக்கு இது அற்புதமாகத் தோன்றுகிறது' என்று ஒரு படைப்பை வியந்து அதற்குமேல் எதுவும் சொல்லாமலும் சென்றுவிடுவதில்லை. ரசனையை மட்டுமே, தான் ரசித்தவற்றை மட்டுமே, அளவுகோலாக வைத்துக்கொள்ளும் சம்பலான முரண்டு என்றும் நாம் அவரை எளிமைப்படுத்திப் புரிந்துகொள்ள முடியாது. ஒரு கவி விமர்சகராக இருப்பதன் வலுவும் வலிவருத்தமும் அவருக்கு ஒருசேர வாய்த்துள்ளன.

'பாகீரதியின் மதியம்' என்ற நாவல் அரசியலையும் சமூகப் பிரச்சினைகளையும் ரசிக்கும்படியான துடுக்கோடு பேசுகிறது. இருந்தாலும், நாவல் என்ற தன் இலக்கியத் தன்மையை இந்தப் படைப்பு இழப்பதில்லை. சமூக, அரசியல் பிரச்சினைகள் கதைசொல்லலுக்குள் 'இழைந்து, இயைந்து பரவியிருப்பதுதான் மற்ற அரசியல் நாவல்களிலிருந்து இது விலகி இருப்பதைக் காட்டுகிறது' என்பது ஆசையின் விமர்சனம். பா.வெங்கடேசனின் 'தாண்டவராயன் கதை' நாவலில் உள்ள சம்ஸ்கிருதமையப் பார்வை, தேசியவாதப் பார்வை போன்றவற்றிலிருந்து நாவல் அதன் உள்ளேயே இருக்கும் கலகத் தன்மையால் மீண்டுகொள்கிறது என்கிறார் ஆசை. சுவை கூட்டும் உப்பு, பதார்த்தத்தில் கரைந்திருப்பதுபோல் கலைத்தன்மை அவற்றைத் தன்மயமாக்கிக்கொள்கிறது. ஆசையின் விமர்சனக் கட்டுரைகள் பலவற்றிலும் இந்தக் கலைப் பண்பு ஒரு பொதுக் கோட்பாடாக இழைந்திருப்பதைக் காணமுடியும். நகுலனின் கவிதைகளில் அவற்றின் தத்துவச் சரம் உறுத்துவதில்லை என்றும் கவிதையில் தத்துவம் துருத்திக்கொண்டு தெரியக் கூடாது என்றும் இன்னொரு இடத்தில் சொல்கிறார்.

இலக்கியப் படைப்புகளுக்கும் அவற்றின் தத்துவ உள்ளீட்டுக்கும் இடையே உள்ள உறவு நூறு ஆண்டுகளாக விவாதிக்கப்படும் பிரச்சினை. உயர்வான தத்துவத்தைத் தன் பொருளாகக் கொண்ட படைப்பும் அதன் காரணமாகவே உயர்வானதாகிவிடுமா? வெறும் உரைநடையில் தெளிவான கருத்துகளாகச் சொல்லக் கூடியவற்றைத்தான் கதைகளில் சம்பவங்களாகவும் கவிதைகளில் அணிவகைகளாகவும் பொதிந்து வைக்கிறார்களா? வழக்கமான

இந்தக் கேள்விகளை ஆசை வழக்கமான முறையில் அணுகவில்லை. பிரச்சினையின் பரிமாணங்கள் எல்லாவற்றையுமே பார்க்க முயல்கிறார்.

லா.ச.ராமாமிர்தத்தின் படைப்புகளைப் பற்றி, அவை அன்றாட வாழ்க்கையை தத்துவத்துக்கான சாக்காக வைத்துக்கொள்வதில்லை, அன்றாடம் தத்துவமாகவும் கவிதையாகவும் மாற்றம் பெறுகிறது என்று சொல்கிறார் ஆசை. கவித்துவமும் தத்துவமும் ஒன்றையொன்று பின்னிக்கொண்டுள்ளதாகச் சொல்கிறார். முதலாவது உணர்வு சார்ந்தது, அடுத்தது சிந்தனை சார்ந்தது. வழக்கமாக இவை ஒன்றோடு ஒன்று பிணங்கும், முதலாவது இருக்கும் இடத்தில் அடுத்ததற்கு வேலை இல்லை என்பதுதான் பொது நம்பிக்கை. லா.ச.ரா. படைப்புகளில் இவை பின்னிக்கிடக்கும் என்றால் அது ரசனைப் புரட்சி. இதனையொத்த ஒன்றைப் பற்றி டி.எஸ். எலியட் பேசியிருக்கிறார். 17-ம் நூற்றாண்டின் ஆங்கிலக் கவிகள் சிலரிடம், சிந்தனையும் உணர்வும் ஒன்றியிருந்ததை அல்லது உணர்வை அம்பு நுனியாகக் கொண்ட அவர்களின் சிந்தனையை அக்காலத்தில் இருந்து பின்னர் மறைந்துபோய், மீட்கப்படாத ரசனையாக அவர் சிலாகித்துச் சொல்வார் (காண்க: டி.எஸ். எலியட்டின் 'The Metaphysical Poets' கட்டுரை).

இலக்கிய ரசனையில் நம் உணர்ச்சிகளின் பங்கு அந்தந்தக் காலங்களில் ஏற்ற இறக்கம் காண்பது உண்டு. தி.ஜா. தற்காலத்தில் எப்படி வாசகர்களால் வரவேற்கப்படுகிறார் என்பதை கணிக்கும் ஆசை, 'உணர்ச்சிகளுக்கு இடம்கொடாத இன்றைய நிதானமான வாசகர்கள்' என்று வாசகர்களை விவரிக்கிறார். ரசனை அப்படியே உறைந்து இறுகிவிடுவதல்ல. வாசகர்களின் ரசனை படைப்புகளையும், படைப்புகளின் ரசனை வாசகர்களையும் தீர்மானிக்கின்றன. இந்த ஊடாடலுக்கு நல்ல விமர்சனம் ஒரு கருவி. விமர்சனங்களும் பொது ரசனையைத் தீர்மானிக்கின்றன. ஆசையின் விமர்சனங்களுக்கு இந்தப் பிரக்ஞை அடித்தளம். அடிக்கடி மேற்கோள் காட்டப்படும் நகுலனின் தத்துவார்த்தக் கவிதைகள் அவரது கவித்துவத்தின் பன்முகத்தை மறைத்துவிடுகின்றன என்று சொல்கிறார் ஆசை. தத்துவப் பொருளை ஏற்று வரும் படைப்பு வாசகர்களின் இலக்கிய ரசனையை எப்படியெல்லாம் திரித்துவிடுகிறது! படிக்கும் காலத்தில் நாங்கள் கவிதைகளிலிருந்து மேற்கோள் காட்டிப் பேசுவதை எங்கள் பேராசிரியர்கள் கண்டிப்பார்கள். எங்கள் நினைவுத்திறனைப் பீற்றிக்கொள்கிறோம் என்பதற்காக அல்ல, கவிதைகளைக்

கவிதைகளாகவே பார்க்கும் ரசனையை வளர்த்துக்கொள்ளவில்லை என்பதற்காக. ஞானக்கூத்தனின் கவிதைகளில், அவை மேலைத் தத்துவம், கீழைத் தத்துவம் இரண்டுமே முயங்கிப் பேசினாலும், தத்துவம் கனிந்து கனிந்து கவிதையாகிறது. இப்படிச் சொல்லிச் செல்லும் ஆசை இன்றைய விமர்சனக் கோட்பாடு ஒன்றையும் தொட்டுச்செல்கிறார். கவிதையில் தற்போது கதைசொல்லல் என்பது, விலக்கிவைக்கப்பட்ட ஒன்றாக இருப்பதுதான் அது. இந்த விமர்சனத் தெளிவிலிருந்து நம் இலக்கிய போதனை எவ்வளவு விலகிச் செல்கிறது என்பதை நாம் கவனிக்க வேண்டும். 'கவிஞர் ஒரு நாள் ஒரு மலையின் மீது ஏறிக்கொண்டிருந்தார். அப்போது அவர்...' - இப்படி ஓர் அநாமதேய இடத்தையும் நேரத்தையும் கதை சொல்லும் பாணியில் குறிப்பிடாமல் கவிதைகளை வகுப்பில் சொல்லித்தருவதில்லையல்லவா! இப்போது கதை இல்லாமலேயே கவிதையை ருசிக்கக் கற்ற சமூகத்தின் ரசனை, தேக்க நிலையிலிருந்து விடுபட்டிருக்கிறது என்றுதான் சொல்ல வேண்டும். இந்த இடத்தில் ஆசை இன்றைய ரசனை பற்றிக் கூறுவதை நாம் கவனிக்க வேண்டும். பொன்முகலியின் கவிதைகளை விமர்சிக்கும்போது இதம், கவித்துவம் போன்ற பண்புகளை இன்றைய கவிதைகள் ஒதுக்கி நகர்வதைச் சொல்கிறார். தேவதச்சன் கவிதைகளை விமர்சிக்கும்போது இப்போது செய்யுள், சந்தம், இசை, உவமை, படிமம் போன்றவற்றைக் கைக்கொள்ளாமல் கவிதை செய்ய வேண்டிய நிர்ப்பந்தத்தைக் குறிப்பிடுகிறார்.

ஒரு படைப்பு தன் பொருளாகக் கொள்வது தத்துவமானாலும், சமூகப் பிரச்சினைகளானாலும் அவை கலையாக மாற வேண்டும். தஞ்சை ப்ரகாஷின் சிறுகதைகளை விமர்சிக்கும் ஆசை, பாலியல் பிறழ்வு, குற்றம் போன்றவற்றை தஞ்சை ப்ரகாஷ் தாராளமாகப் பேசுபவர்... அதில் கலாபூர்வமான வெற்றி பெற்றுள்ளார்... சிலவற்றில் கலைத்திறமை கைகூடவில்லை என்று சொல்கிறார். தேம்பித் தேம்பி அழும் ஒருவர் கலையைப் படைப்பதில்லை. அவர் யதார்த்த உளையிலிருந்து மீள்வதில்லை. ஆனால், அப்படி அழுவதே நாடகத்தில், திரையில் வரும்போது நாம் விரும்பிப் பார்க்கும் சோகரசக் காட்சியாகிவிடுகிறது.

ஜான் க்ரோ ரான்சம் என்ற விமர்சகர் இரண்டு புதிய இலக்கிய கூறுகளை அறிமுகப்படுத்தினார். ஒரு படைப்பின் அமைப்பு, அது கட்டப்பட்டிருக்கும் விதம் என்பது ஒன்று. மன்றொன்றை நாம் படைப்பின் செறிவு என்பதாகப் புரிந்துகொள்ளலாம். இதற்கு அவர்

நெசவில் புழங்கும் சொல்லான 'texture' என்பதைப் பயன்படுத்தினார். துணியின் 'ஊட்டம்' என்று இதை நாம் புரிந்துகொள்ளலாம். இரண்டுமே உருவகங்கள்தான். அமைப்பைத் தொடக்கம் என்ற முதல், இடை, உச்சக் காட்சி, முடிவு என்ற கடை என்பதாகப் புரிந்துகொள்ளக் கூடாது. மாம்பழ நிறப் புடவைக்குக் கறுப்பில் கரைக்கட்டு நெய்யும் கலையைப் போன்றதாகப் புரிந்துகொள்ள வேண்டும். புடவையின் ஊடும் பாவும் எவ்வளவு நெருக்கி நெய்யப்பட்டிருக்கிறதோ அது துணியின் ஊட்டத்தைத் தீர்மானிக்கிறது. அதை விரல்களால் நெருடி உணரலாம். ஞானக்கூத்தனின் கவிதைகளில் தத்துவத்தின் சாயலும் பகடியும் ஊடாடும் என்பது ஆசையின் விமர்சனம். அங்கே மரபும் நவீனமும் ஒரே நேரத்தில் இழையோடுவதாகவும் சொல்கிறார். அமைப்பு, ஊட்டம் என்ற இரண்டு இலக்கியக் கூறுகளும் மற்ற படைப்பாளிகளிடம் எப்படிச் செயல்படுகிறது என்று ஆசை சொல்வதை அவர் சொற்களிலேயே நாம் சுருக்கித் தரலாம்:

நகுலனின் படைப்புகள் தத்துவம் பேசினாலும் அதை மீறிய மனோநிலையும் அங்கு உண்டு. அவருடைய பரிசோதனை முயற்சிகள் மரபின் பரிச்சயத்தோடு நிகழ்ந்தவை. சபரிநாதனின் அப்பட்டங்கள் ரகசிய மூடல்களைக் கொண்டுள்ளன. அவை தொடர்ச்சியான அர்த்தத்துக்கு எதிரான கட்டமைப்புகள். அபியின் கவிதைகளுக்கு எளிமையின் அடர்த்தி உண்டு. அடரும் எளிமை, பூடகத்துக்கும் இருண்மைக்கும் இட்டுச்செல்கிறது. பொன்முகலியினுடையவை சாதாரணமானவை என்பதாலேயே அழகானவை. 'பொம்மை அறை' என்ற நாவலில் கதைசொல்லி நன்மை-தீமை போன்ற எதிர் நிலைகளுக்கு ஊடாக ஊசலாடுகிறார்.

இவற்றிலெல்லாம் மேற்கத்திய சொனாடா இசையின் கட்டமைப்பைக் காண முடியும். நம் விமர்சனக் கோட்பாடுகளும் இலக்கியப் படைப்புகளும் ஒரு புது ரசனையை எட்டியிருக்கின்றன. ஒரு விமர்சகர் இந்த இரண்டின் போக்கையும் கணிக்க வேண்டும். ஆசையின் விமர்சனங்கள் அந்த வகையில் ஒரு துல்லியமான கணிப்பு.

தன் விமர்சனங்களில் ஆசை மீண்டும் மீண்டும் பேசுவது மொழிக்கும் கற்பனைக்கும் இலக்கியப் படைப்புகளுக்கும் உள்ள உறவு. பொதுவாக இலக்கிய மொழியானது தர்க்கத்தை மீறும் தன்மை கொண்டது. அந்தத் தன்மையைக் காட்டுவதாக ஆசை சில படைப்பாளிகளைக் குறிப்பிட்டுப் பேசுகிறார்:

லா.ச.ரா.வின் 'புத்ர' நாவலின் மொழிக்குக் கவிதை, வசனம் என்ற பாகுபாடு இல்லை. பாரதியின் மொழி அர்த்தத்தைப் பொதியாகச் சுமக்கவில்லை. அங்கே அர்த்தத்தை சோதித்தால் அழகு மறைந்துவிடும். அவர் கவிதைகளில் மொழியின் தளை இல்லாமல் உணர்ச்சி வெளிப்படுகிறது. தேவதச்சனுடையது சுமையற்ற சொல்முறை. அபியின் சொற்கள் அர்த்தச் சுமையற்றவை. அவை மங்கலான உணர்வு நிலையிலும் அனுபவ நிலையிலும் ஒரு அநிச்சயப் பிரதேசத்தில் இயங்குபவை. பொன்முகலியின் சொற்களின் சுமை கழிவதால் ஆழம் கூடுகிறது.

இவை எல்லாமே இலக்கிய மொழியின் அதர்க்கம் ஏற்கும் பல்வேறு பரிமாணங்கள்.

தத்துவத்துக்கும் இலக்கியத்துக்கும், மொழிக்கும் இலக்கியத்துக்கும் உள்ள உறவைப் பற்றி ஆசை விரிவாகப் பேசுகிறார். பல இடங்களில் அவருக்குப் படைப்பூக்கமிக்க உளநோக்குகள் (insights) வாய்த்திருக்கின்றன. அவற்றை மேலும் விரிவுபடுத்திச் சென்றிருந்தால் இன்னும் பல சாத்தியங்களை அவர் அடைந்திருப்பார் என்று சொல்லத் தோன்றுகிறது. அடுத்தடுத்த தொகுப்புகளில் அது நிகழும் என்று நம்புகிறேன்.

இந்த இலக்கிய விமர்சனக் கட்டுரைகளோடு மேலும் இன்றைய படைப்பாளிகள் சிலரைப் பற்றியும் விமர்சனம் செய்து, இதையே தற்காலத் தமிழ் இலக்கிய வரலாற்றுக்கு ஒரு புதிய பங்களிப்பாக ஆசை செய்ய இயலும். அப்போது உலக இலக்கியப் போக்குகள், விமர்சனக் கோட்பாடுகள், இசை மரபுகள், சித்திர மரபுகள், தத்துவ மரபுகள், நம் மரபான இலக்கியப் படைப்புகள் எல்லாம் ஆசையின் விமர்சன பார்வைக்கு மேலும் சிறப்பான விரிவையும் வீச்சையும் தரும் என்பதில் ஐயமில்லை.

தங்க.ஜெயராமன்

திருவாரூர்,
13-11-2021

(தங்க.ஜெயராமன்: ஓய்வு பெற்ற ஆங்கிலப் பேராசிரியர், 'காவிரிக் கரையில் அப்போது...', 'காவிரி வெறும் நீரல்ல' ஆகிய நூல்களின் ஆசிரியர். 'இந்து தமிழ்' நாளிதழில் தொடர்ந்து கட்டுரை எழுதிவருகிறார்.)

புனைவு

மௌனி கதையுலகம்:
நீண்ட முத்தத்தில் ஒரு வாழ்க்கை

மௌனியின் கதைகளில் முதன்முறையாக நுழையும் ஒருவருக்குக் கிடைப்பது பாழடைந்த ஒரு பெரிய வீட்டுக்குள் நுழையும் உணர்வுதான். பழங்கால முறைப்படி அமைந்த வீடு; உயர்ந்த திண்ணைகள், நீண்ட ஆளோடி, விசாலமான கூடம், முற்றம், தானே காற்றில் அசைந்துகொண்டிருக்கும் ஊஞ்சல். உங்களுக்கு மூச்சு முட்டும். வெளியே ஓடிவிடத் தோன்றும். ஆனால், அந்த வீட்டின் 'பாழ்பட்ட வசீகரம்' உங்களை வெளியிலும் விடாது. இதுதான் விதிபோலும் என்று நினைத்துக்கொண்டு வீட்டை மேலும் துழாவிப் பார்ப்பீர்கள். அப்படித் துழாவ முயல்பவர்களின் கண்ணுக்குத்தான் தெரியும், சுவரில் ஒட்டடை படிந்து தொங்கும் கறுப்பு–வெள்ளைப் புகைப்படங்கள். சற்று நெருங்கிச் சென்று பார்க்கும்போது, அந்தப் புகைப்படங்களில் ஒன்று உங்களை வசீகர மர்மத்துடன் சுண்டியிழுக்கும். பதின் வயதுகளின் இடைப்பகுதியில் இருக்கும் பெண் ஒருத்தியின் புகைப்படம்தான் அது. உற்றுப்பார்ப்பீர்கள். அழகும் சோகமும் ஒருசேர இணைந்திருக்கும் அந்தப் பெண்ணின் உதடுகள் அசைந்து அசரீரிபோல் ஏதோ ஒலிக்கும். உற்றுக் கேட்கிறீர்கள். "நான் விதியின் நிழல். என்னிடம் காதலின் முழு வசீகரக் கடுமையை நீ காணப்போகிறாய்..."

இதற்குப் பிறகு உங்களால் என்ன செய்ய முடியும்? மௌனியின் கதைகளில் உலவுவதும் அதுபோலத்தான். மௌனியின் கதைகள் பாழின் வசீகரம்.

மௌனியின் கதைகளில் வரும் பெண்கள் ஏதோ சொல்லுவதைப் போன்ற பார்வையையும் முக பாவத்தையும்

கொண்டிருக்கிறார்கள். பெண்கள் மட்டுமல்ல, பறவைகள், மாட்டுவண்டி, கோயில் யாளி, வௌவால்கள், மலைக்கோட்டை... இப்படியாக எல்லாமும் எதையோ சொல்ல முயல்வதாகக் கதையின் நாயகர்களுக்குத் தோன்றுகிறது. அதோ அதோ என்று காட்டி, காட்சிக்கு இடம் கொடுத்துவிட்டு மறையும் சுட்டுவிரல் போல, எதையோ ஒன்றைச் சுட்டிக்காட்டிவிட்டு மறைந்துவிடுகின்றன அவையெல்லாம். நமக்கும் சில சமயம் ஏதாவது ஒரு இடத்துக்குச் செல்லும்போது அங்கே கட்டிடம், கோயில், பழைய கடைவீதி, ஊருக்கு வெளியே ஓடும் ஆற்றங்கரை மரங்கள், கரையோரச் சுடுகாடு போன்றவற்றைப் பார்க்கும்போது அமானுஷ்யம், முன்நினைவு, கனவாம்சம், தொன்மையுணர்வு எல்லாம் கலந்த ஒரு உணர்வு ஏற்படும். எல்லாமும் எதையோ சொல்வதைப்போன்று தோன்றும். இந்தச் சூழலை நாம் எழுத்திலோ பேச்சிலோ வெளிப்படுத்த முயலும்போது மொழி முன்னகராத திணறலையோ, அல்லது முன்சொன்ன உணர்வுகள் ஏதும் வெளிப்படாத துல்லியமான, தர்க்க அடிப்படையிலான வெளிப்பாட்டைத்தான் நம்மால் உருவாக்க முடியும். தர்க்கத்தால் விளக்க முடியாத உணர்வை விளக்க, தர்க்கத்தை மீறிய மொழி வேண்டும். அது மௌனிக்கு சாத்தியமாகியிருக்கிறது. அடுத்ததாக லா.ச.ரா–வையும் கூறலாம்.

தமிழில் பிற எழுத்தாளர்கள் மொழியின் எல்லைக்குள் நின்றபடி, மொழியின் சாத்தியங்களைப் பயன்படுத்தி மொழியின் எல்லை வரை சென்றிருக்கிறார்கள். இதில் பற்பல சாதனைகளை நிகழ்த்தியிருக்கிறார்கள். ஆனால், மௌனி தொடங்கிய இடமே மொழியின் எல்லைதான். மொழியின் எல்லையிலிருந்து தாண்டித் தாண்டிக் குதிக்க முயன்று பல இடங்களில் தாண்டியும் சென்றிருக்கிறார்; பிரபஞ்சத்தின் விளிம்பில் நின்றுகொண்டு அப்பால் எட்டிப்பார்க்க முயல்வதுபோல்.

மொழியை மீறிச்செல்ல முயன்றவர் என்று மட்டும் மௌனியை வர்ணித்தால் அது பெரும் பிழை. அனுபவத்தையும் சிந்தனையையும் மீற முயன்றவர் அவர். அதனால்தான், 'காதலின் வசீகரக் கடுமை', 'எவற்றின் நடமாடும் நிழல்கள்', 'வாழ்க்கை? ஒரு உன்னத மனவெழுச்சி' போன்ற வரிகளெல்லாம் சாத்தியமாகியிருக்கின்றன. மேலும், சில எடுத்துக்காட்டுகளைப் பார்ப்போம்:

'அவள் உள்ளே கிடக்கிறாள். படர்ந்த பிரபஞ்சத்தின் மூலையில் ஒன்றி மறைய.'

'வெளியுலகு மடியுமட்டும் உள்ளே கேட்கும் கோர சப்தங்கள்.'

'இவை எல்லாம் அர்த்தமற்ற பேச்சுக்கள்; வளைந்த வானம் எதிரொலிக்காத சப்தங்கள்.'

'அநந்தத்திலும் அவியாது என்னுள் இருந்து உன்னைப் பார்த்ததும் உணர்வு கொள்ளுவது எது?'

மேலும், 'நினைவுச்சுவடு' கதையில் ஒரு பெண்ணைப் பின்தொடர்ந்து சென்று ஒரு வீட்டு வாசலில் நிற்கிறான் நாயகன் சேகரன். வீட்டின் வாயிற்புறம் இருட்டாக இருக்கிறது. அப்போது "சேகரா– வரக் கூடாதா" என்ற அசரீரியான சப்தம் கேட்கிறது. அந்த சப்தம் எப்படித் தோன்றியிருக்கக்கூடும் என்று மௌனி சொல்லுமிடம் பெரும் மாயம்: 'எத்தனையோ காலம் மௌனமாக நின்ற அந்த இருட்டு, அப்போது ஒரு உணர்ச்சி வேகத்தில் சப்தமாக உருவாகியது போலும்!'

மௌனியின் தருணங்கள் காலமும் இடமும் முயங்கியவை, ஐன்ஸ்டைன் சொன்ன கால-வெளி போன்று. நகுலன் கவிதையில் வருவதுபோல காலம் இடமாகத் தெரியும் தருணங்கள் அவை. மௌனியின் கதைகளைப் படிப்பவர் கனவுலகத்தில் நடமாடுவதுபோல உணர்வார். கனவைப் போன்று தர்க்கத்துக்குள் அகப்படாத சம்பவங்கள் மௌனியின் கதைகளில் நிறைய வரும். நாம் கனவு காணும்போது ஒரு சாதனம் நம் கனவை அப்படியே மொழி வடிவில் பிரதியெடுத்தால் எப்படி இருக்கும் அதைப் போன்றவைதான் மௌனியின் பல கதைகள். ஆனால், வெறுமனே சம்பவங்களைக் குலைத்துப் போடுவதாலோ கால-வெளி பின்னணியைச் சரித்துவிடுவதாலோ மட்டும் மௌனி இதையெல்லாம் சாதிக்கவில்லை. அர்த்தமற்ற சம்பவங்களின் மங்கிய பின்புலத்தில் அவற்றை ஒன்றுசேர்த்து, ஒரு சரடுபோல் ஓடும் மொழிதான் அவரது சாதனைக்குப் பிரதானக் காரணம். அர்த்தமின்மையின் கடலிலிருந்து திடீர் திடீரென்று தெறித்து விழும் மொழியின் தெறிப்புகளுக்குச் சொந்தக்காரர் அவர்.

மொழியின் மீறல்கள், சிதைந்த கால-வெளி ஆகிய எல்லாவற்றுக்கும் அடியில் பிரபஞ்ச ஒருமையைப் பற்றிய ஆழ்ந்த

தேடல் ஒன்று மௌனியின் கதைகளில் புதைந்திருக்கிறது. இந்தப் பிரபஞ்சத்தின் எல்லா சப்தங்களையும் ஆழ்ந்த நிசப்தம் ஒன்றின் வெளிப்பாடுகளாகத்தான் அவர் காண்கிறார்: 'எவ்வித உலக சப்தமும் பிரபஞ்ச பயங்கர நிசப்தத்தைத்தான் உணர்த்தியது.' 'மாபெரும் காவியம்' கதையில் தனது காவியம் அழிந்ததில் ஆனந்தப்படும் கிட்டு இப்படி உணர்கிறான்: 'மலரினின்றும் பிரிந்து வதங்கிய இதழைவிட்டுச் சென்ற மணத்தை எங்கும் உணர்ந்தான். எதற்காக மலரையும் மணத்தையும் 'அவன்' ஒன்று சேர்த்தான். கேவலம் இது தொழில் செய்வதில் கொள்ளும் ஆனந்தத்திற்காகவா?' இதேபோல், 'பிரபஞ்சகானம்' சிறுகதையிலும், பிரபஞ்சமும், பிரபஞ்சத்தின் சப்தங்களும் காட்சிகளும் ஏதோ குறைவுபட்டவைபோல் தோன்றுகின்றன. காரணம்?

'அவள்தான் சங்கீதம்; பிரபஞ்ச கானம் அவளுக்குள் அடைபட்டுவிட்டது... அவளுடைய சங்கீதம் வெளி விளக்கம் கொள்ளாததால் இயற்கையே ஒரு வகையில் குறைவுபட்டது போலவும் வெளியில் மிதப்பது வெறும் வறட்டுச் சப்தம்தான் என்றும் எண்ணலானான்.'

'... இயற்கை அன்னை அளிக்கக் கூடிய, அளிக்க வேண்டிய இன்பம் பாதிக்குமேல், (சப்த ரூபத்திலும், காட்சி ரூபத்திலும்) அவளிடம் அடங்கி மறைந்து போய்விட்டது.'

பிரபஞ்சமும் தன்னிடம் குறைவுபட்ட ஒன்றை அவளிடமிருந்து எடுத்துக்கொள்ளத் துடிக்கிறது. அவளிடம் அடைபட்டுக் கிடக்கும் பிரபஞ்சத்தின் அம்சமும் ஆரம்பத்திலிருந்து வெளிப்படத் துடிக்கிறது. இறுதியில் பாடிப்பாடி பாடலின் முடிவில் உயிரை விடுகிறாள். பிரபஞ்சத்திடம் குறைவுபட்ட அம்சம் மறுபடியும் பிரபஞ்சத்தோடு இணைந்துகொண்டது. அப்போது 'உலகப் பேரிரைச்சல் ஒரு உன்னத சங்கீதமாக ஒலித்தது.'

'நினைவுச்சுழல்' கதையிலும் இப்படித்தான்: 'ஹிருதயத்தின் சங்கீத ஒலி சப்தமின்றி வெளி வியாபகம் கொள்ளும் என்ற நினைப்பினால், அதை விடாது பிடித்து விரல் நுனிவழியே பிடில் தந்திகளிலேயே ஏற்றி நாதரூபமாக்கச் சிரமப்பட்டான்.'

பிரபஞ்சமும் பிரபஞ்ச அம்சமும் ஒன்றுதான் எனினும், ஏதோ ஒரு விஷயம் அவற்றைப் பிரிக்கிறது. பிறகு ஒன்றையொன்று

அடைய முயல்கின்றன. இதன் நிழலாட்டம்தான் வாழ்க்கையோ என்று மௌனி கேள்வி எழுப்பிவிட்டுச் செல்கிறார்.

மௌனி கதைகளில் வரும் உறவுகள் விசித்திரமானவை. வழக்கமான உறவுகளில் கூட அசாதாரணமான பிணைப்பை ஏற்படுத்திவிடுவார் மௌனி. 'சிகிச்சை' கதை அற்புதமான அன்பைச் சுமந்த கதை. சாகும் தறுவாயில் இருக்கும் மனைவி (கமலா) 'தான் இறப்பினும் தன் ஜீவிய ஞாபகத்தை ஒரே பார்வையில் பதித்துச் செல்ல முயலுவது போன்று' தன் கணவனை (சீனு) பார்த்துக்கொண்டிருப்பாள். அவள் இறந்தபின் தன் வாழ்க்கை எப்படிக் கழியும் என்று அரற்றிக்கொண்டிருந்த கணவனை அருகில் வரச்சொல்லி ஒரு முத்தம் அளித்துவிட்டு இப்படிச் சொல்வாள்:

"இப்போது தெரிந்ததா உங்களுக்கு பின்னால் உங்கள் வாழ்க்கை எப்படி இருக்குமென்று?" ஒரு நீண்ட முத்தத்தில் கழியும் போலும். இதையெல்லாம் பார்த்துக்கொண்டிருக்கும் மருத்துவர் கோமதி ஆண்களையும் திருமணத்தையும் வெறுப்பவர். ஆனால், அவர் மனதிலும் ஒரு சலனம் ஏற்படுகிறது. ஒரு ஆணுக்கும் பெண்ணுக்கும் இடையில் இவ்வளவு அன்பு இருக்க முடியுமா என்று தோன்றுகிறது. பிறகு, சீனுவைக் காதலித்துத் திருமணம் செய்துகொள்ளும் கோமதி இறுதியில் சொல்கிறாள்: "உங்களைத் தனியாக உங்களுக்காகவே நான் உங்களை மணக்கவில்லை. என்னுடைய மனதைக் கவர்ந்து ஆட்கொண்ட கமலாவின் நினைவு ததும்பி இருக்கும் உங்களைத்தான் நான் காதலித்து மணம் செய்துகொண்டேன்." ஒருவரின் நினைவு எப்போதும் ததும்பி இருக்கும் மனது எவ்வளவு களங்கமில்லாத, அற்புதமான மனது! அதற்காகவே அந்த மனதைக் காதலித்துத் திருமணம் செய்துகொள்ளும் மனது இன்னும் எவ்வளவு அற்புதமானது! அந்த உறவுதான் எவ்வளவு ஆனந்த வசீகரம்!

அமெரிக்க எழுத்தாளர் பால் ஆஸ்டரின் 'நியூயார்க் டிரைலாஜி' நாவல் தொகுப்பில் ஒரு கதையின் நாயகனான துப்பறியும் நிபுணருக்கு ஒரு வேலை வரும். ஒருவர் வீட்டுக்கு எதிர் வீட்டில் இருந்தபடி தொடர்ந்து அவரைக் கண்காணிக்க வேண்டிய வேலை. தொடர்ந்து நாட்கணக்கில், மாதக் கணக்கில், கிட்டத்தட்ட பைத்தியம் பிடித்து, அவரைக் கண்காணித்துக் கொண்டிருக்கும் துப்பறியும் நிபுணர் ஒரு கட்டத்தில் தனக்கு

இந்த வேலையைக் கொடுத்தது யார் என்று துப்பறிய ஆரம்பிப்பார். தான் யாரைக் கண்காணிக்கிறோமோ அவர்தான் தன்னை இந்த வேலையைச் செய்யப் பணித்தது என்று தெரியவருகிறது. எதனால், இப்படியொரு கிறுக்குத்தனமான செயலை அவர் செய்விக்க வேண்டும்? அங்கேதான் இருக்கிறது புதிர். தன் வாழ்வில் ஏதாவது அர்த்தம் கிடைக்குமா என்பதை அறிந்துகொள்ளத்தான் அவர் இப்படிச் செய்திருக்கிறார் என்று தெரிகிறது. அது மட்டுமல்லாமல் இன்னொருவரின் பார்வை அல்லது கண்காணிப்பு தன் இருப்பை நிஜப்படுத்துகிறது என்றும் அவர் உணர்ந்ததால்தான் இப்படிச் செய்திருக்கிறார். இதைப் போலத்தான், ஒருவரில் இன்னொருவரைக் காண்பது, ஒருவரின் இருத்தல் இன்னொருவரின் இருத்தலை (அந்த இன்னொருவர் இறந்துவிட்டாலும்கூட) நிஜப்படுத்திக்கொண்டிருப்பது, நீட்டித்துக்கொண்டிருப்பது என்பன தொடர்ந்து மௌனியின் கதைகளில் வரும் ('மலைக்கோட்டை', 'பிரக்ஞைவெளியில், 'நினைவுச்சுழல்', 'எங்கிருந்தோ வந்தான்').

மௌனியின் சிறுகதைகளைப் பற்றி சொல்லும்போது 'தமிழர்கள் பாக்கியசாலிகள்' என்றார் க.நா.சு. தமிழின் சாத்தியங்கள் எவையெவை என்பதை ஒருவர் அறிய விரும்பினால் மௌனியின் கதைகளைப் படித்தே ஆக வேண்டும். (மௌனி கதைகளின் முழுத் தொகுப்பை 'காலச்சுவடு' பதிப்பகம் வெளியிட்டிருக்கிறது.) தமிழில் மௌனியின் கதைகள் மட்டும் இல்லையென்றால், 'பிரபஞ்சகானம்' சிறுகதையில் வருவதைப் போல, தமிழ் இலக்கியம் ஏதோ குறைவுபட்டதாகவே இருந்திருக்கும். ஒருவர் மகத்தான எழுத்தாளராகக் கொண்டாடப் படுவதற்கு 24 கதைகள் மட்டுமே போதுமா என்று மௌனியைப் படிக்காத ஒருவர் கேட்கலாம். ஆனால், அவரே மௌனியை ஊன்றிப் படிப்பாரெனில் ஒரு வாழ்க்கைக்கு இந்தக் கதைகள் மட்டுமே போதுமானவை என்றும் சொல்லத் தோன்றும். (அப்படிச் சொன்ன நண்பன் ஒருவன் எனக்கு இருக்கிறான்.) ஆம், மௌனியின் கதைகளைப் படிப்பதென்பது வாழ்க்கையை 'நீண்ட முத்தமொன்றில் கழிப்பதுபோலத்தான்'.

(2014-ல் மௌனியின் 107-வது பிறந்தநாளுக்காக எழுதப்பட்டது.)

லா.ச.ரா.வின் 'புத்ர': சாபத்தில் பிறந்த கவிதை

தத்துவ நிலை, கவித்துவ நிலை ஆகியவை ஒருபுறம். அன்றாட வாழ்க்கை, அதன் வலிகள், சிறுசிறு தருணங்கள் இன்னொரு புறம். முதல் வகையில் எழுதிக்கொண்டிருப்பவர்கள், அதே தளத்தில் நின்று எழுதிக்கொண்டிருப்பார்கள். அன்றாட வாழ்க்கை சார்ந்த சித்தரிப்புகள் அந்தத் தளத்தில் விரிவாக இடம்பெறாது. அப்படியே இடம்பெற்றாலும் தத்துவச் சாயை பூசப்பட்டு, கவித்துவப் பிரயோகங்களுடன் இருக்கும். இதற்கு தமிழில் சிறந்த எடுத்துக்காட்டு மௌனி. கட்டை வண்டி, நாய்க்குரைப்பு, திறந்து கிடக்கும் வீடு, மழைக்கு ஒதுங்குதல் எல்லாம் அவருக்கு வேறு ஏதோ சொல்வன. இதற்கு நேரெதிர் அன்றாடச் சித்தரிப்புக் கலைஞர் அசோகமித்திரன். ஆனால், இந்த இரண்டு வகைக்கும் நடுவே நிற்பவர் லா.ச.ராமாமிர்தம். அன்றாட வாழ்க்கையின் ஓட்டமும் ஆன்மிக, தத்துவ, கவித்துவ வீச்சும் ஒன்றுக்கொன்று குறையாமல் பின்னிக்கொண்டு ஓடும். தத்துவத்துக்காகவும் கவித்துவத்துக்காகவும் அன்றாட வாழ்க்கையை இவர் ஒரு சாக்காகப் பயன்படுத்திக்கொள்வதில்லை. இப்படி அருகருகே இரண்டும் இருப்பதால் நமக்கு ரசக்குறைவோ அசௌகரியமோ ஏற்படுவதில்லை. மாறாக, வியப்புதான் தோன்றும். ஏனெனில் அன்றாடத்தை உச்சாடனம் செய்து செய்து தத்துவமாகவும் கவிதையாகவும் ஆக்குபவர் அவர்.

'புத்ர' நாவல் வெளியாகி 50 ஆண்டுகள் ஆகின்றன. அந்த நாவலின் முன்னுரையில் லா.ச.ரா.வே குறிப்பிட்டிருப்பதுபோல் அவர் ஒரு ஐதிகவாதிதான். 'புத்ர' நாவல் ஐதிகத்தைப் பேசினாலும், நாவலில் கதை சொல்லும் முறை அசரவைக்கும் அளவு நவீனமாய் இருக்கிறது. ஒரு கோட்டில் செல்வதில்லை

கதை, முன்பின் மாறிமாறிச் செல்கிறது. வெவ்வேறு கோணங்களில் போய் கதை உட்கார்ந்துகொள்கிறது. "அடே! உனக்கு ஆண் குழந்தை பிறக்காது! பிறந்தாலும் தக்காது!" என்ற ஒரு தாயின் சாபம் எங்கெல்லாம் விரிகிறது! கருவில் இருக்கும்போதே சாபத்தைத் தாங்கிக்கொண்டு பிறக்க யத்தனிக்கும் குழந்தை தனது 'நான்' குறித்துப் பேசுகிறது. சாபமிட்டவளின் அன்றாட வாழ்க்கையையும் நாவல் பின்தொடர்கிறது. இளம் வயதில் இறந்துபோன, பாட்டியின் மாமனாருடைய தகப்பனாரைப் பின்தொடர்கிறது. பாட்டி வீட்டில் ஆடு மாடு மேய்ப்பவரைக் கொஞ்சம், அவரது சினையாட்டைக் கொஞ்சம் என்று கதை செல்லும் போக்கு நம்மைத் திகைக்க வைக்கிறது. ஆனால், நாவலில் எல்லாவற்றுக்கும் மேலாக ஒரு பருந்துபோலப் பறந்துகொண்டிருக்கிறது ஒரு சாபம். சாபத்தின் விளைவுகள் மட்டுமல்ல, சாபமிடுவதும் திரும்பத் திரும்ப நிகழ்கிறது.

திட்டவட்டமாகவோ கட்டுக்கோப்பாகவோ இல்லாத நாவல் இது. ஆனால், வாசிப்பின்பத்தை நோக்கமாகக் கொண்டவர்களுக்கும், லா.ச.ரா. நடைமீது மயக்கம் கொண்டவர்களுக்கும் நாவலின் அமைப்பு சார்ந்த குறைகள் ஏதும் தொந்தரவு செய்யாது. நாவலின் பல இடங்கள் கவிதையாகவே செல்கின்றன. பாட்டியைப் பாம்பு கடித்துவிடுகிறது. கடித்தது பாம்பா, அல்லது முள் குத்தியதுதான் அப்படித் தோன்றுகிறதா என்றும் தெளிவாகத் தெரியவில்லை. விளக்கை ஏற்றுகிறாள் பாட்டி. அதற்குப்பிறகு வரும் பகுதி பாரதியின் வசன கவிதைகளை நினைவூட்டுவது:

'சுடர் நிலைத்து நீலமானது.
நீலத்துக்கும் பச்சைக்கும் வித்தியாசம் சுருக்கத் தெரிவதில்லை.
காண்பது சுடரின் நீலமா? விஷத்தின் பச்சையா?
விஷம் பச்சையா? நீலமா?...
விஷம் இவ்வளவு குளுமையாய் இருக்குமா என்ன?
இவ்வளவு சுகமா?
...
தன்வியப்பே நீல மீனாய்த் தன்னின்று சுழன்று,
தான் காணும் கடலில் குதித்து துள்ளித் துளைவது கண்டாள்.
என்னுள் இவ்வளவு பெரிய கடலா?'

சாபத்தைச் சுமந்துகொண்டு பிறக்கவிருக்கும் குழந்தை சொல்கிறது:

'சப்தத்தின் சத்தியத்தில்
நா நறுக்கிய வடிவில்,
ஸர்வத்தின் நிரூபத்தினின்று
வாக்குத் தடுத்த வரம்புள், சொல் விதித்த விதியில்,
அதுவே என் உயிர்ப்பாய்,
அதன் கதியே என் ப்ரக்ஞையாய்,
நான்
பிதுங்கினேன்'

கூடல் வேளையில் இருவர் ஒருவராய் ஆகத் துடிக்கும் தருணத்தின் தவிப்புகளை லா.ச.ரா இப்படி எழுதுகிறார்:

'மூச்சோடு மூச்சு கோர்த்து வாங்கும் மூச்சிரைப்பில் யார் மூச்சு யாருடையது.'

'வெள்ளி மணிகளின் கிண்கிணி
மலரின் செங்குஹை
ஈரத்திரியில் நீலச்சுடர்ப் பொறி
மீனின் அடிவயிற்றின் ஒளிமருட்சி
எண்ணாயிரம் நட்சத்திரச் சொரி'

என்ற வரிகளை மட்டும் நவீன கவிதை வாசகரிடம் கொடுத்து "இது யார் எழுதியது?" என்று கேட்டால் "பிரமிள்தானே?" என்று அவர் திருப்பிக் கேட்கக்கூடும். 'இன்று/ என்பது/ நானே தான்' என்ற வரிகளைக் காட்டிக் கேட்டால் "நகுலனா?" என்று கேட்கக்கூடும். அந்த அளவுக்குக் கவிதை எழுதாத கவிஞர் லா.ச.ரா. அவருடைய உரைநடைக்கு வசனம், கவிதை என்று தனித்தனியே பிரித்துப் பார்க்கத் தெரியாது. லா.ச.ரா.வின் வாசகர்கள் அவரைக் கொண்டாடுவதற்கு முக்கியமான காரணம் இது. அந்தக் கொண்டாட்டம் முழுமையாகக் கூடியிருக்கும் நாவல் 'புத்ர'.

(லா.ச. ராமாம்ருதத்தின் 'புத்ர' நாவல் வெளியாகி 50 ஆண்டுகள் நிறைவடைந்ததை நினைவுகூரும் வகையில் 2015-ல் எழுதியது.)

தி.ஜா. என்றொரு சக்தி உபாசகர்

தி.ஜா. என்று பிரியமாக அழைக்கப்படும் தி.ஜானகிராமனைப் பற்றி நினைத்தாலே, மாலைப் பொழுதில் காவிரியாற்றில் சிலுசிலுவென்று ஓடும் நீரில், காலை மட்டும் வைத்துக்கொண்டு படிக்கரையில் உட்கார்ந்திருக்கும் சுகமான உணர்வுதான் ஏற்படும். அவரே தன்னைப் பற்றிச் சொல்லிக்கொள்ளும்போது வாழ்க்கை என்ற நதியின் கரையில் அமர்ந்துகொண்டு வேடிக்கை பார்க்கும் மகா ரசிகன் என்று எங்கோ சொன்னதாக நினைவு. தமது வாசகர்களுக்கு தி.ஜா. அளவுக்கு வாசிப்பு இன்பம் கொடுத்தவர்கள் தமிழில் மிகக் குறைவு. சந்தோஷம், நெகிழ்ச்சி இந்த இரண்டையும் ஒரே சமயத்தில் சாதித்தவர் அவர் என்பதுதான் விசேஷம்.

தமிழ் இலக்கியத்தின் எல்லைகள், சாத்தியங்களெல்லாம் இன்று விரிந்திருக்கின்றன. எத்தனையோ வகையான எழுத்து முறைகள் தமிழுக்கு வந்திருக்கின்றன. அவையும் சுவாரசியமாகவும் மானுட வாழ்வின் வேறு தளங்களைக் காட்டுபவையாகவும் இருக்கின்றன. எனினும், தி.ஜாவை ஆரம்ப காலத்தில் படித்துவிட்டு, வேறு வேறு எழுத்துகளைப் படித்துத் தன் வாசிப்பை விரிவுபடுத்திக்கொண்டே செல்லும் ஒரு வாசகர் தன் அடிமனதில் தி.ஜா.வுக்காக ஏங்குவதும், குறிப்பிட்ட கால இடைவெளியில் மீண்டும் மீண்டும் தி.ஜாவிடம் அடைக்கலம் புகுவதும் பெரிதும் தவிர்க்க முடியாத ஒன்று. தி.ஜா. என்ற பெயரே எத்தனை பேரைப் பித்துப்பிடிக்க வைத்திருக்கிறது என்ற தகவல் இன்றைய நிதானமான, உணர்ச்சிக்கு இடம்கொடாத வாசகர்களுக்கு வியப்பளிக்கக்கூடும். உண்மையில், தி.ஜாவை ஒருவர் படித்துவிட்டு அவருக்கு தி.ஜா. பித்து பிடிக்கவில்லை என்றால் அவர் தி.ஜாவை இதயத்தால் படிக்கவில்லை என்றே அர்த்தம்.

'மோக முள்' நாவலைப் படித்துவிட்டு தி.ஜா.வின் கும்பகோணத்தையும் யமுனாவையும் தேடி கும்பகோணம் செல்பவர்கள் இன்றும் இருக்கத்தான் செய்கிறார்கள். அப்படிச் செல்பவர்களுக்கு இன்றைய கும்பகோணம் ஏமாற்றத்தை மட்டுமே தந்தாலும், அந்த வாசகர்கள் தங்கள் உள்ளத்தில் ஒரு கும்பகோணத்தை வளர்த்துக்கொண்டே இருப்பார்கள். அந்த கும்பகோணத்தின் தெருக்களில் பேருந்து வரும்போது அவர்களுடைய பாபுக்கள் புழுதிக்குப் பயந்து ஓரமாக ஒதுங்குவார்கள். அவர்களுடைய யமுனா, தெய்வீகத் திமிருடன் உள்ளத்தின் வீதிகளில் வலம் வந்துகொண்டிருப்பாள். உண்மையில் தி.ஜா.வின் வாசகர்கள் அனைவரும் எல்லாப் பெண்களிடமும் யமுனாவைத் தேடிக்கொண்டுதான் இருக்கிறார்கள். ஏனெனில், அவர்கள் எல்லோரும் ஒரு வகையில் தங்களை பாபுவுடன் அடையாளம் கண்டுகொள்பவர்கள். திறமைகள் இருந்தும் அவற்றை மேலே எடுத்துச்செல்ல முடியாத அல்லாட்டம், மனதை அலைக்கழிக்கும் சபலம், வேறுபல நிறைகுறைகள். இதெல்லாம் வாசகர்கள் தங்களை பாபுக்கு நெருக்கமானவர்களாக உணரவைக்கின்றன. தங்களின் மன அழுக்கை வெளுக்கும் தூய ஒளியாகத்தான் யமுனாவை இந்த பாபுக்கள் உணர்கிறார்கள். ஆகவேதான், எல்லாப் பெண்களிடமும் யமுனாவைத் தேடிக்கொண்டு இருக்கிறார்கள்.

பெண்ணை இப்படித் தெய்வமாக ஆக்கிப் பார்ப்பதும் ஒரு வகையில் ஆணாதிக்கத்தனம்தான் என்ற குற்றச்சாட்டு தி.ஜா.வின் மேல் வைக்கப்படுவதுண்டு. லா.ச.ரா ஒரு சௌந்தர்ய உபாசகர் என்றால் தி.ஜா. ஒரு சக்தி உபாசகர். அவரை ஆன்மிக ஒளியில்தான் அணுக முடியுமே தவிர, தர்க்கத்தின் வழியே அல்ல. பாபுவைப் போலவே தி.ஜா.வின் மற்ற நாவல்களிலும் சிறுகதைகளிலும் வரும் பாத்திரங்கள் பெண்களை இதயத்தில் வைத்துதான் பூஜிக்கிறார்கள். அறிவியல் முறைப்படி பார்த்தால் ஆணிடமோ பெண்ணிடமோ பூஜிக்கத் தகுந்தது ஏதும் இல்லைதான். ஆனால், பூஜிக்க வேண்டியவளாக ஆண் மனதில் பெண் இருப்பதும் படைப்பின் விநோதங்களில் ஒன்றுதானே. இனவிழைச்சுக்கான கவர்ச்சி என்ற பெயரில் இதையும்கூட அறிவியல் விளக்கக் கூடும். ஆனால், ஆண் மனது பெரும்பாலும் பெண்ணைப் புதிராகவும் தெய்விக ஒளியுடனும்தான் பார்க்கிறது.

அந்த மனப்பான்மையின் கலை வெளிப்பாடுகள்தான் தி.ஜா.வின் காலத்தால் அழியாத நாயகிகள்.

ஒரு ஆணின் மனது ஒரு பெண்ணின் மீது அன்பு, காமம், வக்கிரம், தெய்வீக உணர்வு உள்ளிட்ட எத்தனையோ உணர்வுகளைக் கொள்ளும். இதில் வக்கிரத்தையும் காமத்தையும் எரிக்கும் நெய்யாக தெய்வீகத்தை தி.ஜா. முன்வைக்கிறார். ஆகவே, வெறுமனே பெண்ணைத் தெய்வமாக்கி அவளை அடிமைப்படுத்துகிறார் தி.ஜா. என்று சொல்வதில் அர்த்தமில்லை. வக்கிரத்தை அழிக்க நினைக்கும் ஒரு மனப்போராட்டத்தின் வெளித்தெரியாத விளைவுதான் பெண்ணைத் தெய்வமாக பூஜிப்பது. பெண்ணின் தெய்வ நிலை என்பது ஒரு ஆதர்சம். அதே நேரத்தில் யதார்த்தத்தையும் தி.ஜா. காட்டாமல் இருப்பதில்லை. யமுனாவைப் பற்றி பாபுவுக்கு இப்படியெல்லாம் சிந்தனைகள் ஓடுகின்றன: 'அவள் சாப்பிடுகிறாள். சோற்றையும் பண்டங்களையும் பல்லால் கடித்து மென்றுதானே தின்கிறாள். இவள் சாப்பிடும்போது விகாரமாக இல்லை. அவ்வளவுதான். இவள் முகத்திலும் வேர்வை அரும்புகிறது. நாம் பேசுகிற வார்த்தைகளை, பாஷையைத்தானே பேசுகிறாள் இவளும்! இவளுக்கும் குளியல், சோப்பு, அங்கங்களை மறைத்துக்கொள்ள ஒரு புடவை, ரவிக்கை எல்லாம் வேண்டித்தானிருக்கின்றன.' இதே உணர்வுகள்தான் வாசகர்களுக்கும் பாபுவின் யமுனாவிடமும் தங்கள் நிஜ வாழ்வின் யமுனாக்களிடமும் ஏற்படும்.

தமிழ் வாசகர்கள் அதிகம் காதலித்திருக்கும், காதலிக்கும் பாத்திரம் யமுனாதான். யமுனாவை வயதானவளாக தி.ஜா. காட்ட ஆரம்பிக்கும் தருணத்தில் தி.ஜா. மீது கோபம் கொள்ளாதவர்களே இருக்க முடியாது. 'யமுனாவுக்கு எப்படி வயசாகலாம்?' அந்தக் கட்டத்தோடு நாவலை மூடிவைத்த என்னைப் போன்றவர்களும் இருக்கிறார்கள்.

யமுனாவை தெய்விகமாக்குவது உண்மைக்குப் புறம்பாகவோ, கற்பனாதீதமாகவோ தோன்றலாம். ஆனால், பச்சை யதார்த்தத்தைப் பற்றிக்கொண்டிருந்தால் இந்த உலகத்தில் கலைகள், கவிதைகள், படைப்புகளெல்லாம் எப்படித் தோன்றியிருந்திருக்கும்? பல்வேறுபட்ட உண்மைகளின், உணர்வுகளின் தொகுப்புதான் நிலவு. உலகம், வாழ்க்கை எல்லாமே அவரவர் விளக்கங்களின் (வெர்ஷன்) தொகுப்புதான். ஆகவே,

பெண்ணை தெய்வீகமாகப் பார்ப்பதும் ஒரு விளக்கம்தான். அது உண்மையாக இல்லாமல் இருக்கலாம். ஆனால், எல்லா விளக்கங்களையும் அனுமதிப்பதுதான் கலை அல்லவா?

நம்முடைய சம காலத்திய படைப்பு என்பதிலிருந்து சற்று விலகி நின்று பார்த்தால். தமிழ் இலக்கியத்தின் ஒருசில காவியப் பெண்களில் யமுனாவும் ஒருவர் என்ற உணர்வு ஏற்படக் கூடும். எனினும், தி.ஜா.வின் சாகாவரம் பெற்ற பெண் தெய்வங்களில் யமுனா ஒற்றை உதாரணம் மட்டும் கிடையாது. அவரது வெவ்வேறு படைப்புகளில் யமுனாவின் தெய்வாம்சம் வெவ்வேறு வழிகளில் வெவ்வேறு பாத்திரங்களாக வெளிப்படுகிறது. உண்மையில் யமுனாவை விடத் துடிப்பு மிக்க பெண் தெய்வம் என்றால் 'உயிர்த்தேன்' நாவலில் வரும் செங்கம்மாதான். யமுனாவையாவது பிராமணத் தன்மை கொண்ட ஒரு பாத்திரம் என்று யாராவது ஒதுக்கிவிடலாம் (பிராமணத் தந்தைக்கும் மராட்டிய வழிவந்த தாய்க்கும் பிறந்தவள் யமுனா). செங்கம்மாவை அப்படி ஒதுக்கிவிட முடியாது. அவள் கிராமத்துப் பெண் தெய்வம். வழக்கமாக, கிராமத்தில் உக்கிரமான பெண் தெய்வங்கள்தான் இருக்கும். செங்கம்மாவோ மிகவும் சாந்தமான, வெகுளித்தனமான பெண் தெய்வம். ஒருவர் விதிவிலக்கில்லாமல் எல்லோருடைய அழுக்குகளையும் தன்னுடைய அப்பழுக்கற்ற குணத்தால் கரைத்துவிடக் கூடியவள். உச்சபட்ச அழுக்கைக் கரைக்கும் இடத்தில் நாவல் நிறைவு பெறுகிறது. கிராமத்தில் கோயில் கட்டும் பூவராகவன் உண்மையில் கோயில் கட்டுவது செங்கம்மாவுக்குத்தான், பூசலாரைப் போலத் தன் மனதில். யமுனாவைப் போல மூர்க்கமாக ஆட்டிப்படைப்பவள் அல்ல செங்கம்மா. ஊதுபத்தி புகைபோல மனதை ஊடுருவி, மனதின் துர்நாற்றங்களை அகற்றிவிடுபவள் செங்கம்மா. யமுனாவைவிட யதார்த்தமாகவும் வெகுளித்தனமாகவும் இருப்பவள் செங்கம்மா. அந்த வெகுளித்தனத்தாலேயே தெய்வ நிலையை அவள் அடைகிறாள். தி.ஜா.வின் முழுமை பெற்ற படைப்பு 'உயிர்த்தேன்' என்று அசோகமித்திரன் ஒரு தடவை சொல்லியிருக்கிறார்.

யமுனா, செங்கம்மாவின் வரிசையில் 'அம்மா வந்தாள்' இந்து. அவளிடம் தெய்வீகக் குணங்களை அதிக அளவில் தி.ஜா. காணவில்லையென்றாலும் அழகினால் தெய்வாம்சம்

கொண்டவள் ஆகிறாள் இந்து. புறாக்கள் போல் விம்மி நடக்கும் பாதங்களைக் கொண்டவள் இந்து. ஆகா, பெண்களை வர்ணிப்பதில் தி.ஜா.வுக்கு ஈடு இணையே கிடையாது. அதுவும், தி.ஜா. அளவுக்கு அடங்கிய தொனியில், அமைதியான உக்கிரத்தோடு காமத்தை எழுதியவர் வேறு யார்? ஆனால், 'அம்மா வந்தாள்' நாவலில் யமுனாவுக்கு ஈடான பாத்திரம் அப்புவின் அம்மா அலங்காரம்தான். அலங்காரத்துக்கு இன்னொருவர் தொடர்பு இருக்கிறது என்று தெரிந்தும் அவள் தெய்வப் பிறவியல்லவா, அவளை நாம் எப்படி எடைபோடுவது என்று நினைக்கும் அப்பா பாத்திரம் தமிழில் ஒரு விநோதம். அப்பழுக்கற்ற இந்த அழகை அப்பப்பா நம்மாலெல்லாம் அடக்கியாள முடியாது என்று துடித்துப்போகிறார் அவர். அப்புவுக்கு இந்த உண்மை தெரியும்போது துடித்துப்போனாலும் அவனுக்கும் தன்னுடைய அம்மாவிடம் களங்கம் ஏதும் காண முடியவில்லை. மானுட அளவுகோல்களைத் தெய்வப் பிறவிகளிடம் பொருத்திப் பார்ப்பதா? அம்மா, சாதாரணமானவளா? தன்னுடைய சிம்மாசனத்தைத் தானே சுமப்பவளல்லவா?

எனினும், தெய்வத்தையே அவமானம் கொள்ள வைக்கும் இரண்டு பெண் தெய்வங்களை 'கோபுர விளக்கு' என்ற ஒரே கதையில் படைத்திருப்பார் தி.ஜா. இந்தக் கதையில் தி.ஜா.வே கதைசொல்லியாக வருகிறார். வாழ்ந்துகெட்ட குடும்பத்தைச் சேர்ந்த தருமு என்ற பெண், தன்னுடைய வீட்டில் உள்ள பத்து உயிர்களைக் காப்பாற்ற பாலியல் தொழிலில் ஈடுபடுகிறாள். கதாசிரியர் ஒரு நாள் கோயிலுக்குப் போகிறார். அப்போது துர்க்கையம்மன் சன்னிதியில் நின்றுகொண்டு தருமு இப்படி வேண்டிக்கொண்டிருக்கிறாள், "ஈச்வரி! இரண்டு நாளாக வயிறு காயறது. இன்னிக்காவது கண்ணைத் திறந்து பார்க்கணும். தாராள மனசுள்ளவனா... ஒருத்தனைக் கொண்டுவிட்டுத் தொலைச்சா என்னவாம்...?" கதாசிரியர் இதைக் கேட்டுவிடுகிறார். அந்தப் பெண்ணும் அதைப் பார்த்துவிட்டு ஓடிவிடுகிறாள். இதெல்லாம் இரண்டு மாதங்களுக்கு முன்னால் நடந்தது. கதை ஆரம்பிக்கும்போது தருமு இறந்துபோய்விடுகிறாள். அப்போது கதாசிரியர் தனது மனைவியிடம் இதையெல்லாம் சொல்லிக்கொண்டிருக்கிறார். அவளோ அழ ஆரம்பித்துவிடுகிறாள். "அந்தப் பொண்ணு

ஊத்தின எண்ணெய்க்காவது மனம் இரங்கப்படாதா அந்த சாமி. இவ்வளவு பெரிய கோவிலைக் கட்டிண்டு உக்கார்ந்திருக்கே! துர்க்கைக்கு முன்னாடி நின்னுண்டு அழுததுன்னேளே. பொம்மனாட்டி கண்ணுல ஜலம் விட்டா உருப்படுமா அந்தத் தெய்வம்? அவ யாராயிருந்தா என்ன? மனசு உருகிக் கண்ணாலே ஜலம் விட்டுதே அது." என்றெல்லாம் குமைகிறாள். துர்க்கை, தனது கடவுள் வரலாற்றில் தருமுவினது போன்ற வேண்டுதலையும் கதாசிரியரின் மனைவியினது போன்ற சாபத்தையும் எதிர்கொண்டிருக்கவே மாட்டாள். செய்துகொண்ட வேண்டுதலாலும் கொடுத்த சாபத்தாலும் உக்கிரமான பெண் தெய்வங்களாக ஆன பாத்திரங்கள் அவர்கள்.

இன்னும் எத்தனையோ பெண் தெய்வங்கள். 'சிலிர்ப்பு' கதையில் கல்கத்தாவுக்கு வீட்டு வேலைக்குச் செல்லும் பத்து வயது சிறுமி. 'தவம்' கதையில் ஆண்டுக்குப் பத்து வயது என்ற வீதத்தில் வயதாகும் தாசி. 'சண்பகப் பூ' கதையில் வரும் 'ரத்தப் பூ'. ஆண்களுக்கும்கூட இந்தத் தெய்விகத் தன்மையைக் கொடுத்து பெண்ணாக ஆக்கிவிடுபவர் தி.ஜா. சீனத் தத்துவத்தின் யிங்–யாங் போலத்தான் இது. ஆண்களிலும் பெண்ணைப் பார்ப்பவர் தி.ஜா.

தி.ஜா. என்ற மகத்தான சக்தி உபாசகர் காலத்தையும் மரணத்தையும் வெல்ல ஆசைப்பட்டுப் படைத்தவைதான் அவருடைய பெண் தெய்வங்கள். எல்லோருடைய காதலையும் தூண்டிக்கொண்டு, அளவற்ற கருணையை வழங்கிக்கொண்டிருக்கும் பெண் தெய்வங்கள் அவை. பாத்திரங்கள் என்ற நிலையைத் தாண்டி, வழிபாட்டுக்குரிய சொரூபங்களாக ஆகிவிட்ட பெண் தெய்வங்கள்.

(தி.ஜானகிராமனின் பிறந்த நாளை முன்னிட்டு 2015-ல் எழுதியது.)

தி.ஜா. சிறுகதைகள்:
உலகை அன்புமயமாக்கும் கலை

நவீனத் தமிழ் இலக்கியத்தில் உலக இலக்கியத்துக்கு நிகரான சாதனைகள் நிகழ்த்தப்பட்டிருப்பது சிறுகதையில்தான் என்ற கருத்து இங்கே வெகு காலமாக நிலவுகிறது. அது உண்மைதான் என்பதை புதுமைப்பித்தன், மௌனி, கு.ப.ரா. தொடங்கிச் சம காலம் வரை நீளும் சிறுகதை எழுத்தாளர்களின் பட்டியல் நிரூபிக்கிறது. இவர்களில் தி.ஜானகிராமனின் பங்களிப்பும் மிக முக்கியமானது. நெகிழ்ச்சியும், காதலும், மீறல்களும் நிரம்பிய தனது நாவல்களாலே அதிகம் வெகுஜன வாசகர்களிடையே அறியப்படும் தி.ஜானகிராமனின் சிறுகதைகளையே, அவரது முதன்மையான சாதனையாக தமிழிலக்கிய விமர்சகர்கள் பலரும் குறிப்பிடுவதுண்டு.

மனிதர்களைக் கறுப்பு–வெள்ளை என்று தனித்தனியாகப் பிரிக்க முடியாது. எல்லாக் குணங்களின் கலவைதான் மனித இயல்பு. அவற்றிலிருந்து ஒன்றிரண்டு குணங்கள் துருத்திக் கொண்டிருக்கும். அந்தக் குணங்களே அந்த மனிதர்களின் அடையாளமாக ஆகிவிடும். அப்படிப்பட்ட குணங்களை தி.ஜா. தனது கலையின் பூதக் கண்ணாடி வைத்துப் பெரிதுபடுத்திப் பார்க்கிறார். கொஞ்சம் பிசகினாலும் மிகையாகவோ, கறுப்பு–வெள்ளையாகவோ ஆகிவிடும். அப்படி ஆகாமல் தடுக்கும் ஒரு புள்ளியை தி.ஜா. ஒவ்வொரு கதையிலும் தொட்டுவிடுகிறார். இந்தப் புள்ளியானது அன்பாக இருக்கலாம்; நெகிழ்ச்சியாக இருக்கலாம்; குற்றவுணர்வாக இருக்கலாம்; பெருந்தன்மையாக இருக்கலாம்.

பொறாமையின் வடிவமாக வருகிறார் ‘பாயசம்’ கதையின் சாமநாது; அந்தப் பொறாமை பலூனையும் உடைத்துவிடும் ஒரு

முள், அவர் பெண்ணின் பார்வையில் தோன்றுகிறது. கனிவின் வடிவமான ஆசிரியர் 'முள் முடி' கதையின் அனுகூலசாமி; அவருக்கும் ஒரு முள் முடி, அவரால் தண்டிக்கப்பட்ட மாணவன் தருகிறான். உடலுக்குப் பொருந்தாத தூய உள்ளம் கொண்டவன் 'நானும் எம்டனும்' கதையின் சிறுவன் எம்டன்; தன்னைக் கடித்தவனையே ஆற்றில் காப்பாற்றப்போய் உயிர்விடுகிறான். 'சத்தியமா?' கதையின் சிறுவன் சத்தியம் தவறாதவன், அதனால் அவனுக்கு உயிரான ஒரு நாள்காட்டியை இன்னொரு சிறுவனிடம் இழக்கிறான். தங்கள் பிள்ளை அந்த அளவுக்கு அசடாக இருக்கிறானே என்று வருத்தப்படும் பெற்றோர் எப்படியாவது அந்த நாள்காட்டியைத் திரும்பிவாங்கும்படி அவனிடம் கூறுகிறார்கள். அவனோ சத்தியத்துக்குக் கட்டுப்பட்டவன் என்பதால் அந்த நாள்காட்டியை வாங்காமல் அதற்குப் பதிலாக உயர் ரக அழிரப்பர் ஒன்றை இன்னொரு சிறுவனிடமிருந்து வாங்கி வருகிறான். 'கண்டாமணி' கதையில் பிராயசித்தத்துக்காக மார்க்கம் என்ற பாத்திரம், கோயிலுக்கு உபயம் அளிக்கும் கண்டாமணி ஒலிக்கும்போதெல்லாம் அவருக்கு அது குற்றவுணர்ச்சியைத் தூண்டிவிடுகிறது. பசி என்று சொல்லி ஏமாற்றித் தன்னிடம் எட்டணாவைப் பிச்சை வாங்கிய சிறுவனைத் துரத்தும் 'வெங்கிடு சார் ஏன் ஓடினார்?' கதையின் வெங்கிடு சார், துரத்தலின் இறுதியில் அவர் முகத்தில் அந்த எட்டணாவைத் தூக்கியெறியும் சிறுவன்; ஒரே ஒரு நாள் தனக்கு ஹெட்மாஸ்டர் பதவி கிடைத்ததை ஜில்லாவே நினைவில் வைத்திருக்க வேண்டும் என்பதற்காக, வேறு எந்தக் காரணமும் இல்லாமல் பள்ளிக்கு விடுமுறை விட்ட ஆராவமுது என்று தி.ஜா.வின் பற்பல பாத்திரங்களும் வெவ்வேறு குணாம்சங்களின் வார்ப்புகள். 'பிடி கருணை' கதையில், கடை வைத்திருக்கும் செட்டியார் ஒரு சிறுபிள்ளையிடம் ஒரு ரூபாயை ஏமாற்றிவிடுகிறார். அந்தப் பிள்ளையின் அம்மா அதனை அடியோஅடியென்று அடிக்க, மாலையில் குற்றவுணர்ச்சி தாங்காமல் அவர் ஒரு சாமியாரிடம் ஓடுகிறார். "சாமி, இந்தப் பிள்ளைய நினைச்சா என் உடம்பிலே காச்ச வராப்பல ஆயிடுதே... நான் என்ன செய்வேன்? ஒண்ணுக்கு நாலா அவங்க வீட்டிலெ கொண்டு போட்டுடறேன்." என்று சாமியாரிடம் கேட்க அவரோ "போடாதே. அப்பறம் மறந்து போயிடும். தினம் அடி வாங்கிக்கிட்டேயிரு... போ போ" என்று விரட்டுகிறார். குற்றவுணர்ச்சியிலிருந்து எளிதில் தப்பிக்கும் உபாயத்துக்கு எதிரான தீர்ப்பு இது.

தி.ஜா.வின் கதைகளைப் படித்து முடிக்கும்போது கிட்டத்தட்ட வெறுக்கத்தக்கவர்கள் என்று யாருமே இல்லை என்ற முடிவுக்கு வந்துவிடுவோம். ஒருவர் மோசமானவராகக் காட்டப்படுகிறார் என்றால், அவரது நெஞ்சில் ஒரு துளி அன்பைச் சேர்த்து அவரை நெகிழ்த்திவிடுகிறார் தி.ஜா. அவரது புகழ்பெற்ற 'பரதேசி வந்தான்' கதையில் வரும் வக்கீல் இப்படிப் பட்டவர்தான். எப்பேர்ப்பட்ட படுபாதகக் கொலை வழக்கையும் தன் வாதத் திறமையால் வெல்லக்கூடிய வக்கீல் அவர். பெரிய சங்கீத ரசிகரும் கூட. எந்த அபஸ்வரத்தையும் சங்கீதத்திலும் வாழ்க்கையிலும் பொறுக்க முடியாதவர். அவருடைய ஒரே பிள்ளையின் கல்யாண விருந்தின்போது, வீட்டுக் கூடத்தில் முக்கியஸ்தர்கள் மட்டும் அமர்ந்து சாப்பிடும் பந்தியில் ஒரு பிச்சைக்காரரை அவர் பார்த்துவிடுகிறார். அவரைத் தரதரவென்று இழுத்து வெளியில் தள்ளிவிடுகிறார் வக்கீல். அடுத்த மாதம் அதே நாள் இங்கே வந்து சாப்பிடுவதாக சாபமிட்டுச் செல்கிறார் அந்தப் பிச்சைக்காரர். அன்று மாலையில் கொல்லைக்குப் போய்விட்டுத் திரும்பிய மணமகன் மயக்கம் போட்டுவிழுகிறான். என்ன செய்தும் அவனைக் காப்பாற்ற முடியவில்லை. பிச்சைக்காரர், தான் சொன்ன தேதியில் வாசலில் வந்து நிற்கிறார். அவர் சாபமிட்டது நடந்துவிட்டது என்கிறார் வக்கீல். "என் பசி சாபமிட்டது" என்கிறார் அந்தப் பிச்சைக்காரர். "அவ்வளவு பெரிய மனிதர்களுக்கு நடுவில் நான் உட்கார்ந்து சாப்பிடுவதைப் பார்த்துக்கொண்டிருக்க உமக்கு... தெம்பு இல்லை. உம்முடைய அகங்காரம் அவ்வளவு லேசாக, பஞ்சையாக இருக்கிறது. அந்தத் தெம்புக்கு அஸ்திவாரமான அன்பு உம்மிடம் இல்லை... உம்முடைய கல்நெஞ்சம் வெறும் வலுவில்லாத கல்நெஞ்சம். துளி அன்பை இவ்வளவு பெரிய அகந்தையில் கலந்திருந்தால் அது கம்பீரமாக நிற்கும்" என்கிறார் அந்தப் பிச்சைக்காரர். நாம் எல்லோரும் மிகுந்த அறிவுடையவர்களாக இருக்கிறோம்; பலரும் அளவற்ற அதிகாரம் கொண்டவர்களாக இருக்கிறோம். இதில் துளி அன்பு கலவாததால்தான் இவ்வளவு பெரிய போர்களும் ஏற்றத்தாழ்வுகளும் பிரச்சினைகளும். 'என்பி லதனை வெயில்போலக் காயுமே/ அன்பி லதனை அறம்' என்ற திருக்குறளின் விளக்கம்தான் இந்தக் கதை. அந்தப் பிச்சைக்காரரின் வாக்கு அந்த வக்கீலுக்கு எவ்வளவு பெரிய கண் திறப்பாக இருந்திருக்கும்! அதனால்தான் அந்தப் பிச்சைக்காரரை "காலதேவரே" என்று அழைக்கிறார் வக்கீல்.

பசி ஒரு முக்கியமான கருப்பொருளாக தி.ஜா.வின் கதைகளில் வருகிறது. 'கோபுர விளக்கு' கதையில் பாலியல் தொழில் செய்யும் பெண்ணொருத்தி துர்க்கையம்மனைப் பார்த்து இப்படி வேண்டிக்கொள்கிறாள்: "ஈச்வரி! இரண்டு நாளாக வயிறு காயறது. இன்னிக்காவது கண்ணைத் திறந்து பார்க்கணும். தாராள மனசுள்ளவனா... ஒருத்தனைக் கொண்டுவிட்டுத் தொலைச்சா என்னவாம்..?" இது தாசியின் பசி என்றால், 'பரதேசி வந்தான்' கதையில் பரதேசியின் பசியை தி.ஜா. காட்டுகிறார். 'பஞ்சத்து ஆண்டி' கதையில் பிச்சையெடுக்கும் நிலைக்கு வந்த நெசவுக் குடும்பமொன்றின் பசியைக் காட்டுகிறார்.

காலம் எல்லோருக்கும் ஒரே மாதிரியானதல்ல; ஒவ்வொருக்கும் ஒரு மாதிரியானது என்று ஐன்ஸ்டைன் கூறினார். 'தவம்' கதையின் நாயகியான தாசி சொர்ணாம்பாள் இதையே வேறு வார்த்தைகளில் கூறுகிறாள். மிராசுதாருடன் அவரது வேலையாள் கோவிந்த வன்னி, தாசி சொர்ணாம்பாள் வீட்டுக்குப் போகும்போது, அவளது அழகைப் பார்த்து அவனுக்குப் பித்துப்பிடித்துவிடுகிறது. அவளுடன் ஒரு நாளாவது இருக்க வேண்டும், அதற்காக நிறைய சம்பாதிக்க வேண்டும் என்ற எண்ணத்தில், சிங்கப்பூர் சென்று 10 ஆண்டுகள் கடுமையாக உழைத்துச் சேர்த்த பணத்துடன் ஊர் திரும்பும் கோவிந்த வன்னி சொர்ணாம்பாளைப் போய்ப் பார்க்கிறான். அழகிழந்து கிழவி போல் காணப்படும் சொர்ணாம்பாள், கோவிந்த வன்னியிடம் தன்னைப் போன்றவர்களுக்கெல்லாம் ஒவ்வொரு ஆண்டும் பத்து பத்து வயது கூடுகிறது என்கிறாள். "நானும் மல்லுக்கு நின்னுதான் பாத்தேன், முடியலே... இந்த மாதிரி விஷயங்களிலே யாராலே சண்டை போட முடியும்? பணமா? காசா?" என்கிறாள். 'கோபுர விளக்கு' கதாநாயகியின் நிலை பற்றி அதில் வரும் இன்னொரு பாத்திரம் கூறுகிறது: "இனிமே ஒரே வேகமாகத்தான் போகும்..." இரண்டு கதைகளும் தாசியின் காலத்தைப் பற்றி முகத்தில் அடித்தாற்போல பேசுகின்றன.

தி.ஜா.வின் முக்கியமான, ஆனால் அதிகம் பேசப்படாத கதை 'இசைப் பயிற்சி'. சென்னையில் பலருக்கும் சங்கீதம் சொல்லிக்கொடுத்துவிட்டுத் திருப்தியடையாமல் கிராமத்து அக்கிரகாரத்தில் வந்து குடியிருக்கும் பாகவதர் மல்லிக்கு, சங்கீதம் சொல்லிக்கொடுக்க எந்த சிஷ்யரும் கிடைக்கவில்லை என்பது பெருங்குறை. தற்செயலாக ஒரு இளைஞருக்கு நல்ல குரல் வளம்

இருப்பதை மல்லி கண்டடைகிறார். அவர் காலனியைச் சேர்ந்த தாழ்த்தப்பட்ட கிறிஸ்தவ இளைஞர். அந்த இளைஞரைத் தன் வீட்டுக் கொல்லைக்கு வரச் சொல்கிறார். தனக்கும் அந்த இளைஞருக்கும் இடையே 40 அடி இடைவெளி விட்டு சங்கீதம் சொல்லித்தருகிறார். ஒரு பக்கத்தில் சேரி மக்களும், இன்னொரு பக்கத்தில் அக்கிரகாரவாசிகளும் இதையெல்லாம் வேடிக்கை பார்க்கிறார்கள். "மீசையிலே படாம கூழும் குடிச்சாச்சு" என்று அக்கிரகாரத்தில் ஒருவர் சொல்ல, "நாளைக்கு உள்ள வச்சிண்டு பாடம் சொல்றேனா இல்லியா பாருங்கடா, ஒழிச மக்களா" என்று சொல்லிவிட்டு சுருதிப் பெட்டியைத் தூக்கியெறிகிறார் மல்லி. சக மனிதர் மீதான கருணை, இரக்கம் போன்றவற்றை வெளிப்படுத்தும்போது ஒருவர் தன்னை மேலேயும், இரக்கத்துக்குப் பாத்திரமானவர்களைக் கீழேயும் வைத்துப் பார்க்கும் மனநிலையை இந்தக் கதை உடைக்கிறது. இரக்கம் (சிம்பதி) அல்ல, பரிவுணர்வே (எம்பதி) சாதிய மனநிலையை அகற்ற உதவும் என்பதை உணர்த்தும் கதை இது. நுட்பமாகக் கவனித்தால், கேலி பேசிய ஊராரைவிட சங்கீதம் கற்றுத்தரும் மல்லிதான் இந்தக் கதையின் வில்லன் என்பது புலப்படும். அநேகமாக தி.ஜா.வின் சமகால பிராமண எழுத்தாளர்கள் யாரும் இதுபோன்ற சிறுகதை எழுதியதில்லை. சுயசாதி விமர்சனம்தான் சாதி எதிர்ப்புச் செயல்பாட்டில் முதலில் செய்ய வேண்டியது. அதைத் தனது பல படைப்புகளில் செய்தவர் தி.ஜா. பிராமண அடையாளம் கொண்டவர் என்று அவரைக் குற்றம்சாட்டுபவர்கள் அவசியம் படிக்க வேண்டிய கதை இது.

அறம், தர்மம், சத்தியம், நியாயம் போன்ற சொற்களும் அவை உணர்த்தும் பொருளும் தேய்ந்துபோன காலம் இது. இதற்கு முந்தைய காலத்தைச் சேர்ந்த அதிர்ஷ்டசாலி தி.ஜா. ஆகவே, இந்தக் கருப்பொருள்களெல்லாம் தி.ஜா.வின் கதைகளில் தூய்மையுடன் மிளிர்கின்றன. (தி.ஜா. கதைகளின் முழுத் தொகுப்பை 'காலச்சுவடு' பதிப்பகம் வெளியிட்டிருக்கிறது.) அவற்றைப் படிக்கும் நேரத்தில் மட்டுமாவது அந்தத் தூய்மை நம்முள்ளும் கடத்தப்படுகிறது என்ற விதத்தில் நாமும் அதிர்ஷ்டசாலிகளே!

(தி.ஜா. நூற்றாண்டு நிறைவின்போது 2021-ல் எழுதியது.)

கி.ரா.வின் 'பிஞ்சுகள்': சொல்லின்றி உயிரில்லை!

இயற்கைக்கும் பழந்தமிழ் இலக்கியத்துக்கும் உள்ள உறவு முக்கியமானது, நுட்பமானது. சங்கப் பாடல்களில் எதை எடுத்துப் பார்த்தாலும் இயற்கையோடு தொடர்புடைய ஏதாவது ஒரு செய்தி இருக்கும். ஆனாலும், சங்கக் கவிதைகளின் பாடுபொருளாக இயற்கை இருக்காது. மனிதர்கள், இயற்கை என்ற இருமை நிலை உருவாகாத காலத்தில், இயற்கையைத் தனியாக வைத்து தமிழ்க் கவிஞர்கள் (அநேகமாக) இலக்கியமாக்கியதில்லை. இயற்கையிலிருந்து அந்நியமாகிக்கொண்டிருக்கும் தற்காலத்தில் இயற்கையைப் கருப்பொருளாகக் கொண்டு படைப்புகள் உருவாவதே இந்த இருமை நிலையின் அடையாளம்தான்.

ஆங்கிலத்தில் இருபதாம் நூற்றாண்டிலிருந்து இன்றுவரை இயற்கை இலக்கியம் பிரமாண்டமாக வளர்ந்து நிற்கிறது. தமிழ் நவீன இலக்கியத்திலோ இயற்கை இலக்கியம் என்பது இன்னும் குழந்தைப் பருவத்தில்தான் இருக்கிறது. இயற்கை என்பது குழந்தைகளுக்கு மட்டும்தான் என்பதுபோல் எழுதப்படுகிறது. அல்லது குழந்தைத்தனமாக எழுதப்படுகிறது. எனினும், தமிழின் மிகச் சில இயற்கை சார்ந்த பதிவுகளில் கி. ராஜநாராயணன் எழுதிய 'பிஞ்சுகள்' (அன்னம் வெளியீடு) குறுநாவலைக் குறிப்பிட வேண்டும்.

இயற்கை இலக்கியம் என்ற வகைக்குள் அவ்வளவு எளிதாக இந்த நூலைக் கொண்டுவந்துவிட முடியாது. 'சிறுவர் வேட்டை இலக்கியம்' என்ற தனித்த ஓர் இலக்கிய வகையைத் தமிழில் உருவாக்கி, அநேகமாக அதன் ஒற்றைப் பதிவாக இந்த நூல் இருக்கிறது. 'சிறுவர் வேட்டை இலக்கியம்' என்றாலும் பல வகைகளில் இயற்கை இலக்கியத்துக்கு முக்கியப் பங்களிப்பாக இந்த நூல் இருக்கிறது.

பெரியவர்கள் போல் சிறுவர்கள் பணம், பேராசை போன்றவற்றுக்காக வேட்டையாடுவதில்லை. அவர்களைப் பொறுத்தவரை அது சிறுவர் விளையாட்டு. இந்தக் குறுநாவலின் நாயகனான சிறுவன் வெங்கடேசு, சிறிய அளவில் பறவைகளை வேட்டையாடினாலும், பறவை முட்டைகளைச் சேகரித்தாலும் அடிப்படையில் பறவைகள் மீது பரிவு கொண்டவனாகவும், அவற்றின் அழகை ரசிப்பவனாகவும் இருக்கிறான். ஒரு இடத்தில், "மாமா இந்தப் பறவைகள்தான் எம்புட்டு அழகா இருக்கு?" என்று வியந்துபோகிறான். மஞ்சளும் பச்சையும் கலந்த தங்க நிறப் பறவையொன்றைப் பற்றிப் பேசிக்கொண்டிருக்கும்போது, மோகன்தாஸ் என்ற இளைஞன் அதை வேட்டையாடுவதைப் பற்றிப் பேசும்போது, "மாமா அப்பிடி செஞ்சிராதிங்க எப்பவும்! பிறகு அப்பிடி அபூர்வமான பறவைகளெ நம்ம ஊர்லெ பாக்க முடியாமப் போயிரும்" என்கிறான் வெங்கடேசு.

இதுதான் பெரியவர்கள் உலகுக்கும் குழந்தைகள் உலகுக்கும் உள்ள முக்கியமான வேறுபாடு. வேட்டை தவறு என்று பெரியவர்களுக்கே இன்னும் புரியவில்லை. (பழங்குடிகளின் வேட்டை பற்றி இங்கே குறிப்பிடவில்லை. அது இயற்கையோடு இணைந்த ஒரு வாழ்க்கை முறை). சில தசாப்தங்களுக்கு முன்பு வந்த நூல் இது என்பதால் அதன் கதாநாயகச் சிறுவனிடம் இது குறித்த விழிப்புணர்வை நாம் எதிர்பார்க்க முடியாது. எனினும், வியக்கத்தகுந்த அளவில் இயற்கை பற்றிய அறிவும், வியப்பும், பரிவும் வெங்கடேசுக்கு இருக்கிறது. ஒரு கட்டத்தில் அதை அறிந்துகொள்ளும் மோகன்தாஸ், படிப்பைத் தொடரும்படி அறிவுறுத்துகிறான். அதைத் தொடர்ந்து தன் கிராமத்தை விட்டுப் படிப்பதற்காகப் புறப்படுகிறான் வெங்கடேசு, தனது வளர்ப்புப் பிராணி, கிராமத்துப் பறவைகள், பூச்சிகள், வண்டுகள் போன்ற எல்லாவற்றையும் விட்டு.

இந்தக் குறுநாவலில் கதை என்று ஒன்று கிடையாது. பறவைகள், இயற்கையுடன் சில அனுபவங்கள், இயற்கை உலகைப் பற்றிய தொன்மங்கள், சில நினைவுகள் என்று கதை போகிறது. மண்ணுக்கு நெருக்கமாக வாழும் வாழ்க்கையின் கதை இது. நமது இன்றைய சிறுவர்கள் பல மாடி அடுக்ககங்களில் சூரியனையும் மண்ணையும் வானத்தையும் தொலைத்துவிட்டு வாழும் காலத்தில் 'பிஞ்சுகள்' நாவல் நம்முள் பெருமூச்சை ஏற்படுத்துகிறது.

இயற்கை ஒளிப்படக் கலைஞர் கல்யாண் வர்மாவை நான் நேர்காணல் செய்தபோது, "இயற்கைச் சூழல், பிராணிகள் போன்றவற்றுக்கென்று ஒரு பிரதேசத்தில், ஒரு மொழியில் வழங்கப்படும் சொற்களைத் தெரிந்துகொள்ளாமல், அந்த மண்ணின் பிராணிகளையோ சுற்றுச்சூழலையோ சூழலியர்களால் காப்பாற்ற முடியாது" என்றார். இன்றைக்கு இயற்கை மீது நிறைய பேருக்கு ஆர்வம் ஏற்பட்டிருக்கிறது. ஆனால், அந்த ஆர்வம் மண் சார்ந்ததாக இருப்பதில்லை, இறக்குமதி செய்யப்பட்ட தாகவே இருக்கிறது. பங்குனி ஆமைகளை (Olive Ridley Sea Turtle) காப்பதற்காக திருவான்மியூரில் கூடிய இளைஞர்கள் கும்பலைப்பற்றி எழுத்தாளர் சாரு நிவேதிதா எழுதியிருந்ததை இங்கே குறிப்பிட வேண்டும். அந்த இளைஞர்களெல்லாம் தமிழ்நாட்டுக்காரர்கள்தான். ஆனால், ஒருவர் கூட தமிழில் பேசவில்லை. இதைப் பற்றி எழுதிய சாரு நிவேதிதா, "ஆமைகளைக் காப்பாற்றுவது இருக்கட்டும். தமிழ் மொழியை எப்போது காப்பாற்றப் போகிறீர்கள்?" என்று கேட்டிருப்பார்.

கி. ராஜநாராயணின் இந்த நாவலை இயற்கை இலக்கியமாக மாற்றுவது இதுதான். மண் சார்ந்த சொற்கள், பறவைகள் பெயர்கள் இவற்றில் எத்தனை எத்தனை வகைகள்! பல நேரங்களில் எந்தப் பறவையைச் சொல்கிறார், எந்த உயிரினத்தைச் சொல்கிறார் என்பதை, அவர் சொல்லும் சொற்களை வைத்துக் கண்டுபிடிப்பதே சிரமமாக இருக்கிறது. அந்த அளவுக்கு மண்ணின் சொற்களிலிருந்து இன்று நாம் தூர விலகிவந்துவிட்டோம்.

இந்தப் புத்தகத்தில் காகம், புறா, கிளி, மைனா போன்ற எல்லோரும் அறிந்திருக்கும் பறவைகளோடு இடம்பெற்றிருக்கும் பறவைகளின் பெயர்களைப் பாருங்கள்: வாலாட்டிக்குருவி, போர்க்குயில், கருங்குயில், வல்லயத்தான், தேன்கொத்தி, தேன்சிட்டு, தட்டைச்சிட்டு, செஞ்சிட்டு, பூஞ்சிட்டு, பட்டுச்சிட்டு, வேலிச்சிட்டு, முள்சிட்டு, மஞ்சள்சிட்டு, செஞ்சிட்டு கருஞ்சிட்டு, தைலான் பறவை, தாராக்கோழி, தண்ணிக்கோழி. பரவலாக வழங்கப்படும் பெயர்களுக்கு மாற்றாக வேறு சொற்களும் இடம்பெறுகின்றன, (எ.கா) நாணாந்தான் – மைனா.

பூச்சிகள், மீன்கள், தாவரங்கள் முதலான மற்றவை தொடர்பான சொற்களும் அழகானவை: ஏத்துமீன், தூறி, ஈராங்காயம் (வெங்காயம்), ஒட்டுப்புல், கொக்கராளி இலைகள்,

பல்லக்குப் பாசி, கல்லத்தி, புன்னரசி, குழிநரி, புழுதி உண்ணி, குங்குமத் தட்டான், பட்டு வண்டு (இன்னொரு பெயர்: இந்திரகோபம்).

சுற்றுச்சூழலியர்கள், பறவையியலர்கள் கி.ராவிடம் கற்றுக்கொள்வதற்கு விஷயங்கள் நிறைய இருக்கின்றன. அந்த அளவுக்கு இயற்கையை 'சொகமாக' கவனித்துப் பல விஷயங்களை கி.ரா. உள்வாங்கியிருக்கிறார். மைனாக்களின் சொற்களைப் பற்றி இப்படி எழுதுகிறார்: 'மற்ற பறவைகளைக் காட்டிலும் மைனாக்களிடம் பேச்சுச் சொற்கள் அதிகம். கோழிகளிடம் மொத்தமே ஏழுஎட்டுச் சொற்கள்தான் உண்டு.' கோழியின் ஒவ்வொரு சொல்லைப் பற்றியும் விவரிக்கிறார். பறவைகளின் இயல்பை நுட்பமாகக் கவனித்திருக்கிறார் என்பது அவர் சொல்லும் ஒரு சொலவத்திலிருந்து நமக்குத் தெரிகிறது: 'காக்கு (காக்கை) நோக்கு அறியும்; கொக்கு 'டப்' அறியும்'.

சுற்றுச்சூழல் சார்ந்த கலைச்சொற்களை உருவாக்குவதற்கு முன் நம் மண்ணில் ஏற்கெனவே இருக்கும் சொற்களை நாம், ஏறிட்டுப் பார்க்க வேண்டும் என்பதை இந்தப் படைப்பு வலியுறுத்துகிறது. விருந்தாளிப் பறவை, வரத்துப் பறவை, நாட்டுப் பறவை, தாப்பு (வலசை போகும் பாதையில், இடைவழியில் பறவைகள் தங்கி இளைப்பாறிப் போகிற இடம்), பறக்காட்டும் பருவம் (குஞ்சுப் பறவைகளைப் பறப்பதற்குப் பழக்கப்படுத்தும் பருவம்) என்று பல சொற்களை உதாரணம் காட்டலாம்.

இத்தனைக்குப் பிறகும் ஒரு படைப்பாக 'பிஞ்சுகள்' நாவலை மதிப்பிட்டால் சற்று ஏமாற்றமே மிஞ்சுகிறது. பத்து பன்னிரண்டு ஆண்டுகளுக்கு முன்பு படித்தபோது கிடைத்த உணர்வு இப்போது கிடைக்கவில்லை என்றே சொல்ல வேண்டும்.

ஒரு பறவையின் பெயர் ஒரு சமூகத்தால் மறக்கப்படும்போது அந்தப் பறவை இனமும் அழிய ஆரம்பிக்கிறது. பெயர்களும் பறவைகளைப் போலத்தான். அந்தப் பெயர்கள் நம் மொழியில், நினைவில் பறந்துகொண்டிருந்தால்தான் அந்தப் பெயர்களின் பறவைகளும் வானில் சுதந்திரமாகப் பறந்துகொண்டிருக்கும். இதைதான் கி.ரா–வின் 'பிஞ்சுகள்' நினைவுபடுத்துகிறது.

(2016)

தஞ்சை ப்ரகாஷ் சிறுகதைகள்: பிறழ்வுகளை உற்றுநோக்கும் கண்கள்

தஞ்சாவூரில் தனித்துவமிக்க ஓர் இலக்கிய இயக்கம்போலச் செயல்பட்டவர் தஞ்சை ப்ரகாஷ். வெங்கட் சாமிநாதன், பிரபஞ்சன் போன்ற பல்வேறு ஆளுமைகளின் நண்பர் தஞ்சை ப்ரகாஷ். நிறைய மொழிகளைக் கற்றுக்கொண்டவர். இலக்கியவாதிகள் சந்திப்புக்கென்றே 'யுவர் மெஸ்' என்ற உணவு விடுதியை நடத்தியவர். பல சிற்றிதழ்களையும் நடத்தியவர். முழுக்க முழுக்க வெங்கட் சாமிநாதனுக்காக வெ.சா.எ (வெங்கட் சாமிநாதன் எழுதுகிறார்) என்ற சிற்றிதழை நடத்தியவர். தஞ்சை எழுத்தாளர்கள் மத்தியில் இன்று கிட்டத்தட்ட ஒரு தொன்மம்போல் ஆன வாழ்வு அவருடையது. 2000–ல் அவர் தனது 57–வது வயதில் மறைந்தார். 'கள்ளம்' , 'கரவமுண்டார் வீடு', 'மீனின் சிறகுகள்' ஆகிய நாவல்களும் 'அங்கிள்', 'மேபல்', 'தஞ்சை ப்ரகாஷ் கதைகள்' ஆகிய சிறுகதைத் தொகுப்புகளும், 'என்றோ எழுதிய கனவு' என்ற கவிதைத் தொகுப்பும், 'தஞ்சை ப்ரகாஷ் கட்டுரைகள்' என்ற நூலும் இதுவரை வெளியாகியிருக்கின்றன. எழுத்தாளர்கள் மத்தியில் பிரபலமாக இருந்தாலும் பரவலான வாசிப்பை அவரது படைப்புகள் சென்றடையவில்லை.

ஒருங்கிணைந்த தஞ்சை மாவட்டத்தில் கும்பகோணம், மன்னார்குடி போன்ற ஊர்களின் சுற்றுவட்டாரப் பகுதிகளை இலக்கியமாக்கியவர் தி. ஜானகிராமன். கும்பகோணத்தைப் போல காவிரி மண்ணின் இன்னொரு பிரதானமான ஊர் தஞ்சாவூர். பன்மைக் கலாச்சாரம் கொண்ட தஞ்சாவூர் நகரத்தை, அதன் இண்டு இடுக்குகளில் பார்த்து இலக்கியமாக்கியவர் தஞ்சை ப்ரகாஷ்.

சென்னையைப் போலவே தஞ்சையும் பல்வேறு கலாச்சாரங்களின் சந்திப்பாக பல நூற்றாண்டுகளாக இருந்துவந்தது. தெலுங்கர்கள் படையெடுப்பு, மராத்தியர்கள் படையெடுப்பு, முகலாயர் படையெடுப்பு, ஆங்கிலேய ஆதிக்கம் ஆகிய தொடர் நிகழ்வுகளால் தஞ்சைக்கு ஏற்பட்ட பலவண்ணச் சாயை இது. இப்படிப்பட்ட பல்வேறு படையெடுப்புகள், ஆதிக்கம் போன்றவற்றால் அரசியல், பொருளாதார ரீதியில் பல சீரழிவுகள் ஒரு பக்கம் ஏற்பட்டாலும் கலாச்சார ரீதியில் வளமான ஒரு பாரம்பரியம் தஞ்சையில் வேரூன்றியது. இந்தக் கலாச்சார வெளிதான் தஞ்சை ப்ரகாஷின் பெரும்பாலான சிறுகதைகளின் நிகழ்விடம்.

இந்தக் கலாச்சார வெளியைத் தன் படைப்புக்குப் பின்னணி தரும் திரையாக மட்டும் தஞ்சை ப்ரகாஷ் பயன்படுத்தவில்லை. பின்னணித் திரைக்குள்ளும் ஊடுருவி அதன் ஆழ்மனதை நோக்கிப் பயணிக்கிறார். அதன் ஆழ்மனதோ எல்லாக் கலாச்சாரங்களையும் போலவே தோற்றமளிக்கிறது. கலாச்சாரங்கள், மொழிகள், இனங்கள் எல்லாம் வேறு வேறாக இருக்கலாம். மனிதர்களின் ஆழ்மனதோ கிட்டத்தட்ட ஒன்று போலவே இருக்கிறது. விரக்தி, தனிமை, பிறழ்வுகள், கபடு, குரூரம், ஆனந்தம், தூய்மை என்று எல்லா மனிதப் பிராந்தியங்களின் சிக்கலான கலவையாகவே, இந்தப் பிராந்தியத்தைச் சேர்ந்த மனிதர்களின் ஆழ்மனதும் தோற்றமளிக்கிறது.

பாலியல் ரீதியில் பிறழ்வுகள் என்றும் குற்றம் என்றும் சமூகத்தாலும் சட்டத்தாலும் தள்ளிவைக்கப்பட்ட பல விஷயங்களுக்குள் தஞ்சை ப்ரகாஷ் தயக்கமின்றிப் புகுந்திருக்கிறார். இதன் காரணமாக அவருடைய நாவல்கள் கடுமையாக விமர்சிக்கப்பட்டிருக்கின்றன. சிறுகதைகளுக்குள்ளும் அப்படிப்பட்ட விஷயங்களையே தஞ்சை ப்ரகாஷ் தொட்டு, கலாபூர்வமான சில வெற்றிகளையும் அடைந்திருக்கிறார்.

பொதுவாக, ஒரு போர்னோ இணையதளத்தில் வரிசைப் படுத்தப்பட்டிருக்கும் வெவ்வேறு தலைப்புகள் கவர்ந்திழுக்கும் உத்தி மட்டுமல்ல; மனநிலையின் இருளுக்குள் இத்தனை சாயைகளா என்பதை நமக்கு உணர்த்துபவையும்கூட. இருளின் அந்த சாயைகளில் பலவும் தஞ்சை ப்ரகாஷ் கதைகளில் உண்டு. பிறழ்வுகளை ஒரு எழுத்தாளர் எழுதாமல்

விட்டுவிடுவது வசதியானது. ஆனால், எவ்வளவு பாராமுகம் காட்டினாலும், மனதுக்குள்ளும் சமூகத்துக்குள்ளும் பிறழ்வுகள் இருக்கத்தானே செய்கின்றன. அவற்றை தஞ்சை ப்ரகாஷ் அப்படியே விடுவதில்லை. கண் முன்னால் பிரமாண்டமாக வந்து நிற்கும் 'பிறழ்வு'க்கு முன்னால் பலரும் கண்களை இறுக மூடிக்கொண்டிருக்க, அவரோ அந்த ராட்சசத்தைக் கண்கொண்டு அங்குலம் அங்குலமாகப் பார்க்க ஆரம்பிக்கிறார். அப்படிப் பார்ப்பதன் மூலம் பிறழ்வின் ஆழ்மனதில் ஊடுருவுகிறார். தான் எவ்வளவுதான் ஆட்டம் போட்டாலும் பயமுறுத்தினாலும், தன்னை ஒருவர் ஆடாமல் அசையாமல் உற்றுப் பார்த்துக் கொண்டிருக்கும்போது எப்பேர்ப்பட்ட ராட்சசமும் நெளிய ஆரம்பித்துவிடுமல்லவா. தஞ்சை ப்ரகாஷின் பார்வையில் அது நிகழ்கிறது. கத்தி மேல் நடக்கும் விஷயம்தான். சில இடங்களில் தடுமாறவும் செய்கிறார் ப்ரகாஷ். ஆனால், தன் தடுமாற்றத்தை மறைக்க அவர் முயலவில்லை.

இதையெல்லாம் ஏன் எழுத வேண்டும் என்று பலரும் கேட்கலாம். "நாட்டில் நடப்பதைச் சொல்லியிருக்கிறேன். இதில் உங்களுக்குப் பிடிக்காதது இருந்தால், 'இப்படியெல்லாம் ஏன் நடக்கிறது?' என்று வேண்டுமானால் கேளுங்கள்; 'இதையெல்லாம் ஏன் எழுத வேண்டும்?' என்று கேட்டுத் தப்பித்துக்கொள்ளப் பார்க்காதீர்கள். உண்மையைச் சொல்வதென்றால் முழுமையுந்தான் சொல்லியாக வேண்டும். நான் விரும்பும் அளவுக்குச் சொல்ல முடியவில்லையே என்பதுதான் என் வருத்தம்" என்று ஜி. நாகராஜன் சொன்னதையே அவர்களுக்குப் பதிலாகச் சொல்ல வேண்டும்.

தி.ஜானகிராமன் உள்ளிட்டோரும் நாசூக்காக சில விஷயங்களை எழுதியிருக்கிறார்கள். ஆனால், நாசூக்கின் எல்லையிலேயே அவர்கள் நின்றுகொண்டார்கள். அவர்களின் வெற்றிகளும் மிகவும் அதிகம். தஞ்சை ப்ரகாஷ் அந்த நாசூக்கு எல்லையைத் தாண்டிப் போகிறார். ஆனால், அதைக் கையாள வேண்டிய அசாத்தியமான கலைத்திறமை கைகூடாததால் பல கதைகள் கலையாகாமல் போய்விடுகின்றன. மீறியும், சில கதைகள் ஆழமும் அழகும் கொண்டு விகசிக்கின்றன.

இந்தியக் கதைகளுக்கே உரிய மாய யதார்த்தக் கூறுகள் தஞ்சை ப்ரகாஷ் கதைகளின் கூடுதல் பலம். ஊரையே கண்ணில்

மண் தூவிவிட்டுத் திருடும் திண்டி என்ற அசாத்தியமான வீரன் நம் 'அரைத்திருடன், முழுத்திருடன்' கதைகளில் வரும் பாத்திரங்களைப் போன்றவன். சுவாரசியம், மாயத்தன்மை இரண்டும் ஒன்றுகூடி வெற்றிபெற்ற சிறுகதை 'திண்டி'. தொழுநோய் கண்டதால் தன்னைத் தனிமைப்படுத்திக்கொள்வதற்காக காவிரித் தீவை நோக்கிப் பேய்போல் வெள்ளத்தில் நீந்திசெல்லும் லோச்சனாவும் ஒரு மாய யதார்த்தப் பாத்திரம்தான். தன் உடலில் உள்ள தொழுநோய்த் தழும்புகளை மறைக்க, அவள் தன் உடல் முழுவதும் ஓவியம் தீட்டுவது ஏதோ மாந்திரீகச் சடங்கு செய்வதைப் போன்ற உணர்வை ஏற்படுத்தும். தமிழின் முக்கியமான சிறுகதைகளுள் இதுவும் ஒன்று.

தஞ்சையின், 70–களின் தொழில் முறை அரசியல் கொலைகாரன் ஒருவனைப் பற்றிய 'கொலைஞன்' கதை பரவலாக யாருக்கும் தெரியாத ஒரு பிராந்தியம். ஐயங்கார் குடும்பத்தில் பிறந்து, எட்டு வயது இருக்கும்போது தன் குடும்பத்தில் ஒரே நேரத்தில் ஏழெட்டுப் பேர் பசிக்குப் பலியானதைப் பார்த்துவிட்டு, 18 நாள் பட்டினியுடன் அங்கிருந்து தப்பிச்சென்று, சிறுவயதிலேயே கொலைத்தொழிலில் ஈடுபடும் ரெங்கராஜனின் வாழ்க்கை நம்மை அதிர வைக்கிறது. பசியும், கொலைகளும் குரூரமும், அன்பும் நிறைந்த கதை அவனுடையது. இதையே வேறு மாதிரியாக தஞ்சை ப்ரகாஷ் எழுதிப் பார்த்த 'க்யாமத் என்னும் இறுதித் தீர்ப்பின் நாள்' சிறுகதையும் நம்மை அதிர வைப்பது.

'திண்டி', 'அங்கிள்', 'கொலைஞன்', 'சோடியம் விளக்குகளின் கீழே', 'க்யாமத் என்னும் இறுதித் தீர்ப்பின் நாள்', 'மேபல்', 'பற்றி எரிந்த தென்னை மரம்', 'கடைசிக்கட்டி மாம்பழம்' ஆகியவற்றை தஞ்சை ப்ரகாஷின் சிறப்பான சிறுகதைகள் எனலாம். சற்றே இழுத்துக்கொண்டே போனாலும் 'பொறா ஷோக்கு' என்ற சிறுகதையிலும் அழகான தருணங்கள் சில இருக்கின்றன.

இதுவரை பிரசுரமான கதைகள், வெளியாகாத கதைகள், முற்றுப்பெறாத கதை ஒன்று எல்லாம் சேர்த்து இந்தத் தொகுப்பில் மொத்தம் 31 கதைகள் இடம்பெற்றிருக்கின்றன. தஞ்சையின் இருண்ட உலகம், பிறழ்வுகளை நோக்கிய பார்வை, தஞ்சை முஸ்லிம், கிறித்தவ மக்களின் அக வாழ்க்கை என்று இலக்கிய ரீதியிலும் கலாச்சார ரீதியிலும் முக்கியமான பல பதிவுகளை இந்தத் தொகுப்பு கொண்டிருக்கிறது. இவையெல்லாம் பலம்

என்றால், ஆங்காங்கே எட்டிப்பார்க்கும் ஆயாசமூட்டும் நடை, கச்சிதமின்மை, தெளிவில்லாத வாக்கியங்கள் போன்றவை பலவீனங்கள்.

தஞ்சை ப்ரகாஷின் சிறுகதைகளை பொன்.வாசுதேவன் முழுமையாகத் தொகுத்திருப்பது பாராட்டத் தகுந்த முயற்சி (டிஸ்கவரி புக் பேலஸ் வெளியீடு). கூடுதல் கவனம் செலுத்தி எழுத்துப் பிழைகளைக் களைந்திருந்தால் நன்றாக இருந்திருக்கும்.

(2016)

பாகீரதி: அற்புதங்களின் இதிகாசம்

தமிழில் மகத்தான நாவல்கள் என்று சொல்லப்படுபவை பலவும், உண்மையிலேயே சாத்தியமுள்ள உயரத்தில் பறக்காமல் பாதுகாப்பான உயரத்தில் பறந்துகொண்டிருப்பவை என்றே தோன்றுகிறது. கீழே விழுந்தாலும் கவலையில்லை என்று முயன்று பார்த்த நாவல்கள் வெகு குறைவு. அப்படிப்பட்ட நாவல்களின் மிகச் சிறிய பட்டியலில் இடம்பிடித்திருக்கிறது பா.வெங்கடேசனின் சமீபத்திய நாவலான 'பாகீரதியின் மதியம்' (காலச்சுவடு வெளியீடு).

பெரியாரின் தொண்ணூற்றைந்தாவது பிறந்த நாளில் கதை தொடங்குகிறது. மதுரையில் தீப்பொறி ஆறுமுகத்தின் கூட்டம் நடக்கும் வழியைக் கடக்க முடியாத எரிச்சலில் பெரியாரை விமர்சிக்கும் வாசுதேவன் என்ற பிராமண இளைஞனுக்கும் உறங்காப்புலி என்ற பெரியார்-திமுக தொண்டனுக்கும் இடையில் தொடங்கும் வாக்குவாதம் முற்றிப்போய், வாசுதேவனின் குடுமியை உறங்காப்புலி அறுப்பதில் போய் முடிகிறது. இந்தப் புள்ளியில் தொடங்கும் நாவல் கிளைவிரிக்கும் திசைகள் மாயாஜாலமானவை.

குடுமியை அறுத்துவிட்டு ஓடும் உறங்காப்புலிக்கும் வாசுதேவனின் மனைவி பாகீரதிக்கும் இடையில், அவளது மதிய உறக்கத்தின் கனவில் நிகழும் நிஜ சந்திப்பு, பாகீரதியின் பிரிய ஓவியர் ஜெமினியின் பாத்திரத்தை ஏற்கும் உறங்காப்புலி, ஜெமினியைத் தேடி ஒசூர், கல்கத்தா, பேராச்சாப்பா போன்ற இடங்களில் மேற்கொள்ளும் பயணம், இளம் வயதில் தான் பார்க்காமலேயே தவறவிட்ட பேரழகியை பாகீரதியின் புகைப்படத்தில் கண்டு, அவளைத் தேடி மனநல மருத்துவரும் தன்னை டிராகுலாவாக நினைத்துக்கொண்டிருப்பவருமான

அரங்கநாதன் நம்பி கிட்டத்தட்ட உறங்காப்புலியைப் போலவே மேற்கொள்ளும் பயணம், ஜெமினியையும் உறங்காப்புலியையும் தேடி வாசுதேவன் நிகழ்த்தும் பயணம் என்று 700 பக்கங்கள் நீள்கிறது நாவல்.

இந்த நாவல் பல்வேறு காலப் பகுதிகளை உள்ளடக்கினாலும் பிரதானக் கதை நிகழ்வது சுதந்திர இந்திய வரலாற்றின் மிகக் கொந்தளிப்பான காலகட்டமான நெருக்கடி நிலையை ஒட்டிய ஆண்டுகளில். இந்தியாவின், தமிழகத்தின் முக்கியமான சரித்திர நிகழ்வுகளுள் சிலவற்றையும் கதைப்போக்கில் நாவல் தொட்டுச் செல்கிறது. பெரியார், காந்தி, சாரு மஜூம்தார் ஆகியோரின் பிரசன்னம் கணிசமான இடங்களில் இருக்கிறது.

ஒரே நேரத்தில் 'பாகீரதியின் மதியம்' தமிழின் மிகச் சிறந்த காதல் நாவல்களுள் ஒன்றாகவும், மிகச் சிறந்த அரசியல் நாவல்களில் ஒன்றாகவும் உருவாகியிருப்பது பெரும் சாதனை. நாவலின் பிற்பகுதியில் சுற்றுச்சூழல் சார்ந்த ஒரு பிரக்ஞை, படைப்பூக்கத்துடனும் வெளிப்பட்டிருக்கிறது. ஓவியக் கலை இந்த நாவலின் அடிப்படைகளுள் ஒன்று.

கிட்டத்தட்ட 50 ஆண்டுகள் தமிழ் வாசகர்களின் உள்ளத்தில் சர்வாதிகார ஆட்சி நடத்திக்கொண்டிருந்த 'மோக முள்' யமுனாவின் இடத்தைப் பங்குபோட ஒருத்தி வந்துவிட்டாள். அவள்தான் பாகீரதி! தி. ஜானகிராமனின் 'மோக முள்' நாவல் வாசிக்கப்பட்ட அளவுக்கு 'பாகீரதியின் மதியம்' வாசிக்கப்படுமென்றால் பாகீரதி நிச்சயமாகப் பலரையும் பித்துப்பிடிக்க வைப்பாள்.

பாகீரதி அழகு மட்டுமல்லாமல் அறிவும் நிரம்பியவள்; எதையும் ஆழமாக விவாதிப்பவள்; தன் காதல் குறித்துத் தான் குற்றவுணர்ச்சி கொள்ளத் தேவையில்லை என்று கணவனிடம் தீர்க்கமாக வாதிடுபவள்; சிறிதளவாவது அரசியல் பேசுபவள்; காதலின் தவிர்க்க முடியாமை பற்றிப் பேசுகிறாள்.

இந்த, மிகச் சிறந்த காதல் நாவலின் மிகச் சிறந்த காதல் உரையாடல், காதலர்களுக்கிடையில் நிகழவில்லை. ஒருவருக் கொருவர் காதலர்கள் அல்லாத உறங்காப்புலி (வயது 28), சவீதா (வயது அறுபதுகள்) ஆகியோருக்கு இடையில் நிகழ்கிறது. உலக இலக்கியத்தின் மிகவும் அற்புதமான பகுதிகளுள் ஒன்று இது.

பேராபுடீமாவின் தொன்மம் நாவலை மேலும் உயரத்தில் எடுத்துச் செல்கிறது. எதைக் கண்டாலும் அஞ்சி ஒடுங்கக்கூடிய, தூக்கத்தின் மீது பெருவிருப்பம் கொண்ட விசித்திர தெய்வம் அவள். பேராபுடீமாவின் கதையும் பாகீரதியின் கதையும் சில ஒற்றுமைகளைக் கொண்டு எதிரெதிர் திசையில் பயணிக்கின்றன.

இருவருக்கும் தூக்கம் என்பது மையப்புள்ளி. ஆனால், பேராபுடீமா பழங்குடி தெய்வம் என்ற நிலையிலிருந்து பெருந்தெய்வம் என்ற நிலையை நோக்கி அடைகிறாள். பிராமணக் குடும்பத்துப் பெருந்தெய்வமான பாகீரதி அந்த அடையாளத்திலிருந்து விலகிப் பழங்குடி தெய்வ நிலைக்குரிய குணங்களை அடைகிறாள். இத்துடன், பழங்குடி தெய்வம் பெருந்தெய்வமாவதன் முதலாளித்துவக் கோணமும் பிராமணியக் கோணமும் நாவலில் அழகாகக் காட்டப்பட்டிருக்கிறது.

பாகீரதிக்கும் இந்தியாவுக்கும் பல ஒற்றுமைகள் இருக்கின்றன. ஆகஸ்ட் 15 அன்று பாகீரதி பிறந்தாள் என்ற தகவல் தற்செயலானது அல்ல. நெருக்கடி நிலையை ஒட்டிய காலகட்டம் இந்தியாவுக்கு மட்டுமல்ல பாகீரதிக்கும் மிகவும் கொந்தளிப்பான காலகட்டமாகவே இருக்கிறது.

எல்லோரையும் எல்லாவற்றையும் வேறொன்றாக மாற்றிய, காட்டிய நெருக்கடி நிலைக் காலத்தைப் போல பாகீரதியின் கனவும், அந்தக் கனவிலிருந்து நீட்சி பெறும் நாவலும் ஒவ்வொருவரையும் வேறொருவராக, ஒவ்வொரு காலத்தையும் வேறொரு காலமாக ஆக்குகிறது. போர்ஹெஸைப் படிப்பதுபோல் இருக்கிறது. போர்ஹெஸ் இந்தியாவில் பிறந்திருந்தால், நாவல் எழுதும் எண்ணம் அவருக்கு இருந்திருந்தால், நெருக்கடிநிலை காலகட்டத்தில் இப்படி ஒரு நாவலைத்தான் எழுதியிருப்பார்.

இந்த நாவலை போர்ஹெஸின் 'தி அப்ரோச் டூ அல் முடாஸீம்' என்ற சிறுகதையுடன் பொருத்திப் பார்த்தால் 'பாகீரதியின் மதியம்' நாவலுக்கு முற்றிலும் வேறொரு பரிமாணம் கிடைக்கிறது. பல்வேறு நபர்களைச் சந்திக்கும் போர்ஹெஸின் கதையின் நாயகன் ஒரு மகத்துவத்தின் சிறு பிரதிபலிப்பை அவர்களிடத்தில் காண்கிறான். அந்த மகத்துவம் அவர்களிடம் தோன்றியிருக்க வாய்ப்பே இல்லை என்று கருதும் நாயகன், 'இந்த உலகத்தில் எங்கோ ஒரு மூலையில் ஒரு மனிதன்

இருக்கிறான். அவனிடமிருந்துதான் இந்தத் தெளிவு, இந்தப் பிரகாசம், வெளிப்படுகிறது; இந்த உலகத்தின் எங்கோ ஒரு மூலையில் இந்த பிரகாசத்துக்கு இணையான ஒரு மனிதன் இருக்கிறான்' என்ற முடிவுக்கு வருகிறான். அந்த மனிதனைத் தேடிச் செல்வதுதான் கதை.

'பாகீரதியின் மதியம்' நாவலில் அந்த மூல மகத்துவமாக ஜெமினி இருக்கிறார். எல்லோரும் ஜெமினியையோ ஜெமினியின் பிரதிபலிப்புகளையோ தேடிக்கொண்டு செல்கிறார்கள். தேடிக்கொண்டு செல்பவர்கள் யாருக்கும் ஜெமினி அகப்படவில்லை; ஆனால், தேடிச் செல்பவர்கள் ஜெமினியாக உருமாற்றம் அடையும் மாயவிந்தை நிகழ்கிறது. ஒரு மகத்துவத்தின் தொடர் பிரதிபலிப்புகளில் ஒன்றாக வெங்கடேசனை வந்தடைந்திருக்கும் பாகீரதியின் மூல மகத்துவத்தைப் பற்றியும் வாசகரால் நினைத்துப் பார்க்காமல் இருக்கவே முடியாது.

நாவலின் தொடக்கத்தில் நிகழும் பெரியாரிய X பிராமணிய உரையாடல்தான் ஒட்டுமொத்த நாவலுக்கும் விதைபோடுகிறது. திராவிடம் X பிராமணியம், விவசாயி X முதலாளி, சமவெளி (அனைத்துச் சாதிகளும் முதலாளித்துவமும் உள்ளடங்கியது) X பழங்குடி, பெண் X ஆண், சுற்றுச்சூழல், பழங்குடி தெய்வம் X பெருந்தெய்வமாக்கல் போன்றவற்றைப் பற்றிய ஆழமான உரையாடல்கள், விவாதங்கள் நடைபெறுகின்றன. இவை யாவும் மந்திரம் போன்றதொரு கதைசொல்லலுக்குள் இழைந்து, இயைந்து பரவியிருப்பதுதான் மற்ற அரசியல் நாவல்களிலிருந்து இந்த நாவலைப் பிரித்துக் காட்டுகிறது. எனினும், நாவலின் மையமான ஜெமினி தலித் இனத்தவராக இருந்தும் தலித்திய உரையாடல் போதிய அளவு இடம்பெறாதது முக்கியமான விடுபடல்.

இந்த நாவலின் முக்கியக் கருப்பொருள்களுள் ஒன்று 'மிதக்கும் வண்ணங்கள்' எனும் ஓவியக் கோட்பாடு. இந்தக் கோட்பாடு வெவ்வேறு அர்த்தங்களைக் காட்டியபடி மிதந்துகொண்டிருக்கிறது. 'மிதக்கும் வண்ணங்கள்' என்ற இழை இந்த நாவலின் வெவ்வேறு சம்பவங்கள், மனிதர்கள், கோட்பாடுகளை இணைக்கும் விதத்தில் வெங்கடேசன் அசாதாரணமான ஒரு கலைஞர் என்பது நமக்குப் புலனாகிறது.

இந்த நாவலைப் பற்றி ஒரு வரியில் சொல்ல வேண்டுமானால், ‘மிதக்கும் வண்ணங்களால் ஆன நாவல்’ என்று சொல்லலாம்.

ஒரே ஒரு அற்புதத் தருணம் ஒரு நாவலை அடுத்த தளத்துக்கு எடுத்துச் சென்றுவிடும். ஆனால், ‘பாகீரதியின் மதியம்’ நாவலில் கிட்டத்தட்ட பக்கத்துக்குப் பக்கம் அதுபோன்ற தருணங்கள் நிரம்பி நம்மை மூச்சு முட்டவும் செய்கின்றன. பாகீரதி கனவு கண்டுகொண்டே நடந்து வந்து உறங்காப்புலியைச் சந்திக்கும் இடம், இந்த நாவலில் அற்புதங்களின் தொடக்கம். இந்த நாவல், யதார்த்த வாழ்க்கைக்கே அப்பாற்பட்ட அற்புதங்களின் புனைவு அல்ல. யதார்த்த வாழ்வின் இடைவெளிகளை, அரசியல்–சமூக ஊடாட்டங்களுடன் அற்புதமாக்கும் புனைவு.

ஒருவரில் இன்னொருவர், ஒரு கதையில் இன்னொரு கதை என்று பின்னிப் பிணைந்து விரியும் இந்த நாவல் தமிழ்ப் புனைகதையின் சாத்தியங்களை ஏகமாக விஸ்தரித்திருக்கிறது. அரசியல், காதல் எல்லாவற்றையும் தாண்டி இந்தப் புனைவு சாகசத்துக்காகவே நாவலை வாசிக்கலாம்.

பா. வெங்கடேசனின் பிரத்யேக மொழிநடை புது வாசகருக்கு சற்றே சிரமம் தரக்கூடியதாக இருக்கக்கூடும். போர்த்துக்கீசிய நாவலாசிரியர் ஜூஸே ஸரமாகுவைப் (Jose Saramago) போல் பா. வெங்கடேசனும் அடுக்கி அடுக்கி நீண்ட வாக்கியங்கள் எழுதக்கூடியவர். தமிழ்ப் புனைவெழுத்தில் அடைப்புக்குறிகளை அதிகம் பயன்படுத்துபவர் பா. வெங்கடேசனாகத்தான் இருக்கும். ஆனால், சற்றுப் பொறுமையுடன், வாசிப்பு உழைப்பு செலுத்துபவருக்கு பா. வெங்கடேசன் ரத்தினங்களை அள்ளியள்ளித் தருகிறார்.

பா. வெங்கடேசன் வாசகர்களின் கவனத்துக்கு அதிகம் வராத பெரும் படைப்பாளி. உலகப் புகழ்பெற்ற நாவலாசிரியர்கள் பலருக்கும் இணையான எழுத்தைத் தந்திருக்கிறார். ‘பாகீரதியின் மதியம்’ போன்ற படைப்புகளை வாசிப்பதென்பது படைப்பாளிக்கு நாம் செய்யும் மரியாதை என்பதைப் போல நமது வாசிப்புத் திறனுக்கும் செய்துகொள்ளும் மரியாதை!

(2017)

பா.வெங்கடேசன் தாண்டவமாடிய கதை

மனித குலம் இதுவரை சந்தித்து வந்திருக்கும் பேரழிவுகள், பெரும் போர்கள், துயரங்கள் எல்லாவற்றையும் பார்க்கும்போது, 'வாழ்க்கை என்பது யாரோ முட்டாள் சொன்ன கதை' என்ற ஷேக்ஸ்பியரின் புகழ்பெற்ற வாசகங்கள் உண்மைதான்போல என்று தோன்றலாம். ஆனால், மனித குல வரலாறு அது மட்டுமல்ல; அது அறிவிலும் கற்பனையிலும் அடைந்த உயரங்களாக இருக்கும். தத்துவம், அறிவியல், கலை, இலக்கியம் போன்றவற்றைப் பார்க்கும்போது ஷேக்ஸ்பியரின் முட்டாள், உண்மையில் அதீத கற்பனை சக்தி கொண்டவரோ என்று தோன்றுகிறது. பா.வெங்கடேசனின் 'தாண்டவராயன் கதை' (காலச்சுவடு வெளியீடு) படிக்கும்போதும் நாம் யாருடைய அதியற்புதக் கதையில் இருக்கிறோம் என்ற கேள்வி எழுவதைத் தவிர்க்க முடியவில்லை. 846 பக்கங்கள் கொண்ட பிரம்மாண்டமான இந்நாவல், தமிழின் மகத்தான படைப்புகளுள் ஒன்று.

தன் மனைவி எலினாரின் பார்வையிழப்புக்கு மருந்து தேடிக் கதைகளின் நிலமான இந்தியாவுக்குக் கிழக்கிந்திய கம்பெனியின் ஊழியனாக வருகிறான் ட்ரிஸ்ட்ராம். அவன் உட்பட வெவ்வேறு நபர்களுக்கு, வெவ்வேறு காலங்களில் ஒரே மாதிரியான கற்பனை தோன்றுகிறது. அந்தக் கற்பனை இடம்பெற்றிருக்கும் சுவடியைக் காண திப்பு சுல்தானின் நூலகத்துக்குச் செல்லும்போது, காலவெளியைக் குழப்பும் சம்பவத்தை ட்ரிஸ்ட்ராம் காண்கிறான். ட்ரிஸ்ட்ராம் வாழ்ந்துகொண்டிருப்பது ஒரு கதையினுள் என்ற உண்மையை அவனுக்கு உணரவைக்கிறார் கிரிஃபித். கதைக்குள் வாழ்ந்தபடியே ஹூடேதுர்க்கம் காட்டுக்குள் சென்று கெங்கம்மா, சொக்க கௌட துணையுடன் பல்குணம் முதலியாரின் அபினி சாம்ராஜ்யத்தைச் சிதைக்கிறான். இறுதியில் அவனும் பார்வையிழப்புக்கு உள்ளாகிறான்.

இந்த நாவல் பல்வேறு அடுக்குகளையும் அர்த்தத் தளங்களையும் கொண்டிருக்கிறது. நாவல் முழுவதையும் ஒரே கதை என்று கொண்டால், அதற்குள் அவ்வளவு கதைகள். சாபக்காடு, வனமோகினி கதை, தாண்டவராயன் கதை, துயிலார்கள் சரித்திரம் என்று ஏராளமான கதைகள் சொல்லப்படுகின்றன. கதைகள் தவிர சம்பவங்கள், வரலாற்றுப் பின்னணி போன்றவையும். இங்கிலாந்தின் ஃபென் சதுப்பு நிலத்தின் பூர்வகுடிகள், பிரெஞ்சுப் புரட்சி, இந்தியாவில் கிழக்கிந்திய கம்பெனியின் ஆதிக்கம், திப்பு சுல்தானுக்கும் கிழக்கிந்திய கம்பெனிக்கும் இடையிலான போர்கள், அதற்கிடையே சிக்கிச் சீரழியும் மக்கள் என்று நிறையச் சொல்லலாம்.

எலினாருக்கு ஏற்பட்டிருப்பது வெண்ணந்தகம். அதற்கு ட்ரிஸ்ட்ராம் மருந்து தேடிவரும் கதையாக இந்த நாவலை ஒரு தளத்தில் படிக்கலாம். நாவல் முழுவதும் பார்வை-பார்வையின்மை தொடர்பான குறிப்புகள், கதைகள் இழையோடுகின்றன. இன்னொரு தளத்தில் உலகெங்கும் ஒடுக்கப்பட்ட மக்கள், பழங்குடியினர் போன்றோரை அரசுகள், கிழக்கிந்திய கம்பெனி, பல்குணம் முதலியார் போன்ற வியாபாரச் சுரண்டல்காரர்கள் எப்படி மேலும் மேலும் விளிம்புக்குத் தள்ளுகிறார்கள் என்ற கோணத்தில் இந்த நாவலை வாசிக்கலாம். இதன் தொடர்ச்சியாக, காலனியாதிக்கத்தின் ஒரு துண்டு வரலாற்றையும், அது இந்தியாவில் ஏற்படுத்திய பாதிப்புகளையும் இந்த நாவல் சொல்கிறது.

நாவலில் இந்திய-மையப் பார்வையொன்று இழையோடிக் கொண்டிருக்கிறது. வில்லியம் ஜோன்ஸாலும் மேக்ஸ்முல்லரின் மொழிபெயர்ப்புகளாலும் வடிவமைக்கப்பட்ட சம்ஸ்கிருத மையப் பார்வை, இந்தியாதான் சர்வரோக நிவாரணி, இந்தியாதான் எல்லாவற்றுக்கும் மீட்சி என்று 1960-களில் ஹிப்பிகள் கொண்டிருந்த பார்வை, தற்போதைய காலகட்டத்தின் தேசியவாதப் பார்வை போன்றவற்றோடு தூரத்துத் தொடர்புடையது இந்த இழை. அதே நேரத்தில், அந்த இழையை அறுக்கும் அம்சங்களும் இருப்பது நாவலை ஒரு தேசியவாதப் பிரதியாவதிலிருந்து காப்பாற்றுகிறது. சேரிப் பெண்ணான கெங்கம்மா, தாண்டவராயன், துயிலார்கள் ஆகியோர்தான் அந்த மீட்பர்கள். "உடல்கள் வஞ்சிக்கப்படும் நாடு இது

துரை, ஊமையாக்கப்பட்ட வாய்கள், குருடாக்கப்பட்ட கண்கள், தீட்டுப்பட்ட உடல்கள் இறைந்து கிடக்கும் நிலம்" என்று ட்ரிஸ்ட்ராமிடம் வாதிடுகிறாள் கெங்கம்மா. மேலும், "பறவையைக் கண்டால் பிரமிக்கவும், மலத்தைக் கண்டால் சுளிக்கவும் இங்கே சில முகங்களுக்கு உரிமையில்லை" என்கிறாள் கெங்கம்மா. துயிலார்கள் என்ற இனத்தின் வரலாறும் தொன்மமும் இந்த நாவலை ஓர் இனவரைவியல் நாவலாக வாசிக்கும் சாத்தியத்தையும் தருகின்றன. தங்கள் வரலாறு பற்றிய நினைவுகளை விலையாகக் கொடுத்து நீண்ட ஆயுள் பெற்றிருக்கும் துயிலார்களுக்குச் சொந்தமான 'தாண்டவராயன் கதை'யில் வரும் ஒரு பகுதியை, துயிலார் இனத்தவர் ஒருவரிடம் கெஞ்சிக் கேட்டுகொண்டு, ஒரு பிராமணர் அதைத் தன்னுடைய பிரதிக்குள் இணைத்துக்கொள்வது காலம்தோறும் நடந்துவரும் பிராமணியமயமாக்கலைச் சொல்லும் கதை.

முதல் இருநூறு பக்கங்களில் இங்கிலாந்தின் அரசியல், பிரெஞ்சுப் புரட்சி போன்றவை பற்றி விரிவாகப் பேசப்படுகிறது. அதன் பிறகு, இந்தியாவில் கிழக்கிந்திய கம்பெனியின் செயல்பாடுகள், திப்பு சுல்தான் – ஹைதரலி வரலாறு, இரண்டு தரப்புக்கும் இடையிலான ஒப்பந்தங்கள்–போர்கள், கதையின் இறுதிப் பகுதியில் வரும் சீனர்களுடனான அபினி வர்த்தகம் என்று ஒரு உலகளாவிய நாவலாகத் தன் இட–காலப் பரப்புகளின் வீச்சாலும் கற்பனைப் பெருக்காலும் 'தாண்டவராயன் கதை' விரிவுபெறுகிறது. தமிழில் இப்படி உலகளாவிய நாவல்களாக ப.சிங்காரத்தின் நாவல்களையும், பா.வெங்கடேசனின் 'தாண்டவராயன் கதை'யையும் மட்டுமே முன்வைக்க முடியும்.

பா.வெங்கடேசனின் உலகம் ஒரு ஹோலோகிராஃபிக் பிரபஞ்சத்தைப் (holographic universe) போன்றது. ஹோலோகிராஃபிக் பிரபஞ்சம் என்றொரு கருதுகோள், கடந்த 40 ஆண்டுகளாக அறிவியலர்களால் விவாதிக்கப்படுகிறது. இதன்படி நம்மை உள்ளடக்கி நாம் உணரும் மெய்ம்மையானது படத்திரையில் விழும் படம் போன்றதுதான். அதற்குள் இருக்கும் நாம், நம்மை முப்பரிமாணம் கொண்டவர்களாக உணர்ந்தாலும் இந்தக் கோட்பாட்டின்படி நாம் இருபரிமாணம் கொண்டவர்கள்தான். நம்மைப் படம்போல் வீழ்த்துவதற்கான எல்லாத் தரவுகளும் வெகு தொலைவில் உள்ள ஒரு இருபரிமாணப் பரப்பில்தான் இருக்கின்றன. "இது ஒன்றும் சும்மா அவிழ்த்துவிடப்படும் ஊகம்

அல்ல... இயற்பியலில் சில சிக்கல்களைத் தீர்க்கும் கருவியாக இந்தக் கோட்பாடு இருக்கிறது" என்கிறார் இயற்பியலர் லெனார்டு சஸ்கிண்ட். இதை மறுக்கும் அறிவியலர்களும் இருக்கிறார்கள். 'எவற்றின் நடமாடும் நிழல்கள் நாம்' என்ற மௌனியின் புகழ்பெற்ற வரி நினைவுக்கு வருகிறதல்லவா. 'தாண்டவராயன் கதை'யில் வெவ்வேறு இடங்களில் வரும் கீழ்க்கண்ட வரிகளைப் பாருங்கள்:

'தன் பார்வையால் அவனுடைய அசைவுகளை விடாமல் தொடர்ந்துகொண்டேயிருந்ததன் மூலம், அவனுடைய தனிமையைச் சிதறடித்து, அவனை அவன் கற்பனைகளோடு சேர்த்தே தன் விழிகள் உருவாக்கும் காட்சியாக மாற்றியமைத்துக் கொண்டிருந்தாள்.' (பக். 266)

'அப்போதெல்லாம், காட்சி நடைபெறும் அரங்கே கெங்கம்மாவின் விழிகள்தானென்றால் அதில் பிரதிபலிப்பதும் எப்படி அவளாக இருக்க முடியும்...' (பக்.272)

நாவலின் நாயகன் ட்ரிஸ்ட்ராமே, கதையின் திரையில் கதைசொல்லி எலினார் வீழ்த்தும் படத்தின் பாத்திரம்தானே.

இந்த நாவல் எலினார் சொல்லும் கதை என்றால், எலினாரை உள்ளடக்கிய மகத்தான கதைசொல்லலை யார் சொல்லிக் கொண்டிருக்கிறார்கள்? இதற்கான சிறு வெளிச்சம் நாவலுக்குள் நீலகண்டப் பண்டிதர் இயற்றிய 'துயிலார்கள் சரித்திர'த்தைப் பற்றிய சர்க்கத்தில் விழுகிறது. துயிலார்கள் சொல்லும் கதைகள் 'இறந்த காலத்தின் சரித்ரத்தைச் சொல்லாமல் வருங்காலத்தின் ஆரூடங்களையே கதைகளாக்கியியம்புவனவென்றும்' என்றும், அவர்கள் சொல்லும் கதைகளுள் 'பிரசவிக்காத கர்ப்பஸ்திரீயின் கதை'யும் அடங்கும் என்றும் கூறுகிறார் நீலகண்டப் பண்டிதர். எலினாரும் பிரசவிக்காத கர்ப்பஸ்திரீதான். அதாவது ட்ரிஸ்ட்ராம், நீலகண்டப் பண்டிதர், துயிலார்கள் போன்றோரைக் கதாபாத்திரங்களாக வைத்துக் கதை சொல்லும் எலினாரே அவளது கதாபாத்திரத்தின் கற்பனைதான் என்று, கதைசொல்லல் எனும் பாம்பை அதன் வாலையே விழுங்கவைத்து அதை முதலும் முடிவும் அற்றதாக ஆக்குகிறார் பா.வெங்கடேசன்.

தாண்டவராயன் கதை யாரால் சொல்லப்படுகிறது என்பதைப்போல முக்கியமானது, அது யாருக்குச் சொல்லப்படுகிறது

என்பதும் முக்கியமானது. ஷேக்ஸ்பியர் சொன்னதுபோல யாரோ ஒரு முட்டாள் சொன்ன கதையல்ல; யாரோ ஒரு பைத்தியத்துக்கு (அதாவது, மனநலம் பாதிக்கப்பட்ட எலினாரின் சகோதரி ஹெலனுக்கு) சொல்லப்பட்ட கதை இது. ஹெலன் வேறு யாரும் அல்ல; வாசகராகிய நாம்தான். ஆரோக்கியமான மனநலம் கொண்ட ஒருவருடைய மனது ரசம் பூசப்படாத கண்ணாடியைப் போன்றது. அதன் வழியாகப் பார்த்தால் மெய்ம்மை (மெய்ம்மை என்று ஒன்று இருந்தால்) அப்படியே தெரியும். மனநலம் பாதிக்கப்பட்டவருடைய மனது அப்படியல்ல. அது வைரம் போன்றது. அதன் வழியே ஒளியை (அதாவது, மெய்ம்மையை) பார்த்தால் அது ஒளியை வளைத்துச் சிதறடித்துப் பல வண்ணங்களாகத்தான் காட்டும். ஆக, பா.வெங்கடேசன் தன் வாசகர் யார் என்பதை நாவலுக்குள்ளேயே தேர்ந்தெடுத்துவிட்டார். மெய்ம்மையை அப்படியே எடுத்துக்கொள்ளும் கண்ணாடியல்ல, அதைச் சிதறடிக்கும் வைரமே அவரது வாசகர்.

பல்வேறு அர்த்தத் தளங்களையும் யதார்த்தத்தின், கற்பனையின் அனைத்துத் திசைகளையும் அடுக்கிச் செல்லும் வகையில் நீண்ட வாக்கியங்களை எழுதுபவர் பா.வெங்கடேசன். கொஞ்சம் உழைப்பைச் செலுத்தத் தயாராக இருக்கும் வாசகருக்கு இந்த நடை அள்ளிக்கொடுப்பது ஏராளம். சமயத்தில் ஒரே வாக்கியம் இரண்டுபக்கங்கள் வரை நீள்வதுண்டு. நீண்ட வாக்கியங்களைப்போல அடைப்புக்குறிகளையும் பா.வெங்கடேசன் அதிகம் பயன்படுத்துகிறார். 18-ம் நூற்றாண்டு தமிழை ஒட்டிய நடை, கூத்தில் வரும் கட்டியங்காரனின் மொழிநடை, புராணிக நடை, சில நூற்றாண்டுகளுக்கு முந்தைய பண்டிதர் ஒருவரின் நடை, பிராமணப் பெண்ணின் நடை என்று பல நடைகளின் தொகுப்பாக இந்த நாவல் காட்சியளிக்கிறது. இதில் தாண்டவராயன், கோணய்யன் சரித்திரம் மட்டும் 27 பக்கங்கள் கதைப்பாடலாக எழுதப்பட்டிருக்கிறது. பா.வெங்கடேசனை ஒரு சன்னதம் பிடித்து ஆட்டிவைத்திருப்பதை இந்தப் பக்கங்களிலிருந்து உணரலாம்.

நடைகளின் வகைமை இப்படி என்றால், அசாத்தியமான மொழி அழகையும் கற்பனை அழகையும் கொண்டவர் பா.வெங்கடேசன். பல இடங்களில் வரிகளை உடைத்து உடைத்துப் போட்டிருந்தால் அது கவிதையாகவே தோன்றியிருக்கும்.

‘நீலவேணியின் பாதை’ என்ற பகுதி பிரமிக்கவைக்கும் கற்பனை. தமிழ் இலக்கியத்தில் மட்டுமல்லாமல், உலக இலக்கியத்திலும் சிறந்த பகுதிகளுள் ஒன்று இது. மொழியழகுடன் கற்பனை வீச்சும் சேர்ந்துகொள்ளும்போது அசாதாரணமான உயரங்களை பா.வெங்கடேசன் எட்டுகிறார். திரையில் பார்க்கும் படத்திலிருந்து ஒரு பாத்திரம் திரையிலிருந்து வெளியே வந்து உலவுவதுபோலவும், திரைக்கு வெளியே இருக்கும் நிஜ மனிதர் திரைக்குள் செல்வதுபோலும் இருக்கிறது கதைக்குள் வாழ்தல் எனும் கற்பனை. ‘உற்றுப்பார்ப்பதன் மூலம் என்னை ஒரு கதையாக மாற்றப் பார்க்கிறார்கள்’ என்று ஒரு வரி வருகிறது. என்ன அசாதாரணமான கற்பனை இது!

எத்தனை துறைகளின் அறிவு, எத்தனை உழைப்பு இந்த நாவலை உருவாக்கியிருக்கும் என்று யோசித்துப் பார்க்கும்போது பெருவியப்பு ஏற்படுகிறது. இவற்றின் கலைடாஸ்கோப்பை வாசகர் கையில் கொடுத்திருக்கிறார் பா.வெங்கடேசன். வாசகர்களாகிய நாம் அந்தக் கலைடாஸ்கோப்பைக் குலுக்கிக் குலுக்கி வண்ணச் சேர்க்கைகளின் சாத்தியங்களை உருவாக்குகிறோம்.

சந்தேகத்துக்கு இடமில்லாமல் தமிழ் இலக்கியத்தின் பெரும் சாதனைகளுள் ஒன்று ‘தாண்டவராயன் கதை’ நாவல். “பிற மொழி நாவல்களைப் பார்த்து தமிழன் ஏங்கும் காலம் முடிந்துவிட்டது. தராசில் வைக்க ‘தாண்டவராயன் கதை’ இருக்கும்போது, எந்த மொழியிடமும் சென்று மார்தட்டலாம்” என்று பேராசிரியர் ராஜன் குறை இந்த நூலின் பின்னட்டையில் கூறுகிறார். ஒரு மொழியில் எப்போதாவது நிகழும் அதிசயங்களுள் ஒன்று ‘தாண்டவராயன் கதை’. இந்த நாவல் எதிர்கொண்டிருக்கும் புறக்கணிப்பு, தமிழ் இலக்கியச் சூழலின் பேரவலங்களுள் ஒன்று. 12 ஆண்டுகளுக்குப் பிறகு ‘தாண்டவராயன் கதை’ மறுபதிப்பு கண்டிருக்கிறது. இனியாவது அதற்குரிய அங்கீகாரத்தை அது பெறும் என்று நம்புவோம். அதே நேரத்தில், மகத்தான இந்தப் படைப்பை உருவாக்கிய படைப்பாளியை அவர் வாழும் காலத்திலேயே கொண்டாடுவோம்.

(2021)

பிரான்சிஸ் கிருபாவின் ‘கன்னி’: காதல் ஏற்றிய சிலுவை

காலை, பகல், கையறு மாலை, எல்லோரும் தூங்கும் யாமம், விடியல் என்றெல்லாம் பொழுதைப் பகுத்துப் பார்க்க முடிந்தால் அந்தக் காதல் பொய்யே என்கிறார் குறுந்தொகையில் அள்ளூர் நன்முல்லையார். காலம் சட்டென்று ஓடிவிடுவதும் அது நித்தியத்துவமாக நீடிப்பதும் என்று இரண்டு முரண்பட்ட நிலைகளை ஒரே சமயத்தில் கொண்டிருப்பது காதல். நிறை மிகுந்த ஒரு பொருள், தன்னைச் சுற்றியுள்ள வெளியை மட்டுமல்ல காலத்தையும் வளைக்கிறது என்றது ஐன்ஸ்டைனின் பொதுச் சார்பியல் கோட்பாடு. அதன்படி பார்த்தால் காதலும் காலத்தை வளைக்கும் அளவிலான ஒரு நிறையைக் கொண்டதே. அதைத்தான் ஜெ.பிரான்சிஸ் கிருபாவின் ‘கன்னி’ நாவல் (தமிழினி வெளியீடு) உணர்த்துகிறது.

தமிழில் ரொமாண்டிக் நாவல்கள் என்றால் உடனடியாக நினைவுக்குவருவது தி.ஜானகிராமனின் ‘மோக முள்’, ‘அம்மா வந்தாள்’ ஆகிய இரண்டு நாவல்கள்தான். இரண்டாயிரத்துக்குப் பின்னால் வந்த நாவல்களில் ஜெ.பிரான்சிஸ் கிருபாவின் ‘கன்னி’, பா.வெங்கடேசனின் ‘பாகீரதியின் மதியம்’ ஆகிய நாவல்களையும் சொல்ல வேண்டும். ரொமாண்டிக் நாவலுக்குரிய முதன்மைப் பண்பு, அந்த நாவலில் சொல்லப்படும் காதல் உணர்வுகள் படிப்பவர்களின் உணர்வுகளையும் நினைவுகளையும் கிளர்ந்தெழச் செய்வது. அந்த வகையில், ‘கன்னி’ நாவல் தன் கடமையைச் செவ்வனே செய்கிறது. அத்துடன் நின்றுவிடவில்லை. உயிரைப் பிடித்துத் திருகவும் செய்கிறது. அப்படியொரு காதல்... அப்படியொரு வலி!

நாவல் நேர்க்கோட்டில் சொல்லப்படவில்லை. ஒருவேளை நேர்க்கோட்டில் எழுதப்பட்டு, அது முன்னும் பின்னுமாகக்

கலைத்துப்போடப்பட்டிருக்கும் வாய்ப்புகளும் இருக்கலாம் என்றே தோன்றுகிறது. நாவல் தொடங்குவதற்கு முன்பே பின்னிணைப்பு கொடுக்கப்படுகிறது. கதையை நேர்க்கோட்டில் சொல்வதென்றால், தென்மாவட்டத்தின் கடலோர ஊரின் இளைஞனான பிரான்சிஸ் சந்தனப்பாண்டியின் சிறுபிராயத்திலிருந்து தொடங்கி இளமைப் பருவத்தில் காதல் கொண்டு, 'சத்ராதி'யால் பீடிக்கப்படுவதில் நாவல் முடிகிறது. நாவல் மூன்று பகுதிகளாக அமைந்திருக்கிறது. 'சத்ராதி' என்று குடும்பத்தினரும் ஊர்க்காரர்களும் நம்பும் ஒன்றால், பித்துநிலை அடைந்த பாண்டியின் மனவுலகம் அதன் தீவிர நிலையில் முதல் பகுதியில் சித்தரிக்கப்படுகிறது. மனநிலை பாதிப்பு கொண்ட ஒருவரின் உலகத்தை இந்த அளவுக்கு நுட்பமாகவும் தீவிரமாகவும் விவரித்த தமிழ் நாவல் வேறு இல்லை.

இரண்டாவது பகுதியில் சிறு வயதிலிருந்து பாண்டி எப்போதும் ஒட்டிக்கொண்டிருக்கும், அவனைவிட ஒரு வயது மூத்தவளான அமலா அக்காவுடனான (ஒன்றுவிட்ட அக்கா) வாஞ்சையும், தாய்மையும், காதலும் கலந்த அவனது உறவு சொல்லப்படுகிறது. சிறு வயதிலிருந்தே யதார்த்தத்தில் அமலாதாசனாக இருக்கும் பாண்டி, கல்லூரியில் கவிதை எழுதும்போது 'அமலாதாசன்' என்ற பெயரை வைத்துக்கொள்ளும் அளவுக்கு அவள் மேல் அவனுக்குப் பித்து. எங்கேயும் இது காதல் என்று சொல்லப்படவில்லை. அப்படிப் போயிருந்தால் அங்கே பிறழ்வுதான் முதன்மையாக நமக்குப் பட்டிருக்கும். மாறாக, பாண்டி ஒரு ஆட்டுக்குட்டியைப் போலவும் அதனை ஏந்தியிருக்கும் கன்னி மரியாள் போல அமலாவும் தோன்றுகிறார்கள். இந்தப் பகுதியானது 'கமிங் ஆஃப் ஏஜ்' நாவலைப் போல எழுதப்பட்டிருக்கிறது. இந்தப் பகுதி முடியும்போது நாவலின் முக்கால்வாசியைத் தாண்டிவிட்டோம். அப்போதும் பாண்டியின் பித்துநிலைக்குக் காரணம் என்னவென்பது தெரியவில்லை. ஒருவேளை அமலா அக்காதான் காரணமாக இருப்பாளோ என்ற ஐயத்துடன் அடுத்த பகுதிக்குச் செல்கிறோம்.

இறுதிப் பகுதியில் இதற்கு விடை கிடைக்கிறது. (புத்தகத்தைப் படிக்க விரும்புபவர்களுக்கு இங்கே சில ஸ்பாய்லர்கள் காத்திருக்கின்றன). திருவிழாவுக்குப் பெரியம்மா வீட்டுக்குச் சென்றிருக்கும் பாண்டி, அங்கே சாரா என்ற பெண்ணைச்

சந்திக்கிறான். முதல் பார்வையிலேயே காதல். அவனுடைய பார்வைக்கு அவளும் பதிலளிக்கிறாள். பார்வைகளை ஏற்றல் தொடர்பாக, இருவரும் பேசிக்கொள்ள ஆரம்பிக்காதபோதே பிணக்கு ஏற்படுகிறது. பாண்டி அவளுக்கு மன்னிப்புக் கடிதம் எழுதுகிறான். அந்தக் கடிதத்தில் சாணியை உருட்டிப் பயன்படுத்தி, அவன் மேல் அந்தக் கடிதத்தைத் தூக்கிப்போடுகிறாள் சாரா. பாண்டிக்குச் செத்துப்போய்விடலாம் போல் இருக்கிறது. ஆனால், ஒருசில நாட்களுக்குள்ளேயே சாராவிடமிருந்து பாண்டிக்குச் சாதகமான சமிக்ஞைகள் கிடைக்கின்றன.

சாரா என்ற தன்னைத் தானே 'கட்டிப்போட்டுக்கொண்டு' திமிறும் பெண்மைக்கும், அது தன்னைத் தானே கட்டிப்போட்டுக்கொண்டதை அறியாத பாண்டியின் தவிப்புற்ற ஆண்மைக்கும் இடையில், இறுதியில் ஒரு மகத்தான சந்திப்பு நிகழ்கிறது. அந்தச் சந்திப்பு, பாண்டியின் ஒவ்வொரு உணர்வு நரம்பையும் உழுதுபோடுகிறது. சாராவும் தன் தளைகளை அறுத்துக்கொண்டு, வெடித்துவந்த உணர்ச்சிகளை ஆரத் தழுவிக்கொண்டு திளைக்கிறாள். இறுதிப் பகுதியில் இந்த அத்தியாயம் மட்டும் வரிசையாக வராமல், தனியாக வெட்டி நாவலின் முடிவாகக் கொடுக்கப்பட்டிருக்கிறது. திரும்பத் திரும்பப் படிக்கத் தூண்டும் அத்தியாயம் இது. அவசியம் எல்லோரும் காதலில் விழுந்தாக வேண்டும் என்று தூண்டும் அத்தியாயமும்கூட.

இறுதியாகக் கொடுக்கப்பட்டிருக்கும் அத்தியாயம் '15அ' மட்டும் இல்லையென்றால், ஒட்டுமொத்த நாவலும் ஒரு பக்கம் மட்டும் எடை வைத்திருக்கும் தராசுபோல சமனின்றிப் போயிருக்கும். முந்தைய நானூற்றிச் சொச்சம் பக்கங்களும் கடைசி 18 பக்கங்களால் மோட்சம் பெறுகின்றன. இதன் அர்த்தம் ஏனைய பக்கங்கள் வலுவற்று இருக்கின்றன என்பதல்ல. அவற்றின் வலுவுக்குக் கடைசி 18 பக்கங்கள்தான் நிரூபணம் என்பதே இதன் அர்த்தம். காலம் நானோ விநாடிகளாக வெட்டப்பட்டு, ஒவ்வொன்றும் உணர்வு நிலையின் ஏற்ற இறக்கத்தால் துள்ளிக்கொண்டிருக்கின்றன. அங்கே காதலும் காலமும் வேறுவேறு அல்ல என்று தோற்றுவிக்கும் மகத்தான நாடகம் நிகழ்கிறது. வாசகர் மனம் கணத்தின் நூறு கூறிட்ட பகுதியை ஒவ்வொன்றாக, மெதுமெதுவாக

விழுங்குகிறது. பாண்டியின் பார்வையை முன்வைத்தே நாவல் சொல்லப்பட்டிருப்பதால், இறுதிப் பகுதியில் சாராவின் உலகத்தில் என்ன நிகழ்கிறது என்பதைத் தெரிந்துகொள்ள வேண்டுமென்ற தவிப்பு வாசகருக்குக் கூடிக்கொண்டே போகிறது. காதல், காமம் போன்ற உணர்வுகளெல்லாம் கூடாது என்று சொல்லப்பட்ட ஒருத்தி வெடித்துத் துடிக்கிறாள், அல்லது துடித்து வெடிக்கிறாள். அவளது உலகத்தைச் சொல்ல நீங்கள் சாராவாகப் பிறந்திருக்கலாமே பிரான்சிஸ்!

காதலில் ஒவ்வொன்றும் நுண்மையாகவே உள்வாங்கிக்கொள்ளப்படும். திட்டமிட்ட சமிக்ஞைகள், எதேச்சையான சமிக்ஞைகள் என்று காதல் முழுவதும் சமிக்ஞைகளால் நிறைந்தது. இவற்றைத் தருவதிலோ பெறுவதிலோ சிறு தடுமாற்றம் இருந்தாலும், நம் அடிவயிற்றிலிருந்து ஒரு செடியை வேரோடு பிடுங்குவதுபோல் வேதனை ஏற்படும். இன்பம், துன்பம் இரண்டுமே காதலில் ஒன்றாகின்றன. அதற்குப் பெயர்தான் மரண அவஸ்தை. 'அவள் பார்த்தாலும் அவஸ்தை, பார்க்கவில்லை என்றாலும் அவஸ்தை' என்பதை ஒவ்வொரு காதலரும், ஒருதலைக் காதலரும் உணர்ந்திருப்பார்கள். இந்த நிலையை அழகாகவும் தீவிரமாகவும் முன்வைத்திருக்கிறார் பிரான்சிஸ் கிருபா.

நாவலுக்கான மொழி பிரான்சிஸ் கிருபாவிடம் சகஜமாக வந்திருக்கிறது. கூடுதலாக, கவிதையாகவே பல இடங்களில் எழுதியிருக்கிறார். தமிழ் இலக்கிய மாணவர், கவிஞர் என்ற அடையாளங்கள் கொண்டிருப்பதால், நாவலில் இழையோடும் கவித்துவம் உறுத்தாமல் பலம் சேர்த்திருக்கிறது. காதல்தான் களம் என்றாலும் முழுக்க அக உலகிலேயே சஞ்சரிக்காமல் அந்தக் காதல் நிகழும் களத்தையும் கச்சிதமாகச் சித்தரித்திருக்கிறார். கிறிஸ்தவம் இந்த நாவலின் களத்துக்கு கூடுதல் அழகைத் தருகிறது. கிறிஸ்தவம் சார்ந்த சொற்கள், சடங்குகள் மட்டுமல்லாமல் அதன் கருப்பொருள்களும் நாவலுக்கு அழகும் ஆழமும் சேர்க்கின்றன. குறிப்பாக, வழிதவறிய ஆட்டுக்குட்டி, கன்னி மரியாளின் மடியில் ஏசு போன்ற கருப்பொருள்கள். நாவலின் தொடக்கத்திலேயே மிகவும் பழுத்த கிழவராக பாண்டியின் மனவுலகச் சஞ்சாரத்தில் ஏசு வருகிறார். சிலுவையைச் சுமந்த ஏசு எங்கே என்று நம் மனம் திகைக்கும்போது, சிலுவையை பாண்டிதான் சுமக்கப்போகிறான்

என்பதை உணர்த்துவதற்காக அவர் வந்திருக்கலாமோ என்று தோன்றுகிறது.

இந்த நாவலில் மூன்று கன்னிகள் வருகிறார்கள். கன்னியாஸ்திரியாக ஆக வேண்டுமென சிறு வயதிலேயே தீர்மானிக்கப்பட்ட அமலா, அமலாவின் குணப் பிரதிமையோ என்று சந்தேகிக்க வைக்கும் சாரா, நாவலில் நேரடியாக இடம்பெறாமல் நினைவுகூரப்படும் பாண்டியின் அத்தை. இந்த மூன்று கன்னிகளும் பின்னிப் பிணைந்துதான் பாண்டியின் மனதின் ஆழத்தில் கொந்தளிப்பை உருவாக்குகிறார்கள். இறுதியில், பாண்டி சிலுவை சுமக்கும் நேரத்தில் எல்லாக் கன்னியர்களும் காணாமல் போகிறார்கள். அதனால்தான், பாண்டி சிலுவையை விட்டு இறங்க மறுக்கிறான்.

கிட்டத்தட்ட 10 நாட்கள் பழக்கம் ஒருவனைப் பித்தடையச் செய்வது எப்படி என்ற கேள்வி சிலருக்கு எழலாம். எவ்வளவு ஆழமாக அந்தக் காதல் அனுபவம் ஒருவர் மனதில் நிகழ்கிறது என்பதைப் பொறுத்தது அது. அந்த வகையில், நாவலின் இறுதியில் நிகழும் சம்பவங்கள் பாண்டியின் பித்துநிலைக்குச் சாட்சியமாகின்றன. கூடுதலாக, பாண்டி கவிஞன் வேறு.

2006-ல் வெளியிடப்பட்ட 'கன்னி' நாவல் இன்னும் விரிவான வாசகர் வட்டத்துக்குச் சென்றுசேர வேண்டியது. இது தரும் மகத்தான வாசிப்பனுபவத்துக்கும் காதல் அனுபவத்துக்கும் வாசகர் நம்பி தங்களை ஒப்படைக்கலாம். வாசகர்கள் தரும் ஊக்கம் பிரான்சிஸ் கிருபா என்ற எழுத்துக் கலைஞனை மேலும் தீவிரமாகச் செயல்பட வைக்கட்டும்.

(2021)

பாலசுப்ரமணியன் பொன்ராஜ்:
அபத்தத்தைக் கொண்டு அர்த்தத்தை அளவிடும் படைப்பாளி

பாலசுப்ரமணியன் பொன்ராஜ் இதுவரை, 'கனவு மிருகம்' (பாதரசம் வெளியீடு), 'துரதிர்ஷ்டம் பிடித்த கப்பலின் கதை' (யாவரும் பப்ளிஷர்ஸ்) ஆகிய இரண்டு சிறுகதைத் தொகுப்புகளைக் கொண்டுவந்திருக்கிறார்.

பாலசுப்ரமணியனின் சிறுகதைகள் பல வகைகளிலும் உற்சாகப்படுத்துகின்றன. கூடவே, நம் மனஅடுக்கின் இயல்பான அமைப்பில் இடையூறும் ஏற்படுத்துகின்றன. உற்சாகப்படுத்துவதற்கு முதன்மையான காரணம், பாலசுப்ரமணியனிடம் வெளிப்படும் சிந்தனை வீச்சு. தத்துவம், அரசியல், உலக இலக்கியம், இசை, அறிவியல் என்ற பல துறைப் பரிச்சயத்தையும் சரியாக உள்வாங்கித் தனது படைப்புகளில் ஆழமான சுயவெளிப்பாடுகளாக வெளியிட்டிருக்கிறார். இதற்கு உதாரணமாக 'துரதிர்ஷ்டம் பிடித்த கப்பல்' தொகுப்பில் பல இடங்களைக் காட்ட முடியும்.

'அருகருகேயிருக்கும் இரண்டு நபர்களுக்கு இடையே விழும் கடக்க முடியாத அந்த இடைவெளியே இவ்வுலகின் மிக நீண்ட தொலைவாகிறது' ('உடைந்துபோன ஒரு பூர்ஷ்வா கனவு') எனும் வரிகளைப் பொருளாதார மந்தநிலையின் காரணமாக ஒருவன் வேலையிழக்கும் சூழலில் அவனுக்கும் அவனது மனைவிக்கும் பொருத்திப்பார்க்கும்போது இந்த உலகின் பொருளாதாரத்தோடும் பங்குச்சந்தைக் குறியீடுகளோடும் அன்பு, காதல், உடலுறவு போன்றவையெல்லாம் எந்த அளவுக்குப் பிணைக்கப் பட்டிருக்கின்றன என்பது விளங்குகிறது. 'வலை' கதையில் உணர்த்தப்படும் இந்த பிரபஞ்சத்தின் 'ஒன்றுக்கொன்று பின்னிப்

பிணைந்திருக்கும் இயற்கை நிலை'யுடன் (interconnectedness) மனிதர்களால் நவீன காலத்தில் உருவாக்கப்பட்ட, உலகம் முழுவதையும் ஒன்றுக்கொன்று இணைக்கும் செயற்கை இணைப்பு நிலையுடன் ஒப்பிட்டுப்பார்க்கத் தோன்றுகிறது. இந்தத் தன்மை பல இடங்களில் பாலசுப்ரமணியன் கதைகளில் வெளிப்படுகிறது. 'ஜங்க்' சிறுகதையில், இணையத்தில் நீலப்படங்கள் பார்ப்பதற்கு அடிமையாக இருக்கும் ஒருவன் அப்படிச் செய்வதை நிறுத்திய இரண்டாம் நாள், நீலப்பட அடிமைகளை மீட்பதற்கென்றே ஒரு ரகசியச் சங்கம் இருப்பதாக, நள்ளிரவைத் தாண்டி ஒரு குறுஞ் செய்தி அவனுக்கு வருகிறது. 'எனக்கு என்ன தேவையென்பதை பிரபஞ்சத்தின் மூலையில் யாரோ அறிந்திருக்கிறார்கள்' என்று நினைக்கிறான்.

'வலை' கதை தமிழ்ச் சிறுகதைகளின் சாதனைகளுள் ஒன்று. 'ஒன்றுக்கொன்று பின்னிப்பிணைந்திருக்கும் நிலை' குறித்து இதைவிடச் சிறப்பாகவும் புனைவழகுடனும் தமிழ்ச் சிறுகதைகளில் யாரும் எழுதியதில்லை என்று நினைக்கிறேன். இந்தக் கதையில் எது தொடக்கம் என்று நினைக்கிறோமோ அது வேறொன்றின் முடிவாக இருக்கிறது. அந்த வேறொன்று இன்னொன்றின் தொடக்கமாக இருக்கிறது. கடவுள் என்று நாம் நினைப்பவரும் பிரபஞ்சத்தின் விதிவலையில் சிக்கிக் கையறு நிலையிலும், ஏதோ ஒரு புத்தகத்திலிருந்து உருவான புனைவாகவும் இருக்கிறார். அறுதி என்று அறியப்படும் கடவுள், தானும் அறுதி அல்ல என்று கூறுகிறார். (வெளிப்படையாகக் கடவுள் என்று சொல்லப்படுவதில்லை). ஒமர் கய்யாமின் பாடல் ஒன்று நினைவுக்கு வருகிறது. நமக்கு ஏதாவது வந்தால் வானகத்தை நோக்கி அபயப் பார்வை பார்ப்போம். அந்த வானகம் எவ்வளவு நிர்க்கதியானது தெரியுமா? ஒமர் கய்யாம் இப்படிச் சொல்கிறார்:

> **'மனிதனின் இதயத்திலுள்ள நன்மையும் தீமையும்**
> **நமது அதிர்ஷ்டமும் விதியுமான மகிழ்ச்சியும் துக்கமும்**
> **வானகச் சக்கரத்தைப் பொறுப்பாக்காதே அவற்றுக்கு,**
> **பார்க்கப்போனால்,**
> **உன்னைவிட ஆயிரம் மடங்கு சக்தியற்றது அந்தச் சக்கரம்.'**

'ஜங்க்' கதையில் இடம்பெறும் ஒரு மேற்கோளின் தமிழ் மொழிபெயர்ப்பு இது: 'எதன் அர்த்தத்தையும் ஒவ்வொன்றினதும்

அபத்தத்தைக் கொண்டு அளவிட வேண்டும்'. இந்த உலகை, வாழ்க்கையை அளந்துபார்க்க அழகான, குரூரமான அளவுகோல் ஒன்றை இந்த வரிகளில் பாலசுப்ரமணியன் நமக்குத் தருகிறார். தனது கதைகளிலும் அதையே அவர் செய்கிறார் என்று தோன்றுகிறது. 'நாளை இறந்து போன நாய்' கதையின் பிரதானப் பாத்திரம் வாகனங்களுக்கான காப்பீட்டு நிறுவனப் பணியாளராக இருப்பவன். "உடைந்து நொறுங்கியிருக்கும் கார்களுக்குள்ளே இறந்தவர்களின் ஆவிகள் உலவுவதைப் பார்த்திருக்கிறேன். உயிர்விட்டவர்கள் உலகை விட்டு நீங்கினாலும் அவர்களது கார்களை விட்டு நீங்க மாட்டார்கள்" என்கிறான். இதுதான் அபத்தத்தைக் கொண்டு அர்த்தத்தை அளவிடுதல்! அந்த கார்களில் சிந்தியிருக்கும் ரத்தம் குறித்து அவன் இப்படிச் சொல்கிறான்: "நான் பயணம் செய்யத் தேவையில்லாத பேருந்தை எப்படிப் பார்ப்பேனோ அப்படித்தான் உறைந்திருக்கும் மனித இரத்தத்தையும் பார்ப்பேன்."

பாலசுப்ரமணியனின் சித்தரிப்பு கச்சிதம் என்ற தன்மையுடன் நின்றுவிடாமல் அதனிலிருந்து கிளைவிட்டு, கச்சிதத்தைக் கலைத்துக் கலைத்துப் பெரும் கற்பனை விரிவை ஏற்படுத்துகிறது. சாதாரணக் கத்தரிக்கோலைப் பற்றி இப்படிச் சொல்கிறார்: "பிரிக்கப்படாத கத்தரிக்கோல்களின் முனைகள் சேர்ந்து மீன் வாயாக மாறும்... வெட்டும்போது அந்த மீன் அசைந்து அசைந்து துணிகளிலோ, காகிதங்களிலோ அதற்கான பாதையை உருவாக்கும்." ('பன்னிரண்டு மரணங்களின் துயர் நிரம்பிய தொகுப்பேடு'). அதே கதையில், துப்பாக்கிச் சூட்டை உதாரணமாகக் கொண்டு பிரபஞ்சத்தின் வரலாற்றைப் பெருவெடிப்பில் தொடங்கி இறுதியான 'ஒருமை' (singularity) வரை இரண்டு பத்திகளில் சொல்லிவிடுகிறார். 'வெற்றுவெளியின் அர்த்தம் என்னவோ அதுவேதான் வாழ்க்கையின் அர்த்தமும்' எனும் வரி நம்மை அதே இடத்தில் பிடித்து நிறுத்துகிறது. பிரபஞ்சவியலில் மிகவும் அழகான, விவரிக்கச் சிரமமான 'ஒருமை' எனும் கருத்தாக்கத்தை, தமிழில் ஒரு படைப்பாளியின் வரிகளில் பார்க்கும்போது உற்சாகம் ஏற்படுகிறது. தமிழில் இதுபோன்று வெவ்வேறு படைப்புநிலைகள் தோன்ற வேண்டும்.

இந்தத் தொகுதியில் மொத்தம் பத்துக் கதைகள்தான் இருக்கின்றன. 'தந்திகள்', 'வலை' ஆகிய இரண்டும் பிரமாதமான

கதைகள். 'பன்னிரண்டு மரணங்களின் துயர் நிரம்பிய தொகுப்பேடு' கதை, கதையாக இல்லாமல் ஆழமான, அழகான எண்ணங்களின் தொகுப்பாக வியப்பூட்டுகிறது. கதையாக வெற்றிபெறாத கதைகளிலும் தீவிரமான ஒரு மூளையின் வெளிப்பாடுகளைக் காண முடிகிறது.

பாலசுப்ரமணியனின் பலமும் பலவீனமும் அவரது தத்துவப் பார்வை. தனது பார்வைகளை முன்வைப்பதற்குக் கதைகள் ஒரு சாக்கு. நல்லவேளை, அவர் முன்வைக்கும் பார்வைகள் வியப்பூட்டும் உள்ளிழைவுகளைக் கொண்டதால் அவர் தப்பித்துக்கொள்கிறார். இன்னொரு குறை, உள்ளூர்த்தன்மை இல்லாதது. நல்ல மொழிபெயர்ப்புக் கதைகளைப் படிக்கும் உணர்வு பல இடங்களில் ஏற்படுகிறது.

தத்துவவாதி பாலசுப்ரமணியன் முன்னே ஓடிக்கொண்டிருக் கிறார்; பின்னே, கதைசொல்லி துரத்திக்கொண்டிருக்கிறார். தத்துவவாதியைக் கதைசொல்லி துரத்திப்பிடிக்கும்போது இன்னும் மேலான இலக்கியத்தை பாலசுப்ரமணியன் படைப்பார் என்று உறுதியாக நம்பலாம்.

(2017)

தூயன்: நாசூக்கில் செருகும் கத்தி

தமிழ்ச் சிறுகதை மரபு எப்போதும் ஏதாவது ஒரு ஆச்சரியத்தைக் கொடுத்துக்கொண்டுதான் இருக்கிறது. சமீபத்தில் அப்படிப்பட்ட ஆச்சரியத்தை தூயனின் 'இருமுனை' (யாவரும் பப்ளிஷர்ஸ்) சிறுகதைத் தொகுப்பின் வழியாகப் பெற முடிந்தது.

மொத்தம் ஏழு சிறுகதைகளும் ஒரு குறுநாவலும் அடங்கிய தொகுப்பு இது. முதல் கதையான 'இன்னொருவன்' நம் நவீன வாழ்வின் மிக முக்கியமான சிக்கலொன்றைப் பேசுகிறது. 'இன்னொருவன்' என்பவனை விலக்குவதையோ எதிர்ப்பதையோ நம் வாழ்க்கைக்கு அடிப்படையாகக் கொள்ள வேண்டிய நிலைக்கு இன்று தள்ளப்பட்டிருக்கிறோம். பிஹாரிலிருந்தும், வட கிழக்கு மாநிலங்களிலிருந்தும், நேபாளத்திலிருந்தும் வருபவர்களை நாம் எப்படிப் பார்க்கிறோம், நடத்துகிறோம் என்பதை இதற்கு உதாரணமாகச் சொல்லலாம். எல்லோரையும் 'தான்' என்று உணரும் 'அத்வைத ஞானி' மனநிலை எல்லோருக்கும் சாத்தியமாகாது. ஆனால், தனக்குள் இருக்கும் இன்னொருவனை நாம் உணர்வதே எளிய மனிதர்களுக்கு இருக்கும் ஒரே வாய்ப்பு. அப்படி, தனக்குள் இருக்கும் இன்னொருத்தனை உணரும் வாய்ப்பு இந்தக் கதையின் கதைசொல்லியான தமிழருக்கு வாய்க்கிறது. இந்தக் கதையைப் படித்த பிறகு ஓட்டலுக்குச் சென்றால் அங்கு பணிபுரியும் வடகிழக்கு ஆண்கள், பெண்கள் என்று எல்லோரிடமும் தயாராக வெளிப்படும் 'பிழைப்புச் சிரிப்பு'க்குப் பின்னால், துச்சமென எறியப்பட்ட மனித வாழ்க்கை இருப்பதை நம்மால் உணர முடியும். இந்தக் கதையில் வரும் அமிர்தி ராஷன் ஒவ்வொரு ஊராகத் தன்னைத் தொலைத்துக்கொண்டிருப்பவன். அம்மாவும் அப்பாவும் கிடையாது. பருவ வயது தங்கையை மட்டும் விட்டுவிட்டுப் பிழைக்க வந்தவன். அவன் அப்பா

இறந்தது மலப்புழைப் புற்றுநோயால். மலப்பை அகற்றப்பட்டு இடுப்புக்கு அருகில் பிளாஸ்டிக் பை பொருத்தப்பட்டதைப் பற்றி அமிர்தி இப்படிச் சொல்கிறான்: “மலப்பை நிரம்பியதும் கழுவி உலர்த்திச் செருகிவிடுவேன். அது ஒருமுறைக்கு மட்டுமே பயன்படுத்தக் கொடுத்தது.”

அசோகமித்திரன் நாசூக்கான கணங்களில் சாதாரண வார்த்தைகளில் கத்தியைச் சொருகிவிட்டுப்போவார். அதையே அதற்கு நேரெதிரான தருணமொன்றில் ‘அது ஒரு முறைக்கு மட்டுமே பயன்படுத்தக் கொடுத்தது’ என்ற வரியில் தூயன் செய்திருக்கிறார். மனித வாழ்க்கை முழுக்க அடுக்குகளால் நிரம்பியது. மேலிருந்து கீழே செல்லச் செல்ல புழு பூச்சிகளின் வாழ்க்கை அளவுக்கு மனித வாழ்க்கை குறைக்கப்பட்டுவிடுகிறது என்ற குரூர யதார்த்தம் இந்தக் கதையில் முகத்தில் அறைகிறது. சாகும் வரை மட்டுமல்ல செத்த பிறகும் அதேநிலைதான். அதனால்தான், “எங்கள் ஊரில் எங்களைப் போன்றவர்களுக்கு வீட்டில் யாரும் இறந்துவிட்டால் சிரமம்தான். பக்கத்தில் யாரும் அப்போது இறந்துபோயிருந்தால் நல்லது” என்கிறான் அமிர்தி.

இந்தக் குரூர யதார்த்தக் கதைகளிலெல்லாம் அந்தந்த வாழ்க்கைக்கேற்ற சித்தரிப்புகளில் தூயன் மிகுந்த நுணுக்கம் கொண்டவராகத் தெரிகிறார். பன்றிகளுடனான வாழ்க்கை, மேன்சன் வாழ்க்கை ஆகியவற்றைப் பற்றிய சித்தரிப்புகள் ஆழமாக வந்திருக்கின்றன.

சிந்தனா புனைவு என்ற வகையில் ‘இருமுனை’ என்ற கதையில், அலாதியான தெறிப்புகளை தூயனின் படைப்புத் திறன் தருகிறது. அதைவிட, யதார்த்தத் தளத்திலிருந்து அதீத மனநிலைக்குத் தாவும் ‘ஒற்றைக்கை துலையன்’ குறுநாவலைத் தமிழின் சிறந்த கதைகளுள் ஒன்றாகக் கருதலாம். மனநிலை பாதிக்கப்பட்டிருக்கும் ராசாத்தியின் தம்பி பார்வையில் செல்லும் கதை அது. நாடோடிப் பெண்ணால் மறுதலிக்கப்பட்ட காமத்தால், தன்னைத் தானே மாய்த்துக்கொள்ளும் ஒற்றைக்கை துலையனைப் பற்றிய ஆயிரம் வருடத்திய தொன்மத்துடன் அக்காவின் மனநிலை பாதிப்பை வீட்டார் இணைத்துப் பார்க்க, ஒரு அற்புதமான புனைவு முடிச்சு எழுகிறது. மனிதப் பிரக்ஞைக்கு அப்பாலான வெளியில் நடக்கும் ஒரு அதீத சம்பவம் நம் கண்முன் விரிகிறது. தொன்மத்துக்கும் அக்காவுக்கும் சம்பந்தம்

இல்லாமல் இருக்கலாம். ஆனால், ஒற்றைக்கை துலையன் யார் வழியிலாவது, தன் ஆயிரம் ஆண்டு தொன்மத்தை மேலும் நீட்டித்துக்கொண்டுதான் இருப்பான். அந்தத் தொன்ம நீட்சிதான் ராசாத்தி என்று முடிகிறது. நாவல் அளவுக்கு மொழியாளுமை வெளிப்பட்டிருக்கும் இந்தப் படைப்பு, தூயன் செல்லும் அல்லது செல்ல வேண்டிய படைப்புத் திசையை நமக்குக் காட்டிவிடுகிறது.

தூயனுக்கு ஜெயமோகன் ஆதர்சம் என்று தெரிகிறது. அதன் ஜாடை கதைகளிலும் வர்ணனைகளிலும் ஆங்காங்கே எட்டிப்பார்க்கிறது. ஓர் இளம் படைப்பாளி தன் தொடக்க காலப் படைப்புகளில், தன் ஆதர்ச எழுத்தாளரின் தாக்கத்தை அவரறியாமலேயே வெளிப்படுத்துவது இயல்பே. ஆயினும், தந்தையரைக் கொல்வதில்தான் இருக்கிறது படைப்பாளி பரிணாமமடைவதின் சூட்சமம்.

மேலும், ஒரு படைப்பாளிக்கு மொழிதான் முதலும் கடைசியுமான கருவி. அதில் கூடுதல் கவனம் வேண்டும். எழுத்துப் பிழைகள், ஒருமை பன்மை மயக்கம், முடிந்தவரை தமிழ்ச் சொற்களைப் பயன்படுத்துவது போன்றவற்றில் தூயன் கவனம் செலுத்த வேண்டும். பதிப்பாளரும் கவனம் செலுத்த வேண்டும்.

(2018)

கவிதை

பாரதி: பிரபஞ்சத்தின் பாடகன்

ஓடி விளையாடும் பாப்பாவாக நாம் இருக்கும்போது, நம் அன்னையரிடமிருந்தும் அதற்குப் பிறகு ஆரம்பக் கல்வியில் பள்ளிக்கூடத்திலும் வாஞ்சையான தகப்பனைப் போல பாரதி நமக்கு அறிமுகமாகிறார். கூடவே, 'அச்சம் தவிர், ஆண்மை தவறேல்' என்று ஆத்திசூடி மூலமும், 'ஒளிபடைத்த கண்ணினாய் வா வா', 'அச்சமில்லை அச்சமில்லை' போன்ற உத்வேகம் மிக்க முழக்கங்களாலும் பாரதி மேலும் நம்முள் ஆழமாக ஊன்றப்படுகிறார். அப்புறம், தேசப்பற்றுப் பாடல்கள், மொழிப்பற்றுப் பாடல்கள். அதற்குப் பிறகு பாரதி நம்முடன் திரைப்படங்கள் வழியாகவும் உறவுகொள்கிறார். பாரதியின் பல்வேறு பாடல்கள் திரைப்படங்களிலும், பாரதியின் பல்வேறு வரிகள் திரைப்படத் தலைப்புகளிலும் இடம்பிடித்திருக்கின்றன. நாவல்களுக்கோ கவிதைத் தொகுப்புகளுக்கோ தலைப்பு கிடைக்கவில்லை என்றாலும் பாரதிதான் உதவிக்கு வருகிறார். அதுமட்டுமா? 'தர்மத்தின் வாழ்வுதனை சூதுகவ்வும்' வரிகள் இல்லையென்றால் ஊழல் வழக்குகள் உள்ளிட்டவற்றில் கைதாகும் அரசியலர்கள் என்ன செய்வார்கள் என்பதையே நினைத்துப்பார்க்க முடியவில்லை.

இப்படியாக நம் சமூகத்தின் கலை, பண்பாடு, அரசியல் என்று எல்லாவற்றுக்கும் விதைநெல் தரும் களஞ்சியமாக பாரதி இருப்பது, எந்த அளவுக்கு நம் சமூகத்தில் இன்றியமையாத ஒருவராக பாரதி இருக்கிறார் என்பதைக் காட்டுகிறது. ஆனால், பாரதி அவ்வளவு மட்டும் இல்லை. உண்மையான பாரதியை, அதாவது முழுமை பெற்ற பாரதியை (அல்லது முழுமையை முயன்ற பாரதி) அறிந்துகொள்ள, நாம் இன்னும் கொஞ்சம் பாரதிக்குள் பயணம் செய்ய வேண்டியிருக்கிறது. இந்தப் பயணத்தின் பாதி வழியில், 'பாரதிதான் என்ன?' என்ற கேள்வி வரும்.

ஒரே ஒரு சொல்லைத் தேடினார் பாரதி. 'சொல் ஒன்று வேண்டும். தேவ சக்திகளை நம்முள்ளே நிலைபெறச் செய்யும் சொல் வேண்டும்' என்று தவம் கிடந்தவர்தான் பாரதி. எதற்காக அந்த ஒரு சொல்லைத் தேடினார்? அந்த ஒரு சொல்தான் என்ன? அந்தச் சொல் உண்மையில் சொல் அல்ல; சுடர். 'சொல்லில் விளங்கும் சுடரே சக்தி' என்று பாரதி சொன்னது அதனால்தான். நவமெனச் சுடர் தரும் உயிரில் பாரதி அந்தச் சொல்லைக் கண்டுகொண்டார். சொல்லைச் சுடராக்கி அதில் உடல், பொருள், ஆவி அனைத்துக்கும் தீ மூட்டினார். அப்படித் தீ மூட்டாமல் பாதுகாப்பாக இருந்திருந்தால் வெறும் 'குடும்பஸ்தன்' கவியாகவே பாரதி மிஞ்சியிருப்பார். 'புலன்களைக் குலைத்துப் போடும்' விபரீத விளையாட்டின் மூலம், தன் உச்சபட்ச கவித்துவத்தை சாதித்துக்கொண்ட பிரெஞ்சுக் கவிஞன் ஆர்தர் ரம்போவைப் போலத்தான் பாரதியும்.

இத்தாலியக் கவிஞர் ஜாக்கோமோ லெப்பார்தியின் (Giacomo Leopardi) கவிதையைக் குறித்து இதாலோ கல்வீனோ இப்படிச் சொல்லியிருக்கிறார்: "அவர் கவிதைகளில் அதிசயம் என்னவென்றால், மொழியை அதன் சுமையிலிருந்து விடுவித்து, கிட்டத்தட்ட நிலவொளிபோல் ஆக்கிவிடுகிறார்." இது பாரதியின் கவிதைகளுக்கு முற்றிலும் பொருந்தும். பாரதியின் பல கவிதைகளை அர்த்தங்களுக்காக ரசிப்பதைவிட, கார்த்திகை அகல் போல அவை விடும் அமைதியான சுடருக்காக நாம் ரசிப்பதே அதிகம். 'காக்கைச் சிறகினிலே நந்தலாலா' என்ற பாடலை அது சொல்லும் பிரபஞ்ச ஒருமைக்காக ரசிப்பதைவிட, அதன் கவித்துவ அமைதிக்காகத்தான் அதிகமாக ரசிக்கிறோம். பிய்த்துப் பிய்த்து அர்த்தம் காண முயலும்போது அந்தப் பாடல் தன் அழகை இழந்துவிடும், அதன் அர்த்தம் ஆழமானது என்றாலும்கூட. இந்தப் பாடலின் அழகே அர்த்தத்தைச் சொற்களின் வழியாக இல்லாமல் உணர்வின் வழியாக நமக்கு ஊட்டுவதுதான். புத்தரின் சாந்த முகம் நமக்கு உணர்த்துவது போன்றது இது.

இதை உணர்ந்துகொள்ளும்போது பாரதியின் முக்கியமான, அறுதிப் பரிமாணத்தை நாம் உணர்ந்துகொள்கிறோம். இந்த இடத்தில் நமக்கு இரண்டு வகையான பாரதி கிடைக்கிறார். விட்டு விடுதலையாகத் துடிக்கும் பாரதியும் பிரபஞ்ச ஒருமை காணும் பாரதியும். உண்மையில் இந்த இரண்டு பாரதிகளுமே ஒருவருக்கொருவர் நிறைவுசெய்துகொள்பவர்களே. எனவே,

விட்டு விடுதலையானதால் பாரதியால் பிரபஞ்ச ஒருமையைக் காண முடிந்தது என்றும் சொல்லலாம்.

பிரபஞ்ச ஒருமையைக் காணும்போது, ஒரு பக்கம் ஞானிபோலவும் இன்னொரு பக்கம் பித்தன் போலவும் ஆகிவிடுகிறார் பாரதி. ஞானியின் குரலுக்கு வசன கவிதைகள் சாட்சியாவதைப் போல, பித்தனின் குரலுக்கு 'ஒளியும் இருளும்', 'ஊழிக் கூத்து', 'காளி' போன்ற கவிதைகளும், பாஞ்சாலி சபதத்தில் வரும் மாலை வருணனையும் சாட்சியாகின்றன. அமைதியான மாலைப் பொழுதை பாஞ்சாலியுடன் ரசித்துக்கொண்டிருக்கும் அர்ஜுனனுக்கு ஒவ்வொரு கணமும் காளி கவிதை செய்வதாகப் படுகிறது. திடீரென்று, அர்ஜுனனுக்குள் பாரதி புகுந்துகொள்ள, பிதற்ற ஆரம்பிக்கிறான் அர்ஜுனன்,

'பார்! சுடர்ப் பரிதியைச் சூழவே படர்முகில்
எத்தனை தீப்பட் டெரிவன! ஓகோ!
என்னடீ யிந்த வன்னத் தியல்புகள்!
எத்தனை வடிவம்! எத்தனை கலவை!
தீயின் குழம்புகள்! - செழும்பொன் காய்ச்சி
விட்ட வோடைகள்! - வெம்மை தோன்றாமே
எரிந்திடுந் தங்கத் தீவுகள்! - பாரடீ!
நீலப் பொய்கைகள்! - அடடா, நீல
வன்ன மொன்றி லெத்தனை வகையடீ!
எத்தனை செம்மை! பசுமையுங் கருமையு
மெத்தனை! - கரிய பெரும்பெரும் பூதம்!
நீலப் பொய்கையின் மிதந்திடுந் தங்கத்
தோணிகள், சுடரொளிப் பொற்கரை யிட்ட
கருஞ்சிக ரங்கள்! - காணடி யாங்கு
தங்கத் திமிங்கிலந் தாம்பல மிதக்கும்
இருட்கடல்! - ஆஹா! எங்குநோக் கிடினும்
ஒளித்திரள்! ஒளித்திரள்! வன்னக் களஞ்சியம்!"

அமைதியான குளத்தின் மீது பெருமழை வீழ்ந்து, குளத்தின் மேற்பரப்பைத் தத்தளிக்க வைப்பதுபோல் மொழியைத் தத்தளிக்க வைக்கிறார் பாரதி. மொழி பதறுகிறது; சாமியாடுகிறது. அர்த்தங்கள் மொழியை விட்டு ஓடுகின்றன. அந்தத் தத்தளிப்பை அப்படியே முன்வைக்கிறார் பாரதி. 'நீல வன்ன மொன்றி லெத்தனை வகையடீ!' என்று படிக்கும்போது 'அடடா அடடா!' என்று பதற வைக்கிறாரல்லவா பாரதி. எப்படிப்பட்ட இயற்கை உபாசகர்!

இயற்கையை காளியின் நடனமாகப் பார்த்தவர் பாரதி. அதனால்தான்,

'அத்தனை கோடிப் பொருளினுள்ளே நின்று
வில்லை யசைப்பவளை- இந்த
வேலை யனைத்தையும் செய்யும் வினைச்சியை'

என்று காளியைப் பாடுகிறார். சொற்கள் எப்படித் தாண்டவமாடுகின்றன! குறிப்பாக 'வினைச்சி' என்ற சொல்லைப் பாருங்கள். பாரதியைத் தவிர வேறு யார் இந்த சொல்லை உருவாக்கியிருக்க முடியும்?

இன்னொரு உருவம் அமைதியான பாரதி. "வேதம், கடல்மீன், புயற்காற்று, மல்லிகை மலர்–இவை ஒரு பொருளின் பல தோற்றம். உள்ளதெல்லாம் ஒரே பொருள், ஒன்று. இந்த ஒன்றின் பெயர் 'தான்' என்று சொல்லும் பாரதி. இதுதான் பிரபஞ்ச ஒருமை என்பது.

விட்டு விடுதலையாகாமல் பிரபஞ்ச ஒருமை காண்பது சாத்தியம் இல்லை. எவ்வளவு சுமைகளைத் தாங்கிக்கொண்டு திரிகிறோம்! குடும்பம், ரேஷன் கார்டு, ஓட்டுநர் உரிமம், எல்.ஐ.சி. பாலிசி, தேர்தல்கள், தெரு, மொழி, இனம், தேசம், எல்லைக்கோடுகள், போர்கள்... எவ்வளவு ஒழுங்குகள்! எல்லாமே கடமைகளாகி நம் மேல் சுமை கவிந்துவிட்டன. ஒருவர் இவ்வளவு சுமைகளையும் சுமந்துகொண்டு கலந்துகொள்ளும் ஓட்டப் பந்தயத்தின் பெயர்தான் வாழ்க்கை என்றாகிவிட்டது. பாரதி இந்த சுமைதூக்கும் ஓட்டப் பந்தயத்தில் கலந்துகொள்ள விரும்பவில்லை. 'விட்டு விடுதலையாகி' சிட்டுக்குருவியைப் போல 'எட்டுத் திசையும் பறந்து' திரிந்து, 'மட்டுப்படாதெங்கும் கொட்டிக்கிடக்கும் இவ்வானொளியென்னும் மதுவின் சுவையை' உண்ணவே விரும்பினார். இதற்காகச் செய்ய வேண்டியதெல்லாம் ஒன்றே, ஒரு தொழிலே என்கிறார்:

'யானெதற்கும் அஞ்சுகிலேன், மானுடரே, நீவிர்
என்மதத்தைக் கைக்கொண்மின்; பாடுபடல் வேண்டா;
ஊனுடலை வருத்தாதீர்; உணவியற்கை கொடுக்கும்;
உங்களுக்குத் தொழிலிங்கே அன்புசெய்தல் கண்டீர்.'

அன்பு எல்லாவற்றிலிருந்தும் விடுவிக்கும். இதுதான் பாரதி இந்த உலகுக்கு அளிக்கும் செய்தி. இதனால்தான் பாரதி நம் சமூகத்துக்கு மட்டுமல்லாமல் உலகத்துக்குமே கவியாகிறார்.

(பாரதியார் பிறந்த நாளை முன்னிட்டு 2014-ல் எழுதியது)

பாரதியும் சூரியனைச் சுட்டிக்காட்டிய மல்பெரியும்

பாரதியின் பாடல்களைப் புரட்டிக்கொண்டு வரும்போது 'இந்த ஆள் எதையோ இடைவிடாது ஏக்கத்துடன் தேடிக் கொண்டிருந்திருக்கிறார்' என்ற உணர்வு ஏற்படுகிறது. விநாயகர் அகவலில் ஆரம்பித்து 'மனதில் உறுதி வேண்டும்' வரை எத்தனையோ 'வேண்டும்' பாடல்கள். எத்தனை கனவுகள், எத்தனை தவிப்புகள்! ஆனால், இந்தச் சமூகம் அவரது 'வேண்டும்' வேண்டுகோளுக்குச் செவிசாய்க்கவே இல்லையே. அவரை 'சீட்டுக்கவி' எழுதவே வைக்கிறது. அஞ்சுக்கும் பத்துக்கும் அல்லாட வைக்கிறது. அவரது வேண்டுகோளுக்கு அவர் வேண்டும் 'பராசக்தி'யும் செவிசாய்க்கவில்லை. ஒருவேளை இவ்வளவு அழகான வேண்டுகோள்களைக் கேட்கும் வாய்ப்பை இழந்துவிடுவதைப் பற்றிய அச்சத்தில்தான் 'பராசக்தி' பாரதியின் ஆசைகளை நிறைவேற்றவில்லையோ?

'ஒளியும் இருளும்' என்ற கவிதை பாரதியின் மிகச் சிறந்த கவிதைகளுள் ஒன்று. காதல் தவிர்த்து அவர் எழுதிப் பிரபலமான கவிதைகளெல்லாம் எழுச்சி நிரம்பியவை. வேண்டுகோள் விடுத்தால்கூட அதில் ஒரு கம்பீரம், அதட்டல் இருக்கும், 'இவை அருள்வதில் உனக்கெதும் தடையுளதோ' என்பதுபோல. ஆனால், இருள் நிரம்பிய நெஞ்சமொன்றின் குமுறலாக இந்தப் பாடல் வெளிப்பட்டிருக்கும்.

'வான மெங்கும் பரிதியின் சோதி;
மலைகள் மீது பரிதியின் சோதி;
தானை நீர்க்கடல் மீதிலு மாங்கே
தரையின் மீதுந் தருக்களின் மீதும்
கான கத்திலும் பற்பல ஆற்றின்
கரைகள் மீதும் பரிதியின் சோதி,

மான வன்ற னுளத்தினில் மட்டும்
வந்து நிற்கும் இருளிது வென்னே!'

சூரியனின் வெளிச்சம் எங்கு பார்த்தாலும் வந்து விழுகிறது. தன் மனம் மட்டும் இருளில் புழுங்குவது ஏன் என்று கேட்கிறார். அமைதியான தொனியில் தன் வேதனையைச் சொல்ல ஆரம்பிக்கும் பாரதியை அவரது வழக்கமான வேகம் வந்து ஆட்கொண்டுவிடுகிறது. சோதியின் பாய்ச்சலை, அழகை சன்னத நிலையில் பாடுகிறார்.

'சோதி யென்னுங் கரையற்ற வெள்ளம்
தோன்றி யெங்குந் திரைகொண்டு பாய,
சோதி யென்னும் பெருங்கடல் - சோதிச்
சூறை - மாசறு சோதி யனந்தம்,
சோதி, யென்னு நிறைவிஃ துலகைச்
சூழ்ந்து நிற்ப, ஒருதனி நெஞ்சம்
சோதியன்ற தொர் சிற்றிருள் சேரக்
குமைந்து சோருங் கொடுமையி தென்னே!'

சோதியைக் கரையற்ற வெள்ளம் என்று சொல்லும் பாங்கு என்ன! சோதிச்சூறை, சோதியனந்தம் என்று உளறும் கவிப்பித்துதான் என்ன! இந்தப் பகுதியின் முடிவில் தனது இருள் பற்றி அவருக்கு நினைவு வந்துவிட ஏக்கம் மறுபடியும் வந்து சேர்ந்துகொள்கிறது.

அப்பாஸ் கியாரஸ்தமி இயக்கிய 'டேஸ்ட் ஆர் செர்ரி' என்ற ஈரானியத் திரைப்படத்தில் ஒரு காட்சி இங்கு நினைவுக்கு வருகிறது. காரில் வரும் ஒருவன் தனது தற்கொலைக்கு உதவுமாறு ஒரு பெரியவரிடம் கேட்டுக்கொண்டு, அவரை காரில் அழைத்துச்செல்கிறான். அந்தப் பெரியவர் தனது வாழ்க்கையில் நடந்த ஒரு சம்பவத்தை நினைவுகூர்கிறார். அவருக்குத் திருமணம் ஆன சில காலம் கழித்து வாழ்க்கையில் வெறுப்பு ஏற்பட்டு தற்கொலை செய்துகொள்வதற்காகச் செல்கிறார். மல்பெரி மரமொன்றில் தூக்கு மாட்டிக்கொள்ள முயல்கிறார். அவர் எறியும் கயிறு கிளையில் மாட்டிக்கொள்ளாமல் கீழே விழுகிறது. மரத்தின் மீது ஏறி, கிளையில் இறுக்கமாக முடிச்சுப்போடும்போது அவரது கையில் மிருதுவான ஏதோ ஒன்று படுகிறது. என்னவென்று பார்த்தால் நன்றாகப் பழுத்த மல்பெரி பழம். சாறு நிறைந்ததாகவும் சுவையாகவும்

இருக்கிறது. இன்னொன்று, இன்னொன்று என்று சாப்பிடுகிறார். சாப்பிட்டுவிட்டு நிமிர்ந்து பார்த்தால் மலைக்கு மேலிருந்து சூரியன் எழுந்துகொண்டிருக்கிறது. "என்ன அழகான சூரியன், என்ன அழகான காட்சி, என்ன பசுமையான நிலப்பரப்பு" என்று பரவசத்துடன் விவரிக்கிறார். அப்புறம் மல்பெரிகளைப் பறித்துக்கொண்டு வீட்டுக்கு வருகிறார். அவர் மனைவி உறங்கிக்கொண்டிருக்கிறார். எழுந்த பிறகு அவரும் மல்பெரியை சந்தோஷமாகச் சாப்பிடுகிறார். அதற்குப் பிறகு அவருக்கு வாழ்க்கை முன்பைவிட லேசாக ஆகிறது.

பாரதியின் இந்தக் கவிதையைப் பார்க்கும்போதும் அப்படி ஒரு தற்கொலை மனநிலையில் மரத்தின் மேல் ஏறியவர் போல்தான் தோன்றுகிறார். மரத்தின் மீது ஏறியிருக்கும் கணத்தில்கூட, பாரதியின் கண் முன்னே திரைகொண்டு பாயும் சோதி விரிகிறது. அதைப் பார்த்ததும் ஏக்கமும் கரைமீறுகிறது. அதற்கு இடையிலும் சூரிய ஒளியின் வெள்ளத்தை அள்ளிக் குடித்து, அதைப் பற்றிப் பாடாமல் இருக்க அவரால் முடியவில்லை. அவருடைய மல்பெரி 'ஒளி'தான். அந்த ஒளியை அவர் கண் முன்னே கண்டுவிட்டார். ஆனால், தன் அகத்தில் அது வந்துசேரவில்லையே என்கிறார்.

இந்தப் பாடலின் தொடர்ச்சியாக 'ஞாயிறு–ஸூர்ய ஸ்துதி' என்ற கவிதையை நாம் நமது வசதிக்காக ஒட்டிவைத்துப் புரிந்துகொள்ளலாம். சூரியனை நோக்கி இப்படிப் பாடுகிறார்:

'...............
உடல் பரந்த கடலும்தன் உள்ளே
ஒவ்வோர் நுண்துளியும் விழியாகச்
சுடரும், நின்தன் வடிவை உள்கொண்டே
சுருதி பாடிப் புகழ்கின்றது இங்கே.
என்தன் உள்ளம் கடலினைப் போலே
எந்த நேரமும் நின்அடிக் கீழே
நின்று தன்அகத்து ஒவ்வோர் அணுவும்
நிந்தன் ஜோதி நிறைந்தது ஆகி
நன்று வாழ்ந்திடச் செய்குவை ஐயா!'
(எளிமை கருதி சந்தி பிரிக்கப்பட்டிருக்கிறது)

கடல் தனது ஒவ்வோர் அணுவிலும் சூரியனை உள்வாங்கிச் சுடர்வதுபோலே, தனது ஒவ்வோர் அணுவும் சூரியனின்

ஜோதியை உள்வாங்கிச் சுடர்விட வேண்டும் என்கிறார். முதல் கவிதையின் விரக்தி மனப்பான்மை இந்தக் கவிதையில் மட்டுப்பட்டுத் தெரிகிறது.

இப்படியாகத் தன்னுள்ளே நிலைபெறும் சுடர் ஒன்றை பாரதி தவிப்புடன் தேடிக்கொண்டிருந்திருக்கிறார். பாரதிக்கு மல்பெரி கிடைத்ததா இல்லையா என்பது பற்றி நமக்குத் தெரியாது. ஆனால், நம்மில் பலருக்குப் பல்வேறு தருணங்களில் சூரியனைச் சுட்டிய மல்பெரியாக பாரதியின் கவிதைகள் அமைந்திருப்பது நம் பெரும் பேறு!

(பாரதி நினைவுநாளையொட்டி 2015-ல் எழுதியது.)

நகுலன்: தன்னைத் தானே எழுதிக் கலைக்கும் எழுத்து

நவீன தமிழ் இலக்கிய உலகம் எத்தனையோ சிறந்த எழுத்தாளர்களைக் கண்டிருந்தாலும், சிலருக்கே கல்ட் (cult) அந்தஸ்து கிடைக்கிறது. இந்த அந்தஸ்து அவர்களின் படைப்புலகுக்குள் நுழைவதற்கே தடையாகவும் ஆகிவிடக்கூடியது. அப்படிப்பட்ட கல்ட் அந்தஸ்தைப் பெற்ற சிலருள் நகுலனும் ஒருவர். நவீன கவிதைக்குள் நகுலனின் இடம் உறுதியானதொன்று என்றாலும், அந்த இடத்தை எப்படி வரையறுப்பதென்பது எப்போதும் சிக்கலாகவே இருக்கிறது. சிதறுண்ட 20-ம் நூற்றாண்டு நவீன மனம் என்று சில சமயம் நகுலன் (அவரது நாவல்கள், சிறுகதைகளையும் உள்ளடக்கி) வரையறுக்கப்பட்டாலும் அவரிடம் மரபின் தொடர்ச்சியும் இருக்கிறது. அந்த மரபும் எப்படிப்பட்டதென்றால், காலங்காலமாக மரபுக்குள்ளிருந்து கலகம் விளைவித்த போக்கைப் பின்தொடர்வதாக இருக்கிறது. சில விஷயங்களில் நகுலன் சித்தர் மரபுக்கு அருகில் இருக்கிறார் என்றே சொல்லத் தோன்றுகிறது. சில இடங்களில் இருத்தலியல் கவிஞராகவும் தென்படுகிறார்.

பல்வேறு அறிவுத் துறைகளைப் போலவே, தத்துவமும் வெகுகாலமாகக் கவிதையின் ஆடையை உடுத்திக்கொண்டுதான் உலாவந்தது. இந்த மரபானது தமிழின் நவீனக் கவிதையிலும் தொடர்ந்தது. கவிதையில் தத்துவம் சொல்லக் கூடாது என்றில்லை. அது கவிதையைவிட அதிகமாகத் துருத்திக்கொண்டு தெரியக்கூடாது என்பதுதான் முக்கியம். மாமத யானையை மரம் மறைக்கக் கூடாது. இன்று திரும்பிப் பார்த்தால் 'எழுத்து' காலக் கவிஞர்கள் கணிசமானோரிடம் தத்துவத்தின் தாக்கம் துலக்கமாகத் தெரிகிறது. பிரமிளின் ஆரம்ப காலக் கவிதைகள் இதற்குச் சான்று. அந்தக் கவிதைகள் அல்ல, பிரமிளின் சாதனைகள். பிற்காலக் கவிதைகளே அவருடைய சாதனைகள்.

நகுலனின் கவிதைகளில் தொடக்கம் முதல் இறுதிவரை தத்துவச் சரடு காணப்படுகிறது. என்றாலும் அது உறுத்துவதில்லை. எளிய வார்த்தைகள், அக சந்தம் இரண்டும் சேர்ந்து ஆழமான தரிசனமாக அவரது தத்துவப் பார்வை வெளிப்படுகிறது. இவ்வகையில் திருவள்ளுவரின் தூரத்துத் தொடர்ச்சி என்று கூட நகுலனைச் சொல்லலாம். 'இருப்பதற்கென்றுதான் / வருகிறோம் / இல்லாமல் / போகிறோம்.' என்ற கவிதையில் 'நெருநல் உளனொருவன் இன்றில்லை என்னும் / பெருமை உடைத்துஇவ் வுலகு' என்ற குறளின் நிழலையும் அதைப் போன்ற கச்சிதம், எளிமை ஆகியவற்றையும் காண்கிறோம். எல்லாவற்றுக்கும் மேலாக இருத்தலின் நிலையாமை குறித்த மானுட துக்கம் இதைக் கவிதையாக நிலைநிறுத்துகிறது. இல்லையென்றால் வெறும் ஞானக்கூற்றாகவே எஞ்சியிருக்கும்.

'அண்டமெல்லாம் எடுத்து சாட ஒரு உள்ளம் / அதுவே உன்னை நினைந்து / மடங்கிக் குவிய நாட்டம்' என்ற தொடக்க கால வரிகளில் ஓடும் இழையின் இன்னொரு முனையை 'முக்கோணம் / முடிவில் / ஒரு ஊசி முனை ஞானம்' என்ற பிற்காலக் கவிதையிலும் கண்டடையலாம். ஞானம் தன்னை ஊசி முனையளவு குறுக்கிக்கொண்டால்தான் மனம் அண்டமெல்லாம் எடுத்துச் சாடும், முக்கோணமாக விரியும் என்று நாம் இந்த இரண்டு கவிதைகளையும் இணைத்து விரித்துக்கொள்ளலாம். முக்கோணத்தின் முனை குவிந்திருப்பதால்தான் ஏனைய இரண்டு பக்கங்களிலும் அது விரிகிறது. விரிவதால் எல்லாப் பக்கங்களிலும் குவிகிறது. விரிதலும் குவிதலும் இணைபிரியாதவை. ஒரு தொடர் சுழற்சி. இந்த இரண்டு கவிதைகளும் கிட்டத்தட்ட 30 ஆண்டு இடைவெளியில் எழுதப்பட்டவை.

திரும்பத் திரும்ப நகுலனின் குறுங்கவிதைகள், சுசீலா கவிதைகள், மழை–மரம்–காற்று போன்றவை அலசப்பட்டதில் அவரது பிரபஞ்சப் பார்வையானது வெளிப்படாமல் போய்விட்டது. உலகின் புராதன மனமும் நவீன அறிவியலும் முயங்கிய ஒரு பார்வை அது. நகுலனிடம் இந்தப் பிரபஞ்சம், அதன் வாழ்வு, மரணம் குறித்த கேள்விகள் வெவ்வேறு வடிவில் உருவெடுக்கின்றன. 'மூலதத்துவத்தின் யோனித்துவாரம்' என்ற வரி எத்தகைய சிறு துவாரத்திலிருந்து இந்தப் பிரபஞ்சம் பிதுங்கிவந்து, இன்று இவ்வளவு பெரிய வியாபகத்தை

அடைந்திருக்கிறது என்ற வியப்பை நம்முள் ஏற்படுத்துகிறது. இருத்தலை ஆண் சக்தியுடனும் அதைத் தோற்றுவிக்கும் இன்மையைப் பெண் சக்தியாகவும் கருதும் சீனத் தத்துவத்தோடு நெருங்கிய தொடர்புடையது இந்த வரி. யோனியை ஒரு வட்டமாக, துளையாகக் கருதினால் அதன் உள்ளே இருப்பது இன்மை, காலியிடம், பூஜ்ஜியம். இந்த இன்மையில் ஏதுமில்லை என்றாலும் ஏதுமில்லாமலும் இல்லை. அதாவது இருத்தலைக் கருவுற்ற இன்மைதான் அது; இன்னும் சொல்லப்போனால் இருத்தலைக் கருவுறும் சாத்தியத்தைக் கொண்ட இன்மை அது. விரிந்துகொண்டே செல்லும் இருத்தலை ஒரு படச்சுருள் போல பின்னோக்கி ஓட்டினால் அதன் தொடக்கத்தில் இன்மை இருக்கும்; அதாவது பூஜ்ஜியமாக இருக்கும் பூரணம். இதைத்தான் நகுலனும் பின்னோக்கி இந்த வரிகளில் கொண்டுசெல்கிறார்:

'ஒவ்வொன்றாகக்
கழித்துக் கொண்டு வந்து
கடைசியில் நிற்கும் பூஜ்யம்தான்
பூரணம் என்கிறீர்கள்'

இன்மை, இருத்தல் இந்த இரண்டும் தொடர்ந்து அலைக்கழிக்கின்றன நகுலனை:

'யாருமில்லாத பிரதேசத்தில்
என்ன நடந்து கொண்டிருக்கிறது?
எல்லாம்'

என்ற கவிதையை முன்னிட்டு ஒரு புத்தகமே எழுதிவிடலாம். பிரபஞ்சம் யாரும், ஏதும் இல்லாத பிரதேசமாகத்தான் இருந்திருக்கிறது. அதில் சக்தி சலனமுற்றதால் சடம் தோன்றி, சகலமும் நடக்கிறது. இந்தக் கவிதையை குவாண்டம் கோட்பாட்டின் கண்கொண்டு பார்க்க வேண்டும் என்ற ஆவலை என்னால் கட்டுப்படுத்த முடியவில்லை. (அடிப்படையில் கவித்துவத்துக்கு நெருக்கமானது குவாண்டம் கோட்பாடு என்பதால் இலக்கியக் கோட்பாட்டு விமர்சகர்கள் என்னை மன்னிப்பார்களாக.) இந்தப் பிரபஞ்சமும், அதன் அனைத்துப் பொருள்களும், உயிர்களும் ஒரே நேரத்தில் அலை வடிவத்திலும் பொருள் வடிவத்திலும் இருக்கின்றன. அலை என்றால் உண்மையான கடலலை போன்றோ ஒலி அலை போன்றோ அல்ல. சாத்தியங்களின் அலை. ஒரு

எலெக்ட்ரானை உற்றுநோக்குவதற்கு முன்பு வரை, அது எண்ணற்ற இடங்களில் இருந்திருக்கக் கூடிய சாத்தியங்களின் தொகுப்பாகத்தான் இருக்கும். நாம் பார்க்கும் செயலானது, அதை ஒரு இடத்தில் நிலைநிறுத்தி ஏனைய சாத்தியங்களைக் கழித்துக்கட்டிவிடுகிறது. உங்களைப் பார்க்க தஞ்சாவூரிலிருந்து வண்டியில் கிளம்பிய நண்பன், உங்களை வந்தடைந்து நீங்கள் அவனைப் பார்க்கும்வரை, அவன் கீழ்க்கண்ட சாத்தியங்களின் தொகுப்பாகத்தான் இருக்கிறான்: கிளம்பிவிட்டான், கிளம்பவில்லை, இடையில் வந்துகொண்டிருக்கிறான், உங்களை நெருங்கிவிட்டான், இடையில் வண்டி கோளாறு, விபத்து, திடீரென்று மனம் மாறி வந்த வழியே திரும்பிவிட்டான் என்று அளவற்ற சாத்தியங்களின் தொகுப்பாகத்தான் அவன் இருக்கிறான். அவன் தற்போது என்ன செய்கிறான், என்னவாக இருக்கிறான், உங்களை அடைந்துவிட்டானா, இல்லையா என்பவற்றுள் ஏதாவது ஒன்றை நீங்கள் உங்கள் புலன்களின் ஏதாவதொரு வழியில் அறிந்துகொண்டால் (கண்ணால் பார்த்தல், உங்களைக் கைபேசியில் அழைத்து அவன் தகவல் சொல்லுதல் போன்றவை) மற்ற சாத்தியங்கள் அனைத்தும் கழித்துக்கட்டப்பட்டு ஒற்றை நிதர்சனமாகத்தான் அவன் உருவெடுக்கிறான். ஆக, யாரும் பார்க்காதவரை அவன் எல்லாமுமாக இருக்கிறான். இதையெல்லாம் சுருக்கமாக மூன்றே வரிகளில் நகுலன் சொன்னதுபோல் இருக்கிறது.

இன்மையிலிருந்துதான் இந்தப் பிரபஞ்சம் தோன்றியது என்று ஒரு குழந்தைக்குச் சொன்னால் "அது எப்படி ஒண்ணுமே இல்லாததிலிருந்து பிரபஞ்சம் தோன்றியிருக்கும்" என்று குழந்தை திருப்பிக் கேள்வி கேட்கும்போது நாம் திகைத்துப்போவோம். ரிக் வேத காலத்திலிருந்தே இந்தக் கேள்வியும் திகைப்பும் மனிதர்களுக்கு இருந்திருக்கிறது:

'அப்போது இருத்தலின்மை இல்லை,
இருத்தலும் அப்போது இல்லை.
அப்போது இடைப் பகுதியும் இல்லை
அப்பால் விண்ணகமும் இல்லை.
என்ன சலனமுற்றது? எங்கிருந்து, யாருடைய
பாதுகாப்பிலிருந்து?
நீர் இருந்ததா, வெகு ஆழம் இருந்ததா?
அப்போது மரணமோ மரணமின்மையோ இரண்டும்

இருக்கவில்லை.
இரவு பகல் இரண்டின் அறிகுறிகளும் இல்லை.
அந்த ஒன்று சுவாசித்தது, காற்றில்லாமல்
தன் உள்ளார்ந்த சக்தியால்.
அதற்கப்பால் வேறு ஏதும் இருந்திருக்கவில்லை.
தொடக்கத்தில் இருள் இருந்தது,
இருளால் சூழப்பட்டு.
இது எல்லாமே எந்தவொரு வடிவமும் இல்லாத பெருங்கடல்.
அந்த ஒன்று பிறக்கும்போது
வெற்றிடத்துக்குள் மறைந்திருந்தது,
அப்போதுதான் அந்த ஒன்று வெப்பத்தால் பிறப்பெடுத்தது.
அப்போது, தொடக்கத்தில், எண்ணத்திலிருந்து வேட்கை
உருவெடுத்தது,
அதுவே ஆதி விந்தாக இருந்தது.
எழுச்சிபெற்ற சிந்தனையால்
தங்கள் இதயங்களுக்குள் தேடுவதன்மூலம்
கவிஞர்கள் இருத்தலின்மைக்குள் இருத்தலின் தடயத்தைக்
கண்டார்கள்'
(ரிக் வேதம், 10.129, ஆங்கிலம் வழி தமிழில்: ஆசை)

ரிக் வேதம் கூறிய, இருத்தலின்மைக்குள் இருத்தலின் தடயத்தைக் கண்ட கவிஞர்களுள் ஒருவராக கீழ்க்கண்ட வரிகளில் நகுலனும் தெரிகிறார்:

'அர்த்தமற்ற பெரு வெளியில்
இதழ் இதழாக
ஒரு பூ விரிவதைக் கண்டு
பூ என்று உதறி எழுந்து
போக விரைந்தவன்
பூ என்று சொல்லி
வாயடைத்து நின்றேன்.'

பாழ், அதாவது இன்மை என்பது இருத்தலைப் பிறப்பித்த பின் எங்கும் போய்விடவில்லை. அது இருத்தலுக்குள்தான் இருக்கிறது. சீனத்தின் யிங்–யாங் தத்துவத்தைப் போன்றது இது. இன்மைக்குள் இருத்தல், இருத்தலுக்குள் இன்மை. இரண்டும் தனித்தனியல்ல.

'உள்ளுக்குள்ளே இருக்குது
இன்னொரு கிளியும் தானும்

அண்டங் குலுங்கினாலும்
அற்புதங்கள் நிகழ்ந்தாலும்
ஆடாமல் அசையாமல்
என்றென்றுமது
இல்லாமல் இருக்கும்
அந்தக்கிளி அப்பா.'

என்று நகுலன் சொல்லும் அந்தக் கிளிதான் இன்மை. ஒவ்வொருவரும் தங்களை இருத்தலுடன் மட்டுமே தொடர்புபடுத்திக்கொள்கிறோம். அதனால்தான் பிரபஞ்சம் முழுவதும் ஆண்மை மனதை மனித குலம் விசிறிவிட்டிருக்கிறது. ஒவ்வொருவரும் அவரவருக்குள் இருக்கும், பெண்சக்தியின் அடையாளமான இன்மையை உணர்வதில்லை. ஜென் தியானங்களில் 'இன்மை'யை (nothingness) தியானிப்பதுண்டு. அதைநோக்கிச் செல்லச்செல்ல நகுலன் சொல்லும், 'வேடங்களைந்த பெரும் பாழ்; / பாரதி அரற்றிய / பராசக்தி துகிலுரித்த வெறுஞ் சக்தி' நமக்குப் புலப்படும். நகுலனை இப்படிப் பார்ப்பது பலருக்கும் உவப்பில்லாத விஷயமாக இருக்கலாம். ஆனால், நகுலனின் கவிதைகள் முழுக்க இருத்தல், இன்மை, சூனியம், பூஜ்ஜியம் போன்றவற்றின் தடயங்களை நாம் காண முடியும். எடுத்துக்காட்டாக கீழ்க்கண்ட வரிகள்:

'எங்கும்
"வெளிப்பூச்சின்
ஏகாதிபத்தியம்."
பூச்சுக் கலைந்துவிட்டால்
சூன்யம் பல்லிளிக்கிறது.'

'வார்த்தையென்றாலும்
அதற்குமுண்டு
அதனுள் நின்ற
சூன்யத்தில்
ஆகாயத்தின் மேலுருவம்'

'எல்லாவற்றிற்கும்
இடைவிட்டு இடை
தொடர்ந்து வருமொரு
சூன்யம்தான்
நம்மைக் காக்கிறது.'

இன்னும்கூட முன்பின் அறியாதவர்கள்மேல் எதையும் எதிர்பாராமல் பாசமழை பொழிய இவர்களால் மட்டுமே முடியும். காரில் வந்தவர்களாக இருந்தாலும் சரி, சைக்கிளில் வந்தவராக இருந்தாலும் சரி அவர்களுக்கு அனைவரும் சமமே.

எத்தனையோ முறை அவர்கள் செய்து கொடுத்த கடம்பான் தொக்கு, தோசை, மீன் குழம்பு எல்லாவற்றையும் ரசித்துச் சாப்பிட்டிருக்கிறேன்.

அவர்கள் கட்டியிருக்கும் புடவையிலிருந்து வரும் வாடை நாச மூளைக்காரர்களுக்கு வேண்டுமானால் நாற்றமாக இருக்கலாம், ஆனால் எனக்கோ அது பேரன்பின் வாசம்.

எனக்கும் அவர்களுக்கும் மிகவும் பிடித்த எம்ஜிஆரின் அழகை அவர்கள் மீன் வெட்டும் அநேக நேரங்களில் சிலாகித்துப் பேசியிருக்கிறோம். படகோட்டியில் எம்ஜிஆர் அணிந்திருந்த அடர்பச்சை, சிவப்புச் சட்டைகள், கையில் போட்டிருந்த காப்பு என்று அவரைத் தலைமுதல் கால்வரை வர்ணித்து மகிழ்ந்திருக்கிறோம். 'கடல் மேல் பிறக்கவைத்தான்' பாடல் டிவியில் ஒலிக்கும்போதெல்லாம் எப்படி அது ஒவ்வொரு முறையும் கண்ணீரை வரவழைக்கிறது என்று அவர்கள் விவரித்தபொழுது நானும் அழுதிருக்கிறேன்.

அப்படி ஒரு பந்தம் என் மீனவச் சொந்தங்களுடன் எனக்கு.

ராமேஸ்வரம் கடலில் மீனவர்கள் சுடப்படும்போதெல்லாம் குண்டு இவர்கள் நெஞ்சிலும் பாய்ந்தது என்று அவர்களுடன் பழகியவர்கள் நன்கு அறிவார்கள்.

அவர்கள் உலகத்தில் யார் பிறந்தாலும் அவர்கள் வீட்டிலேயே குழந்தை பிறந்ததாய் மகிழ்ச்சிகொள்வார்கள். யார் வீட்டில் மரணம் நிகழ்ந்தாலும் ஊரே சோகத்தில் இணைகிறது.

அவர்களில் ஒரு சிலர் பொருளாதாரரீதியாக முன்னேறியும் கூட இன்னும் அவர்களுக்குச் சமூகத்தில் கிடைக்க வேண்டிய மரியாதை கிடைக்கவில்லை என்பது அவர்களின் நிரந்தர வேதனையாக இருக்கிறது. அவர்களுள் யாராவது எம்.பி.ஏ. படித்தாலும்கூடச் சமூகத்தைப் பொறுத்தவரை அவர்கள் 'மீன்காரர்கள்' என்று ஒதுக்கி வைக்கப்படுகிறார்கள்.

மீன்பிடிப்புத் தொழிலின் மூலம் இந்தியாவின் வாழ்வாதாரம், வேலைவாய்ப்பு, உணவுப் பாதுகாப்பு என்கின்ற விஷயங்களைச் சீராக வைத்திருப்பவர்கள் இவர்கள்தான். இந்தியாவின் ஜிடிபியில் ஒரு சதவிகிதத்திற்கு மேலும் இந்திய விவசாய வருமானத்தில் 16 சதவிகிதத்திற்கு மேலும் இவர்களின்

பங்கு இருக்கிறது. இருந்தாலும் மற்ற துறைகளுக்கு இந்த நாட்டில் கிடைக்கும் மாண்பும் மரியாதையும் இவர்களுக்கு ஒரு சதவிகிதத்திற்கும் குறைவாகக்கூடக் கிடைப்பதில்லை என்பதே நிதர்சனம்.

பொதுவாக மீனவர்கள் அதிகம் நகை அணிவார்கள். ஆனால் அத்தனை நகையும் அவர்களை இதுவரை ஒரு நல்ல நட்சத்திர ஹோட்டலிலோ அல்லது ஒரு சரவண பவனிலோ உட்கார வைத்ததில்லை. அமெரிக்காவில் சவுத் கரோலினா மாகாணத்தில் மீன்பிடித் தொழிலில் இருக்கும் ஒரு மனிதர் தன் ஊரில் உள்ள ஒரு நல்ல பாரில் அமேசான் கம்பெனியின் *CEO*வுடன் சரிசமமாக உட்கார்ந்து பீர் அருந்த முடியும். . . இங்கே மெரினா கடற்கரைக்கு அருகில் உள்ள *'Illusions'* போன்ற பார்களில் இப்படி ஒரு காட்சியை நாம் காண முடியுமா?

இந்த நாட்டில் பணத்திற்குத்தான் மதிப்பு இருக்கிறது என்று யாராவது கூறிக்கொண்டிருந்தால் தயவுசெய்து உங்கள் அபிப்ராயத்தை மாற்றிக்கொள்ளுங்கள், பத்தும் செய்யும் பணம்கூட இங்கே மனித மாண்பை மீட்பதில் தோல்வி அடைந்திருக்கிறது. அவர்கள் கழுத்தில் இருக்கும் தங்கச் சங்கிலிகள் அவர்களை நோக்கி வரும் முகச் சுளிப்புகளைத் தடுக்கும் வல்லமை இல்லாதவைகளாகவே இருக்கின்றன.

மீன் விற்பவர்களின் குரல் மீன் சந்தைகளுக்குள்ளேயே அடங்கிவிடுகிறது. சமதர்மத்திற்கான அவர்களின் கூக்குரலை நம் காதுகள் ஏனோ ஏற்க மறுக்கின்றன.

'Dignity of labor' என்கின்ற விஷயம் இந்திய /தமிழ்ச் சமூகத்தின் அகராதியில் இன்னும் இடம்பெறவில்லை என்பது மிகுந்த வேதனையை அளிக்கிறது. சமூகத்தில் கடைநிலை வேலைகளில் தங்களை வருத்திக்கொள்ளும் இதுபோன்ற மனிதர்களுக்கு மரியாதை எல்லாம் கடலில் தேடினாலும் கிடைக்காதவை. அதற்குமேல் ஒருபடி போய் நாம் ஒருவரை அவமானப்படுத்துவதற்கு இவர்களின் பெயரையும் தோற்றத்தையும் உபயோகிப்பது மீனவர்களை நாம் சராசரி மனிதர்களாகக்கூட மதிப்பதில்லை என்பதற்குச் சிறந்த உதாரணம்.

இந்த நிலை இப்படி இருக்க, கடந்த வாரத் தொலைக்காட்சி நிகழ்ச்சியில் ஆண்கள் இன்னும் வரதட்சணை வாங்கிக்கொண்டிருக்கிறார்கள் என்று கொஞ்சம் சீற்றத்துடன் என் வேதனையை வெளிப்படுத்தியபோது அதைக் கேலிப்பொருளாக்கும் நோக்கத்துடன் *'Meme Creators'* என்றழைக்கப்படும் வலைதள நவீன சித்திரக் கலைஞர்கள்,

'ஆகாய வடிவமான
உன்னை நான்
ஊழி தோறும்
தேடி நின்றேன்.'

குடத்துக்குள் உள்ளதும் ஆகாயமே (குடாகாயம்), குடத்துக்கு வெளியில் இருப்பதும் ஆகாயமே (மகாகாயம்) என்பது இந்திய தத்துவ மரபின் பார்வைகளுள் ஒன்று. உள்ளும் வெளியும் ஒன்றுதான். இந்தப் பார்வை நகுலனுக்கும் இருந்திருக்கிறது. குடம் தன்னை ஆகாயத்தின் ஒரு பகுதியாக உணர்வதற்குத் தன்னை உடைத்துக்கொள்ள வேண்டிய அவசியம் இல்லை. தனக்குள் இருக்கும் ஆகாயத்தை உணர்ந்தாலே, அதை மேலும் மேலும் நெருங்கினாலே போதும். இதைத்தான் 'உட்சென்று/ வெளியுலவுமொரு வித்தை' என்ற வரிகளின் மூலம் நகுலன் தெரிவிக்கிறார். இன்னொரு கவிதையில்,

'உள்ளுக்குள்ளிருப்ப
துள்ளமென்றால்
கண்முன்
காண்பதேதோ?'

என்கிறார். உள்ளம் உள்ளேயும், உள்ளம் காண்பதற்கான பொருட்கள் வெளியேயும் இல்லை. உள்ளே இருப்பதும் வெளியே இருப்பதும் உள்ளம்தான். உள்ளம் வீழ்த்தும் படம்தான் உலகம்.

இருத்தல், இருத்தலின்மை ஆகியவற்றுடன் காலம், இடம் பற்றிய சிந்தனைகளும் நகுலனிடம் பின்னிப் பிணைந்து கிடக்கின்றன. இடம்-காலம் இரண்டும் பிரிக்க முடியாதவை என்றாலும் இடத்தைக் காலமாக்கியும் காலத்தை இடமாக்கியும் விளையாடுகிறார் நகுலன். 'குளம் போன்ற சூரல் நாற்காலியில்/ முடங்கிச் சுருண்டேன்' என்று ஒரு கவிதையில் வரும். சூரல் நாற்காலி என்ற இடம் காலமாக ஆனதால்தான் குளம் போன்ற திரவநிலையை அது எட்டுகிறது. சூரல் நாற்காலியைக் காலம் என்று இங்கே வெளிப்படையாகக் குறிப்பிடவில்லையென்றாலும் கீழ்க்கண்ட கவிதையில் அது வெளிப்படையாகக் குறிப்பிடப்பட்டிருக்கிறது.

'அந்நிலையில்
சூரல் நாற்காலி
என்னைத் தாங்கிச்

சமைந்து சலனமற்றுக்
காலபீடமாகப் பரவெளியாகப்
படர்ந்து விரியும்.'

அதனால்தான் சூரல் நாற்காலியில் உட்கார்ந்து நகுலன் வேடிக்கை பார்க்கும்போது, ஒரு 'சொரூப' நிலை ஏற்படுகிறது. காலம் தனித்த பிறவியல்ல, இடத்தின் உடலினூடேதான் ஊர்ந்து ஊர்ந்து முன்னே செல்ல முடியும். அது இடத்தையும் சேர்த்து எடுத்துக்கொண்டு, இடத்தினூடாக ஊர்ந்துசெல்கிறது. அப்படி இருக்கையில், 'திரும்பிப் பார்க்கையில்/ காலம் ஒரு இடமாகக் காட்சி/ அளிக்கிறது' என்று எப்படிச் சொல்ல முடியும்? உண்மையில் இங்கே இரண்டு காலக் கோடுகள் உருவாகின்றன. காலம் எடுத்துக்கொண்டு வரும் இடம் ஒரு காலக் கோடு என்றால், அதே காலம் தனக்குப் பின்னால் விட்டுச் செல்லும் அதே இடம் இன்னொரு காலக் கோடு. இதை இன்னும் விளக்கமாகப் பார்க்கலாம். 1950-ல் இருந்த கும்பகோணத்தை யதார்த்தத்தில் நம்மால் பார்க்க முடியுமா? முடியாது. ஏனெனில், காலம் அதனைத் தன்னுடன் எடுத்துக்கொண்டு வந்துவிட்டது. காலத்தின் கூடவே வருவதால் கும்பகோணத்தின் தோற்றத்திலும் உள்ளடக்கத்திலும் ஏராளமான மாற்றங்கள் ஏற்பட்டுவிட்டன. ஆனாலும், 1950-ம் ஆண்டின் கும்பகோணம் என்பது உண்மையில் இருந்த ஒன்றுதானே. அது தற்போது எங்கே? அது ஒரு தனிநபரின் நினைவிலோ, சமூகத்தின் கூட்டு நினைவிலோதான் இருக்கிறது. இடத்தைத் தனக்குப் பின்னே விட்டுச்செல்ல முடியாது என்பதால், காலம் இடத்தின் வடிவத்தை ஏற்றுக்கொண்டு நினைவாக மாறிவிடுகிறது. காலம் ஊர்ந்து செல்வதையும், அது உருக்கொள்வதையும் பற்றிய கீழ்க்கண்ட கவிதை எனது இந்தப் பொருள்கொள்ளலுக்கு வலு சேர்க்கிறது:

'பல கட்டங்களில்
"நான் யார்?"
என்ற எதிர்க்குரலை நம்மால்
எழுப்ப முடிவதில்லை
அதனால்
காலம் ஊர்ந்து செல்கிறது
ஒரு உருத்தெரியாத வேளை
நம்முள் உருக்கொள்கிறது'

காலமும் இடமும் மறைந்தால் பிரபஞ்சமே நகுலனுக்கு ஒரு யோனிபீடமாய்த் தெரிகிறது:

'காலம் பின்விலக இடம் மறைய
உலகனைத்தும்
யோனிபீடமாய்ப் படர்ந்து விரிய
நாமுள் மறைய...'

இருத்தல், இன்மை, காலம்-இடம் போன்றவற்றை நவீன மனம் கொண்டு பார்க்காமல் மரபு வழிப்பட்ட இந்திய மனம் கொண்டு பார்ப்பது நகுலனை நம் சித்தர் மரபின் தொடர்ச்சியாக ஆக்குகிறது. கீழ்க்கண்ட கவிதைப் பகுதிகள் இதற்கு உதாரணம்:

'உடலுக்குள்ளே
அடிவயிற்றினுக்கு
அடியிலே
ஒரு பாம்பு
ஒரு பாம்பு
சும்மாச்
சுருண்டு கிடக்குதடா!
ஒரு பாம்பு! ஒரு பாம்பு!
அதை முடுக்கி
விட்டால்
அந்தப் பாம்பு
மேலெழுந்து
சாடுகையிலே
அந்தரங்கத்திலே
ஒரு சுகம்
தட்டுதடா!
ஒரு சுகம் தட்டுது! தட்டுது!'

'அந்தகார வெளியில் அலைந்து திரிந்தாலும்
ஆதார சுருதி என்று ஒன்று உண்டன்றோ?'

தன்னைக்காணத் தான் வேறாகி நின்றால்,
அன்று வரும் அமரர்நிலை

ஏகாந்தப் பெருவெளியிலே
ஒரு கள்ளிச் செடி பூத்து நிக்குது
அதுவெள்ளை வெளேரென்று
பாத்து நிக்குது.

'எனக்கு / யாருமில்லை / நான் / கூட...' என்பது போன்ற சுருக்கமான, புகழ்பெற்ற நகுலன் கவிதைகளுக்கு நேரெதிர்தான் மேற்கண்ட கவிதைகள். நகுலன் இந்தக் கோணத்தில் வைத்து அதிகம் பேசப்படவில்லை. திருமந்திரம், தாயுமானவர், சித்தர் பாடல்களில் நகுலனுக்கு இருந்த ஈடுபாடு இந்தக் கவிதைகளில் துலக்கமாகத் தெரிகிறது. அவற்றின் வெளிறிய நிழலாக இல்லாமல் நவீனத் தொடர்ச்சியாகவே இந்தக் கவிதைகள் இருப்பது நகுலனின் பலம்.

நகுலனை ஒரு பக்கம் சித்தர் மரபின் நவீனத் தொடர்ச்சி என்று பார்ப்பதற்கான முகாந்திரம் இருக்கிறது என்றால், இன்னொரு பக்கம் அந்தத் தொடர்ச்சி நவீன வாழ்வை எதிர்கொள்ளும் பதற்றத்தையும் பார்க்க முடிகிறது. இதன் காரணமாக, அதுவரை ஒன்றாக இருந்த உடல்-மனம் வேறாகின்றன. அதன் பிறகு 'இந்த மனதை வைத்துக் கொண்டு ஒன்றும் செய்ய' முடியாமல் போகிறது. இருபதாம் நூற்றாண்டு மனிதரின் மிகப் பெரிய அச்சம்தான் 'தான்'. தன்னைக் கண்டு அஞ்சி ஓடுகிறார்கள், தன்னிடமிருந்து தப்பித்துக்கொள்வதற்காகவே புணர்வதிலிருந்து போர்புரிவது வரை ஒவ்வொரு செயலும். கண்ணாடியில் தன்னைப் பார்ப்பது ஒரே நேரத்தில் தன்மிதப்பையும் பேரச்சத்தையும் தருகிறது. சொல்லப்போனால் ஒருவரைச் சுற்றி நிகழும் நிகழ்வுகள் எல்லாமே அவருக்கான கண்ணாடியாகின்றன. விளைவு, அவர்கள் தங்களிடமிருந்து தப்பிப்பதற்கான வழிமுறைகளையும் தொழில்நுட்பங்களையும் கண்டறிகிறார்கள். 'நம்முடன் நாம் இருப்பதற்கு நாம் பழக்கப்படவில்லை, நம்மையே நமக்குப் பிடிக்காதது போலவும், நம்மிடமிருந்து நாம் தப்பியோட முயல்வது போலவும் நாம் நடந்துகொள்கிறோம்' என்கிறார் வியட்நாமிய புத்தத் துறவி திக் நியட் ஹான். நகுலனுக்கும் தன்னுடன் இருத்தல் என்பது பெரும் தத்துவக் கேள்வியாக உருவெடுக்கிறது. தன் முன்னால் ஊர்ந்துசெல்லும் தன் நினைவை அவரால் பார்க்க பயமாக இருக்கிறது; அதே நேரத்தில் பார்க்காமலும் இருக்க முடியவில்லை. இந்த வகையில் அவர் ஒரு இருத்தலியல் கவிஞராகவும் தோற்றம் கொள்கிறார்.

'எனக்கு என்னிடமிருந்து எப்படித் தப்புவது என்று தெரியவில்லை.'

என்ற கவிதை வரிகளிலும்,

'நான் என்னைப்
பார்த்துக் கொண்டிருந்து
வாழ விரும்பவில்லை'

என்ற கவிதை வரிகளிலும்,

'எனக்கு
யாருமில்லை
நான்
கூட...'

என்ற வரிகளிலும்

'என்னைத் துரத்திக் கொண்டு நான் செல்கிறேன்
எல்லாரும் சிரிக்கிறார்கள்.'

என்ற வரிகளிலும் கேட்பது ஒரே குரல்தான். இதையே,

'என்னுடன் ஒருவருமில்லை.
நான் கூட இல்லை; எவ்வளவு சுகம்.'

என்று சுகமாக ஆக்கிக்கொள்ளவும் நகுலன் முயல்கிறார். எனினும், தன்னுடன் இருப்பதற்குக் கற்றுக்கொள்ளவும் முயல்கிறார் நகுலன். 'எழுதுவது என்பதுகூட என்னுடன் இருப்பதற்கு நான் காத்திருப்பது என்பதுதான் என்பதை நான் கண்டுகொண்டேன். நமது பிரக்ஞை இயல்பாகவே அரைவட்டம்; அது முழுவட்டமாக ஆவதற்கு இந்தக் காத்திருத்தல் ஒரு தத்துவம்' என்கிறார் நகுலன்.

நவீன மனிதனுக்கு மனமும் மனசாட்சியும்தான் பெரும் சிக்கல். சுசீலாவின் கைகள் நகுலனுக்குப் பரவசமூட்டுபவை என்றால், சொந்தக் கைகளோ தன்னையே வெறுக்குமளவுக்குச் செய்கின்றன:

"எவ்வளவு பாபகிருத்தியங்கள்,
துஷ்பிரயோகங்கள்,
மனமறிந்த பொய்கள்"
இவ்வளவும் ஒரு கைப்பரப்பில்
அரசு செலுத்துகின்றன.'

யூதாஸ் காலத்திலிருந்து நவீன காலம் வரை 40 வெள்ளிக் காசுகள் மாறவில்லை. அவைதான் அவனை இன்னும் யூதாஸாக வைத்திருக்கின்றன. அவனொன்றும் விருப்பப்பட்டு ஏசுவைக்

காட்டிக்கொடுப்பவனல்ல. வெள்ளிக்காசுக்கான தேவையை அவனுக்கு எப்போதும் வைத்திருப்பது யார்?:

'அவன் தொழிலில்
அவன் சமர்த்தன்தான்
யாரில்லை என்றார்கள்
என்றாலும்
இவ்வளவும்
பேசிய பிறகு
நாற்பது வெள்ளிக்
காசுகள் சம்பாதிக்க
வேண்டுமென்றால்
அதற்கு ஏசுவின்
தலையைத்தான் வெட்ட
வேண்டுமா?
நீ என்ன உளறுகிறாய்.'

அடிக்கடி மேற்கோள் காட்டப்படும் நகுலனின் தத்துவார்த்தக் கவிதைகள் அவரது கவித்துவத்தின் பன்முகத்தை மறைத்துவிடுகின்றன. நகுலன் காட்சி இன்பமும் சொல் இன்பமும் கற்பனை இன்பமும் கூடிய பல வரிகளை எழுதியிருக்கிறார். அவரது நெடுங்கவிதையான 'மழை: மரம்: காற்று' முழுக்கவும் கண்ணிலும் பிரக்ஞையிலும் வந்து விழும் காட்சிகளால் நிரம்பியது. காட்சியும், காட்சியில் ஏற்படும் சலனமும், காற்றின் சலிப்பும் அவரது பல கவிதைகளை உருவாக்கியுள்ளன. காட்சி ஒரு நிச்சலனக் குளம், அதில் ஏற்படும் சலனமே நகுலனின் கவிதையில் உருவங்களாக மாறுகின்றன. அதாவது சாலைக்கும் பாலைவனத்தின் மணல் பரப்புக்கும் மேலுள்ள, ஏதுமற்ற அந்தரத்தில், வெயிலின் கொதிப்பு பேய்த்தேரை (கானல்) உருவாக்குவதுபோல. தொடக்க காலத்திலிருந்து நகுலன் கவிதையில் இப்பண்பு காணப்படுகிறது. இவ்வகையில் 'காத்திருந்தேன்' என்ற கவிதை முக்கியமானது:

'கண்ணெதிரே
கானல் கொதிக்கப்
பார்க்கும் தென்னை மரமனைத்தும்
பதுமையெனத் தாங்கி நிற்க,
ஆலின் ஆயிரமாயிரம்
சிறு இலைகள் பதறி மின்ன

வானம் நீலமாக விரிய
நான் தனித்திருந்தேன்.'

'சிறு இலைகள் பதறி மின்ன' என்னும் வரியானது, வெயிலை உள்வாங்கும் ஆலமரம், சிதறிப்போன கண்ணாடியானது வெயிலை எப்படிப் பிரதிபலிக்குமோ, அப்படி ஆயிரமாயிரச் சிதறலாகப் பிரதிபலிக்கும் ஒளிப் பிரமாண்டத்தை நம் கண்ணுக்குள் விதைத்து பிரக்ஞையில் விரியச் செய்கிறது.

'கண்ணாடிகள் சூழ
நான் ஏன் பிறந்தேன்
பகல் பொழுது
என்னைச் சுற்றி வட்டமிடுகிறது'

என்று சற்றே துயருற்ற தொனியில் ஆரம்பிக்கும் கவிதையொன்று

'ராத்திரியில்
ஒவ்வொரு நக்ஷத்திரமும்
என்னை ப்ரசவிக்கிறது'

என்று அழகான வரிகளோடு முடிகிறது. பகலில் ஆலமரம் என்றால் இரவில் நட்சத்திரம். உண்மையில் நகுலனின் சிதறுண்ட மனம் என்பது இதுதானோ?

'கண்ணுக்குள்
கருவிழியும் வெள்ளை நிறமும்
கூடு கட்டும்'

என்ற வரிகளும் நகுலனின் அழகுணர்வுக்கு எடுத்துக்காட்டுகள்.

மேலும் சில எடுத்துக்காட்டுகள்:

'ஒரு மரம் கொத்திப் பறவை
பளீரென்று
தன் மஞ்சள் சிறகடித்து
அந்தரத்தைக்
கிழித்துச்செல்கிறது'

'வாழை இலையில்
சாம்பல் பூத்த
அடிப்பச்சை'

என்ற வரிகள் அழகிய காட்சியொன்றைத் தனது கச்சிதமான விவரணையால் உருவாக்கினால் இதற்கு மாறாக,

‘தெருவில் யாரோ
ஒரு பிச்சைக்காரன்
அவன் கால் புண் மீது
ஒரு பச்சைத்
தளம்’

என்ற வரிகள் எதிர் அழகியலுக்கான காட்சியை உருவாக்குகின்றன. வசந்தத்தை வரவேற்ற கலாப்ரியாவின் நாயை இந்த வரிகள் நினைவூட்டுகின்றன.

‘கவிதையில் ஒலி முக்கியமான அம்சம் என்று நான் கருதுகிறேன்... மூச்சுத் தட்டாமல் வாசிக்கும் ஒரு சப்த ரேகையே வரி’ என்கிறார் நகுலன். இதற்கு எதுகை, மோனை, தொடை போன்றவற்றுடன் நவீன கவிதை எழுத வேண்டும் என்பதில்லை. உள்ளார்ந்த சந்தம் ஒன்று அவசியம். ஆனால், தற்காலக் கவிதைகள் பலவற்றையும் வரி உடைக்காமல் படித்தால் கவித்துவமான உரைநடையைப் படிப்பது போன்றுதான் இருக்கின்றன. நகுலனின் பல கவிதைகளில் அகசந்தம் காணக்கிடைக்கிறது.

‘கன்னியொருத்திக் கருத்தரிக்க
கருத்திசைந்து முன்வரக்
கையினைக் கைகௌவும்
அவ்வமயம்
தீ எரிய
மத்தளம் அதிர
ஒரு மதயானை நின்று தளரும்’

என்ற வரிகளில் ‘மத்தளம் அதிர/ ஒரு மதயானை நின்று தளரும்’ என்பதில் உள்ளதுதான் அகசந்தம். இந்த அகசந்தம் வார்த்தைகளின் சுமை களைந்த தூயநிலையிலும் கிடைக்கிறது என்பதற்கு எடுத்துக்காட்டு கீழ்க்கண்ட கவிதைகள்:

‘வீங்கு திரைக்கடலில்
பாய்ந்து சென்றதொரு
பாய்மரக் கப்பல்;
கரை நெடுக
ஒரு வரிசை மீன் வற்றல்’

‘தவளைப்
பாட்டி!

நீயும் அறிந்தனையோ
சூல்போன்ற நின் வயிறு
பகர்வதும் காதலென்று'

தவளைப் பாட்டி கவிதை ஹைக்கூ கவிதைகளை நினைவூட்டுகிறது. நகுலன் கவிநடையின் பன்மைத் தன்மைக்கு இதுபோன்ற கவிதைகள் எடுத்துக்காட்டு.

அதேபோல், சொல்லின்பத்துக்கு ஒருசில உதாரணங்கள்:

'கண்நுகரும் ஒளிச் சிறப்பு'

'சப்பாத்தி முட்செடிகள்
சச் சச் சச் சச்சென நிற்கும்.'

நகுலனுடைய கவிதைகள் பலவும் முழுமையானவையோ ஒரு சரட்டைப் பின்பற்றிச் செல்பவையோ அல்ல. இவரது நாவல்களில் வருவதுபோல் அதே நனவோடை உத்திதான். அதனால் ஆழ்மனதில் இருக்கும் அனைத்தையும் அள்ளிக்கொண்டுவரும் வலைதான் இந்த உத்தி. அப்படி அள்ளிக்கொண்டு வரும்போது குப்பைகள், ரத்தினங்கள் எல்லாம் சேர்ந்தேதான் வரும். குப்பைகளின் ஆதிக்கத்தைப் பார்த்து நகுலனை நாம் புறக்கணிப்பதும் நடக்கும்; ரத்தினங்களைத் தேடியெடுத்து நகுலனைக் கொண்டாடுவதும் நடக்கும். கலைந்த மனதிலிருந்து அள்ளிக்கொண்டு வருவதால், புறாக்களுக்கு இறைந்த அரிசிகள் ஒவ்வொரு முறையும் தரையில் ஒவ்வொரு தோற்றம் பெறுவதைப் போல், நகுலனின் எழுத்து இணைந்தும் கலைந்தும் தோற்றம் காட்டுகிறது. அவர் தன்னுடைய எழுத்தைப் பற்றி இப்படிக் குறிப்பிடுகிறார்:

'என்ன எழுத்து உன் எழுத்து?
எழுதிக் கலைக்கும்
தன்னைத் தானே
என் எழுத்து'

தன்னைத் தானே நகுலன் எழுதிக் கலைக்கும்போது கலகமான வரிகள் வந்து விழுவதுண்டு. கீழ்க்கண்ட வரிகளும் அப்படிப்பட்டவைதான்:

'உணவு உண்டா?
உண்பது உண்டு
உணவில்லை.'

'ஊனுடலை வருத்தாதீர்; உணவியற்கை கொடுக்கும்;/ உங்களுக்குத் தொழிலிங்கே அன்புசெய்தல் கண்டீர்!' என்ற பாரதியின் வரிகளின் நிழலை இங்கே காணலாம். உணவு என்பது உடைமையானபோதுதான், மனித குலம் நாடோடி வாழ்க்கையை விடுத்து ஓர் இடத்தில் நிலைகொண்ட விவசாய வாழ்க்கையை மேற்கொள்ள ஆரம்பித்தார்கள். மனிதர்கள் உணவு சேமிப்பதற்கும் எறும்புகள் உணவு சேமிப்பதற்கும் வேறுபாடு உண்டு. மனிதர்கள் உணவைச் சேமிக்க ஆரம்பித்தபோது முதலாளித்துவத்தின் விதை விழுந்தது. மனிதர்களின் முழு சிந்தனையும் தனக்கான, தன் குடும்பத்துக்கான உணவுத் தேடலில் இருக்கும்போது அன்புசெய்தலைத் தொழிலாகக் கொள்வதெங்கே?

நகுலன் நூற்றாண்டைக் கொண்டாடும் இந்த நேரத்தில் அவரது படைப்புகள் செம்மையாகப் பதிப்பிக்கப்படாதது பெருந்துயரமே. நகுலன் உயிரோடு இருந்தபோது 2001-ல் காவ்யா வெளியிட்ட 'நகுலன் கவிதைகள்' தொகுப்பு முழுக்க அவ்வளவு பிழைகள். எழுத்துப் பிழைகளையெல்லாம் மன்னித்துவிடலாம். 'கோதம-இந்ரம்' என்ற பிரமிள் கவிதையின் இறுதிப் பகுதியான 'சூர்ய உவாச:' நகுலன் கவிதையாக காவ்யா தொகுப்பில் இடம்பெற்றுவிட்டதை (பக்.122-123) எப்படி மன்னிப்பது? அதே தொகுப்பை அப்படியே ஸ்கேன் செய்து 2020-லும் வெளியிட்டிருக்கிறார்கள். அதன்படி நகுலன் இன்னும் வாழ்ந்துகொண்டிருக்கிறார் (1921 ஆகஸ்ட்டில் பிறந்தது கும்பகோணம். எனினும் வளர்ந்ததும் வாழ்வதும் திருவனந்தபுரம்தான் – நகுலன் கவிதைகள்: சில குறிப்புகள் பகுதியில் இடம்பெற்ற குறிப்பு). நகுலனின் நூற்றாண்டை அடுத்தாவது அவருக்கு ஒரு செம்பதிப்பு கொண்டுவர வேண்டியது அவசியம்.

(கவிஞர் ஷங்கர்ராமசுப்ரமணியன் தொகுத்திருக்கும் 'அருவம்-உருவம்' நகுலன் நூற்றாண்டு மலரில் [2022] இடம்பெற்ற கட்டுரை)

கண்ணதாசன்: காலங்களில் அவன் வசந்தம்

அது என்ன பருவம் என்று அப்போது தெரியவில்லை. சென்னையில் ஒருநாள் காலையில் பெட்டிக்கடையில் செய்தித்தாள் வாங்கிக்கொண்டு நிமிர்ந்தேன். எதிர்ப்புறச் சாலையோரத்தில் மஞ்சள் கொன்றையொன்று தகதகக்கும் மலர்களோடு நின்றுகொண்டிருந்தது. எட்டு மணி வாக்கில் சூடில்லாத வெயிலில் மஞ்சள் வண்ணம் கொழுந்துவிட்டு எரிந்துகொண்டிருந்தது. சட்டென்று என் மனதில் ஒரு பாடலின் வரிகள் சம்பந்தமில்லாமல் வந்து விழுந்தன: 'வசந்தகால நதிகளிலே வைரமணி நீரலைகள்'

எத்தனையோ முறை நான் கேட்ட பாடல் அது. அழகான சொற்களைக் கொண்டு நிரப்பப்பட்ட பாடல் அது என்றுதான் அதுவரை நினைத்துக் கொண்டிருந்தேன். ஆனால், அன்று அந்த மஞ்சள் கொன்றை, அந்தப் பாடலை எனக்குத் திறந்து காட்டியது. அந்த மஞ்சள் கொன்றையின் மலர்கள்தான் வசந்த காலத்தின் வைரமணி நீரலைகள் என்று எனக்குத் தோன்றியது. மனம் எவ்வளவு விசித்திரமானது. தனது நினைவறையில் எல்லாவற்றையும் கொட்டிவைத்து, சம்பந்தமில்லாததுபோல் தோன்றும் இரு விஷயங்களுக்குள்ளும் உறவு இருக்கிறது என்பதை ஏதோ ஒரு தருணத்தில் திடீரென்று உணர்த்திவிடுகிறது. மஞ்சள் கொன்றை அந்தப் பாடலைத் திறக்க, அந்தப் பாடல் எனக்கு வசந்த காலத்தைத் திறந்தது. நிழற்சாலை ஒன்றின் நடைபாதையில் பரவசத்துடன் நடக்க ஆரம்பித்தேன். கொய்யா, மாம்பழம், நாவற்பழம், சப்போட்டா, சீத்தாப்பழம் என்று வசந்தத்தின் வெவ்வேறு வண்ணங்கள் அந்த நடைபாதையில் போகும் வழியெல்லாம் தள்ளுவண்டிகளில் சோம்பல் முறித்துக்கொண்டிருந்தன. வசந்தம் இன்னும் விரிந்துகொண்டே

போனது. அன்று, வசந்தத்துக்கு என் கண்களைத் திறக்கச் செய்தார் கண்ணதாசன்.

கண்ணதாசன் பாடல்களில் இசையையும் தருணங்களையும் அகற்றிவிட்டு, வெறும் வரிகளாக வாசிக்கும் விமர்சகர்களுக்குப் பலமுறை அவரது வரிகள் ஏமாற்றம் தரலாம். ஆனால், ஒன்றை நாம் மறந்துவிடக் கூடாது. கண்ணதாசன் கண்களின் கவிஞன் அல்ல; செவியின் கவிஞன். கவிதைகள் காலம்காலமாகச் செவிக்கு உரியவையாகத்தான் இருந்திருக்கின்றன. 'செவிநுகர் கனிகள்' என்று கம்பன் சொல்லியது கவிதைகளுக்குத்தான் முற்றிலும் பொருந்தும். நீரில் நீலம் பிரியும் மைத்துளி போல செவியில் விழும் சொற்கள் மனதுக்குள் விரியும். எழுத்து, அச்சு என்பவையெல்லாம் அந்தச் சொற்களின் ஆவணக் காப்பகங்கள் போன்றுதான்.

தற்போது கவிதைகள் தமக்குரிய இசைத் தன்மையை விட்டுப் பார்வையை நோக்கித் திரும்பிவிட்டன. கவிதைகள் காட்சிகளையே பெரிதும் தற்போது உருவாக்குகின்றன. கண்ணதாசன் அந்தக் காலத்துப் பாணர்களின் தொடர்ச்சி. அவரது பாடல்களைப் படிப்பதைக் காட்டிலும் இசையோடு கேட்கும்போது ஏற்படும் பரவசம் விளக்க முடியாதது. அது இசையால் மட்டுமே வருவதல்ல. முதற்காரணம், கண்ணதாசனின் வரிகள்தான். எடுத்துக்காட்டாக, 'போலீஸ்காரன் மகள்' என்ற திரைப்படத்தில் வரும் 'இந்த மன்றத்தில் ஓடிவரும்...' பாடலைப் பார்க்கலாம். அழகான மெட்டு, பி.பி. ஸ்ரீநிவாஸ், ஜானகி இருவரின் மதுரக் குரல்கள். இப்படி இருக்கும்போது இந்த வரி 'இந்தச் சபைதனில் ஓடிவரும்...' என்றோ, 'இந்தத் தோட்டத்தில் ஓடிவரும்...' என்றோ இருந்திருந்தால் எப்படி இருந்திருக்கும்! 'மன்றம்' என்ற எளிய சொல்லில் இசை வந்து விழும்போது மாயாஜாலம் நிகழ்கிறது. மேலும், விசித்திரமான சூழலைக் கொண்டது அந்தப் பாடல். ஒரு தங்கை தன் காதலனை நினைத்து இப்படிப் பாடுகிறாள்:

'நடு இரவினில் விழிக்கின்றாள்
உன் உறவினை நினைக்கிறாள்
அவள் விடிந்த பின் துயில்கின்றாள்
என் வேதனை கூறாயோ?'

ஒருத்தி தன் காதல் வேதனையைச் சொல்லும் இந்தப் பாடலின் இடையே அவளுடைய அண்ணன் வேறு நுழைந்துகொள்கிறான். தென்றலிடம் தன் தங்கைக்காக அவனும் தூதுவிடுகின்றான். இந்த அண்ணனையே மறந்துபோகும் அளவுக்கு அவள் அளப்பரிய காதல் கொண்டிருக்கிறாள் என்று அவளுடைய காதலின் ஆழத்தைச் சொல்லும் அதே வேளையில், தனது தங்கைக்கு இந்த அண்ணனின் நினைவு இல்லாமல் போய்விட்டதே என்பதையும் ஒருங்கே வெளிப்படுத்துகிறான். காதல் பாடலில் அண்ணன் வந்தாலே ஓர் அபஸ்வரம்போல் ஆகிவிடும், இதில் அவன் தனது பொறாமை உணர்ச்சியையும் வெளிப்படுத்துகிறானே! ஆனால், இசகுபிசகான இந்தத் தருணத்தையே பாடலுக்கு உயிரூட்டுவதற்கான வாய்ப்பாக எடுத்துக்கொண்டு இப்படி எழுதியிருக்கிறார் கண்ணதாசன்:

'தன் கண்ணனைத் தேடுகிறாள்
மனக் காதலைக் கூறுகிறாள்
இந்த அண்ணனை மறந்துவிட்டாள் என்று
அதனையும் கூறாயோ...'

சொற்கள் இசைக்கு உயிர்கொடுக்க வேண்டுமேயொழிய, சொற்களுக்கு இசை உயிர்கொடுக்கக் கூடாது. அதனால்தான் 'மந்திரம்போல் வேண்டுமடா சொல்லின்பம்' என்றான் பாரதி. கண்ணதாசனுடையதோ பனி போன்ற சொல்லின்பம். சொல்லின்பம் என்பது சொல்லில் அதிக அர்த்தத்தை ஏற்றும்போது வருவதல்ல.

பனி என்றால் தேன் கலந்த பனி! அப்படித்தான் சொல்ல வேண்டும் கண்ணதாசனின் வரிகளை. 'பனிபோல் குளிர்ந்தது கனிபோல் இனித்ததம்மா' என்ற வரிகளை வேறு எப்படிச் சொல்வது? இந்த வரிகளின் அர்த்தம் ஒருபுறம் இருக்கட்டும். இந்தச் சொற்களை மெலிதாக முணுமுணுத்துப் பாருங்கள். எவ்வளவு தண்மை! எவ்வளவு தித்திப்பு! இதேபோல் சொல்லின்பம் தரும் ஒரு சில உதாரணங்களையும் பாருங்கள்:

'மஞ்சள் வண்ண வெய்யில் பட்டு'
(பால்வண்ணம் பருவம் கண்டு - பாசம்)

'பாலாடை போன்ற முகம் மாறியதேனோ
பனிபோல நாணம் அதை மூடியதேனோ'
(பாவாடை தாவணியில் - நிச்சயத் தாம்பூலம்)

'முதிராத நெல்லாட ஆடஆட
முளைக்காத சொல்லாட ஆடஆட'
(கட்டோடு குழலாட- பெரிய இடத்துப் பெண்)

'இளைய கன்னிகை மேகங்கள் என்னும்
இந்திரன் தேரில் வருவாளாம்'
(நாளாம் நாளாம்... - காதலிக்க நேரமில்லை)

காதல், காம உணர்வுகளைப் பூடகமாகவும் இனிக்க இனிக்கவும் சொன்னவர் கண்ணதாசன். ஒரு பெண் தன்னுடைய காம உணர்வுகளைச் சொல்வதைச் சமூகம் எப்போதும் ஏற்றுக்கொள்வதில்லை. ஆனால், 'அனுபவம் புதுமை, அவனிடம் கண்டேன்' என்ற வரிகள், கண்ணதாசன் சொற்களில் சுசீலாவின் குரலில் வந்து விழும்போது ஒழுக்கவாதிகளுக்கும் மயக்கம் வருமே, அதை என்னவென்று சொல்ல! ஆரம்பத்தில் வேண்டாம் வேண்டாம் என்று சொன்னவளுக்கு, அவன் 'ஒன்று' தந்த பிறகு உன்மத்தம் ஏறிக்கொள்கிறது. பிறகு, 'போதாது இன்னும் வேண்டும் வேண்டும்' என்கிறாள். உண்மையில் அவள் வேண்டாம் என்று சொன்னதெல்லாம் கட்டுப்பாடுகளுக்குப் பயந்தல்ல; தனக்கு உன்மத்தம் ஏறிவிடும் என்று பயந்துதான் என்பது பிறகு தெரிகிறது:

'தள்ளாடித் தள்ளாடி நடமிட்டு அவள் வந்தாள்
ஆஹா சொல்லாமல் கொள்ளாமல் அவளிடம் நான் சென்றேன்
அது கூடாதென்றாள் மனம் தாளாதென்றாள்
ஒன்று நானே தந்தேன் அது போதாதென்றாள்,
போதாதென்றாள்...

கண்ணதாசன் இப்படியெல்லாம் மயக்கம் தரும்போது அர்த்தத்தை யார்தான் தேடிக்கொண்டிருப்பார்கள். இப்படிச் சொல்வது கண்ணதாசன் அர்த்தத்துக்கு முக்கியத்துவம் கொடுப்பவரில்லை என்பது அர்த்தம் அல்ல. அவரது தத்துவப் பாடல்களுக்குள் புகுந்தால் அவற்றிலிருந்தும் மீள முடியாது. சொற்களிலே கவிஞன் கிறுகிறுக்க வைக்கும்போது, அங்கே அர்த்தம் நமக்கு இரண்டாம் பட்சமாகப் போய்விடும். "உன்னை நான் கொல்லவா?" என்பதை கண்ணதாசன் தனக்கேயுரிய மொழியில் கேட்டால் "கொல்லுங்கள்" என்றுதானே நமக்குச் சொல்லத் தோன்றும்.

கண்ணதாசனுக்குத் திரைப்படம், இசை, 'சிச்சுவேஷன்' எல்லாம் தனது உணர்வுகளையும் சோகங்களையும் கொட்டுவதற்கு ஒரு வாய்ப்பு. கண்ணதாசன் தனது இறுதிப் பாடலில் இப்படி எழுதியிருப்பார்:

'உனக்கே உயிரானேன்
எந்நாளும் எனை நீ மறவாதே!'

உண்மையில், இது நம்மை நோக்கி அவர் வைக்கும் வேண்டுகோள். எப்படி மறக்க முடியும் கண்ணதாசன், உங்களை!

(கண்ணதாசன் பிறந்தநாளை முன்னிட்டு 2014-ல் எழுதியது.)

ஞானக்கூத்தன் கவிதைகள்: விளக்கின் வெள்ளரித் தீ

நவீனத் தமிழ் இலக்கியத்தின் முன்னோடிக் கவிஞர்களுள் ஒருவரான ஞானக்கூத்தன், முன்னோடித் தன்மையைத் தாண்டியும் முக்கியத்துவம் கொண்ட கவிஞர்களுள் ஒருவர். 18 வயதில் தோத்திரப் பாடல்களுடன் தொடங்கிய அவரது கவிதை இயக்கம் 2016-ல் அவர் மரணமடையும் வரை, 60 ஆண்டு காலம் நீடித்தது. இந்த நெடிய இலக்கியச் செயல்பாட்டின் ஆவணமாக 2018-ல் வெளியான 'ஞானக்கூத்தன் கவிதைகள்' நூல் திகழ்கிறது. 'நடை', 'கசடதபற' காலங்களில் எழுதிய கவிதைகளுக்காக அதிகம் அறியப்படும் ஞானக்கூத்தன் அந்தக் காலகட்டத்துக்குப் பிறகுதான் அதிகமாக எழுதியிருக்கிறார். தன் இறுதிக் காலம் வரை தொய்வின்றி எழுதியிருக்கிறார் என்பதன் சாட்சியம்தான் இந்தப் பெருந்தொகுப்பு.

நவீனத் தமிழ்க் கவிதை வாசகர்களுக்கு ஞானக்கூத்தன் என்றால், உடனடியாக அவரது பகடி, நகைச்சுவைக் கவிதைகளும் கதைசொல்லும் கவிதைகளும்தான் நினைவுக்கு வரும். இந்தப் பண்புகளெல்லாம் அவரது இறுதிக் காலம் வரை தொடர்ந்தாலும், அவரது கவிதைச் செயல்பாட்டின் பிற்பகுதியில் அழகியல் அம்சம் கொண்ட கவிதைகள் அதிகமாகக் காணப்படுகின்றன. அவரது கவிச் செயல்பாட்டின் முற்பகுதியில் எழுதப்பட்ட 'அழிவுப்பாதை' போன்ற ஒருசில கவிதைகளை விட்டுவிட்டால், பிற்பகுதியில் எழுதப்பட்ட கவிதைகள்தான் செறிவும் அழகும் கூடியவையாக இருக்கின்றன. பெரும்பாலான கவிஞர்களுக்கு ஏற்படும் 'சென்று தேய்ந்திறுதல்' ஞானக்கூத்தனுக்கு ஏற்படவில்லை. அப்படி ஆகாமல் அவரது கவிதையானது தொடர்ந்து பரிணாமம் அடைந்துகொண்டே இருந்திருக்கிறது. இதனால், அவரது கவிமொழி ஒரே மாதிரி

இல்லாமல் பலவகைப்பட்டதாக இருக்கிறது. இதனால், ஒட்டுமொத்தமாகப் படிக்கும்போது சலிப்பு ஏற்படுவதில்லை.

எப்போதும் பார்த்துக்கொண்டே இருக்கின்றன ஞானக்கூத்தனின் கவிதைகள். இந்தப் பார்வையானது ஒன்று கதைக் கவிதையாக மாறுகிறது, இல்லையென்றால் காட்சிக் கவிதையாக மாறுகிறது. நவீனத் தமிழ்க் கவிதையில் கதைசொல்லல் என்பது விலக்கி வைக்கப்பட்ட வஸ்துவாக இருந்தாலும், ஞானக்கூத்தன் இறுதி வரை கதை சொல்லிக்கொண்டிருந்தார். அசோகமித்திரனின் சிறுகதைகளில் காணப்படும் பண்பை இந்தக் கவிதைகளில் காண முடியும். ஒருவகையில் அசோகமித்திரனின் கவிதை அவதாரமாகக்கூட ஞானக்கூத்தனைக் கருத முடியும்.

மனிதர்களைத் தீராமல் உற்றுநோக்கிக்கொண்டே இருந்திருக்கிறார் ஞானக்கூத்தன். வீட்டுக்கு உள்ளேயும் சரி, வெளியேயும் சரி எங்கெங்கும் இந்த உற்றுநோக்கல் தொடர்கிறது. மனிதர்களை மட்டுமல்ல; பொருட்கள், விலங்குகள் என்று அவரது பார்வை படாத இடமே இல்லை. அந்த உற்றுநோக்கல் கனிந்து கவிதையாகிறது, அந்தக் கவித்துவம் முறுகிய கணத்தில் ஞானக்கூத்தனின் கண்கள் வழியாக நாம் அந்தக் காட்சிகளைப் பார்க்கிறோம்.

‘தண்ணீரை விட்டு முதல் படிக்கட்டில்

வந்தமர்ந்த ஈரத் தவளைகள் தங்கள்
மணித் தக்காளிக் கண்கள் கொண்டு
என்னைப் பார்த்துத் தாடைகளால்
ஏளனம் செய்கின்றன’
(சேலையில் வரைந்த சரீரம்)

என்ற வரிகள் இதற்கு மிகச் சிறந்த எடுத்துக்காட்டு.

இயற்கை தன்பாட்டில் நிகழ்ந்துகொண்டிருக்கிறது. தன் கண்ணில்படும் காட்சித் துணுக்குக்கு அர்த்தமேற்றுகிறார் கவிஞர். அது அர்த்தமாக மட்டுமல்லாமல், இணை நிகழ்வாக ஆகிவிடுகிறது.

‘படுத்துக் கிடந்தன மேகங்கள்
போகும் இடம் எதுவென்று
முடிவு செய்யாமல்.’
(எழுந்துகொள்கிறாயா?)

என்பது போன்ற வரிகள் இந்த அர்த்தமூட்டலுக்கான தூய நிலையைக் கொண்டிருக்கின்றன. யாப்பிலக்கணத்தில் இதை 'தற்குறிப்பேற்ற அணி' என்பார்கள். தனது விளக்கத்துடன் கவிஞர் இயற்கையை அணுகினாலும் அதன் அர்த்தமின்மையையும் தூய காட்சி நிலையாக நம்மால் தரிசிக்க முடிகிறது. இது தவிர, அப்படியே காட்சியைப் பதிவும் செய்கிறார்:

'அசையாமல் கிடக்கும் ஏரியில்
சிறிய பூச்சிகளின் கால்கள்
எழுப்பிய அலைகள் ஓரடி தூரமும் போகவில்லை'
(ஏரி)

எனும்போது, நமது ஞாபக அடுக்கில் தேங்கிய இதுபோன்ற அனுபவங்கள் ஒரு முழு ரூபம் கொண்டு நம் நாவில் தித்திக்கின்றன. ஒரு பாகல் செடியின் தோற்றம் முதல் அதன் வளர்ச்சி, வியாபகம் என்று இறுதியில் உணவுக்காகப் பாகற்காய் நறுக்கப்படுவது வரை அதன் வாழ்க்கையை ஞானக்கூத்தன் கூடுதல் சொற்கள் இன்றி, அலங்காரம் இன்றி அடுக்கும்போது, அங்கே பாகலின் பச்சை வாசனையும் கசப்புச் சுவையும் ஒருங்கே கவிதையில் பிறந்து நம்மைத் தழுவுகின்றன (பாகல்). இன்னொரு கவிதையில் 'விளக்கில் தீ வெள்ளரி விதைபோல் எரிகிறது' (ஓசை) எனும்போது காட்சி இன்பமும் சொல்லின்பமும் ஒன்றுசேர்கின்றன. ஒருவகையில், இரண்டும் பிரிக்க முடியாதவைதானே!

பிற்காலக் கவிதைகளில் மனித வாழ்வின் இருப்பு குறித்த விசாரணையும் ஞானக்கூத்தனிடம் சேர்ந்துகொள்கிறது. இது இருத்தலியல் தொனியில் இல்லாமல், கீழை நாட்டுத் தத்துவார்த்த தொனியில் ஒலிக்கிறது. இந்தியக் கவித்துவ, தத்துவ மரபில் ஞானக்கூத்தனுக்கு இருந்த பிடிப்பின் காரணமாக இது சாத்தியப்பட்டிருக்கிறது. குருதியின் குரலை ஒரு நாயின் குரல்போல உருவகித்து எழுதிய கவிதையில்,

'தன்னையும் ஒரு மறுகரையையும்
பிரிக்கும்
ஒரு நதியைக் கடக்க அது குரைக்கிறது.'
(குருதியின் குரல்)

என்ற வரிகளில் இது நன்றாக வெளிப்படுகிறது.

'ரயில்வே நிலையத்தின்
மரத்தடி நிழலில்
படுத்துக் கிடக்கும் இவன்
யார் யாருக்கெல்லாம்
அயல் ஆனானோ?'
   (அயல்)

என்ற வரிகளும் இதற்கு உதாரணம்.

'குன்றுகளைக் காட்டிலும் கனமுள்ள சோகங்களைத்
தூக்கிக் கொண்டு நடக்க மனதில் பயிற்சி வேண்டாமா?'
   (பயிற்சி)

என்பது போன்ற வரிகளை அவரது தொடக்க காலக் கவிதைகளில் அநேகமாகக் காணவே முடியாது.

'உலகம் இருக்கிறதா இல்லையா என்று
ஆழ்மனதில் எல்லோருக்கும் ஒரு சந்தேகம்
அதனால்தான் எதையும்
தொட்டுப் பார்க்கத் தோன்றுகிறது'
   (ஸ்பரிசம்)

என்ற வரிகளில் மேலைத் தத்துவமும் கீழைத் தத்துவமும் ஒன்றாக முயங்குகின்றன.

தமிழில் முக்கியக் கவிஞர்களின் கணிசமான கவிதைகளில் ஒரு பெண் பாத்திரம் இடம்பெறும். நகுலனுக்கு 'சுசீலா', கலாப்ரியாவுக்கு 'சசி' என்றால், ஞானக்கூத்தனுக்கு 'ஞானாட்சரி'. இந்த ஞானாட்சரி வெறும் காதலியாக மட்டுமல்ல; அப்பாலை உலகத்திலிருந்து நடுவே இருக்கும் விலக்க முடியாத திரையைத் தாண்டியும் ஞானக்கூத்தனை நோக்கி நீளும் விரலாகவும் இருக்கிறாள்.

'பின்தொடர வேண்டிய
பெண்மணி ஒருவர் என்
பின்னே வராதது போல
நெஞ்சிலொரு கற்பனை'
   (பின் தொடராத பயணி)

வரிகளில் வரும் பெண்மணி பெயர் குறிப்பிடப்படவில்லை என்றாலும் ஞானாட்சரியாகக் கூட இருக்கலாம்.

சில கவிதைகளில் ஞானக்கூத்தன் காலத்தை வைத்து விளையாடுகிறார். கடந்த காலத்தில் சென்று எதிர்காலத்தைப் பார்க்கிறார், நிகழ்காலத்தை நிறுத்தி வைக்கிறார். 'மாயவெளி', 'அந்தப் பக்கமாய்ப் போகிறவன்', 'அழிவுப்பாதை', 'மழைநாள் திவசம்', 'தொல் பசி' போன்ற கவிதைகள் இதற்கு உதாரணம். 'பசி கொடியது. அதனினும் கொடுமை/ கடந்த காலத்துக்குப் போய் பசித்திருப்பது' (தொல் பசி) என்பது இதன் உச்சம். ஞானக்கூத்தனின் மிகச் சிறந்த கவிதை என்று சொல்லத்தக்க 'அழிவுப்பாதை' கவிதையில், காலம் சிறுசிறு நறுக்குகளாக வெட்டப்படுகிறது. படச்சுருளில் பதிவான காட்சிகள்போல முன்பின் எல்லாம் தெரிகின்றன. பாம்பாட்டியை வேடிக்கை பார்க்கச் சென்றவன் பாம்பாட்டியின் வசியத்துக்கு அகப்பட்டுவிடுகிறான். அது ஒரு மாயவசீகரிப்பு. அதனுள்ளிருந்து காட்சிகளைப் பார்ப்பது வேறு வகையான பார்வை.

'மேயக் குனிந்த மாடு மாற்றிற்று
உட்கார்ந்திருந்தவன் எழுந்து மாற்றினான்
பறந்த கூளம் விழுந்து மாற்றிற்று'

என்று ஒவ்வொன்றும் தங்கள் நிலைகளை மாற்றுவதன் தொடர்ச்சியாகவே நிகழ்காலம் உயிர்கொள்கிறது. கவிதையின் முற்பகுதியில்,

'மகுடியின் தலையே ஒருநாக பூஷணம்
நீல நித்திலத் திராவக மயக்கம்
மகுடியின் துளைவழி பிராணனின் நடனம்'

என்று ஞானக்கூத்தனின் கவிமொழி பித்துக்கொள்கிறது. அவரது வழக்கமான நடையிலிருந்து முற்றிலும் மாறுபட்ட நடையைக் கொண்டது இந்தக் கவிதை. இந்தக் கவிதையை அணுஅணுவாக அவிழ்த்துப் பார்க்க முயல்வதே பெரும் அனுபவம்.

சந்தேகமில்லாமல் நவீனக் கவிதையின் பெருங்கவிஞர்களுள் ஒருவர் ஞானக்கூத்தன். மேசை நடராசரில் ஆரம்பித்துக் கல்லுடைக்கும் தொழிலாளர்கள் வரை அவரது கவிதையில் இடம்பெற்றிருக்கிறார்கள். சாமானியர்கள் மீதான கரிசனமும் அக்கறையும் ஞானக்கூத்தனின் கவிதைகளில் நிரம்பியிருக்கின்றன. 'கீழ்வெண்மணி' பற்றி அந்தக் கொடிய சம்பவம் நிகழ்ந்த காலத்தில் கவிதை எழுதிய ஒரே நவீன கவிஞர் ஞானக்கூத்தன்.

ஆனால், அரசியல் – அரசியலர்கள் தொடர்பான அவருடைய பார்வையை விமர்சனம் என்று மட்டும் கடந்துவிட முடிவதில்லை. குறிப்பாக, தமிழ் அரசியல் அல்லது திராவிட அரசியல் தொடர்பான வெறுப்புணர்வு எவ்வளவு முக்கியமான பிரச்சினையையும்கூட இங்கே அசட்டையாகப் பார்க்கப் பழகிவிட்டிருக்கிறது என்பதற்கு ஞானக்கூத்தனின் புகழ் பெற்ற,

'எனக்கும் தமிழ்தான் மூச்சு
ஆனால்
பிறர் மேல் அதைவிட மாட்டேன்'
 (தமிழ்)

கவிதையை உதாரணமாகச் சொல்லலாம். இந்தி ஆதிக்கவுணர்வுக்கும், இந்தி திணிப்புக்கும் எதிராகத் தமிழகம் கொந்தளிப்பில் உழன்றுகொண்டிருந்த காலகட்டத்தில் வெளியான கவிதை இது. தமிழ் மொழியா பிற மொழிகளை ஆதிக்கம் செய்கிறது?

ஞானக்கூத்தனின் பல கவிதைகளில் தத்துவத்தின் சாயலும் பகடியும் ஊடாடுகின்றன. ஒட்டுமொத்தத் தொகுப்பையும் வைத்துப் பார்க்கும்போது மரபும் நவீனமும் ஒரே நேரத்தில் இழையோடுவதையும் உணரலாம். இந்தத் தொகுப்பு ஞானக்கூத்தன் என்கிற கவியாளுமையை முழுமையாக நம்மிடம் முன்வைக்கும் சிறந்த நூல். நவீன கவிதை வாசகர் ஒவ்வொருவரிடமும் இருக்க வேண்டிய தொகுப்பு இது. இதைச் சிறந்த முறையில் தொகுத்திருக்கும் ஞானக்கூத்தனின் புதல்வர் திவாகர் ரங்கநாதனும் நல்ல பதிப்பாகக் கொண்டுவந்திருக்கும் காலச்சுவடு பதிப்பகமும் பாராட்டுக்குரியவர்கள்.

(2021)

பிரமிளின் கவித்துவம்: நிலைத்து எரியும் சோதி

பொது வாசகருக்கு பிரமிளை அறிமுகப்படுத்துவது என்பது சாத்தியமே இல்லாத ஒன்று. பொது வாசகருடைய மனோபாவம், எளிமை என்ற ஒற்றை அளவீட்டை மையப்படுத்தியே இருப்பதால்தான் இந்தப் பிரச்சினை.

தமிழின் சாதனைகளாக நாம் முன்வைக்கும் சங்கப் பாடல்களில் ஆரம்பித்து திருமந்திரம், கம்பராமாயணம், திவ்யப் பிரபந்தம், சித்தர் பாடல்கள், தாயுமானவர் பாடல்கள், பாரதியார் கவிதைகள் வரை எல்லாவற்றிலும் எளிமையான கவிதைகளைப் போலவே எளிமை இல்லாத, சிடுக்குகள் அதிகம் கொண்ட கவிதைகளும் ஏராளம் என்பதை நாம் உணர வேண்டும்.

வாசகரின் தளத்தைத் தாண்டி, ஒரு கவிஞர் எங்கெங்கோ பாய்ந்திருப்பார் அல்லவா? அந்தப் பாய்ச்சலைப் பின்தொடரும் வாசகருக்கு மட்டுமே, அந்தக் கவிஞருக்கு நிகரான அனுபவங்கள் சாத்தியமாகுமே ஒழிய, படைப்பைத் தனது அறிவின் அளவுகோலைக் கொண்டு மட்டும் அளந்துபார்க்கும் வாசகருக்கு அது சாத்தியம் ஆகாது. பிரமிளைப் போன்ற ஒரு கவிஞரை அணுகும் போது, ஒரு வாசகர் மனதில் கொள்ள வேண்டியது அதுதான்.

ஆங்கிலக் கவிதைகளையும் விமர்சனக் கவிதைகளையும் தவிர்த்து, 131 கவிதைகளை மட்டுமே பிரமிள் எழுதியிருக்கிறார். ஆனாலும், பாரதிக்குப் பிறகு நவீனத் தமிழ்க் கவிதையில் மிக முக்கியமான கவிஞராகக் கருதப்படுகிறார். 'காலம் விரித்த திரையா? / வாழ்வு ஓடும் படமா?' என்பது போன்ற மேலோட்டமான தத்துவக் கவிதைகளை ஆரம்பத்தில் பிரமிள் அதிகம் எழுதினார். சிறிது காலம் கழித்து, அவர் எழுதிய '$E=mc^2$' என்ற கவிதை அவருடைய வேகம் கூடுவதை உணர்த்தியது.

'ஒளியின் கதியை
ஒளியின் கதியால்
பெருக்கிய வேகம்
ஜடத்தைப் புணர்ந்தால்
ஜடமே சக்தி!'

என்ற வரிகள் மூலம் ஐன்ஸ்டைனின் $E=mc^2$ சமன்பாட்டுக்கு கவிதை உருக் கொடுத்தார் பிரமிள். தமிழில் அறிவியல் கவிதை என்ற வகைமைக்கு அநேகமாக இந்தக் கவிதையை மட்டுமே சிறந்த எடுத்துக்காட்டாகச் சொல்லலாம்.

அதற்குப் பிறகு நவீனத் தமிழின் முக்கியமான கவிதைகள் சிலவற்றை எழுதினார். எண்ணிக்கை என்ற அளவீட்டில் வைத்துப் பார்க்காமல், அந்தக் கவிதைகள் பறந்திருக்கும் உயரத்தை மட்டுமே வைத்துப் பார்க்க வேண்டும். 24 சிறுகதைகளை மட்டுமே எழுதியிருக்கும் மௌனியை நாம் மகத்தான சாதனையாளராகக் கருதுவதைப் போல பிரமிளையும் நாம் கருத வேண்டும். அசாதாரணமான நடை, தொனி ஆகியவற்றின் காரணமாக பிரமிளை 'கவிதையுலகின் மௌனி' என்றுகூடச் சொல்லலாம். பிரதியெடுக்க முடியாத நடைக்குச் சொந்தக்காரர்கள் இவர்கள்.

ஒவ்வொரு தொழிலுக்கும் ஒரு கருவி இருப்பதுபோல படைப்புக்கான கருவி மொழிதான். ஆனால், அந்தக் கருவி எவ்வளவு பலவீனமாக இருக்கிறது என்பதைப் பெரும்பாலான கவிஞர்களிடம் எளிதில் நாம் கண்டுணர முடியும். சாதாரணக் கவிஞர்கள், ஏற்கெனவே இருக்கும் சொற்களைப் பயன்படுத்திப் பயன்படுத்தித் தேய்த்துவிடுவார்கள் என்றால், மகத்தான கவிஞர்கள் புதிய சொற்களையும் சொற்சேர்க்கைகளையும் உருவாக்குவார்கள். ஆங்கிலத்தில் ஷேக்ஸ்பியர் உருவாக்கிய சொற்களுக்காக அகராதிகளெல்லாம் உண்டு.

20-ம் நூற்றாண்டைப் பொறுத்தவரை, தமிழில் புதிய, அழகிய சொற்சேர்க்கைகளையும் தொடர்களையும் உருவாக்கிய கவிஞர்களில் பாரதி, கண்ணதாசன், பிரமிள் ஆகிய மூவரும் மிகவும் முக்கியமானவர்கள். 'காலநடை', 'நிலவூறித் ததும்பும் விழி', 'நெஞ்சிற் கனல் மணக்கும் பூக்கள்', 'அக்கினிக் குஞ்சு' என்று பாரதியின் பல்வேறு சொற்சேர்க்கைகள் அழகும் வீச்சும் கூடியவை. பிரமிளின் சொற்சேர்க்கைகளும், சொற்களின்

பயன்பாடுகளும் அப்படித்தான். 'மனோவேளை', 'உதரக்கோது', 'காலாதீதம்', 'விடிகாலையின் வெற்றுமணல்', 'தலைகீழ்க் கருஞ் சுடர்', 'கைப்பிடியளவு கடல்', 'காற்றின் தீராத பக்கங்கள்', 'கணத்தின் மொக்கு', 'அணுத் தான்யத்தின் பகிரங்கம்', 'மின்நதி', 'சர்ப்பச் சுருணை', 'தானற்ற வெண்மை', 'துயிலற்ற மௌனம்', 'இமை கொட்டாத இக்கணம்' என்று அவரது சிறிய படைப்புலகத்துக்குள்ளும் ஏராளமான சொற்சேர்க்கைகளும் தொடர்களும் சிதறிக்கிடக்கின்றன. இந்தச் சொற்சேர்க்கைகள் வலிந்து உருவாக்கப்படுபவையல்ல. கவித்துவத்தின் தெறிப்புதான் இவை. உரைநடையில் ஒருசில வரிகள் நீளும் விஷயங்களை, உணர்வுகளை இந்தச் சொற்சேர்க்கைகள் சுருக்கமாகவும் ஆழமாகவும் உணர்த்திவிடுகின்றன. மேலும், சப்தநயத்தால் இந்தச் சொற்சேர்க்கைகள் கவிதைக்கு அழகு சேர்க்கின்றன.

பிரமிளின் முக்கியமான கவிதைகள் பலவும் விளக்க முடியாதவை. உணர்ச்சியின் தீவிரத்தில் அடுக்கடுக்கான படிமங்களையும் சொற்பிரயோகங்களையும் கொண்டவை. எனவே, தீவிரம் கூடியவை. ஆரம்ப நிலை வாசகருக்கு அந்தக் கவிதைகள் பெரும் சிரமத்தைக் கொடுக்கக் கூடியவை. சற்று முயன்றால் அவர்களுக்கு அற்புதங்களைப் பரிசளிக்கக் கூடியவை அந்தக் கவிதைகள். எளிய வாசகர்களையும் ஈர்க்கும் விதத்திலான கவிதைகளையும் அவர் எழுதியிருக்கிறார். அவற்றிலிருந்து எடுத்துக்காட்டாகச் சில வரிகள்:

'நக்ஷத்ரங்களைவிட
நிறையவே பேசுவது
அவற்றின் இடையுள்ள
இருள்.'
    (ஊமை)

'சொற்கள் நிலவு வட்டம்
ஊடே
சூரியனாய் நிலைத்(து) எரியும்
சோதி ஒன்று வருகிறது.'
    (அறைகூவல்)

'விரல்கள் வில்நீத்த அம்பாய் நடுங்க,
பரிதியின் விரித்த கையிலிருந்து
ஒரு மழைத்துளி பிறக்கிறாள்.

முகத்தில் வைரத்தின் தீவிரம். அவள்
மூளையில் ஒரு வானவில்.'
(அற்புதம்)

'திசையெங்கும்
ஒரே ஒரு மலர்
பூக்கும் பேரொலி.'
(கோதம-இந்ரம்).

பிரமிள் தன் கவிதைகளைப் பற்றிச் சொல்லும்போது 'விலை மதிக்க முடியாத ரத்தினங்கள்' என்று குறிப்பிட்டார். ஆனால், இந்த ரத்தினங்கள் லௌகீக மதிப்பு இல்லாதவை என்பதையும் அவர் உணர்ந்திருந்தார். கவிஞர் தேவதேவனின் கூற்றுக்கொப்ப கவிதையால் லௌகீகத்தை மதிப்பிட முடியும். ஆனால், லௌகீகத்தால் கவிதையை ஒருபோதும் மதிப்பிட முடியாது. இதற்கு பிரமிளின் ரத்தினங்கள்தான் எடுத்துக்காட்டு! (பிரமிள் கவிதைகளின் தொகுப்பு 'லயம்' வெளியீடாக வந்திருக்கிறது.)

(பிரமிளின் பிறந்த வாரத்தை முன்னிட்டு 2014-ல் எழுதியது)

அபி கவிதைகள்: ஊசிமுனைப் புள்ளியுள் கமகம்

தமிழ்க் கவிதையுலகில் அபியின் கவிதைகள் அலாதியானவை. அவர் எழுதும் பாணியிலான கவிதைகள் தமிழில் அரிது. பிரமிளிடமும் தேவதச்சனிடமும் கொஞ்சம் பார்க்கலாம். இரண்டாயிரம் ஆண்டு தமிழ்க் கவிதை மரபில், தனித்துவமான கவிஞர்களுள் ஒருவரான அபி, தமிழ்ச் சூழலில் போதுமான அளவு கவனம் கிட்டப்படாதவராகவே இருக்கிறார். வானம்பாடிக் கவிஞராக அவரைப் பலரும் பார்த்தாலும் அங்கிருந்து அவர் இடம்பெயர்ந்து அடைந்த உயரம் அதிகம். எனினும் வானம்பாடிக் குழுவிலும் அவருக்கு உரிய அங்கீகாரம் கிடைக்கவில்லை; நவீனக் கவிதையுலகிலும் அவருக்கு உரிய அங்கீகாரம் கிடைக்கவில்லை. இதற்கு இலக்கிய அரசியல் பாதிக் காரணமாக இருந்தாலும் அபி கவிதைகளின் இயல்புக்கும் பாதிக் காரணம் இருக்கிறது. பிரம்மராஜன், ஜெயமோகன், தேவதேவன் உள்ளிட்ட சிலர்தான் அபியைப் பற்றிப் பேசியிருக்கிறார்கள். ஒரு வகையில் 'ஹெர்மட்டிக்' கவிஞர் என்று அபியைக் கூறலாம். ஒரே நேரத்தில் எளிமையையும் இருண்மையையும் சாதித்தவை அவரது கவிதைகள்.

அபியின் கவிதைகளைப் பற்றி விவரிப்பதற்கு தேவதச்சனின் கவிதை வரிகளைத் துணைகொள்ளலாம்: 'ஒரு சொட்டு/ தண்ணீரில்/ மூழ்கியிருந்தன ஆயிரம் சொட்டுக்கள்' (பரிசு). ஒரு சொட்டு என்பது எளிமையானது; ஆனால், அதற்கு ஆயிரம் சொட்டுக்களின் அடர்த்தி என்றால் எப்படி இருக்கும். இதை அபியின் வரிகளுக்குப் பொருத்திப் பார்க்கலாம். இந்த அடர்த்தியான எளிமைதான் பூடகத்துக்கும் இருண்மைக்கும் இட்டுச்செல்கிறது. இறுக்கமான வார்த்தைகளைச் செலவிட்டுப் பூடகத்தையும் இருண்மையையும் சாதித்த கவிஞர்கள் பலர்

இருந்திருக்கிறார்கள். ஆனால், அபியோ மிக மிக எளிமையான சொற்களைப் பயன்படுத்தியே பூடகத்தையும் இருண்மையையும் அடைந்திருக்கிறார். இதனால்தான், சற்றுப் பெரிய சொல்கூட சமயத்தில் உறுத்துகிறது; அதிகம் புழங்கிய வார்த்தையைப் பயன்படுத்தும்போது அதுவும் உறுத்துகிறது; 'நிமிஷம்', 'வார்த்தைகள்' போன்ற தேய்ந்த சொற்கள் உறுத்துகின்றன; அரிதாகப் பயன்படுத்தப்படும் உருவகம், உவமைகள்கூட உறுத்துகின்றன. அந்த அளவுக்கு நுட்பமானதாகவும் (sensitive) எளிமையானதாகவும் அபியின் கவிதைகள் இருக்கின்றன.

அபியின் கவிதை உலகம் ஏன் இவ்வளவு வித்தியாசமாக இருக்கிறது, அதற்கு ஏன் இவ்வளவு முக்கியத்துவம் இருக்கிறது என்றெல்லாம் யோசித்துப் பார்க்கிறேன். கவிதை கணிசமாக மங்கலான உணர்வுநிலையிலும் அனுபவ நிலையிலும் இயங்குவது. ஆனாலும், அதற்குத் திட்டவட்டமான உருவங்கள், தெளிவான சொற்கள், துல்லியமான பெயர்கள் தேவை. ஆனால், உணர்வுகளும் அனுபவங்களும் நாம் நினைக்குமளவுக்குத் திட்டவட்டமான வரையறை கொண்டவை அல்ல. ஏன், பொருட்களைக் கூட நுணுகி நுணுகிச் சென்றால் அவற்றின் துல்லியமும் திட்டவட்டமும் மறைந்து அநிச்சயம் உருவாகிறது என்கிறது அறிவியல். இந்த அநிச்சயப் பிரதேசத்தில் அநேகமாக தமிழில் தனித்து இயங்கும் கவிஞர் அபி. ஒரு உணர்வுக்கு 'அன்பு' என்ற ஒரு பெயர் இருக்கிறது; ஒரு உணர்வுக்கு 'வெறுப்பு' என்ற பெயர் இருக்கிறது; ஒரு உணர்வுக்கு 'மகிழ்ச்சி' என்ற பெயர் இருக்கிறது. இந்த மூன்றும் கலந்த, மூன்றுக்கும் இடைப்பட்ட ஒன்றுக்குப் பெயர் இருக்கிறதா? உணர்வுகளின், அனுபவங்களின் எண்ணற்ற சாத்தியங்களுக்குப் பெயர் இருக்கிறதா? உலகில் பெயரிடப்படாத வண்ணங்களும் இருக்கின்றன அல்லவா! மானுட வசதிக்காகத் தெளிவான, திட்டவட்டமான ஒருசில அடிப்படைப் பொருள்களுக்கும் விஷயங்களுக்கும் மட்டுமே நாம் பெயர் வைத்திருக்கிறோம். அந்தப் பெயர்களுக்கிடையிலான உறவிலேயே நம் மொழி இயங்குகிறது. அபியின் கவிதைகள் இயங்கும் இடம் தெளிவற்ற அனுபவங்கள், நம்மால் எடுத்துக்கூற முடியாத உணர்வு நிலைகள். இருக்கும் மொழியின் எளிய வார்த்தைகளைக் கொண்டு இவற்றை அவர் கோக்கும்போது நமக்கு விவரிக்க முடியாத மகிழ்ச்சியை ஏற்படுத்துகிறார்.

‘இருளிலிருந்து (தெளிவின்மையிலிருந்து) ஒளிக்கு (தெளிவுக்கு) கூட்டிச்செல்வாயாக’ என்கிறது பிருஹதாரண்ய உபநிடதம். ஆனால், அபியோ நம்மைத் தெளிவிலிருந்து தெளிவின்மைக்குக் கூட்டிச்செல்கிறார். தெளிவின்மை என்பது ஏதோ எதிர்மறையான விஷயம் என்று நாம் நினைத்துவிடக் கூடாது. பிரபஞ்சத்தின், பொருட்களின், அனுபவங்களின் பேரியல்பு அது. ஒரு வசதிக்காக நாம் தெளிவில் இயங்குகிறோம். ஒரு அணு எங்கு முடிகிறது என்று ஆரம்பித்து, இந்தப் பிரபஞ்சம் எங்கு முடிகிறது என்பது வரை தெளிவின்மையே நிலவுகிறது. தெளிவைப் பற்றிய தன் கருத்தை ஒரு கவிதையில் கூட கூறியிருப்பார்:

‘தெளிவு என்பது பொய்
என அறியாது
தெளிவைத் தேடிப் பிடிவாதம் ஏறிப்
பாமரப் பயிற்சிகளால் களைத்து மகிழ்ந்த
பழைய நாட்களை நினைத்துக்கொண்டேன்’
(தெளிவு)

அனுபவத்தின் தெளிவற்ற பிராந்தியத்தில் உலவினாலும் வெளிப் பார்வைக்கு ஸ்படிகத் தெளிவு கொண்டதுபோல் இருக்கின்றன அபியின் கவிதைகள். இதற்குக் காரணம் அர்த்தச் சுமையற்ற சொற்களும் சொற்செட்டும்தான். ஒரு அனுபவத்தை எவ்வளவு குறைவான சொற்களால் படம்பிடிக்க முடியுமோ, அவ்வளவு குறைவான சொற்களில் படம்பிடிக்கும்போது வரிகள் ஒரே சமயத்தில் சுமையற்றவையாகவும் அடர்த்தி மிகுந்தவையாகவும் ஆகின்றன. கூடவே, பார்வைக் கோணங்களையும் வேறு திசையில் வைத்தால் அதற்கு அபாரச் செறிவு கிடைக்கிறது. இதற்கு அபியின் மிகச்சிறந்த கவிதைகளுள் ஒன்றான ‘குருட்டுச் சந்து’ கவிதையை எடுத்துக் காட்டலாம். கவிதைசொல்லி குருட்டுச் சந்து ஒன்றில் போய்த் திரும்பிவருகிறார். ஒரு வீட்டில் இசை கேட்கிறது:

‘தந்தியைப் பிரிந்து
கூர்ந்து கூர்ந்து போய்
ஊசிமுனைப் புள்ளியுள் இறங்கி
நீடிப்பில் நிலைத்தது
கமகம்’

என்கிறார் அபி. இசை என்ற வார்த்தைகளால் விவரிக்க முடியாத அனுபவத்தை இதைவிட யாராவது சிறப்பாக வார்த்தைகளால் படம் பிடிக்க முடியுமா என்று தெரியவில்லை. அதே கவிதையில் குருட்டுச் சந்தில் போய்த் திரும்பிவருவதை ரத்தத்தின் போக்குடன் ஒப்பிடுகிறார்:

'ரத்தம் எப்போதும்
குருட்டுச் சந்தில் சுமையிறக்கித்
திரும்ப வேண்டியதே'

இதனால் குருட்டுச் சந்தில் போய்த் திரும்பும் சாதாரண நிகழ்வு, மேலும் உயர்ந்த தளத்தை எட்டுகிறது. கவிதைசொல்லி இறுதியில் சாலையை அடைகிறார்.

'எதிரே
அடர்த்தியாய் மினுமினுப்பாய்
ஒரு கல்யாண ஊர்வலம்,
வானம் கவனிக்க'

இந்த வரிகளில் 'வானம் கவனிக்க' என்ற வரி மட்டும் இல்லாதிருந்தால், இந்தக் கவிதைக்குத் தற்போது இருப்பதில் பாதி அழகு குறைந்திருக்கும். இரண்டு சொற்களைக் கொண்டு விவரிக்க முடியாத அனுபவத்தை இந்தக் கவிதையில் தந்திருக்கிறார் அபி. இந்தக் கவிதையில் மொத்தம் நான்கு பரிமாணங்கள் ஒன்றுடன் ஒன்று இழைந்திருக்கின்றன. நேரே இருக்கும் குருட்டுச் சந்து ஒரு பரிமாணம்,

'கோலங்களை மிதிக்காதிருக்கக் குனிந்து
தோரணப் பச்சை
கடைக்கண்ணில்
சந்தேகமாய்ப்பட நடந்து
சாலையை அடைந்தேன்'

எனும்போது பக்கவாட்டுப் பரிமாணம், 'வானம் கவனிக்க' எனும்போது உயரம் எனும் பரிமாணம், இதற்கிடையே 'நீடிப்பில் நிலைத்தது கமகம்' எனும்போது காலம் எனும் பரிமாணம். இந்தப் பரிமாணங்கள் ஒவ்வொன்றும் ஒன்றுக்கொன்று இசைவாய் இழையோடியிருக்கின்றன.

அடுத்ததாக, பிரபஞ்சம் அளாவும் பார்வை ஒன்று அபியிடம் இருக்கிறது. 'நெடுங்கால நிசப்தம்/ படீரென வெடித்துச் சிதறியது'

(நிசப்தமும் மௌனமும்) எனும்போது இது ஒரே நேரத்தில் பிரபஞ்சத்தின் தோற்றத்தைப் பற்றியதாகவும் இசையனுபவத்தைப் பற்றியதாகவும் இருக்கிறது. 'நெடுங்காலம்' கடுகாகிக் / காணாமல் போயிற்று' என்கிறார். 'சுருதியின் / பரந்து விரிந்து விரவி.../ இல்லாதிருக்கும் இருப்பு புலப்பட்டது மங்கலாக' எனும்போது 'தாவோ தே ஜிங்'கின் 'நிரந்தர இருத்தலின்மையிலிருந்து/ இந்தப் பிரபஞ்சத்தின் புதிரான தொடக்கத்தைச் / சலனமின்றி நாம் பார்க்கிறோம்' என்ற வரிகள் நினைவுக்கு வருகின்றன. இந்தக் கவிதை,

'பூமியில்
ஒலிகளின் உட்பரிவு
பால் பிடித்திருந்தது
வெண்பச்சையாய்'

என்று முடிகிறது. வேறு எந்த மொழிக்கும் மொழிபெயர்க்க முடியாத எளிமை நிரம்பிய அழகு இந்த வரிகள். இவற்றைச் சுவைக்க வேண்டுமானால் பிற மொழிக்காரர் ஒருவர் தமிழ் கற்றுக்கொண்டே ஆக வேண்டும்.

இதே பிரபஞ்சம் அளாவும் பார்வையை 'வினை' கவிதை யிலும் பார்க்க முடியும். 'அண்டம், தன்/ தையல் பிரிந்து/ அவதியுற்றது' என்ற வரிகள் இதற்கு சாட்சி என்றாலும், 'இந்தப் பிரளயத்தில் / மிதந்தவர்களைப் பற்றி ஒரு / நிச்சயம் பிறந்தது' என்ற வரிகளும் 'மூழ்கிக் / காணாமல் போனவர்கள் / கண்டுபிடிப்பார்கள் / என்றும் / வதந்தி பிறந்தது' என்ற வரிகளும் நம் அர்த்தப்படுத்தும் முயற்சியையும் தாண்டி எங்கோ செல்கின்றன. இந்தப் புதிர்த்தன்மையும் அபியின் தனித்துவங்களில் ஒன்று. விதையொன்றைப் பற்றிய கவிதையில் (வெளிப்பாடு)

'மரமாய்க் கிளையாய் விழுதாய்
அன்றி
'வெறும் விதையாகவே'
வளர்கிறது
இன்னும் இன்னும்'

என்ற வரிகள் இந்தப் பிரபஞ்சம் இன்னும் விரிவடைந்து கொண்டிருப்பதை உணர்த்துவதுபோல் இருக்கின்றன. அபி அதைத்தான் சொல்லவருகிறாரா என்று தெரியவில்லை

என்றாலும் இந்த ஒற்றுமை வியக்கத் தக்கது; அழகானது.

தனித் தொகுப்புகளாக 'மௌனத்தின் நாவுகள்', 'அந்தர நடை', 'என்ற ஒன்று' ஆகிய தொகுப்புகளை அபி வெளியிட்டிருக்கிறார். தொகுப்புகளில் சேராத 'மாலை', 'மற்றும் சில கவிதைகள்' ஆகிய கவிதைகள் அவரது முழுத் தொகுப்பில் (அடையாளம் வெளியீடு) சேர்க்கப்பட்டிருக்கின்றன. முழுத் தொகுப்பில் 'மௌனத்தின் நாவுக'ளிலிருந்து சில கவிதைகள் மட்டுமே சேர்க்கப்பட்டிருக்கின்றன. 'மாலை' கவிதைகளும் 'மற்றும் சில கவிதைக'ளும் அவரது கவித்துவத்தின் முக்கியமான தருணங்கள். குறிப்பாக, 'மாலை' வரிசையில் பல கவிதைகள் அபூர்வ அழகு கொண்டவை.

'மாலைநேரம் சுறுசுறுப்படைகிறது
இருந்த இடத்திலேயே.
முடிவின்மையின் சேமிப்புக்கு
ஒருபுள்ளியைப் பிரித்துக் கொடுக்கிறது'

எனும் வரிகள் மாலையைப் பற்றிய, விளக்க முடியாத ஒரு உணர்வை நம் மனதுக்கு ஏற்றிவிடுகின்றன. மாலையைப் பற்றியும் மாலை கவிந்திருக்கும் பொருட்கள், அனுபவங்கள் பற்றியும் தனக்கேற்பட்ட பிம்பங்களைத் தனக்கேயுரிய மொழியழகுடன் அபி விவரித்திருப்பார்.

அபியின் கவிதை உலகம் மொத்தம் 130 சொச்சம் கவிதைகளுக்குள் அடங்கிவிடும் என்றாலும் அதற்குள் தமிழின் சத்தான ஒரு பரப்பு அடங்கியிருக்கிறது. அபியை ஆங்கிலத்தில் முறையாக மொழிபெயர்க்க முடிந்தால் 'செங்குத்துக் கவிதைகள்' எழுதிய ஸ்பானிஷ் கவிஞர் ரொபர்த்தோ ஹுவரோஸுக்கு இணையான ஒரு கவிஞராக மதிக்கப்பட வாய்ப்பிருக்கிறது. ஆனால், அபியின் அழகு மொழிபெயர்ப்புக்குள் சிக்குமா என்பதுதான் கேள்வி. அபியின் கவிதைகள் உலக அளவுக்குச் செல்வதற்கு முன், உள்ளூரில் அனைவரிடமும் செல்ல வேண்டும் என்பதுதான் முக்கியம். அவரது கவிதைகளைப் படிக்கவில்லையென்றால் இழப்பு நமக்குத்தான்!

(2020)

தேவதச்சனின் 'யாருமற்ற நிழல்': சிறு கணங்களின் புத்தகம்

எப்போதையும்விட அபாயகரமான காலகட்டத்தில் இன்றைய கவிதை நுழைந்திருக்கிறது. இன்றைய கவிஞனைக் காப்பாற்ற செய்யுள் இல்லை, சந்தம் இல்லை, இசை இல்லை, உவமை இல்லை, படிமம்கூட இல்லை, 'போல' கூட நீர்த்துப்போய்விட்டது. இவை எதுவும் இல்லாமல் கவிதை சொல்ல வேண்டிய சவால். அப்படியும் நல்ல கவிதைகள் வந்துகொண்டுதான் இருக்கின்றன; நல்ல தொகுப்புகள் வந்துகொண்டுதான் இருக்கின்றன. அதற்கு உதாரணமாக தேவதச்சனின் 'யாருமற்ற நிழல்' (உயிர்மை வெளியீடு) தொகுப்பில் உள்ள கவிதைகளைக் கூறலாம்.

தேவதச்சனின் பல கவிதைகளைப் பார்க்கும்போது அவற்றின் முடிவுகள் திட்டமிட்டு எழுதப்படுபவை அல்ல என்று தோன்றுகிறது. சாதாரணமாக, ஒன்றை அடுத்து ஒன்றைச் சொல்லிக்கொண்டுவரும்போது 'சட்டென்று' ஒரு திறப்பாய் அல்லது தெறிப்பாய் அவரது இறுதி வரிகள் வந்து விழுவதைப் பல கவிதைகளில் பார்க்கலாம். 'ஊழ்' என்ற கவிதையின் இறுதிப் பகுதி இது:

'செடியின் வயலட் பூவிலும்
பச்சை இலையிலும் சிவப்புப்
பழங்களிலும் அலையடிக்கிறது
ஒரு கருநீலப் பரபரப்பு.
சட்டென்று எனக்கு அதன்
பெயர் மறந்துவிட்டது
சட்டென்று ஆலமரத்தில்
இன்னொரு விழுது
பிறக்கிறது'

நான் முதலில் விவரித்த 'சட்டென்று' என்ற சொல்லின் நிகழ்வு, பல இடங்களில் திரும்பத் திரும்ப வருகிறது. பிரபஞ்சத்தில் பெரும்பாலான நிகழ்வுகள் மேலோட்டமாய்ப் பார்ப்பதற்கு மிகமிக மெதுவாக நிகழ்வதைப்போலத் தோன்றினாலும் அவையும்கூட சட்டென்று நிகழ்பவைதானோ என்று இந்தக் கவிதையைப் படித்ததும் எனக்குத் தோன்றுகிறது. எந்தக் கணத்தில் ஆலம் விழுது வெளிவருகிறதோ அதற்கு முந்தைய கணத்தில் அந்த விழுது வெளிவராமல்தானே இருந்தது; முந்தைய கணத்தில் இல்லாதது இந்தக் கணத்தில் இருக்கிறது; இது 'சட்டென்று'தானே?

தேவதச்சன் கிட்டத்தட்ட ஒரே மாதிரியாக எழுதுபவர்தான் என்றாலும் அவரது கவிதைகளைப் படிக்கும்போது, எனக்கு எந்த விதத்திலும் சலிப்பு ஏற்படுவதில்லை. வேறு சில கவிஞர்கள் ஒரே மாதிரியாக (நன்றாக எழுதினாலும் கூட) எழுவதைப் படிக்கும்போது மட்டும் ஏன் சலிப்பு ஏற்படுகிறது; தேவதச்சன் கவிதைகளைப் படிக்கும்போது அப்படி ஏன் ஏற்படவில்லை என்று எனக்குள் பலமுறை கேள்வி எழுவதுண்டு. அதற்குக் காரணமாக நான் நினைப்பது தேவதச்சனின் எளிமையான, சுமையற்ற சொல்முறைதான். கவிதைகளை வார்த்தைகளின் சுமையால் அழுத்தாமல் காட்சிகளின், கணங்களின் சுமையால் அழுத்துபவர் தேவதச்சன்; ஜப்பானிய ஜென் மற்றும் ஹைக்கூ கவிஞர்களைப் போல. உத்திகள், ஜாலங்கள் ஏதுமில்லாமல், புத்தகத்தின் பின் அட்டை சொல்வதைப் போல 'தான் எதிர்கொள்கிற உலகின் சின்னஞ்சிறு விஷயங்களின் தீராத வினோதங்களைக் கண்டடைகின்றன தேவதச்சனின் கவிதைகள்'. மொழியின், இயற்பியலின் தர்க்க நிலையில் ஆரம்பித்து முற்றிலுமாக அவற்றுக்கெதிரான அதர்க்க நிலையில் முடிபவையாக இருக்கின்றன பல கவிதைகள்:

'..............................
ஆய்வாளர் வந்து என் ஆடைகளை நீக்கி
பரிசோதனை செய்தபோது - மீண்டும் உதிர்ந்தது
எனது
உடைவாள் சிறகு
மேலும் கீழும் பறந்து
அங்கும் இங்கும் அலைந்து
சாயங்காலத்தின் இரண்டு பக்கங்களிலும்'
 (விசாரணை அறைகளின் கூண்டுகளில்)

‘உடைவாள் சிறகு’ என்ற பிரயோகமும் ‘சாயங்காலத்தின் இரண்டு பக்கங்களிலும்’ என்ற பிரயோகமும் நான் மேற்சொன்ன மொழியின், இயற்பியலின் அதர்க்க நிலைக்கு எடுத்துக்காட்டுகள்.

ஒரே கவிதையின் அடுத்தடுத்த காட்சிகள், வரிகள் ஒன்றுக்கொன்று தொடர்பில்லாதது போன்று தோன்றும்; கடைசியில் இப்படி ஒரு முடிவு வரும்:

‘...............................
உடையாத நிசப்தத்தில்
குலுங்கும் இந்த குமிழை
இழுத்துச் செல்லவா
இத்தனை பெரிய ரயில்?’
(ரயில்)

அதன் பிறகு அந்தக் கவிதையை மீண்டும் ஒருமுறை படித்துப் பார்த்தால் ஒன்றுக்கொன்று தொடர்பில்லாதது எதுவுமே இல்லை என்று தோன்றும்.

மிகமிகச் சாதாரணமான காட்சி; வீட்டுக்கு வந்திருக்கும் எழுபது வயதுத் தம்பிக்கு காப்பி போட்டுத் தரும் எண்பத்திரண்டு வயது அக்கா; அவர்களின் பழைய கதைகளுடன்,

‘...............................
அக்கா சொன்னாள்: எனக்கு முன் நீ
போய்ச் சேர்ந்துவிடாதே.
அந்தப் பழைய வீட்டின்
பழைய அறையில்
காப்பி
எப்போதும் போல்
காப்பியைவிட
சற்று
அதிகமாகத்தான் இருந்தது’
(அக்காவும் தம்பியும்)

என்று முடிகிறது ஒரு கவிதை. எப்போதுமே தேவதச்சனின் கவிதை தேவதச்சனின் கவிதைக்கும் அதிகமாகத்தான் இருக்கிறது என்று அவரது பாணியில் சொல்லலாம். இதன் சாயலை இந்தத் தொகுப்பின் வேறு சில கவிதைகளிலும் காணலாம்:

‘அந்த நாற்பது விநாடிகள் நாற்பது விநாடிகளுக்கும்
அதிகமாக இருந்தன.’
(நாற்பது விநாடிகள்)

மேலும்,

‘ஆடிமாத
மேல்காற்றில்
இம்மலர்கள்
நகர்ந்துகொண்டிருக்கின்றன
காற்றைவிட
வேகமாக’
(ரயில்வே பிளாட்பாரத்தில்)

தொகுப்பு முழுக்க நுட்பமான கணங்கள், நுட்பமான வரிகள் விரவிக் கிடக்கின்றன; சில கவிதைகள் கவிதைகளாக வெற்றி பெறாதபோதும், அவற்றில் வரும் நுட்பமான சித்தரிப்புகள் அந்தக் கவிதைகளைத் தூக்கிப்பிடிக்கின்றன. தேவதச்சனின் அவதானிப்புகள் சில இடங்களில் வியப்பைத் தருவன; ‘பிரிதல்கள்’ என்ற ஒரு கவிதை சற்று உரைநடைத் தன்மை கொண்டதாக இருந்தாலும், அந்தக் கவிதையில் வரும் ஒரு காட்சி மிகவும் அழகானது,

‘ஜனநெரிசல் சாலையில் மூன்று பேர் சிகரட்
பிடிக்க விரும்பினார்கள். ஒருவன் ஒரு சிகரட்டை
வாயில் வைத்துக்கொண்டு லைட்டரை எடுத்தான்.
இன்னொருவன் தன் கையிலிருந்த சிகரட்டோடு
அவனை நெருங்கினான். வேறு ஒருவன் அதேபோல்
அருகில் வந்தான். மூன்று கருந்தலைகளும் அருகா
மையில் நெருங்கின.
ஆஸ்பத்திரி மாடியில் நின்றுகொண்டிருந்தவள்,
ஃ எழுத்து ஒன்று
எங்கிருந்தோ நீந்தி வருவதையும்
பிறகு அது மூன்று திசைகளில்
பிரிந்து செல்வதையும் கண்டாள்
.....’

காட்சியானது தரையில் தொடங்கி பிறகு உயரத்திலிருந்து பார்க்கப்படுவதாக மாறும்போது அற்புதமான பரிமாணத்தை அடைகிறது இந்தக் கவிதை.

‘நாம் என்ற ஒரு வார்த்தை’ என்ற கவிதையின் ‘மழை மேல் பெய்துகொண்டிருக்கிறது மழை’ என்ற வரியைப் படித்தபோது கீழ்க்கண்ட ஜப்பானிய ஹைக்கூ நினைவுக்கு வந்தது.

The falling leaves
fall and pile up; the rain
beats on the rain
(Gyodai, 1732&93, tr. H.G. Henderson, Haiku in English, 1967)

இது போன்ற தற்செயல்கள் முற்றிலும் இயல்பானவையே.

முப்பது வருடங்களாக எழுதிவரும் தேவதச்சனின் நான்காவது கவிதைத் தொகுப்பு 'யாருமற்ற நிழல்'. சிறிய புத்தகம்; உயிர்மை வெளியீடாக 2006-ல் வெளிவந்தது. நல்ல தொகுப்பு; ஆனால் குறைந்த பக்கங்களைக் கொண்ட இதுபோன்ற கவிதைத் தொகுப்புகளுக்கு டெமி அளவு அவ்வளவாக ஏற்றதாக இருப்பதில்லை. அட்டையின் அச்சாக்கத்தில் துல்லியம் இல்லை. இதுபோன்ற ஒரு சில குறைபாடுகள்தான். மற்றபடி இந்தப் புத்தகத்தை எனக்கு உவப்பான கவிதைத் தொகுப்புகளில் ஒன்றாகச் சேர்த்துவிட்டேன்.

('தமிழ் இன்று' இணைய இதழுக்காக 2010-ல் எழுதிய மதிப்புரை)

புத்தாயிரத்தின் கவிஞர்கள்

புத்தாயிரத்துக்குப் பிறகான காலகட்டம் என்பது நவீனத் தமிழ்க் கவிதையின் வரலாற்றில், பல்வேறு காரணங்களை முன்னிட்டு மிகவும் முக்கியமான காலகட்டமாகும். 90–களுக்கு முன்பு வரை கவிதைகளும் கவிஞர்களும் சமூக வெளி, சமூகப் பிரச்சினைகள் போன்றவற்றுக்குக் கொடுத்திருந்த இடம் குறைவே. 90–களுக்கு முந்தைய கவிஞர்கள் பெரும்பாலும் மனவெளியில் உலவியவர்களாகவே தெரிந்தார்கள். ஆத்மாநாம் போன்ற ஒருசிலர்தான் விதிவிலக்காக இருந்தார்கள்.

புதிய பொருளாதாரக் கொள்கையின் விளைவாக 1990–களின் தொடக்கத்தில் உலகுக்கு இந்தியா திறந்துவிடப்பட்டது. இதன் தொடர்ச்சியாகப் பொருளாதாரத் தாரளமயமாதல், உலகமயமாதல் போன்றவற்றின் கரங்கள் இந்தியாவை இறுகப் பற்ற ஆரம்பித்தன. இந்தப் போக்குகளுக்கான எதிர்க்குரல்கள் தமிழ்க் கவிதைகளில் தீவிரமாகப் பிரதிபலிக்க ஆரம்பித்தது புத்தாயிரத்துக்குப் பிறகுதான். கூடவே, தலித்தியம், பெண்ணியம், சுற்றுச்சூழல் சார்ந்த குரல்கள் 90–களில் தமிழில் வெளிப்பட ஆரம்பித்தாலும் கவிதையில் ஆழமாகக் காலூன்றியது புத்தாயிரத்துக்குப் பிறகுதான்.

2000–ல் வெ.ஸ்ரீராம் பிரெஞ்சிலிருந்து தமிழுக்கு மொழிபெயர்த்த ழாக் பிரெவெரின் 'சொற்கள்' கவிதைத் தொகுப்பு தமிழ்க் கவிஞர்களிடையே பெரும் கொண்டாட்ட உணர்வை ஏற்படுத்தியது. அரசியல் பார்வையையும் அன்றாட வாழ்வின் தருணங்களையும் ஒருங்கே எழுதக் கூடிய குணாம்சத்தைப் பலரும் பிரெவெரிடமிருந்து ஆரத் தழுவிக்கொண்டார்கள்.

'கவிதை அரசியல் பேசக் கூடாது' என்ற எழுதப்படாத விதியைத் தூக்கி எறிந்தார்கள் புத்தாயிரத்தின் தமிழ்க் கவிஞர்கள்.

இந்த விதியின்படி கவிதை எழுதிய முந்தைய தலைமுறைக் கவிஞர்களின் மீது மதிப்பை வெளிப்படுத்தியபடி, வேறொரு போக்கைத் தொடங்குகிறார்கள் புத்தாயிரத்தின் கவிஞர்கள். இதன் விளைவாகத் தமிழ்க் கவிதை உலகமயமாகிறது.

விற்பனைப் பிரதிநிதிகள், தண்ணீர்ச் சுரண்டலால் தொலைந்துபோன கிணறுகள், மாதவிடாய், தன்பாலின உறவு, குடும்ப வன்முறை, சாதியம், வெண்புள்ளி கொண்டிருக்கும் பெண், ஜார்ஜ் புஷ், ஏகாதிபத்தியம், ஈழ விடுதலைப் போராட்டம் என்றெல்லாம் விதவிதமான பாடுபொருள்களைக் கொண்டிருந்தன புத்தாயிரத்தின் கவிதைகள். இரண்டாயிரமாண்டு காலத் தமிழ்க் கவிதை வரலாற்றில் இந்த அளவுக்குப் பன்மைக் குரல்கள் ஒருபோதும் எழுந்ததில்லை. இந்த அளவுக்குத் தமிழ்க் கவிதைக்குள் ஒருபோதும் ஜனநாயகம் நிகழ்ந்ததில்லை. ஒடுக்கப்பட்ட தரப்புகளிலிருந்து எழுத வந்த, அல்லது ஒடுக்கப்பட்ட தரப்புகளைப் பற்றி எழுதிய கவிஞர்களின் குரல்கள்தான் மற்றவர்களைவிட அதிகமாக ஆதிக்கம் செலுத்தின என்பது தற்காலக் கவிதைப் போக்கில் சமூக நீதியின் நீட்சியை நாம் காணலாம்.

தலித் கவிஞர்களின் வரவு தமிழ்க் கவிதைகளில் பெரும் மாற்றத்தை ஏற்படுத்தியது. அவர்களின் வாழ்க்கை, வலி, கோபம் எல்லாமே கவிதையாயின. நவீனக் கவிதை தோன்றிப் பல பத்தாண்டுகள் கழித்து, புத்தாயிரத்துக்குப் பிறகுதான் தலித் படைப்பாளிகளின் குரல் கவிதைகளில் அதிக அளவில் ஒலிக்க ஆரம்பித்திருக்கிறது என்பதன் பின்னுள்ள காரணத்தை நாம் அலசிப் பார்க்க வேண்டும். பெண்களின் குரலும் கவிதைகளில் உரக்க ஒலிக்க ஆரம்பித்தது புத்தாயிரத்துக்குப் பிறகுதான். தலித் பெண்கள், இலங்கைப் பெண்கள், முஸ்லிம் பெண்கள் என்று பெண்களின் கவிதைகளும் பன்மைத்தன்மை கொண்டவையாக இருந்தன. புத்தாயிரத்துக்குப் பிறகான ஆண்டுகள் ஈழப் போராட்டம் உச்சத்தில் இருந்த ஆண்டுகள். அந்தப் போராட்டத்தின் இறுதியில் மனிதப் பேரவலமும் நிகழ்ந்தது. இயல்பாகவே, இவையெல்லாம் இலங்கைத் தமிழ்க் கவிஞர்களின் படைப்புகளில் உக்கிரத்தை ஏற்றின. இந்தக் குரல்கள் பலவும் உலகெங்கிலுமிருந்து ஒலித்தன. தமிழ்க் கவிதை வரலாற்றில் இதுவும் ஒரு முக்கியமான பகுதி.

மேற்கண்டவை எல்லாம் புத்தாயிரத்துக்குப் பிந்தைய கவிதைகளின் சாதகமான அம்சங்கள் என்றால், தமிழின் நெடிய இலக்கிய மரபைச் சமகாலக் கவிஞர்களில் பலரும் பொருட்படுத்தாமல் விலகிச்சென்றுகொண்டிருப்பது வருத்தம் தருவது. இந்த விஷயத்தில் சில கவிஞர்கள் நம்பிக்கையளிக்கவும் செய்கிறார்கள். மரபு என்பதற்காகவே மரபை ஏற்றுக்கொள்ள வேண்டாம்தான். ஆனால், இன்றைய கவிதை என்பது சட்டென்று வெற்றிடத்திலிருந்து உருவாகிய ஒன்றல்ல. பலரும் ஐரோப்பிய கவிதைகளை முன்மாதிரிகளாகக் கொண்டிருக்கிறார்கள். ஐரோப்பியக் கவிஞர்களுமே தங்கள் மரபின் செழுமையை நன்றாக உள்வாங்கிக்கொண்டு, மரபின் பொருந்தாத அம்சங்களை நிராகரித்தவர்கள்தான். தமிழின் செழுமையான கவிதை மரபில் ஊன்றித் திளைக்காமல் இனியொரு பெருங்கவி உருவாவதென்பது சாத்தியமே இல்லை.

தலித் மக்கள், இஸ்லாமியர், சமூகத்தின் அடிமட்டத்தில் வாழ்ந்துகொண்டிருக்கும் 'உதிரிகள்' என்றழைக்கப்படும் பல்வேறு மக்கள் போன்ற விளிம்புநிலை வாழ்வைப் பற்றியும் உலகமயமாதல், ஏகாதிபத்தியம் போன்றவற்றைப் பற்றியும் இன்றைய கவிதைகள் ஆழமான, அவசியமான அரசியல் பேசினாலும், வெகுமக்களை இந்தக் கவிதைகள் பெரிதும் போய்ச்சேர்வதே இல்லை. ஒரு பக்கம், ஐம்பது ஆண்டுகளுக்கும் மேலாக, தமிழ்நாட்டில் வெகுமக்களின் ரசனை கொஞ்சம் கொஞ்சமாக மழுங்கடிக்கப்பட்டிருக்கிறது என்றால் இன்னொரு பக்கம், கவிஞர்களும் மொழிரீதியாக வெகுமக்களை விட்டு விலகிவந்து, தங்களைச் சிறுபத்திரிகைகளுக்கு உரியவர்களாக ஆக்கிக்கொண்டார்கள். ஆழமான கவிதைகள் வெகுமக்களையும் போய்ச்சேரும் என்பதை நிரூபித்தவர்கள் பாப்லோ நெருதாவும் ழாக் ப்ரெவெரும். அவர்களைப் போன்றதொரு கவி இயக்கம் தமிழில் நடைபெற்றுக் கவிதை எல்லோருக்கும் போய்ச்சேர்ந்தால்தான் அது உண்மையிலேயே ஜனநாயகப்படுத்தப்படும். இல்லையென்றால், மக்களைப் பற்றிய கவிதைகளை, மக்களுக்கான அரசியல் பற்றிய கவிதைகளை எழுதிக்கொண்டு, ஆனால் அவற்றைச் சிறுபத்திரிகை வாசகர்களும் எழுத்தாளர்களும் மட்டுமே படித்துக்கொண்டிருக்கும் நிலைதான் நீடிக்கும். இந்த மாற்றம் வெறுமனே எளிய மொழியில் கவிதை எழுதுவதால் நிகழ்ந்துவிடாது. கல்விமுறை, வாசிப்பு இயக்கங்கள்,

வெகுஜனப் பத்திரிகைகள் போன்றவற்றின் மூலம் செய்ய வேண்டிய மாற்றம் இது. மொழியின் உன்னத வடிவமான கவிதை என்பது எல்லோருக்குமானதாக இருக்க வேண்டுமே தவிர. ஒரு சிலருக்கானதாக மட்டும் ஆகிவிடக் கூடாது.

புத்தாயிரத்துக்குப் பிறகு வெளிவந்த முக்கியமான தொகுப்புகளைப் பட்டியலிடச் சொல்லி கவிஞர்கள் சுகுமாரன், சுகிர்தராணி, சே. பிருந்தா, சமயவேல், ராணிதிலக் ஆகியோரிடம் கேட்டோம். அவர்கள் தந்த பட்டியலை அடிப்படையாகக் கொண்டு உருவாக்கப்பட்ட பட்டியல் இது:

உறுமீன்களற்ற நதி – இசை

காயசண்டிகை – இளங்கோ கிருஷ்ணன்

திருச்சாழல் – கண்டராதித்தன்

களம்- காலம்- ஆட்டம் - சபரிநாதன்

ஏரிக்கரையில் வசிப்பவன் - ஸ்ரீநேசன்

தீண்டப்படாத முத்தம் - சுகிர்தராணி

முலைகள் - குட்டி ரேவதி

ஈதேனின் பாம்புகள்- றஷ்மி

கல்விளக்குகள் - என்.டி. ராஜ்குமார்

ஆயிரம் சந்தோஷ இலைகள் - ஷங்கர்ராமசுப்ரமணியன்

(சென்னைப் புத்தகக் காட்சியையொட்டி
‘இந்து தமிழ்’ நாளிதழில் 2016-ல் எழுதியது)

மழையை அதன் இயல்பில் இருக்க விடுதல்

'**பா**ஷோ' ஹைக்கூ இதழின் கவிதைப் போட்டிக்கு, எனக்கு அனுப்பப்பட்ட 66 கவிதைகளில் நான் தேர்ந்தெடுத்த ஹைக்கூ இதுதான்.

'மழை நீரில்
எஜமானியின் பிம்பம்
துள்ளியோடும் நாய்'

தேர்ந்தெடுத்ததற்கான காரணத்தைத் தெரிவிப்பதற்கு முன், ஹைக்கூ பற்றிய என்னுடைய கருத்துகளைத் தெரிவித்துக்கொள்கிறேன். முதலில் நம்மால் ஹைக்கூ எழுத முடியாது. காரணம், ஹைக்கூ என்பது குறிப்பிட்ட கலாச்சாரத்தையும் அதன் பருவங்களையும், முக்கியமாக அந்தக் கலாச்சாரத்தின் ஆன்மிகத்தையும் அடிப்படையாகக் கொண்டது. ஹைக்கூ ஒரு ஆன்மிகத் தேடலின் விளைவாக வெளிப்படுவது. ஜென் மனநிலையில் உள்ள ஒருவரால்தான் ஹைக்கூ எழுத முடியும். அறிவு, புத்திசாலித்தனம், பகட்டு, சமூக விமர்சனம், வார்த்தை விளையாட்டு இவற்றுக்கெல்லாம் ஹைக்கூவில் இடம் இல்லை. ஒரு தெளிந்த மனநிலை திடீரென்று கவித்துவமாக வெடிப்பதுதான் ஹைக்கூ. ஜென்னில் இதை 'satori' என்பார்கள். நமக்கெல்லாம் வருவது 'போலி சடோரி'தான். நமது சிறந்த கவிதைகளில் இதுபோன்ற சடோரிகள் உண்டு. அதனால் அவை ஹைக்கூ ஆகிவிடுவதில்லை. அவையெல்லாம் நல்ல கவிதைகள் அவ்வளவுதான். ஹைக்கூவில் முரணான இரண்டு விஷயங்கள் சொல்லப்படும். ஆனால், அது 'இருட்டில் வாங்கினோம் இன்னும் விடியவேயில்லை' கவிதையை (?) போன்று 'இருட்டு x விடியல்' என்ற முறையில் இருக்காது.

எடுத்துக்காட்டாக, இஸ்ஸாவின் (1763–1828) ஹைக்கூ ஒன்று:

‘நத்தையே
ஃபூஜி மலைமீது ஏறு
ஆனால், மெதுவாக மிக மெதுவாக’

நத்தையையோ ஆமையையோ பார்த்து யாரும் ‘மெதுவாப் போ’ என்று சொல்ல மாட்டார்கள். ஆனால், இந்த ஹைக்கூ நத்தையை ‘மெதுவாக, மிக மெதுவாக’ போகச் சொல்கிறது. ஒரு குழப்பமான மனநிலையை ஏற்படுத்திவிடுகிறது. ஒவ்வொன்றும் தனக்கேயுரிய வேகத்தையும் நிதானத்தையும் கொண்டுள்ளன என்பதை வைத்துப் பார்க்க வேண்டும். நமது அளவுகோலில் எது வேகமோ அதை வைத்துக்கொண்டு நாம் நத்தையை அளவிடுகிறோம். ஆனால், ஃபூஜி மலையில் ஏறும் நத்தையைப் பார்க்கும் இன்னொரு நத்தைக்கு அது வேகமாகத் தெரிந்திருக்கலாம். ஆக, இஸ்ஸா இந்தக் கவிதையில் அந்த இன்னொரு நத்தையாக மாறியிருக்கிறார். நத்தையையே மெதுவாகப் போகச்சொல்லும் ஜென் நிதானம். இதுதான் இந்த ஹைக்கூவை மகத்தானதாக ஆக்குகிறது.

எனவே, நாம் எழுதுவதெல்லாம் ஹைக்கூ இல்லை என்பதால், ‘இந்திய மயமான ஹைக்கூ’ என்று சொல்லலாம். உண்மையான ஹைக்கூவின் ஒருசில குணங்களை எடுத்துக்கொண்டு எழுதுவதுதான் நம்முடைய இறக்குமதி ‘ஹைக்கூ’. நாம் எழுதும் ஹைக்கூ கவிதைகளைப் பற்றி உண்மையில் சொல்லப்போனால் இரண்டு வகையாகப் பிரிக்கலாம்: 1. நல்ல மூன்று வரிக் கவிதை, 2. மோசமான மூன்று வரிக் கவிதை. ஒரு வசதிக்காக இந்த ‘நல்ல மூன்றுவரிக் கவிதை’யை ஹைக்கூ என்ற பெயரில் இங்கே அழைக்கிறோம்.

கிட்டத்தட்ட எனக்கு அனுப்பப்பட்ட எல்லா ஹைக்கூ கவிதைகளுமே உண்மையான ‘ஹைக்கூ’வுக்கு நேரெதிர். இப்படிச் சொல்வது நண்பர்களுக்குக் கோபமூட்டலாம். அங்கங்கே நல்ல வரிகள் தென்பட்டன. ஆனால், மூன்று வரியில் நல்ல கவிதை எழுதினால், அதன் பெயர்தான் ‘ஹைக்கூ’வா என்று நம்மை நாமே கேள்விகேட்டுக்கொள்ள வேண்டும். ‘ஹைக்கூ’ எழுத முடியாமைக்கு நம்மீது குற்றம் இல்லை. நமக்கு ஜென்

அனுபவம் கிடைக்காததுதான் காரணம். அப்படியென்றால் ஜப்பானியர்கள்தான் ஹைக்கூ எழுத வேண்டுமா என்றால், இல்லை, (உண்மையான) ஜென் ஆன்மிக அனுபவம் பெற்ற இந்தியரும் எழுதலாம்.

மழை என்றவுடன், 'மழை'யை மற்றவர்கள் ரசிப்பதில்லை, தான்தான் ரசிக்கிறேன், மழையில் நனையத்தான் வேண்டும் குடைபிடிக்கக் கூடாது, மழையை நாய்க்குட்டியும் பூனைக்குட்டியும்தான் ரசிக்கின்றன, மனிதர்கள் ரசிப்பதேயில்லை என்பது போன்ற 'ஸ்டீரியோடைப்' சிந்தனையும் வரிகளும்தான் வருகின்றன. மழையை எப்படி வேண்டுமானாலும் ரசிக்கலாம், ரசிக்காமலும் போகலாம். நம்முடைய ரசனை, அறிவை மற்றவர்கள் மீது திணிக்கும் மறைமுகச் செயல் இது. 'ஹைக்கூ'வின் முக்கியமான நோக்கம் மழையை ரசிப்பதல்ல. மழையை அதன் இயல்பில் இருக்க விடுதல், நாய்க்குட்டியை அதன் இயல்பில் இருக்க விடுதல், மழையை ரசிக்காதவர்களையும் அவர்கள் இயல்பில் இருக்க விடுதல். அவ்வளவுதான்.

நான் தேர்ந்தெடுத்த ஹைக்குவுக்கு வருகிறேன்:

மழை நீரில்
எஜமானியின் பிம்பம்
துள்ளியோடும் நாய்

தன் எஜமானியை நிஜத்தில் பார்ப்பதற்கும் நீரில் பார்ப்பதற்கும் நாய்க்கு வேறுபாடு தெரியாமல் இல்லை. ஆனால், தன் எஜமானியை நீரில் பார்ப்பதும் கொண்டாட்டத்துக்குரிய ஒரு செயலாகிறது அதற்கு. தன் எஜமானியின் எந்த வடிவத்தைக் கண்டாலும் தன் குதூகலத்தைத் தெரிவித்தாக வேண்டுமல்லவா? 'ரத்தமும் சதையுமான தன் எஜமானிமீது மட்டும்தான் அன்பு செலுத்த வேண்டும், எஜமானியின் பிம்பத்தின் மீது அல்ல' என்ற அறிவின் இடையீடு இல்லாத வாஞ்சை அது. அதை இந்த வரிகள் கச்சிதமாகக் கொண்டுவந்திருக்கின்றன. கவிஞருக்கு வாழ்த்துக்கள்.

ஓரளவு கவர்ந்த சில வரிகள்:

அடித்துப் பெய்கிறது மழை
காகிதம் ஏதுமில்லை
கப்பலாகியது குடை

இன்னொரு கவிதை:

பலவண்ண உடைகளை
தன் வண்ணமற்ற திரையில் காட்டும் மழை
வியந்து பார்க்கிறது நாய்

கடைசி வரி தேவையில்லை. நாய்க்கு மனித குணங்களை ஏற்றி நாம் சொல்லத் தேவையில்லை. 'தன் வண்ணமற்ற திரையில்' என்ற வரியை 'வண்ணமற்ற தன்னுடைய திரை' என்ற பொருளில் கவிஞர் எழுதியிருக்கிறார் என்று நினைக்கிறேன்.

ஹைக்கூவைப் பற்றி விரிவாகத் தெரிந்துகொள்ள R.H. Blyth நான்கு தொகுதிகளாக வெளியிட்ட 'Haiku' என்ற நூல் உதவும். ஆனால், அந்த நூல் தற்போது கிடைப்பது அரிது. தமிழில் சுஜாதா அறிமுகப்படுத்திய பெரும்பாலான தமிழ் ஹைக்கூ கவிதைகள், சமத்காரத்தை முன்வைப்பவை என்பதால் அவற்றைப் பெரும்பாலும் நிராகரித்துவிடலாம். ஈரோடு தமிழன்பன் வகையறாக்களை ஈவிரக்கமின்றி நிராகரித்துவிடலாம். யுவன் சந்திரசேகர் மொழிபெயர்ப்பில் வெளியான 'பெயரற்ற யாத்ரிகன்', நிறைய பிழைகளுடன், ஓரளவுக்கு நல்ல தொகுப்பு.

(ஹைக்கூ கவிதைகளுக்கென்று வெளியாகும் 'பாஷோ' இதழில் நடத்தப்பட்ட ஹைக்கூ போட்டிக்கு நடுவராக இருந்து எழுதிய கட்டுரை. இந்தக் கட்டுரை ஏப்ரல் - 2014 'பாஷோ' இதழில் வெளியானது.)

வல்லபி: மலை தேவதையின் காதல் பாடல்கள்

தேன்மொழி தாஸின் 'வல்லபி' (ஜீரோ டிகிரி பப்ளிஷர்ஸ்) தொகுப்பில் உள்ள கவிதைகளைப் படிக்கும்போது, எனக்கு ஏனோ பின்னணியில் 'மீன்கொடி தேரில் மன்மத ராஜன் ஊர்வலம் போகின்றான்' பாடல் ஜென்ஸியின் குரலில் ஒலிக்கும். ஒரு மலை தேவதை சமவெளியிலிருந்து வந்து தன்னை நேசித்துவிட்டுப் பிரிந்துசென்ற ஒருத்தனுக்காக நெடிய காத்திருப்பில் இருப்பதுபோன்ற பிம்பம் என் மனதுள் உருவாகும்.

குறிஞ்சி நிலத்தில் பிறந்த தேன்மொழி தாஸின் பெரும்பாலான கவிதைகளுக்கான உரிப்பொருள் முல்லைத் திணைக்கான காத்திருத்தலும், பாலைத் திணைக்கான பிரிவும்தான். திணை மயக்கம் சங்கக் கவிதைகளிலேயே காணப்படும் ஒரு விஷயம்தான் என்பதால், நவீன கவிதை அந்தக் கட்டுப்பாட்டையெல்லாம் பொருட்படுத்தத் தேவையில்லைதான். இந்தத் திணை மயக்கம்தான் தேன்மொழி தாஸின் கவிதைகளுக்கு ஒருங்கே அழகும் துயரமும் ஊட்டியிருக்கிறது.

நவீனக் கவிதைகளுக்கு நேர்ந்த பெரும் துயரங்களுள் ஒன்று, அது இடத்தையும் சூழலையும் பெரிதும் இழந்தது. பறவை வெறுமனே பறவையாகத்தான் வரும், மரம் பெயரின்றி மரமாக வரும், மிஞ்சிப் போனால் புளிய மரம், வேப்ப மரங்கள் பெயர்களுடன் வரும். சிலர் விதிவிலக்குகளாக இருந்தாலும் பெரும்பாலான போக்கு அப்படி. தேன்மொழி தாஸ் கவிதைகளில் அக உலகத்தோடு புற உலகும் பின்னிப் பிணைந்தே அவையவற்றின் அடையாளங்களுடன் வருகின்றன. ஆதிமனது இயற்கையை வியப்பதின் அல்லது வழிபடுவதின் தொடர்ச்சி என்றும் தேன்மொழி தாஸின் கவிதைகளைக் கூறலாம். குளவிப் பூம்புதர், வலம்புரிக் காய், வெந்தயப் பூ, தும்பிகை

மரம், அடைக்கலாங் குருவி, காட்டுப்பூனை, மலைவேம்பு, நீலச் சங்குப்பூ, வச்சிரதந்திப் புழுக்கள், புல்குருவி, மலைராணிப் பூக்கள், கிளிப்பூக்கள், அழிஞ்சில் கனி, பேய்க்காளான், மந்திரக் காளான், தூக்கணாங்குருவி, கடமான் என்று காடும் மலையும் சார்ந்த உயிர்கள் பலவும் துருத்தாமல் தேன்மொழி தாஸின் கவிதையில் இடம்பெற்றிருக்கின்றன.

'வச்சிரதந்திப் புழுக்கள் மரம்குடையும் காட்சி/ மனதை மத்தியானம் ஆக்கும்'. 'நெல்லின் வாடை நெஞ்சறுக்கும் நேரத்தில்/ தூக்கமற்ற இரவு குளவிப் பூம்புதராய்/ பூத்துச் சரிகிறது' என்ற வரிகளெல்லாம் நவீன படிம மொழியில் சங்க இலக்கியத்தின் தொடர்ச்சியாகவே தென்படுகின்றன. வார்த்தைகளால் விவரிக்க முடியாத சௌந்தர்யங்களை அடுத்தடுத்து வெவ்வேறு உணர்வு நிலைகளைக் கொண்டு கோர்த்துத் தருபவை தேன்மொழி தாஸின் கவிதைகள். ஒரு கருவை எடுத்துக்கொண்டு அதை விரித்துச்செல்பவையல்ல; கரு அல்லாமல் மனநிலையே கவிதையாகிறது. அந்த மனநிலை பிரிவின் வலியைச் சுமந்திருக்கலாம், காத்திருப்பைச் சுமந்திருக்கலாம், ஏமாற்றத்தைச் சுமந்திருக்கலாம். 'நித்திரையடையாமல் / இமையினுள் உருளும் காதல் கண்களுக்கு/ கடுகுத்தோலின் மினுமினுப்பு', 'காத்திருப்பின் மனதிற்குக் கனிகளையும் / காத்திருப்பின் உடலுக்குக் கம்பளியையும் பரிசளிக்கும் / கனவின் விரல்களை / கவனமாய் பகல் பற்றிக்கொண்டு/ போய்விடுகிறது', 'கண்கள் / வருத்தங்களைக் குவித்து விளையாடும் / கண்ணாடி / அவைகளுக்கு மூளையின் முடிச்சிலிருந்து ஒரு வரியேனும் / காதல் கடிதம் / எழுதிவிட வேண்டும்', 'காத்திருப்பது/ காதலின் ஈரப்பதத்தை / காற்றின் ஒத்திசையில் இசைப்பது', 'கதவருகே நின்றுகொண்டு நினைவுகளோடு பேசுவது / காட்சிப் பிழையாகவேனும் நீ / வந்துவிடுவாய் என்பதுதான்' போன்ற வரிகளெல்லாம் அப்படி அந்தந்தச் சமயத்தின் மனநிலைகள் கவிதைகளாக ஆனதற்குச் சில உதாரணங்கள். 'காத்திருப்பு' கவிதையைப் படிக்கும்போது 'நான் இங்கிருக்கிறேன், என் நலன் அவனோடு சென்றது' என்று தலைவி பாடும் குறுந்தொகை பாடல் (யானே யீண்டை யேனே, குறுந்தொகை–54) நினைவுக்கு வருகிறது.

இந்தக் கவிதைகளைப் படிக்கும்போது கம்பீரமான ஒரு பெண், அதுவும் காதல் வயப்பட்டதனாலேயே கம்பீரமான ஒரு

பெண் பற்றிய, இன்னும் சொல்லப்போனால் பிரிவுவயப்பட்ட பெண் பற்றிய சித்திரம் நம் மனதில் தோன்றிவிடுகிறது. 'பெண் ஸ்தனங்களின் கம்பீரமே/ ஆண் விழிகளின் மேல் தோல்களில்/ பல அடுக்குகளாக இருப்பதையும் கண்டேன்' என்று ஒரு இடத்தில் எழுதுகிறார். இன்னொரு இடத்தில், 'எனது அகத்தின் புன்னகை அசையா தீபச்சுடர்' என்கிறார். பெண்ணின் காதலுக்கு முன்பு ஆண்கள் சுருங்கிப்போகிறார்கள்தான்.

தேன்மொழி தாஸ் கவிதைகளின் முக்கியமான பண்புகளுள் ஒன்று தர்க்கத்துக்கு உட்படாத தெறிப்புகள். கவிதையே பெரிதும் தர்க்கத்தை மீறுவதுதான் என்றாலும், சமயத்தில் சேர்த்துவைத்துப் பொருள்கொள்ள முடியாத அளவுக்கு தேன்மொழி தாஸின் கவிதைகளில் தர்க்கம் மீறப்பட்டிருக்கிறது. 'ஆணின் கணிதம்/ பெருங்காய வாசனையோடு விரியும் வளைகோடு', 'அகம் அழிவின்மையின் நீலத் தீ', 'காற்று பொற்கம்பியாய்/ பார்வையை எங்கோ இழுத்துச்செல்கிறது', 'பூமி கணித இதயம் கொண்ட நூல்கண்டு/ அதன்மேல் அவர்களோ நெல்பூவாய் நடப்பார்கள்' போன்ற வரிகளை உதாரணமாகக் காட்டலாம்.

தேன்மொழி தாஸின் கவிதைகளில் அகமொழி ஒரு இடத்தில் தொடங்கி, இடையே புறமும் ஆங்காங்கே எட்டிப்பார்த்து கவிதை வேறொரு இடத்தில் முடியும். அப்படி வரும்போது இரண்டிரண்டு தொடர்புடைய வரிகளின் தொகுப்புபோல் கவிதை காட்சியளிக்கிறது. ஆழ்ந்த கவித்துவத்துடன் இப்படி தேன்மொழி தாஸ் எழுதும்போது ஒரே சமயத்தில் புரியாமையும் தித்திப்பும் ஈர்ப்பும் சௌந்தர்யமும் ஏற்படுகிறது.

இந்த மலையுச்சியில் இருந்துகொண்டு, எதிரே உள்ள மலைச்சரிவின் காட்டைப் பார்க்கும் உணர்வை அவரது பல கவிதைகள் தருகின்றன. 'பெருவனம் காலங்களால் புலம்புகிறது' எனும்போது காடே காலத்தின் ரூபம் கொள்கிறது. அபி தனது கவிதைகளில் 'மாலை' எனும் அரூபத்துக்குச் செய்திருப்பதை தேன்மொழி தாஸ் 'மலை', 'காடு' எனும் ரூபங்களுக்குச் செய்திருக்கிறார். 'புலிக் குட்டியின் மேல் சவாரி செய்யும்/ புல் குருவி காற்றைச் சுவைக்கும்/ சம்பூரணராகம் காடுகளின் மத்தியில் தொங்குகிறது' என்பது போன்ற வரிகள் இதற்கு உதாரணம்.

மொழி அலங்காரத்தை நவீன கவிதை புறக்கணித்தே வந்திருக்கிறது. அது நல்லதே. அதே நேரத்தில் மொழியழகும் தீண்டப்படாத ஒரு வஸ்துவாக ஆகிவிட்டதோ என்ற உணர்வு ஏற்படுகிறது. ஆனால், தேன்மொழி தாஸின் கவிதைகள் சொல்லின்பம் கூடியவையாக இருக்கின்றன. 'நுழுந்துதல்', 'நீல வாசம்', 'தில்லோலம்', 'மணிமான் கதிர்', 'வாழ்வின் ஆயல் மொழி', 'ஒழுங்கின்மையின் பச்சைச் சுடர்', 'குளவிப் பூம்புதர்', 'புலரி நிலப்பூண்' போன்ற சொற்களும் சொற்சேர்க்கைகளும் அவருடைய கவிதைகளுக்குப் பேரழகைச் சேர்க்கின்றன. அவருடைய உணர்வையும் உலகத்தையும் சொல்வதற்கென்று விரிந்த சொற்களஞ்சியம் அவரிடம் இருக்கிறது. அகத்தின் மொழி அவருக்கு பலம் என்றால் அகத்தின் மொழியில் புறத்தைப் பற்றி (முக்கியமாக அரசியல் பற்றி) எழுதும்போது சில இடங்களில் கவித்துவப் பொன்மொழிகளாகவே வரிகள் எஞ்சிவிடுகின்றன. 'கிணற்றில் கேதுதல் சூரன்கலையாகுமோ/ சந்திரசாலையில் விசிறிவாழை விருந்துக்கு உதவுமோ' போன்ற வரிகளை இதற்கு உதாரணமாகக் காட்டலாம்.

தேன்மொழி தாஸின் ஆறாவது கவிதைத் தொகுப்பு 'வல்லபி'. அபூர்வமான, அழகிய, செறிவான கவிதைகளுக்குச் சொந்தக்காரரும், சங்க இலக்கியத்தின் தொடர்ச்சியைத் தன் கவிதைகளில் தக்க வைத்திருப்பவருமான தேன்மொழி தாஸ் சம காலத்தின் முக்கியமான கவிஞர்களுள் ஒருவர் என்பதை 'வல்லபி' தொகுப்பு நிரூபிக்கிறது.

(2020)

பொன்முகலி கவிதைகள் - காலநதிக் காதல்

'மென்மையான ஒரு பெண்ணுடலுக்குச் சூரியனின் கதிர்கள் மட்டுமே உரிய மரியாதை செலுத்துகின்றன' என்றார் ஸ்வீடிஷ் பெண் கவிஞர் எடித் சோடெர்கிரான். பொன்முகலியின் 'தாழம்பூ' (தமிழினி வெளியீடு) தொகுப்பில் உள்ள கவிதைகளைப் படிக்கும்போது ஒரு பெண்ணின் உடலுக்கு, காதலுக்கு நிலவொளியும் விண்மீன்களின் ஒளியும்தான் உரிய மரியாதை செலுத்துகின்றன என்று தோன்றும் அளவுக்கு அவை குளிர்ச்சியைக் கொண்டிருக்கின்றன. இரவில் எழுதப்பட்ட கவிதைகளோ என்று நினைக்கும் அளவுக்கு இருளும், இரவும், நிலவும் விண்மீன்களும் அதிகமாக இடம்பிடிக்கின்றன.

'உன் இரவுகளுக்கென நிலா வளர்க்கும்
பிரத்யேகமான இரு கண்களைத்
தேடிக் கண்டடை'

என்கிறார் ஒரு கவிதையில்.

'விண்மீன்கள் உன் கண்களாய் மாறி
என்னைப் பார்த்துக் கொண்டிருக்கிற
இவ்விரவில்,
நான் எப்படி அமைதியுறுவேன் சொல்?'

என்று ஆரம்பிக்கிறது இன்னொரு கவிதை. விண்மீன்கௌல்லாம் உண்மையில் தகிக்கும் சூரியன்கள்தான் என்றாலும் கவிஞர்கள் அவற்றை எவ்வளவு குளிர்ச்சியானவையாக மாற்றிவிடுகிறார்கள்!

இதம், கவித்துவம் போன்ற பண்புகள் கவிதையில் தடை செய்யப்பட்ட வஸ்துகளோ என்ற அளவுக்குச் சந்தேகம் ஏற்படும் இந்நாட்களில் பொன்முகலியின் பெரும்பாலான கவிதைகள் இதமாக இருக்கின்றன.

'நிலவு ஒரு தும்பை பூவைப்போல
வானத்தில் மலர்கிறது.'

என்பது போலெல்லாம் நவீனக் கவிதையில் அநேகமாக யாரும் எழுதத் துணிய மாட்டார்கள். ஆனால், பொன்முகலி எழுதுகிறார். இவ்வரிகளின் எளிமை, முதலில் இவ்வரிகளைச் சாதாரணமாகக் காட்டினாலும், நிறுத்தி இன்னொரு முறை வாசிக்கும்போது அழகில் பொலிகிறது.

'என் மீது கவிகிற இரவுகளில்
பூக்கிற விண்மீன்
நீதானே?'

எனும்போது ஒரே நேரத்தில் ரொம்பவும் சாதாரணமாகவும் அதனாலேயே அழகாகவும் இருக்கிறது.

சில கவிதைகளில், காட்சியில் இருக்கும் நிசப்தத்தின் ஆழம் கடுமையாக நம்மைத் தாக்குகிறது:

'பௌர்ணமி இரவுகளில்,
அவள் உடல்,
தாழம்பூ வாசனையேறிக் கிடக்கிறது.
அன்றைய இரவின் மீது பனி
நிசப்தமான கடுமையுடன் பொழிகிறது.'

என்ற வரிகள் சப்தமின்மைக்கும் ஒரு பேரிரைச்சல் இருக்கிறது என்பதை உணர்த்துகின்றன.

'நகரும் நொடிமுட்களின் சத்தம்
ஓர் அருவியின் பேரிரைச்சலாய் மாறி
செவிப்பறையில் விழுந்து
நினைவுகளைத் துரத்துகின்றன'

என்ற கவிதை வரிகளில் ஒன்றைப் பிடித்து ஒன்று என சொற்கள் சேரும்போது காட்சிகள் உருவாகி, அந்தக் காட்சிகளின் ஓசைகள் உருவாகி, அவை உணர்வுகளாகின்றன.

இந்தத் தொகுப்பின் பெரும்பாலான கவிதைகளின் பிரதானப் பாடுபொருள் காதல்தான். அதுவும் எப்படிப்பட்ட காதல்? 'அவன் என்னை அந்தரத்தில் ஒரு வானவில்லாக' மாற்ற வேண்டும் என்று எதிர்பார்க்கும் காதல். இந்தக் காதல் கவிதைகள் பலவற்றையும் சங்கக் கவிதைகளின் தொடர்ச்சி என்றும் கூறலாம். குறிப்பாக,

'இரவுகளில் நான் உறங்குவதில்லை.
எனது உடலில்
மலர்ந்துதிர்கிற பூக்களைப்
பார்த்தபடியிருக்கிறேன்.'

என்ற கவிதை அதன் கச்சிதத் தன்மையாலும் கவித்துவத்தாலும் பொருளாலும் குறுந்தொகையின் தொடர்ச்சியாகிறது.

காதலின் முறுகுபதம் தாபம். இந்தக் கவிதையைப் பாருங்கள்:

'பசிய குளங்களின் கரைகளில்
நிலவைச் சிறு துண்டுகளாக வெட்டிப் புதைத்துச் செல்பவளே.
உன் தடங்களின் மீது என் தாபம்
எப்படி தூண்டிவிடப்பட்ட தீபத்தைப்போல
பிரகாசமாய் எரிகிறது பார்.'

என்ற வரிகள் பிரமிளின்

'துடித்து
அன்று விழுந்தபகலை
மீண்டும்
மிதித்து நடப்பவளே'
        (முதல் முகத்தின் தங்கைக்கு)

என்ற வரிகளினதும்,

'கருகாத தவிப்புகள் கூடி
நாவின் திரி பிளந்து
அணையாது எரியும் ஒருபெயர்
நீ!'
    (பசுந்தரை)

என்ற வரிகளினதும் தாபத்தையும், அகசந்தத்தையும், தீவிரத்தையும் நினைவுபடுத்துகின்றன. மேலும், இந்தக் கவிதை ஒரு ஆணின் நோக்கிலிருந்து எழுதப்பட்டிருப்பது சிறப்பு.

காதலின் முறுகுபதம் தாபமென்றால் எரிபதம் புணர்ச்சி:

'எனக்கு அப்போது தேவைப்பட்டதெல்லாம்
பள்ளத்தாக்கில் வீசப்பட்ட உடலைப்போல
என் உயிரைச் சிதறடித்துவிடக் கூடிய
ஒரு புணர்ச்சி.'

உடலை அல்ல, உயிரைச் சிதறடித்துவிடக் கூடிய புணர்ச்சி என்பதைக் கவனிக்க வேண்டும்.

'ஆன்மா என்பது உடலின் சிறை' என்றார் மிஷெல் ஃபூக்கோ. உடலைக் கொண்டாடும் கவிதைகளும் இந்தத் தொகுப்பில் முக்கியமானவை. உடல் என்பது,

'வெறுமனே
ஓர் ஆன்மா வசித்துச் செல்கிற
கூடு இல்லை.
வேட்கைகளின் நீர் கொந்தளிக்கிற
பசிய கடல்.'

என்கிறார் பொன்முகலி ஒரு கவிதையில். 'இந்த உலகம் உடல்களால் ஆனது.' என்கிறார் இன்னொரு கவிதையில். உடல்-ஆன்மா என்ற இருமையில் உடலைப் பழித்தும் இழித்தும் சாஸ்வதமற்றது என்றும் ஆன்மாவே நிலையானது என்றும் கூறுவது மரபு. உயிரைச் சிதறடித்துவிடும் புணர்ச்சியைக் கேட்பவளுக்கு சாஸ்வதமாவது மண்ணாவது. உடல் என்பது நிரந்தரமின்மையின் அழகு, நிரந்தரமின்மையின் கவிதை. அதைப் பாடுகிறார் பொன்முகலி.

'மனதின் பாசாங்குகளற்ற
என் உடலை நான் நிச்சயமாய் நேசிக்கிறேன்'

என்கிறார்.

இன்னொரு கவிதையில்,

'எனக்கு ஒரு மின்னலைக் கொடு
அடிவயிற்றில் மின்னி
நொடிப்பொழுதில்
உடலை பஸ்பமாக்கும்
ஒரே ஒரு மின்னல்.'

என்று கவிஞர் கேட்கிறார். அவ்வளவுதான்! ஆன்மாவும் வேண்டாம் சாஸ்வதமும் வேண்டாம். கணப் பொழுதின் மின்னலுக்கு அவை ஈடாகுமா? ஒரு கவிதையில் தாழம்பூக்களைச் சூடிக்கொள்கிறாள் கவிதையில் வரும் பெண்.

'அவை எந்நேரமும்
அவளை
ஒரு வெந்நீர் ஊற்றைப் போல வைத்திருந்தன'

என்கிறார் கவிஞர். வெந்நீர் ஊற்றின் தாபத்தை யாரால்தான் அணைக்க முடியும்? அந்த தாபத்தில் குளிக்கக்கூடிய ஒருவனைப் பார்த்து,

‘இரு முலைகளுக்கிடையில் மலரும்
எல்லா மலர்களும்
உனக்கே உனக்கே’

என்கிறார் கவிஞர்.

‘ஊத்தைக் குழி’ என்று சித்தர்கள் காலம்தொட்டு அருவருத்தும் புறந்தள்ளியும் வந்த ஒன்றை நவீனப் பெண் கவிஞர்கள் வந்துதான் பிரகடனம்போல், பெருமிதம்போல் முன்வைத்தார்கள். அவர்களின் தொடர்ச்சியாக பொன்முகலி வருகிறார்:

‘மீன்களற்ற அமைதியான கடலில்
அவள் யோனி
ஒரு வெண்சங்கைப் போல்
மிதக்கிறது.’

என்ற வரிகளின் மூலமும்,

‘புறாக்களின் சிறகுகளைப் போல
உங்கள் யோனியின் இதழ்கள்
ஏன் படபடவென அடித்துக்கொள்கின்றன?’

என்ற வரிகளின் மூலமும் சித்தர்களுக்கு எதிரிடையான அழகியலை முன்வைக்கிறார். யோனியை ஓர் எதிர்நாகரிகமாகச் சித்தரிக்கிறார்.

விடுதலையை, அடிப்படையில் அகவிடுதலையை, குறித்து நாம் மிகைக் கற்பனைகள் கொண்டிருக்கிறோம். அது அவ்வளவு எளிதல்ல என்கிறார் கவிஞர்:

‘இறந்து போவதைப் போல
வேறொன்றாவதும்
கடினமானதொரு விடுதலை.’

விடுதலை என்பது உண்மையில் வெளியில் இல்லை; அதை நாம்தான் குதிரைபோல நம் தோளில் சுமந்துகொண்டிருக்கிறோம் என்கிறார்:

‘தோளில் சுமக்கிற புரவியை
கீழே விடு...
அதன் மீதேறிப் பற, பற, பற...
காற்றோடு கலந்துவிடு...’

எனும்போது ஒரு நெருக்கடியைக் கவிதை நம்முள் ஏற்படுத்திவிடுகிறது; நாம் சுமக்கும் புரவியை இறக்கிவிட வேண்டும் என்ற பதற்றத்தை ஏற்படுத்திவிடுகிறது; அப்படிச் செய்ய முடியாததன் குற்றவுணர்வையும் ஏற்படுத்துகிறது. இதைப் பெண்ணியக் கவிதையாக வாசிக்கச் சாத்தியம் இருக்கிறது என்றாலும் ஆண்-பெண் வேறுபாடின்றி எல்லோருடைய விடுதலைக்காகவும்தான் இந்த வரிகள் பேசுகின்றன.

'எப்படி, எந்தப் புதிருமில்லாது
திருப்பங்களும் ரகசியங்களும் இல்லாது
வெளிப்படையாய் எளிமையாய்
சிலருக்கு வாழ்க்கை இருக்கிறது?
ஒருவேளை
அவர்களுடைய ரத்தத்தில்
தீ இல்லாது இருக்கலாம்.
... எனக்கோ,
நடனத்திற்காய் வளர்க்கப்படுகிற தீயைப்போல,
வாழ்வு சாகசமாய் ஒளிர்ந்தபடியே
எரிந்துகொண்டிருக்க வேண்டும்.'

என்கிறது ஒரு கவிதை. ரத்தத்தில் தீ இல்லாததால்தான் செத்த வாழ்வை வாழ்ந்துகொண்டிருக்கிறோம். இதுபோன்ற சில கவிதைகள் அழகான கவித்துவப் பிரகடனங்களாக இருக்கின்றன. அதேபோல் தனது முதல் தொகுப்புடன் வந்திருக்கும் கவிஞர் எப்போது கவிதை எழுதுவதை நிறுத்த வேண்டும் என்று பிறருக்கு அறிவுரை கூறுவதற்கு அசாத்தியத் துணிச்சல் கொண்டிருக்க வேண்டும்:

'வாழ்தல் உனதொரு பழக்கமாக
முற்றிலுமாய் மாறிவிடுகிற அக்கணத்திலிருந்து
தயவுசெய்து நீயும் எழுதுவதை நிறுத்திவிடு.'

என்ற வரிகள் கவிதையோடும் பழக்கத்தோடும் போராடும் எனக்குத் தனிப்பட்ட முறையில் குற்றவுணர்வை ஏற்படுத்துகின்றன.

காலத்தின் மேல் பொன்முகலிக்கு இருக்கும் ஈர்ப்பைப் பற்றியே தனியாக எழுத வேண்டும். காலம் அவரைத் தொந்தரவு செய்கிறது. அதனால்தான்,

'காலம் ஓர் ஆறு என்று
வசீகரமாக எழுதிய ஒருவனை'

காதலிக்க ஆரம்பிக்கிறார். (உள்ளபடி, River of Time என்பதை 'காலநதி' என்றோ 'காலம் என்றொரு நதி' என்றோ, 'காலமென்ற நதி' என்றோ மொழிபெயர்த்தால் இன்னும் பொருத்தமாக இருந்திருக்கும்). அந்தக் கவிதையின் இறுதிப் பகுதி அற்புதமானது:

'கடலலைகளைப் போல
என் அறைக்குள் இரவு முழுவதிலும்
ஆர்ப்பரிக்கிற அவ்வரி
நள்ளிரவில் என் நெற்றியிலிடுகிற முத்தங்கள்
என் நினைவுகளை
உறக்கத்தின் பேராற்றுக்குள்
ஒரு புன்னகையோடு
நழுவவிட்டுக் கொண்டிருந்தன.'

ஆனால், 'காலநதி' என்ற கருத்தாக்கத்தின்படி, காலமானது ஒரு நேர்க்கோட்டில் செல்வது. இறந்த காலம், நிகழ்காலம், எதிர்காலம் என்ற வரிசை அதற்குண்டு. கவிஞரோ தன் கவிதையில் காலத்தைக் குழம்பவிடுகிறார்; வரிசை மாற்றிவிடுகிறார். 'உண்மைகளைத் தேடி அலைகிறவனைப்பற்றி சில குறிப்புகள்' கவிதையில் ஒருவன் நடந்து நடந்து ஓராயிரம் ஆண்டுகள் பின்னே வந்துவிட்டதை உணர்கிறான்:

'காலம் கடிகையைப் போலன்றி
பின் நோக்கியும் நகரக்கூடியது
என்கிற சிறு உண்மையைக் கண்டுபிடித்த களிப்பில்
வானத்தைப் பார்த்துக் கிடந்தான்.'

இவ்வரிகளில் இடம்பெற்றிருக்கும் 'சிறு உண்மையை' என்ற சொற்கள்தான் இந்த வரிகளை ஆழமானதாக மாற்றுகின்றன. காலம் காலம் என்று சொல்லி அதற்கு எல்லோரும் மண்டை பெருக்கச் செய்துவிட்டார்கள்; கவிஞர் அதைச் சிறு உண்மைக்குள் அடைத்து, ஓரத்தில் உட்காரவைக்கிறார். இன்னொரு கவிதையில் காலத்தின் பிறப்பைப் பேசுகிறார்:

'கள்ளுண்டு
சொல் விண்டு
அவன் காலம் உரைத்திட்ட
வித்தையை நோக்கு.'

ஆக, காலத்துக்கும் சொல்லுக்கும், சொல் பிறப்பதற்குக் காரணமான கள்ளுக்கும் ஏதோ தொடர்புண்டு. காலம்

இருப்பதல்ல சொல்லப்பட்டது, புனையப்பட்டது, அதுவும் யாரோ ஒருவனின் மது மயக்கத்தில் புனையப்பட்டது என்று கவிதையிலிருந்து விரித்துக்கொள்ள வாய்ப்பிருக்கிறது. 'அடிபட்ட புறாவைப் போல வீஈஈஈஈழும் காலம்.' என்று போகிற போக்கில் கவிஞர் எழுதிச்செல்லும் வரியொன்று அதிர்வுகளை ஏற்படுத்துகிறது.

'யாருமில்லாத பிரதேசத்தில்
என்ன நடந்து கொண்டிருக்கிறது?'

என்று நகுலன் கேட்கிறார். பொன்முகலியோ யாருமற்ற வீட்டில் கடிகாரத்தைப் பொருத்துகிறார். அந்த வீட்டை,

'உடைத்து உடைத்து
நகர்கிற நொடிமுள்...'

அங்கே காலத்தை நிகழச் செய்கிறது.

"காலம் என்று சொல்லும்போது நிகழ்வது என்பதைத் தாண்டி நாம் வேறு எதையும் குறிக்கவில்லையென்றால் எல்லாமே காலம்தான்" என்கிறார் இயற்பியலர் கார்லோ ரோவெல்லி. இதையே,

'நீ வந்தாய்.
காலம் முன் போனது.
பின் போனது.
இருந்தும் இல்லாமலும் ஆனது.
நான்
உன் இதழ்களில் முத்தமிட்டேன்.
... நீ நிகழ்ந்தாய்'

என்று எழுதுகிறார் கவிஞர். காதல் நிகழ்கிறது. அதனாலேயே காலமாக ஆகிறது. 'தாழம்பூ' கவிதையைப் படிக்கும்போது, தாழம்பூவின் வாசத்துக்கென்று ஒரு காலம் இருந்தால் அதில் வாழ்கிறார் கவிஞர் என்று தோன்றுகிறது.

ஒரு கணம் என்பது பொன்முகலியைப் பொறுத்தவரை குறிப்பிட்ட ஒரு காலத்தைச் சேர்ந்ததல்ல. அதனால்தான்,

'அவன் உடல்
சுக்குநூறாக வெடித்து
எல்லாக் காலங்களிலும் சிதறி விழுந்தது.'

என்கிற வரிகளில், ஒரு கணம் எல்லா காலத்தையும் போய்ச் சேர்கிறது. அதேபோல், இன்னொரு கவிதையில்

'உடல் எல்லாத் திசைகளிலும்
எழும்பிப் பறக்கிறது.'

என்று எழுதுகிறார்.

காலம், வெளி என்ற கருத்தாக்கங்களை (உண்மையில் இரண்டும் ஒன்றுக்கொன்று பிரிக்க முடியாதவைதான்) கவிஞர் இப்படி நெகிழ்வு கொள்ள வைக்கிறார்.

மெய்ம்மையின் பரிமாணங்களையும் சாத்தியங்களையும் கவிஞர் ஆழ்ந்தும் விரித்தும் பார்க்கிறார்.

'மூன்றாவது கண்
எனக் கனவுக்குப் பெயரிட்டேன்.'

என்ற வரிகளில் கனவை 'மூன்றாவது கண்' என்று அழைக்கும்போது சிவனின் 'மூன்றாவது கண்' என்ற மரபார்ந்த பயன்பாட்டைத் தாண்டிப் பார்க்க வேண்டும்; மெய்ம்மையின் வேறு உலகங்களைப் பார்ப்பதற்கான திறப்பு என்று அதைக் கருதும்போது, அசாதாரணமான சாத்தியங்களை அது திறந்துவிடுகிறது.

'உண்மையின் எந்தக் கரையில்
நின்றாலென்ன?
சாத்தியங்களின் எண்ணற்ற கதவுகளைத் திற'

எனும்போது உண்மை தட்டையானதோ ஒற்றையானதோ அல்ல என்று நமக்குக் கவிஞர் உணர்த்துகிறார். இன்னொரு கவிதையில்,

'காண முடியாதவையெல்லாம்
இல்லாதவையா?'

என்ற வரிகள், குவாண்டம் கோட்பாட்டை ஏற்றுக்கொள்ள முடியாமல் "நிலாவை நான் பார்க்காவிடில் அது இல்லை என்று அர்த்தமா?" என்று குயுக்தியாகக் கேட்ட ஐன்ஸ்டைனின் கேள்வியை நினைவுபடுத்துகின்றன. கூடவே, பாரதியின் 'நிற்பதுவே நடப்பதுவே' கவிதையையும் இந்த வரிகளுடன் பொருத்திப்பார்க்கலாம். வேறோர் உலகம், இணை உலகம் பற்றிய விசாரங்களும் ஆங்காங்கே வருகின்றன. 'இரு பாதைகளுக்கு இடையில் இருக்கும் அரூபமான' பாதைகளில் செல்வதைப் பற்றி ஒரு கவிதை பேசுகிறது.

'நீ பார்க்காத உலகத்தில்
நீ பார்க்காத சூரியன்கள்
தினம், தினம்
வெடித்துச் சிதறுகின்றன'

எனும் வரிகளும்,

'எல்லாவற்றையும் மிதக்க வைக்கிற கடலொன்று
உன் கண்களுக்குப் புலப்படாமல்
உன் பக்கவாட்டில் பொங்கிக்கொண்டிருக்கிறது'

வரிகளும் முற்றிலும் வேறொரு பரிமாணத்தில் நின்று நம்மை அழைக்கின்றன.

காதல், தனிமை, மரணம், காலம் போன்ற ஒருசில கருப்பொருள்களுக்குள் பொன்முகலியின் கவிதைகள் அடங்கிவிடுகின்றன. அவற்றையே திரும்பத் திரும்ப ஆலாபனை செய்கிறார். எளிய சொற்களால் ஆன ஆலாபனை. சொற்களிடமிருந்து சுமைகளை அகற்றுவதால் மேலும் மேலும் ஆழம் கூடுகிறது. அதுவும் காதல்வயப்பட்ட பெண் ஒருத்தியின் குரலாய் வந்து விழும் சொற்கள் நிலவொளியின் குளிர்ச்சியுடன் இருக்கின்றன. அதே நேரத்தில் குறைவான கருப்பொருள்கள், அதிக அளவிலான கவிதைகள், பெரும்பாலும் ஒரே மாதிரியான தொனி போன்றவை கொஞ்சம் சலிப்பை ஏற்படுத்துகின்றன. இந்தப் புத்தகத்தை இரண்டு ஆண்டுகளுக்கு முன்பே வாங்கிவிட்டேன். அப்போது படித்தபோது இரண்டு மூன்று கவிதைகள் மட்டுமே பிடித்திருந்தன. இரண்டு ஆண்டுகளுக்குப் பிறகு, தற்போது எடுத்துப் படித்தபோது புத்தகம் திறந்துகொண்டது. சிறிதும் பெரிதுமாகக் கிட்டத்தட்ட முந்நூறு கவிதைகளைக் கொண்ட இந்தப் புத்தகத்தில் ஏறத்தாழ 50 கவிதைகள் எனக்குப் பிடித்திருக்கின்றன. (வெறும் 50 கவிதைகளுடன் தொகுப்புகள் வருவது வழக்கமென்பதால் ஒரு தொகுப்பில் ஒருவருக்கு 50 கவிதைகள் பிடித்திருப்பது நல்ல எண்ணிக்கையே). பிடிக்காத கவிதைகள் சிலவற்றிலும் பிடித்த வரிகள் இருக்கின்றன. அதிக அளவில் கவிதைகள் இருப்பது அயர்ச்சியூட்டுவது. 75 கவிதைகளையாவது பொன்முகலி நீக்கியிருக்கலாம்.

சில கவிதைகள் மனுஷ்ய புத்திரனின் பாணியை நினைவூட்டுகின்றன:

'நாம் நேசிக்காத ஒருவரை
நாம் ஏன் மனம் பிறழ்ந்து போகிறபடி
நேசிக்கிறோம்'

என்ற வரிகளும்

'ஒரு அன்பை மறுதலிக்க
நீ நடந்த தொலைவுகள் அதிகம்'

என்ற வரிகளும்

'நான் புசிக்க நினைக்கிற மாமிசம்
நான் குடிக்க விழைகிற குருதி
நான் செய்ய விரும்புகிற துரோகம்'

என்ற வரிகளும் இதற்குச் சில எடுத்துக்காட்டுகள். மேலும், செந்நிற மது, கோப்பை, விஷம் போன்றவை திரும்பத் திரும்ப வருகின்றன. 'துயரம்' என்பதைக் கவிஞர் மிகைக் கற்பனைக்கு (romantisize) உள்ளாக்குகிறார்.

'ஒளிர்கின்ற தீபத்தைப் போல
பிரகாசமான
ஒரு துயரத்தை
நான் உனக்கு அளிப்பேன்'

என்பது போன்ற வரிகள் இதற்கு எடுத்துக்காட்டு. இது கவிதையை நீர்த்துப்போக வைக்கிறது. ஆங்காங்கே, ஒருமை – பன்மை மயக்கம் (சத்தம்... துரத்துகின்றன, உடல்கள்... உரசியபடியிருந்தது, சொற்கள்... வளைகிறது), எழுத்துப் பிழைகள் (நிர்வானமாக்கினர், சிரிக்கதவளாக, வன்புனறப்பட்டார்கள், கம்பளிப் பூச்சியைப் போல... ஊறத் தொடங்குகிறது, அமைதின்மயும்தான், எரியின்) போன்றவை உறுத்துகின்றன. 116-ம் பக்கத்தில் வரும் கவிதை 180-ம் பக்கத்திலும் வருகிறது.

இந்தத் தொகுப்பு பொன்முகலிக்கு ஓர் இனிய தொடக்கம். இனி அவர் எழுதப் போகும் கவிதைகளுக்கான சாத்தியங்களை, செல்திசைகளை இந்தத் தொகுப்பு கொண்டிருக்கிறது. இன்னும் விரிவான தளங்களை அவர் கவிதை சென்றடையட்டும். வாழ்த்துகள் பொன்முகலி!

(2021)

சபரிநாதன்: நூறு புலன்கள் முளைத்த கவிஞர்

வெயில் காலத்தில் எல்லாமே திறந்திருக்கிறது, அப்பட்டமாக இருக்கிறது என்ற உணர்வே நம்முள் ஏற்படும். ஆயினும் வெயில் எல்லா அப்பட்டங்களுக்கும் உள்ளே ரகசிய மூடலைக் கொண்டிருப்பதாகவே தோன்றுகிறது. தார்ச்சாலையில் சற்றுத் தொலைவில் தோன்றும் கானல்நீர் அப்படிப்பட்ட ரகசிய மூடல்தானே. ஒரு வெயிற்காலத்தில் சபரியின் கவிதைகளைப் படிக்கும்போது இவ்வளவு அப்பட்டமான கவிதைகள் எவ்வளவு ரகசிய மூடல்களைக் கொண்டிருக்கின்றன என்றே தோன்றுகிறது.

கதவில்லாத, மறைவிடம் இல்லாத எதுவும் இல்லை. அதையெல்லாம் சபரி திறக்க முயல்கிறார். "தாத்தா இந்த முறுக்கைத் திறந்து தா" என்று தன்னிடம் ஒரு குழந்தை கேட்டதாக, மறைந்த கலை–இலக்கிய விமர்சகர் தேனுகா ஒரு முறை என்னிடம் பகிர்ந்துகொண்டார். அந்தக் குழந்தையைப் பொறுத்தவரை முறுக்கு ஒரு உலகம்; அதைத் திறந்துதான் அடைய வேண்டும். கவிஞர்கள் அந்தக் குழந்தையைப் போல்தான் இருக்க வேண்டும். கீழ்க்காணும் வரிகளில் சபரி அந்தக் குழந்தையாகவே தெரிகிறார்.

'அப்படி ஒரு கணம் இது
ஒவ்வொரு பொருளிலும் ஒரு கதவு திறக்கிறது
காண முடியாதது எதுவுமில்லை கேட்க முடியாதது எதுவுமில்லை
நூறுநூறு புலன்கள் முளைத்த புத்துயிரி நான்.'
(பின்காட்சி ஆடியில் அஸ்தமனம்)

ஒரு மொழியின் அசாதாரணக் கவிஞர் நூறு நூறு புலன்கள் முளைத்த புத்துயிரியாக இருக்கும்போது, அவரால் எல்லாப் பொருட்களிலும் கதவு இருப்பதைக் காண இயலும்; அதே

நேரத்தில் அவரால் திறக்க முடியாத கதவேதும் இருப்பதில்லை. ஆரஞ்சுப் பழம் வழியாக அவரால் இந்த உலகத்தைப் பார்க்க முடியும். அப்படிப் பார்க்கும்போது அவரையும் இந்த உலகம் ஆரஞ்சு வழியாக முறைக்கவும் செய்யும்.

யதார்த்த வாழ்வில் நாம் பார்க்கும் பல விஷயங்களை எந்தக் கேள்வியும் கேட்காமல் கடந்துவிடுகிறோம். அல்லது எந்தச் சலனமும் இல்லாமல் நம் ஆழ்மனதில் பதிய அனுமதித்து அப்படியே இருந்துவிடுகிறோம். அதேபோல் காலப்போக்கில் மறக்கப்பட்ட விஷயங்களையும் ஆழ்மனதின் ஓரத்துக்கே தள்ளிவிடுகிறோம். உதாரணத்துக்கு, ஒரு கவிதையில் சம்பந்தமே இல்லாதது போன்ற இடத்தில் 'இப்போதெல்லாம் யாரும் யாரையும் குட்டிபூர்ஷ்வா என்று திட்டுவதில்லை' (இடையில் என்ன நடந்தது) என்று ஒரு வரி வரும். இதற்கு நம்மிடமிருந்து 'ஆமாம்தானே' என்று பதில் வருகிறது. ஒரு காலத்தில் இடதுசாரி விவாதங்களில், இலக்கிய இதழ்களில் நிறைய கேட்ட சொல் 'குட்டி பூர்ஷ்வா'. இன்று அந்தச் சொல்லுக்கு என்ன ஆகிவிட்டது. 'குட்டி பூர்ஷ்வா' இல்லாமலா போய்விட்டார்? இது சாதாரண விஷயம்தான் என்று நாம் போய்விடுகிறோம். ஆனால், எவ்வளவு சாதாரண விஷயங்களை நம் ஆழ்மனதுக்குள் கொட்டிவைப்பது? அவையெல்லாம் தங்களுக்குள் கலைந்து கலைந்து விளையாட்டு நடத்தும் கோலம்தான் சபரியின் பல கவிதைகள்.

இதுபோன்று சம்பந்தமே இல்லாதது போன்ற வரிகள் சபரியின் கவிதைகளில் ஏராளமாகத் தலைகாட்டும். நம் நினைவு அப்படித்தானே! எந்த சம்பந்தமும் இல்லாமல் திடீரென்று ஒரு படத் தலைப்பு நினைவுக்கு வரும், இரண்டாம் வகுப்பு ஆசிரியர் நினைவுக்கு வருவார். அப்படி இருக்க கவிதைகள் மட்டும் ஏன் தொடர்ச்சியாக நூல் பிடித்ததுபோல் போய்க்கொண்டிருக்கின்றன? கவிதையாக மாறும் விஷயங்களைக் கவிதைக்குள் கொண்டுவர மிகவும் தயாரான ஒரு மனது வேண்டும். தன் மேல் பதியப்படும் இசைக்கீறலுக்காகத் தயாராக இருக்கும் பதிவுசெய்யப்படாத இசைத்தட்டு போன்ற மனது வேண்டும். அதனால்தான் அடுக்கடுக்காக சபரியின் பெரும்பாலான கவிதைகளிலும் இந்த மாயம் நிகழ்கிறது. இதற்கேற்ப சபரியின் கண் இழுவலையாக மாறி, சம்பவங்களின் சொற்களை இழுத்து வருகிறது. 'தள்ளுவண்டியில் சென்னா கொதிக்கும் மாலையில் திரும்பும் எனக்கு' (வேண்டுதல்கள்)

எனும்போது அந்த வரியில் சொல்லப்படாத, மாலைக்கு உரிய எல்லா விஷயங்களையும் அந்த வரி சேர்த்து இழுத்துக்கொண்டே தன் வீட்டுக்குத் திரும்புகிறது.

சிறுவயதிலிருந்து எனக்கு அப்பாவுடன் சைக்கிளில் செல்வது ரொம்பவும் பிடிக்கும். ஆரம்பத்தில் முன்புறக் கம்பியிலும் இன்னும் கொஞ்சம் வயது கூடிய பின் பின்னிருக்கையிலும் அமர்ந்து போவேன். அப்பாவுக்கு வயதாகி, நான் இளைஞனாக மாறிய பிறகும் கொஞ்சநாள் அது தொடர்ந்துகொண்டிருந்தது. திடீரென்று ஒருநாள் சைக்கிளை என்னிடம் கொடுத்து 'ஓட்டு' என்று சொல்லிவிட்டு, சைக்கிளின் பின்னால் உட்கார்ந்துகொள்ள அவர் தயாரானபோது என் உலகமே இடிந்து தலைமேல் விழுந்ததுபோல் இருந்தது. சபரியின் 'அப்பாவுக்கு டை அடித்த நான்கு நிமிடங்கள்' கவிதையைப் படித்தபோது அதே மாதிரியான உணர்வு மேலிட்டது. மருத்துவமனையில் இருக்கும் அப்பாவுக்காக,

'... நான் குழைக்கிறேன் மயிர்ச்சாந்தை
நரைக்கூச்சலுக்கு எதிராக கரும்மௌனத்தை
இக்கூர்ச்சகை தான் எனது வாள்
இனி அவர் சார்பாக
நான் போரிடுவேன்.'

என்று எழுதுகிறார் சபரி. அப்பாக்கள் நம்மிடம் சைக்கிளையும் சாயம் பூசும் புருசையும் தந்துவிடும் கணம்தான், நம் பிராயத்துடனான எல்லாத் தொடர்புகளையும் ரத்தம் சிந்தச் சிந்த அறுக்கும் கத்தியாக உருவெடுத்துவிடுகிறது. அதே நேரத்தில், நம் அப்பாக்கள் சார்பாகப் போரிடுவதற்கான வாளாகவும் அந்தக் கணம் நம் கையில் வந்து உட்கார்ந்துகொள்கிறது.

'அன்பைப் பரிசோதித்துப் பழகியிராத/ பால்கன்னி ஆடுகளின் காலம் அது' (அன்பின் வழியது) என்று எழுதுகிறார் சபரி. இது வழக்கமான அந்தக் காலத்துக்கும் இந்தக் காலத்துக்கும் இடையிலான ஒப்பீட்டைத் தாண்டியும், ஒவ்வொரு காலமும் தனது வெகுளித்தனத்தைத் தொலைத்துக்கொண்டே வருவதை நமக்கு உணர்த்துகிறது. வனவிலங்கு ஆர்வலர்கள் அதிகரித்துவருவதையும் வனவிலங்குகள் குறைந்துவருவதையும் நாம் நினைத்துப்பார்க்க வேண்டும். வனவாழ் பழங்குடியினருக்கு அவர்களைச் சுற்றிலும் இருக்கும் உயிரினங்களைப் பற்றிய பட்டறிவு அதிகம். ஆனால், அவற்றின் உடலில் இன்ன வகையான

திசுக்கள், இத்தனை எலும்புகள், உயிரின வகைப்பாட்டியலில் அந்த விலங்கை எப்படிக் குறிப்பிடுவது என்ற விவரமெல்லாம் வனவிலங்கு ஆர்வலருக்கே தெரியும். வெகுளித்தனம் என்பது இயல்பறிவைக் குறித்த பிரக்ஞையற்று அதைக் கொண்டிருத்தல். அதைத் தொலைக்கும்போது சபரி சொல்வது போல் அன்பைப் பரிசோதித்துப்பார்க்க வேண்டியிருக்கிறது.

ஒரு காட்சியை எந்தக் கோணத்தில் பார்த்து அல்லது உள்வாங்கி, அதை எப்படிப்பட்ட வார்த்தைகளில் வெளிப்படுத்துவது என்பதில் அடங்கியிருக்கிறது ஒரு கவிஞரின் வீச்சு. ஜெபமாலையை உருட்டிக்கொண்டே முணுமுணுக்கும் ஜெபா சித்தியின் உதடுகள் பற்றி சபரி இப்படி எழுதுகிறார்.

'வா போ வா போ வா போ..
இப்படித் தொடர்ந்து தட்டச்சு செய்கிறது
புலனாகாத துணிச்சரிகையொன்றைத் தைக்கிறது,
அதை ஈரமான கத்தரியால் வெட்டுகிறது மீண்டும்
தைக்கிறது மீண்டும் வெட்டுகிறது.'
(வாக்கப்பட்டவர்களுக்காக...)

ஒரு ஈயின் பாதையைப் பின்தொடர்ந்தால் என்னென்ன கோட்டோவியங்கள் கிடைக்குமோ அதைப் போலவே சித்தியின் ஜெபம் கூறும் உதடுகளைப் பின்தொடர்ந்து சொற்கோலங்களை உருவாக்குகிறார் சபரி.

பெரும்பாலான கவிதைகளை உதிரி உதிரியாக சபரி கோர்த்துக் கொண்டே செல்கிறார். அது அலங்கோலமான கவிதைக் கட்டமைப்பாக இல்லாமல், தொடர்ச்சியான அர்த்தத்துக்கு எதிரான கட்டமைப்பாக இருக்கிறது. எடுத்துக்காட்டாக, 'பின்காட்சி ஆடியில் அஸ்தமனம்' என்ற கவிதையில் இந்தப் பகுதி:

'வண்டியை நிறுத்துகிறோம் சிகரட்டுக்காக
தூரப் புஞ்சையில் மங்கலாக ஒளிரும் அது ஒரு
கோழிப்பண்ணை
-விபத்து நடக்க வாய்ப்பே இல்லாத இடம்-
உபயத்தில் இரண்டு காரைச்சுவர்கள், அர்த்தமின்மைக்கு
எதிராக ஒரு மஞ்சள் விளக்கு
மேலே சாய்வோடுகள் மீது குந்தியிருக்கும் உடுக்கள்
பொரித்த பேரந்தகாரம்: முட்டையை அடைகாக்கும்
காட்டெருமை

உள்ளிருந்து ஒரு கோழியாவது வெளியேறி வந்து
இதை எல்லாம் அண்ணாந்து பார்த்தால்
மாரடைப்பில் சரிந்து விழக்கூடும்.
ஒருவருக்காவது அப்படியொரு வீரமரணம் வாய்க்கட்டும்.'

'விபத்து நடக்க வாய்ப்பே இல்லாத இடம்' ஏன் இந்தக் கவிதையில் இடம்பெற்றிருக்கிறது என்று யோசித்துத் தீரவில்லை. அவ்வளவு ஈர்ப்பையும் புதிரையும் கொண்டிருக்கிறது. சபரி சங்ககாலத்துக் கவிஞராக இருந்திருந்தால் 'மீனெறி தூண்டிலார்', 'விட்ட குதிரையார்', 'செம்புலப் பெயல்நீரார்' போல மேற்கண்ட கவிதையால் 'முட்டையை அடைகாக்கும் காட்டெருமையார்' என்று பெயர் பெற்றிருக்கக் கூடும். 'விபத்து நடக்க வாய்ப்பே இல்லாத இடம்' என்ற ஒரு வரி சொல்லும் அந்தகாரத்தின் மேலே இருக்கும் 'உடுக்கள் பொரித்த அந்தகாரம்' ஒரு கோழிக்கு மட்டுமல்ல நமக்கும் வீரமரணத்தை ஏற்படுத்தும் அர்த்தமின்மையைச் சுமந்துகொண்டிருக்கிறது. அதற்கு எதிராக ஒரு மஞ்சள் விளக்கு எப்போதும் எரிந்துகொண்டிருக்கும். இந்தக் கவிதையில் மட்டுமல்ல, சபரியின் பெரும்பாலான கவிதைகளிலும்.

29 வயது ஆகும் சபரிநாதன் ஏற்கெனவே 'களம் – காலம் – ஆட்டம்' (2011, புது எழுத்து வெளியீடு) தொகுப்பின் மூலம் பரவலாக அறியப்பட்டவர்; இளம் கவிஞர். இவரது 'வால்' (2016, மணல் வீடு வெளியீடு) தொகுப்பு அவரைச் சமகாலத்தின் தனிப்பெருங்கவிஞராக ஆக்குகிறது. இவரது கவிதைகளில் வட்டார வழக்கு, சங்கக் கவிதைகளின் தாக்கம், விவிலியத் தமிழ் என்று மொழிப் பயன்பாட்டில் ஒரு வீச்சு தெரிகிறது. புதிதாக உருவாக்கும் சொற்கள், சொல்லடுக்குகள் போன்றவை இவரது மொழி வளத்தை நமக்கு உணர்த்துகின்றன.

சம காலத்தின் முக்கியமான இளம் கவிஞரான சபரிநாதனுக்கு கடந்த வாரம் யுவபுரஸ்கார் விருது அறிவிக்கப்பட்டிருக்கிறது. சபரி போன்ற எழுத்தாளர்களுக்கு வழங்கப்படும்போதுதான் விருதுகளின் தரநிர்ணயம் உயர்கிறது. யுவபுரஸ்கார் விருது பெற்றிருக்கும் சபரிநாதனுக்கு வாழ்த்துக்கள்!

(சபரிநாதனுக்கு 'யுவபுரஸ்கார் விருது' அறிவிக்கப்பட்டபோது 2019-ல் எழுதியது.)

மொழிபெயர்ப்புகள்,
இந்திய இலக்கியம்,
உலக இலக்கியம்.

மொழிபெயர்ப்புகளைக் கொண்டாடுவோம்!

உலகளாவிய அறிவுப் பகிர்தலுக்குப் பெரும்பாலும் நாம் மொழிபெயர்ப்புகளையே நம்பியிருக்கிறோம். அப்படிப்பட்ட மொழிபெயர்ப்புகளை இந்த உலக புத்தக தினத்தன்று கொண்டாடுவது மிகவும் பொருத்தமாக இருக்கும். ஷேக்ஸ்பியர், மிகெல் செர்பாண்ட்டேஸ் (Miguel Cervantes) போன்ற முக்கியமான உலக எழுத்தாளர்களின் நினைவாகக் கொண்டாடத் தொடங்கப்பட்டதுதான் 'உலக புத்தக தினம்'. இந்த ஆண்டு (2016) ஏப்ரல் 23-ம் தேதியன்று மகத்தான அந்த படைப்பாளிகள் இறந்துபோய் 400 ஆண்டுகள் பூர்த்தியாகின்றன என்பது இந்த ஆண்டின் உலகப் புத்தக தினத்துக்குக் கூடுதல் சிறப்பு. இந்தத் தருணத்தில் உலக மொழிகளிலிருந்தும் இந்திய மொழிகளிலிருந்தும் தமிழுக்கு வந்த முக்கியமான நூல்களை வாசகர்களுடன் இங்கே கொண்டாடுகிறோம்!

உலகம் ஒரே கிராமமாக ஆனதற்குத் தொழில்நுட்பம் மட்டுமல்ல, மொழிபெயர்ப்புகளும் காரணம். "ஒவ்வொரு மொழியும் ஒரு உலகம். மொழிபெயர்ப்பு என்ற விஷயம் இல்லையென்றால் மவுனத்தை எல்லைகளாகக் கொண்ட வட்டாரங்களில்தான் நாம் வாழ்ந்துகொண்டிருப்போம்" என்று ஜார்ஜ் ஸ்டெய்னர் கூறியிருப்பது மொழிபெயர்ப்புகளின் முக்கியத்துவத்தை நமக்கு உணர்த்துகிறது. மூல மொழிப் புத்தகங்களுக்குச் செய்யப்பட்ட துரோகங்களாகவே மொழிபெயர்ப்புகளை அறிவுஜீவிகளும் இலக்கியகர்த்தாக்களும் ஏன், சம்பந்தப்பட்ட மொழிபெயர்ப்பாளர்களும் கருதினாலும் எளிய மக்களைப் பொறுத்தவரை, நுட்பங்களைப் பற்றி அவர்கள் அதிகம் கவலைப்படுவதில்லை. மூல நூலின் ஆத்மா எளிய வாசகருக்கும் போய்ச்சேரும் வகையில்

இருந்தாலே, ஒரு மொழிபெயர்ப்பின் நோக்கம் பெருமளவு வெற்றியடைந்துவிடுகிறது என்ற கருத்தும் நிலவுகிறது.

மொழிபெயர்ப்பு என்ற வழிமுறைக்கு முன்பு மூல நூலிலிருந்து வழிநூல் உருவாக்குவதுதான் முன்னோடி. 'கம்பராமாயணம்', 'வில்லிபாரதம்' போன்றவற்றை எடுத்துக்காட்டலாம். மொழிபெயர்ப்பு என்பது ஓரளவு முறையான செயல்பாடாகத் தொடங்கியது மொகலாயர்களின் ஆட்சியின்போதுதான். ஏராளமான சம்ஸ்கிருத இலக்கியங்கள் பாரசிக மொழிக்குப் பெயர்க்கப்பட்டன. கிறிஸ்தவ மிஷனரிகளின் வருகைக்குப் பின்பு மொழிபெயர்ப்புச் செயல்பாடுகள் மேலும் முடுக்கம் பெறுகின்றன. 20-ம் நூற்றாண்டின் தொடக்கம் வரை தமிழுக்கு அதிகம் மொழிபெயர்க்கப்பட்டவை மதங்கள் சார்ந்த நூல்களே. இதில் பாரதியார் மொழிபெயர்த்த 'பகவத் கீதை' போன்றவையும் அடங்கும். எனினும் ஜப்பானிய ஹைக்கூ, தாகூரின் படைப்புகள் போன்றவற்றின் மொழிபெயர்ப்புகள் மூலம், நவீனத் தமிழ் மொழிபெயர்ப்புகளின் முன்னோடிகளில் ஒருவராகவும் பாரதி ஆகிறார். தொடர்ந்து புதுமைப்பித்தன் போன்ற படைப்பாளிகளும் உலக இலக்கியத்தைத் தமிழுக்கு முனைப்புடன் கொண்டுவருகிறர்கள். ஆனால், மொழிபெயர்ப்புகளின் பொற்காலம் என்பது வங்க மொழி இலக்கியங்களின் மொழிபெயர்ப்புகளிலிருந்தும், ரஷ்ய மொழி இலக்கியங்களின் மொழிபெயர்ப்புகளிலிருந்தும் தொடங்குகிறது. வங்க இலக்கிய மொழிபெயர்ப்புகளில் த.நா. குமாரசாமி குறிப்பிடத்தகுந்த பங்களிப்பைச் செய்தவர். தமிழ்ப் பதிப்புலகின் முன்னோடிகளுள் ஒருவரான சக்தி வை. கோவிந்தனும் தரமான இந்திய இலக்கியங்களையும் உலக இலக்கியங்களையும் தமிழில் வெளியிட்டார். ராதுகா பதிப்பகம், முன்னேற்றப் பதிப்பகம் போன்றவை, மலிவு விலையில் ரஷ்ய இலக்கியங்களின் மொழிபெயர்ப்புகளை வெளியிட்டு அறிவுப் புரட்சிக்கு வித்திட்டன. தமிழ்நாட்டின் ஏதோ ஒரு மூலையில் இருக்கும் கிராமத்தில் கூட மாக்சிம் கார்க்கியின் 'தாய்', மார்க்ஸ், லெனினின் எழுத்துக்கள் வாசிக்கப்பட்டது இதற்கு ஓர் உதாரணம்.

எழுத்தாளரும் விமர்சகருமான க.நா.சு. தனி ஒருவராக இருந்து மொழிபெயர்த்துக் குவித்த புத்தகங்களால் இரண்டு மூன்று தலைமுறைகள் உலக இலக்கிய அறிவைப்

பெற்றிருக்கின்றன. இதற்கிடையே நேஷனல் புக் டிரஸ்ட், சாகித்ய அகாடமி ஆகியவற்றின் மூலமாக இந்திய இலக்கியங்கள் தமிழ் வாசகர்களின் கைகளுக்கு வந்துசேர்ந்தன. வாசகர் வட்டமும் சில முக்கியமான புத்தகங்களை மொழிபெயர்த்திருக்கிறது.

1970–களில் க்ரியா பதிப்பகத்தின் வரவு மொழிபெயர்ப்புகளைப் பொறுத்தவரையில் மிகவும் முக்கியமானதாக அமைகிறது. ஆங்கிலம் அல்லாத மொழிகளிலிருந்து நேரடி மொழிபெயர்ப்பு, மொழிபெயர்ப்பைச் செம்மைப்படுத்துவது போன்றவற்றில் க்ரியா முன்னோடியாக அமைந்தது. தொடர்ந்து காலச்சுவடு பதிப்பகம் மலையாளம், கன்னடம் போன்ற இந்திய மொழிகளிலிருந்தும் உலக மொழிகளிலிருந்தும் முக்கியமான மொழிபெயர்ப்புகளை வெளியிட்டுக்கொண்டிருக்கிறது. அடையாளம் பதிப்பகத்தால் தமிழில் வெளியிடப்படும் ஆக்ஸ்போர்டின் 'சுருக்கமான அறிமுக நூல் வரிசைகள்', மருத்துவ நூல் மொழிபெயர்ப்புகள் போன்றவை முக்கியமான பங்களிப்புகள். கிழக்கு பதிப்பகம் வரலாறு தொடர்பான நூல்களை, மூல நூல்கள் வெளிவந்த உடன் விரைவாக மொழிபெயர்த்து வெளியிடுகிறது. மூன்றாம் உலக நாடுகளின் இலக்கியங்கள், செவ்வியல் இலக்கியங்கள் போன்றவற்றை எதிர் வெளியீடுகள், சந்தியா பதிப்பகம் போன்றவை வெளியிட்டுவருகின்றன. இடதுசாரிச் சித்தாந்தம் தொடர்பான நூல்களின் மொழிபெயர்ப்புகளை சவுத் விஷன் புக்ஸ், விடியல் பதிப்பகம், அலைகள் பதிப்பகம், பாரதி புத்தகாலயம், நியூசெஞ்சுரி புக் ஹவுஸ் போன்றவை வெளியிட்டுக்கொண்டிருக்கின்றன. மதம், தத்துவம் தொடர்பான மொழிபெயர்ப்பு நூல்களை வெளியிடுவதில் ராமகிருஷ்ண மடம், நர்மதா பதிப்பகம், கண்ணதாசன் பதிப்பகம் போன்றவை முன்னிலை வகிக்கின்றன.

'மகாத்மா காந்தியின் தேர்ந்தெடுக்கப்பட்ட எழுத்துக்களின் தொகுதி', 'டாக்டர் பி.ஆர். அம்பேத்கரின் தேர்ந்தெடுக்கப்பட்ட எழுத்துக்களின் தொகுதி' போன்ற பெருந்தொகுதிகளின் சமூக முக்கியத்துவம் குறிப்பிட்டுச்சொல்ல வேண்டியது.

சிறார் இலக்கியத்தைப் பொறுத்தவரை நேஷனல் புக் டிரஸ்ட்டுக்கு அடுத்ததாகத் தற்போது பாரதி புத்தகாலயத்தின் 'புக்ஸ் ஃபார் சில்ட்ரன்' வெளியீடு, என்.சி.பி.எச் போன்ற பதிப்பகங்கள் சிறுவர்களுக்கான புத்தகங்களை நிறைய

மொழிபெயர்த்து மலிவாக வெளியிடுகின்றன. தரமான வடிவமைப்பில் நாட்டார் கூறுகளுடன் சிறார் புத்தகங்களை தூலிகா பதிப்பகம், தாரா பதிப்பகம் போன்றவை மொழிபெயர்த்து வெளியிடுகின்றன.

உலக/இந்திய இலக்கியங்களின் மொழிபெயர்ப்புகளில் தமிழ்ச் சிற்றிதழ்களின் பங்கு மிகவும் முக்கியமானது. கசடதபற, நடை, மீட்சி போன்ற இதழ்களில் தொடங்கி இன்று காலச்சுவடு, உயிர்மை போன்ற இதழ்கள் வரை கணிசமான அளவில் மொழிபெயர்ப்புகளை வெளியிட்டிருக்கின்றன. இந்த இதழ்களில் வெளிவரும் மொழிபெயர்ப்புப் படைப்புகள் தொகுக்கப்பட்டுப் புத்தகங்களாகவும் வெளியிடப்படுகின்றன. மொழிபெயர்ப்புக்காகவே தமிழில் வெளிவரும் 'திசை எட்டும்' இதழும் குறிப்பிட்டுச் சொல்லப்பட வேண்டிய ஒன்று.

தற்போது வெளியாகும் மொழிபெயர்ப்புகளின் எண்ணிக்கையைப் பார்த்து நமக்கு மிகுந்த மகிழ்ச்சி ஏற்பட்டாலும், அவற்றின் தரத்தை உற்றுநோக்கும்போது பெரிதும் ஏமாற்றமே ஏற்படுகிறது. பெரும்பாலான மொழிபெயர்ப்புகள் காப்புரிமை பெற்றுச் செய்யப்படுகின்றனவா என்பதில் எந்தத் தெளிவும் இல்லை. இரண்டாவதாக, மொழிபெயர்ப்பாளர்களுக்கு உரிய ஊதியம் பெரும்பாலும் வழங்கப்படுவதும் கிடையாது என்ற குற்றச்சாட்டும் இருக்கிறது. எல்லாவற்றையும் விட முக்கியமான குற்றச்சாட்டு, மொழிபெயர்ப்பைச் செம்மைப்படுத்துவதில் பல மொழிபெயர்ப்பாளர்களும் பதிப்பகங்களும் காட்டும் அசிரத்தைதான். இதனால் நம்பகத்தன்மையை இழந்து, விற்பனையாகாமல் பல நூல்கள் முடங்கிப்போகின்றன. உடனுக்குடன் கொண்டுவர வேண்டும் என்பதைவிட பொறுப்பாகக் கொண்டுவருவது முக்கியமல்லவா?

கடந்த ஒரு நூற்றாண்டு தமிழ் இலக்கியப் போக்கை உற்றுநோக்கினால் உலக இலக்கியத்துக்கு அது பட்டிருக்கும் நன்றிக்கடன் எவ்வளவு என்பது தெரியும். அதுதான் நம் மொழிபெயர்ப்பாளர்களின் வரலாற்றுப் பங்கு. மொழிபெயர்ப்புகள் மூலம் பெரிய வருமானமே புகழோ மொழி பெயர்ப்பாளர்களுக்குக் கிடைப்பதில்லைதான். தங்களுக்குக் கிடைத்த உலக இலக்கியச் சுவையை, நம் மக்கள் அனைவருக்கும் கொண்டுசேர்க்க வேண்டும் என்ற பகிர்தல் தாகம்தான்

அவர்களை இயக்குகிறது. இந்த தாகத்துடன் திறமையும் செம்மையும் சேர்ந்தால், உலக இலக்கியம் ஆழமும் நயமும் குறையாமல் நம் மொழியில் கிடைப்பது உறுதி!

சிறந்த மொழிபெயர்ப்புகள்!

தமிழின் முக்கியமான எழுத்தாளர்கள், வாசகர்கள், மொழிபெயர்ப்பாளர்கள் ஆகியோரைச் சிறந்த மொழிபெயர்ப்பு நூல்களைப் பரிந்துரைக்கும்படி கேட்டு, அவர்களுடைய பட்டியல்களிலிருந்து இறுதிசெய்யப்பட்ட பட்டியல்கள் இங்கே கொடுக்கப்பட்டிருக்கின்றன. புத்தகங்களைப் பரிந்துரைத்தோர்: அசோகமித்திரன், சி.மோகன், குறிஞ்சிவேலன், பா.லிங்கம், சாரு நிவேதிதா, கோணங்கி, ஜெயமோகன், இமையம், எஸ்.ராமகிருஷ்ணன், நா.மணி, சுகிர்தராணி, கல்யாண். ஒவ்வொரு வகைமையிலும் புத்தகத் தலைப்புகள் அகர வரிசையில் கொடுக்கப்பட்டிருக்கின்றன.

உலக இலக்கியம்

* அந்நியன்–ஆல்பெர் காம்யு, (பிரெஞ்சிலிருந்து) வெ.ஸ்ரீராம், க்ரியா பதிப்பகம்.

* அன்னா கரீனினா– டால்ஸ்டாய், (ஆங்கிலம் வழி) நா.தர்மராஜன், பாரதி புத்தக நிலையம்.

* கடலும் கிழவனும் – எர்னஸ்ட் ஹெமிங்வே, (தமிழில்) ச.து.சு.யோகியார், எஸ்.எஸ். பப்ளிகேஷன்.

* கரமசோவ் சகோதரர்கள் – பியோதர் தாஸ்தாயெவ்ஸ்கி, (ரஷ்ய மொழியிலிருந்து), அரும்பு சுப்பிரமணியம், காலச்சுவடு பதிப்பகம்.

* நம் காலத்து நாயகன்– லெர்மன்தேவ், (தமிழில்) பூ.சோமசுந்தரம், சந்தியா பதிப்பகம்.

* பட்டாம்பூச்சி – ஹென்றி ஷாரியர், (தமிழில்) ரா.கி.ரங்கராஜன், நர்மதா பதிப்பகம்.

* பாரபாஸ் (அன்பு வழி) – பேர் லாகர் குவிஸ்ட், (தமிழில்) க.நா.சு., மருதா பதிப்பகம்.

* போரும் வாழ்வும்– லியோ டால்ஸ்டாய், (தமிழில்) டி.எஸ்.சொக்கலிங்கம், என்.சி.பி.எச்.
* விசாரணை – ஃபிரன்ஸ் காஃப்கா, (ஜெர்மன் மொழியிலிருந்து) ஏ.வி.தனுஷ்கோடி, க்ரியா பதிப்பகம்.
* வேர்கள் – அலெக்ஸ் ஹேலி, (தமிழில்) பொன்.சின்னத்தம்பி முருகேசன், எதிர் வெளியீடு.

இந்திய இலக்கியம்

* அக்னி நதி– குர் அதுல்ஐன் ஹைதர், (தமிழில்) சௌரிராஜன், நேஷனல் புக் டிரஸ்ட்.
* அழிந்த பிறகு – சிவராம காரந்த், (கன்னடத்திலிருந்து) டி.பி.சித்தலிங்கய்யா, நேஷனல் புக் டிரஸ்ட்.
* ஆரோக்கிய நிகேதனம் – தாராசங்கர் பந்தோபாத்யாய, – (தமிழில்) த.நா.குமாரசாமி, வ.உ.சி. பதிப்பகம்.
* சம்ஸ்காரா – யு.ஆர்.அனந்தமூர்த்தி, (கன்னடத்திலிருந்து) தி.சு.சதாசிவம், அடையாளம் பதிப்பகம்.
* சிக்கவீர ராஜேந்திரன், மாஸ்தி வெங்கடேச ஐயங்கார், (கன்னடத்திலிருந்து) ஹேமா ஆனந்ததீர்த்தன், நேஷனல் புக் டிரஸ்ட்.
* தர்பாரி ராகம் – ஸ்ரீலால் சுக்லா, (இந்தியிலிருந்து) சரஸ்வதி ராம்நாத், நேஷனல் புக் டிரஸ்ட்.
* நீலகண்டப் பறவையைத் தேடி – அதீன் பந்யோபாத்யாயா, (வங்க மொழியிலிருந்து) எஸ்.கிருஷ்ணமூர்த்தி, நேஷனல் புக் டிரஸ்ட்.
* பாத்தும்மாவுடைய ஆடும் இளம் பருவத்துத்தோழியும் – வைக்கம் முகமது பஷீர், (மலையாளத்திலிருந்து) குமாரி கெ.விஜயம், நேஷனல் புக் டிரஸ்ட்.
* மண்டோவின் படைப்புகள் – சதத் ஹசன் மண்டோ, (ஆங்கிலம் வழியாக) ராமானுஜம், நிழல் வெளியீடு.
* வனவாசி – விபூதி பூஷண் பந்யோபாத்யாயா, (தமிழில்) த.நா.சேனாபதி.

தத்துவம், தன்வரலாறு, அரசியல், அறிவியல், சமூகம் (இந்தியா தொடர்பானவை)

* ஆளற்ற பாலம் – கொண்டபல்லி கோடேஸ்வரம்மா, (தெலுங்கிலிருந்து) கௌரி கிருபானந்தன், காலச்சுவடு.
* இந்தியத் தத்துவத்தில் நிலைத்திருப்பனவும் அழிந்தனவும் – தேவிபிரசாத் சட்டோபாத்யாயா, (தமிழில்) கரிச்சான் குஞ்சு, விடியல் பதிப்பகம்.
* இந்திய வரலாறு ஓர் அறிமுகம் – டி.டி.கோசாம்பி, (தமிழில்) சிங்கராயர், விடியல் பதிப்பகம்.
* உப்பு வேலி – ராய் மாக்ஸம், (தமிழில்) சிறில் அலெக்ஸ், எழுத்து பதிப்பகம்.
* ஒரு பாலியல் தொழிலாளியின் சுயசரிதை – நளினி ஜமீலா, (மலையாளத்திலிருந்து) குளச்சல் மு.யூசுப், காலச்சுவடு.
* காந்தி வாழ்க்கை – லூயி பிஷர், (தமிழில்) தி.ஜ.ர., பழனியப்பா பிரதர்ஸ்.
* சிதம்பர நினைவுகள் – பாலச்சந்திரன் சுள்ளிக்காடு, (மலையாளத்திலிருந்து) கே.வி. ஷைலஜா, வம்சி பதிப்பகம்.
* சுயசரிதை – ஜவஹர்லால் நேரு, (தமிழில்) வ.ரா., அலைகள் வெளியீட்டகம்.
* வால்காவிலிருந்து கங்கை வரை – ராகுல சாங்கிருத்யன், (தமிழில்) இ. முத்தையா, தமிழ் புத்தகாலயம்
* 12 உபநிடதங்கள் – (தமிழில்) சுவாமி ஆசுதோஷானந்தர், ஸ்ரீராமகிருஷ்ண மடம்.

தத்துவம், தன்வரலாறு, அரசியல், சமூகம் (உலகம்)

* உலகைக் குலுக்கிய பத்து நாட்கள் – ஜான் ரீட், என்.சி.பி.எச்.
* ஒடுக்கப்பட்டவர்களுக்கான கல்வி முறை – பாவ்லோ ஃப்ரையிரே, (தமிழில்) இரா. நடராசன், பாரதி புத்தகாலயம்.
* ஒற்றை வைக்கோல் புரட்சி – மசானபு ஃபுகோகா, மொழிபெயர்ப்பு – பூவுலகின் நண்பர்கள் வெளியீடு.

* காதல் வரலாறு – டயன் அக்கர்மென், (தமிழில்) ச.சரவணன், சந்தியா பதிப்பகம்.
* சிறியதே அழகு – இ.எப்.ஷூமாஸர், (தமிழில்) யூசுப்ராஜா, எதிர் வெளியீடு.
* சேகுவேரா வாழ்வும் மரணமும் – ஜோர்ஜ் ஜி.காஸ்டநாடா, (தமிழில்) எஸ்.பாலச்சந்திரன், விடியல் பதிப்பகம்.
* சோபியின் உலகம் – யொஸ்டைன் கார்டெர், (தமிழில்) ஆர்.சிவகுமார், காலச்சுவடு.
* ப்ளேட்டோவின் குடியரசு– (தமிழில்) வெ.சாமிநாத சர்மா.
* பீகிள் கடற் பயணம் – சார்லஸ் டார்வின், (தமிழில்) அப்துல் ரஹ்மான், அகல்.
* ஜராதுஷ்ட்ரா இவ்வாறு கூறினான் – நீட்ஷே, (ஆங்கிலம் வழியாக) ரவி, காலச்சுவடு பதிப்பகம்.

கவிதைகள்

* ஆமுக்த மால்யதா – கிருஷ்ண தேவராயர், (தெலுங்கிலிருந்து) மு.கு.ஜகந்நாத ராஜா
* கீதாஞ்சலி – ரவீந்திரநாத் தாகூர், (தமிழில்) வீ.ஆர்.எம். செட்டியார், முல்லை பதிப்பகம்.
* சூரியன் தகித்த நிறம் (இந்திய, உலகக் கவிதைகள்) (தமிழில்) பிரமிள், நற்றிணை பதிப்பகம்.
* சொற்கள் – ழாக் ப்ரெவர், (பிரெஞ்சிலிருந்து) வெ.ஸ்ரீராம், க்ரியா பதிப்பகம்.
* பவித்ரன் தீக்குன்னி கவிதைகள், (மலையாளத்திலிருந்து) என்.டி.ராஜ்குமார், புது எழுத்து வெளியீடு.

தாக்கம் ஏற்படுத்திய முத்திரைப் புத்தகங்கள்

* ஒரு யோகியின் சுயசரிதை – பரமஹம்ச யோகானந்தர், ஜெய்கோ பதிப்பகம்.
* கம்யூனிஸ்ட் கட்சி அறிக்கை – கார்ல் மார்க்ஸ், பிரெடெரிக் எங்கெல்ஸ், (தமிழில்) எஸ்.வி.ராஜதுரை, என்.சி.பி.எச்.

* சத்திய சோதனை – காந்தி, நவஜீவன் வெளியீடு.

* மகாபாரதம் – வியாசர், (சம்ஸ்கிருதத்திலிருந்து தமிழில்) ராமானுஜாசாரியார் தலைமையிலான மொழிபெயர்ப்புக் குழு; கும்பகோணம் பதிப்பு.

* ஜாதியை அழித்தொழிக்கும் வழி – அம்பேத்கர், கருப்பு பிரதிகள்.

சிறார் உலகம்

* அப்பா சிறுவனாக இருந்தபோது – அலெக்சாந்தர் ரஸ்கின், (தமிழில்) நா.முகமது ஷெரீபு – ஈஸ்வர சந்தான மூர்த்தி, புக்ஸ் ஃபார் சில்ரன்.

* கலிவரின் பயணங்கள் – ஜோனதன் ஸ்விப்ட், (தமிழில்) யூமா. வாசுகி, என்.சி.பி.ஹெச்.

* குட்டி இளவரசன் – அந்த்வான் து செந்த்–எக்சுபெரி, (பிரெஞ்சிலிருந்து) வெ. ஸ்ரீராம் – ச.மதனகல்யாணி, க்ரியா.

* டோட்டோ சான்: ஜன்னலில் ஒரு சிறுமி – டெட்சுகோ குரோயாநாகி, (தமிழில்) சு.வள்ளிநாயகம் – சொ.பிரபாகரன், நேஷனல் புக் டிரஸ்ட்.

* சார்லி மற்றும் சாக்லேட் ஃபேக்டரி – ரோல் தால், (தமிழில்) பாஸ்கர் சக்தி, விகடன் வெளியீடு.

(உலக புத்தக தினத்தன்று [23-04-2016] மொழிபெயர்ப்புகளைக் கொண்டாடி 'இந்து தமிழ்' நாளிதழில் எழுதப்பட்டது.)

தாவோ தே ஜிங்: செயல்படாமையின் வேத நூல்

'தாவோ தே ஜிங்' என்ற இப்புத்தகம், 2,500 ஆண்டுகளுக்கு முன்னால் லாவோ ட்சு என்ற ஞானியால் சீன மொழியில் எழுதப்பட்டது. இந்நூலே தாவோயிசத்துக்கு அடிப்படை நூல். வயதில் கன்பூசியஸைவிட 50 ஆண்டுகள் மூத்தவரான லாவோ ட்சு சீனத் தலைநகரில் ஆவணக் காப்பாளாராகப் பணிபுரிந்து, பின் அரசியல் நிலைமை மோசமானதால் பதவியிலிருந்து விலகினார். இவரைப் பற்றிப் பல கதைகள் நிலவுகின்றன. அவற்றில் ஒன்றின்படி, இவர் தலைமறைவாகப் போக எண்ணி எல்லையைக் கடக்கும் முன், எல்லைப்புற அதிகாரி இவரை வற்புறுத்தி ஏதாவது எழுதித் தரச் சொன்னதாகவும், அதன் பேரில் இவர் 5,000 சித்திர எழுத்துகளில் 'தாவோ தே ஜிங்' எழுதித் தந்ததாகவும் தெரிய வருகிறது.

'தாவோ' என்பதற்குப் பல பொருள்கள் இருக்கின்றன. அவற்றுள் இந்த நூலின் தலைப்புக்குப் பொருத்தமானது 'வழி' என்னும் பொருள் ஆகும். 'தே'வுக்கு 'நேர்மைக்கு உந்துதல்' அல்லது 'ஊக்கம் தேவை' என்று இப்புத்தகத்தில் பொருள் கூறப்பட்டிருக்கிறது. 'ஜிங்' என்றால் நூல் என்று பொருள். ஆக, 'தாவோ தே ஜிங்' என்றால் 'தாவோ'வையும் 'தே'யையும் பற்றிய நூல் என்று பொருள்படும்.

'தாவோ தே ஜிங்' புத்தகத்துக்குப் பல பரிமாணங்கள் இருக்கின்றன. இயற்பியல் கண்ணோட்டத்திலிருந்தும் அதனைப் பார்க்கலாம்; உதாரணத்துக்குப் பிரபஞ்சத்தின் தோற்றம் குறித்த 'தாவோ தே ஜிங்'கின் பாடல்கள் இன்றைய அறிவியலுக்கு ஒரு புதிராகவே காட்சியளிக்கின்றன:

'இருத்தலின்மை என்பது
வானக, வையகத்தின்

தோற்றுவாய் எனப்படுகிறது.
....

இருத்தலின்மையும் இருத்தலும்
ஆதியில் ஒரே மாதிரி;
ஆனால், வெளிப்படும்போது
வேறு வேறு.
இந்த ஒற்றுமை
நுண்மையின் நுண்மை எனப்படுகிறது.'
    (அதிகாரம்-1)

என்ற பாடலிலும்,

'பிரபஞ்சத்தில் உள்ள அனைத்தும்
இருத்தலிலிருந்து வருகின்றன;
இருத்தல்
இருத்தலின்மையிலிருந்து வருகிறது.'
    (அதிகாரம்-40)

என்ற பாடலிலும் பிரபஞ்சத்தின் தோற்றம் நிகழ்வதற்குக் காரணமாகக் கருதப்படும் பெருவெடிப்பு (big bang) நிகழ்வதற்கு முந்தைய கணத்துக்கு நெருக்கமான கருத்துகளைக் காணலாம்.

இந்தப் பாடல்களுக்கு இணையான ஒரு பாடலாக ரிக் வேதத்தின் நாஸதிய சூக்தத்தின் பாடலை (ரிக் வேதம் 10:129) கருதலாம். நவீன இயற்பியலுக்கும் கீழைத்தேசங்களின் மெய்யியலுக்கும் உள்ள இதுபோன்ற ஒப்புமைகளை 'இயற்பியலின் தாவோ' (The Tao of Physics) என்னும் நூலில் ஃப்ரிட்ஜாஃப் காப்ரா எழுதியிருக்கிறார். அறிவியலுக்கும் மெய்யியலுக்கும் முடிச்சுப்போடுவது பெரும் சிக்கல். வேத காலத்திலேயே விமானங்கள் கிரகம் தாண்டி கிரகம் பறந்தன என்பது போன்ற வாதங்களில் போய் முடியும் ஆபத்து இருக்கிறது. இரண்டு வேறுவேறு சிந்தனை முறைகள் இந்த பிரபஞ்சத்தை எப்படி அணுகியிருக்கின்றன என்பதைப் பார்ப்பதோடு நிறுத்திக்கொள்வது தற்காலத்துக்கு நல்லது.

இன்றைய வாழ்க்கை முறைக்கு 'தாவோ தே ஜிங்' எவ்வளவு அவசியமானது என்ற கண்ணோட்டம் எல்லாவற்றையும்விட முக்கியமானது. இன்றைய வாழ்க்கைமுறை, அதன் எல்லா பரிமாணங்களிலும் மிகமிக வேகமாகச் சென்று கொண்டிருப்பதுபோல் தோன்றுகிறது. மனிதர்களால்

கட்டுப்படுத்த முடியாத வேகம்; வேகம்தான் அவர்களை அழைத்துச்செல்வதைப் போன்று தோன்றுகிறது. வேகம் குறைந்தாலோ அல்லது நின்றாலோ மனிதர்கள் பதற்றமாக ஆகிவிடுவார்கள் போன்று தோன்றுகிறது. வேகம்தான் மனிதர்கள், மனிதர்கள்தான் வேகம்.

தாவோ மிதத்தைப் பற்றிப் பேசுகிறது; மெலிவைப் பற்றிப் பேசுகிறது; குறைவைப் பற்றிப் பேசுகிறது; தேய்வைப் பற்றிப் பேசுகிறது. வலியது, கடினமானது, அதீதம், மூர்க்கம் எல்லாம் மரணத்தின் அறிகுறிகள் என்கிறது:

'உயிரோடு இருக்கும்போது மனிதன்
மென்மையாக, மிருதுவாக இருக்கிறான்;
உயிர் போன பிறகு அவன்
கடினமாக, விறைப்பாக இருக்கிறான்
....
கடினமும் விறைப்பும் சாவின் கூறுகள்;
மென்மையும் மிருதுவும் வாழ்வின் கூறுகள்;
எனவே,
மிகக் கடுமையாக இருக்கும்போது போர் வீரன்
வெற்றி பெற முடியாது;
மிகக் கடினமாக இருக்கும்போது மரம்
முறியாமல் இருக்க முடியாது'
    (அதிகாரம்-76)

என்கிறது ஒரு பாடல்.

இதன் தொடர்ச்சியாக 'வீரம்', 'மேலாதிக்கம்' ஆகிய கருதுகோள்களையும் அப்படியே புரட்டிப்போடுகிறது தாவோ:

'மிகச் சிறந்த போர்வீரன்
வீரத்தனமாக இருப்பதில்லை;
மிகச் சிறந்த போராளி
மூர்க்கத்துடன் இருப்பதில்லை.
மிகச் சிறந்த வெற்றிகளைக் குவிப்பவன்
போரில் பங்குபெறுவதில்லை;
மிகச் சிறந்த முதலாளி
வேலைக்காரர்களுக்குக் கீழே தன்னைத்
தாழ்த்திக்கொள்கிறான்.'
    (அதிகாரம்-68)

என்கிறது ஒரு பாடல்.

வலிவு, மூர்க்கம், உக்கிரம் எல்லாம்தான் உண்மையில் பலவீனமானவை என்கிறது 'தாவோ':

'வலிவின் உச்சத்தை
உயிர்கள் எட்டியதும்
மூப்படையத் தொடங்கிவிடுகின்றன;
இப்படி மூப்படைவது
தாவோவுக்கு எதிராக இருக்கிறது.
இப்படி தாவோவுக்கு எதிராக இருப்பது
சீக்கிரமே முடிவுக்கு வந்துவிடும்.'
(அதிகாரம்-30)

இன்றைய வாழ்க்கை முறையின் அதீதங்களாகிய போர், ஆயுதங்கள், தீவிர அதிகாரம் போன்றவற்றுக்கு எதிரான கருத்துகளை இப்படி 'தாவோ தே ஜிங்' நெடுகக் காண முடிகிறது. ஆக்கிரமிப்புக்கான போரையும் மரண தண்டனையையும் தவிர்ப்பது, முற்றிலும் எளிமையாக வாழ்வது, தீவிர அதிகாரத்தை வற்புறுத்த மறுப்பது ஆகிய மூன்று வழிகளைப் பரிந்துரைப்பதன்மூலம் நடைமுறை வாழ்க்கைக்கும் நடைமுறைக்கும் அரசியலுக்கும் வழிகாட்டுகிறது 'தாவோ'.

'தாவோ'வின் கருத்துகளிலேயே மகத்தானதாகவும் மிகவும் பயனுள்ளதாக இருப்பதுவும் 'செயல்படாமை' என்ற கருத்துதான். 'செயல்படாமை' என்பதற்கு எதையும் செய்யாமல் சும்மா இருப்பது என்பது பொருளல்ல. மிகக் குறைந்த முயற்சியுடன் சரியான சமயத்தில் ஒன்றின் அல்லது ஒருவரின் இயல்பைச் செயல்பட விடுவது என்பது இதன் பொருளாகும்.

இன்னும் புரியும்படி சொல்ல வேண்டுமானால், சில உதாரணங்களைக் காட்டலாம். கிரிக்கெட் விளையாட்டில் பந்து வீசப்படும்போது மட்டையாளர் மிகுந்த முயற்சி செய்து, ஏறிச்சென்று பந்தை அடிப்பார்; நாமெல்லாம் அது எல்லைக்கோட்டைத் தாண்டிச்சென்று அவருக்கு ஆறு ஓட்டங்களைப் பெற்றுத்தரும் என்று நினைப்போம். ஆனால், அது மைதானத்தின் பாதி தூரத்தைக் கூடத் தாண்டாமல் எதிரணி வீரரால் பிடிக்கப்பட்டுவிடும். ஆனால், சில சமயங்களில் வீசப்படும் பந்தைச் சற்றுத் தொடுவதுபோன்றுதான் வீரர் அடித்திருப்பார். அது மிகவும் அதிக தூரம் சென்று அந்த வீரருக்கு ஆறு ஓட்டங்களைப் பெற்றுத்தரும். இது எப்படி?

வேறொன்றுமில்லை, வீசப்பட்ட பந்தைச் சரியான சமயத்தில் சரியான திசையில் மிகக் குறைந்த முயற்சியுடன் ஆனால், எந்த முன்திட்டமுமில்லாமல் சட்டென்று செயல்பட்டு அடித்திருப்பார்; இதில் அவருடைய விசையுடன் பந்துவீச்சாளரின் விசையையும் அவர் பயன்படுத்தியிருப்பார். அதுதான் காரணம். இந்த இடத்தில் ஜூடோவை உதாரணமாகக் காட்டலாம். ஜூடோவில் எதிராளியின் தாக்குதலின் விசையைப் பயன்படுத்தித் தன்னுடைய குறைந்தபட்ச முயற்சியின் மூலமாகவே எதிராளியை வீழ்த்துவார்கள்.

நாமெல்லாம் எப்போதும் எல்லாக் காரியங்களிலும் செயல்பட்டுக்கொண்டே இருக்கிறோம் (தாவோவின் அர்த்தத்தில்). நமது இயல்பைச் செயல்படவிடுவதில்லை. மலையளவு முயற்சியைக்கொண்டு தினையளவு பலனை அறுவடை செய்கிறோம். ஆனால், செயல்படாமை அப்படி அல்ல; தினையளவு முயற்சியைக்கொண்டு மலையளவு பலனை அறுவடை செய்வது. இந்தச் செயல்படாமையை அடைவதற்குத் தேய்வுதான் சரியான வழி; தேய்ந்த முற்றான வெறுமையை அடைவதுதான் வழி என்கிறது 'தாவோ'. ஏனென்றால்

> **'இருத்தலில்லாதது ஊடுருவ முடியாததில் நுழைய முடியும்.'**
> **(அதிகாரம்-43)**

என்கிறது அது. மேலும்,

> **'புலமையை நாடிச் செல்கிற மனிதன்**
> **நாள்தோறும் வளர்வான்;**
> **தாவோவை நாடிச் செல்கிற மனிதன்**
> **நாள்தோறும் தேய்வான்.**
> **தேய்வான், தொடர்ந்து தேய்வான்,**
> **செயல்படாமையை அடைகிறவரையும்**
> **எல்லாவற்றையும் செய்ய முடியும்,**
> **செயல்படாமையினால்.'**
> **(அதிகாரம்-48)**

இந்தக் கருத்துகள் எல்லாம் மிகவும் சிக்கலானவைதான்; மேலோட்டமான பார்வையில் குழப்பக் கூடியவைதான். ஆனால், சொற்களை அவற்றின் இயல்பான பொருளிலிருந்து நாம் பார்க்கக் கூடாது. மேலோட்டமான பார்வையில் இப்படி முரண்படுகிற, வெறும் வார்த்தை விளையாட்டு என்று

தோன்றுகிற பல பாடல்கள், வரிகள் தாவோவில் உண்டு; அவை எல்லாமே நல்லது x கெட்டது, அழகு x விகாரம், நன்மை x தீமை போன்றவற்றைப் பற்றி நாம் கொண்டிருக்கும் பொதுவான கருதுகோள்களைத் தூக்கி எறியக் கூடியவை:

'அழகாயிருப்பது அழகு என்று
எல்லோரும் புரிந்துகொண்டால்
விகாரம் தோன்றுகிறது.
நன்மையை நன்மை என்று
எல்லோரும் புரிந்துகொண்டால்
தீமை தோன்றுகிறது.'
(அதிகாரம்-2)

ஒருவர் குழம்பிப்போகலாம்; என்ன இது? நன்மையை நன்மை என்று புரிந்துகொள்வதுதானே நல்லது. இங்கே அது தீமை என்றல்லவா சொல்லப்படுகிறது? நாம் புரிந்துகொள்ள வேண்டியது என்னவென்றால், நன்மை, அழகு போன்ற விஷயங்களெல்லாம் பிரக்ஞைபூர்வமானவை அல்ல. அவை இயல்பானவை. அழகாக இருப்பது அழகு என்பதால் அழகாக இருக்க முயல்வதும், நன்மை செய்வது நன்மை என்பதால் நன்மை செய்ய முயல்வதும் இயல்புக்கு, அதாவது தாவோவுக்கு எதிரானது. நன்மை என்று ஒன்றைக் கருதும்போது தீமையும், அழகு என்று ஒன்றைக் கருதும்போது அந்த இடத்தில் விகாரமும் தோன்றிவிடுகிறது. கடவுள் என்று நினைத்தால் சாத்தான் தோன்றிவிடுகிறது அல்லவா? அதுபோலத்தான் இதுவும்.

தாவோ, ஜென் எல்லாமே அறிவை மிகவும் எதிர்க்கின்றன. அறிவு, இயல்புக்கு எதிரானது என்று கருதப்படுகிறது. முரண்படுவதுபோல் நமக்குத் தென்படுகிற வேறுசில கருத்துகளையும் தாவோ முழுவதும் காணலாம். சான்றோரைப் பெருமைப்படுத்தக் கூடாது என்கிறது தாவோ; அபூர்வமான பொருள்களை மதிக்கக் கூடாது என்கிறது; சாகசத்தில் ஈடுபடுபவன் அழிவான் என்கிறது.

'தாழ்மையாக இரு;
அப்போது நீ முழுமையாக இருப்பாய்.
வளைந்திரு;
அப்போது நீ நேராக இருப்பாய்.
காலியாக இரு;

அப்போது நீ நிரம்பி இருப்பாய்.
தேய்ந்துபோய் இரு;
அப்போது நீ புதிதாக இருப்பாய்.'
(அதிகாரம்-22)

என்றும்,

'புலமையைக் கைவிடு;
அப்போது,
துக்கம் தெரியவராது.
புனிதத்தைக் கைவிடு;
புத்திசாலித்தனத்தைத் தூக்கியெறி;
அப்போது,
மக்கள் பல மடங்கு பலன் பெறுவார்கள்.
கருணையைக் கைவிடு;
நியாயத்தைத் தூக்கியெறி'
(அதிகாரம்-19)

என்றும்

'வாசலைத் தாண்டிப் போகாமலே
உலகம் அனைத்தையும்
ஒரு மனிதன் தெரிந்துகொள்ள முடியும்.
....
அதிகம் பயணிக்கும் ஒருவன்
மிகவும் குறைவாகவே தெரிந்துகொள்கிறான்.'
(அதிகாரம்-47)

என்றும், நாம் காலங்காலமாக அறிந்துவைத்திருப்பவற்றின் மீதெல்லாம் தாக்குதல் நடத்துகிறது 'தாவோ'.

'தாவோ'வின் மகத்தான பெருமை என்னவென்றால் அது வெறும் தத்துவம் அல்ல; அது முழுவதும் நடைமுறைக் கானது. தாவோவின் கருத்துகளை, முக்கியமாக செயல் படாமையை, அனைத்துத் துறைகளிலும் பயன்படுத்தலாம்; பயன்படுத்தியுமிருக்கிறார்கள். இன்றைய வாழ்வுக்கு மிகச் சரியான வழிமுறையை 'தாவோ தே ஜிங்' நமக்குப் பரிசளிக்கிறது. அதைப் பின்பற்றுவதும் பின்பற்றாததும் நம் கையில்தான் இருக்கிறது.

உலகில் அதிக அளவில் மொழிபெயர்க்கப்பட்ட நூல்களில் 'தாவோ தே ஜிங்'கும் ஒன்று. தமிழிலும் இதற்குப்

பல மொழிபெயர்ப்புகள் வந்திருக்கின்றன. அதில், சி.மணி மொழிபெயர்த்த 'தாவோ தே ஜிங்' தனித்துவமானது. மேலே மேற்கோள் காட்டப்பட்டிருக்கும் வரிகள் அவருடைய மொழிபெயர்ப்புதான். 2002-ல் 'க்ரியா' வெளியீடாக வந்த அந்தப் புத்தகத்தில், உள்ளடக்கத்துக்கு ஏற்றவிதத்தில் புகழ்பெற்ற புகைப்படக் கலைஞர் இயான் லாக்வுட் எடுத்த அழகான கறுப்பு–வெள்ளைப் புகைப்படங்கள் இடம்பெற்றிருந்தன. 'தாவோ தே ஜிங்' நூலில் அடிக்கடி கூறப்படும் இயற்கையின் அம்சங்களாகிய பள்ளத்தாக்கு, மலைகள் போன்றவற்றின் புகைப்படங்கள் அவை. தற்போது புகைப்படங்கள் இல்லாத மலிவுப் பதிப்பு மட்டுமே கிடைக்கிறது.

(என்னுடைய வலைப்பூவில் 2016-ல் வெளியானது.)

'மூர்த்தி கிளாஸிக்கல் லைப்ரரி'
– இந்தியாவிலிருந்து உலகத்துக்கு...

நந்தா, அழகில் திளைப்பவர் என்பது
உனது பெயரின் பொருள்
நந்தா, இந்த உடலைப் பார்,
நோயுற்றது, அழுக்குடம்பு, துர்மணம் வீசுவது.
எது விரும்பத்தகாததாக இருக்கிறதோ
அதைக் கொண்டு மனதைப் பண்படுத்திக்கொள்,
கூர்தீட்டு, கவனம்குவியச் செய்.
திறந்த மனப்பான்மையை வளர்த்துக்கொள்,
ஒழியட்டும் எல்லா முன்தீர்மானங்களும்
அகங்காரத்தை வெற்றிகொண்டாலோ,
சலனமில்லா வாழ்வு உனது.

– புத்த மதப் பெண் துறவிகளின் 'தேரிகாதை' கவிதை நூலிலிருந்து...

ஆசிய மொழிகளுக்குள் இந்திய இலக்கியங்களின் மொழிபெயர்ப்பு என்பது, அநேகமாக புத்த மதத்தின் பரவலோடு ஆரம்பிக்கிறது. அதற்குப் பிறகு தழுவல்கள் என்ற வகையில் ராமாயணம், மகாபாரதம் போன்றவை இந்திய மொழிகளுக்குள் வெவ்வேறு வடிவத்தில் அவதாரம் எடுக்கின்றன. முகலாய வருகைக்குப் பிறகு, அக்பர் காலத்தில் மகாபாரதம் உள்ளிட்ட இலக்கியங்கள் பாரசீக மொழியில் மொழிபெயர்க்கப்பட்டன. அந்தக் காலத்துக்குப் பிறகு, இந்திய செவ்விலக்கிய மொழிபெயர்ப்புகளின் பொற்காலம் என்பது, ஆங்கிலேயர் உள்ளிட்ட மேலை நாட்டினரின் வருகைக்குப் பிறகு தொடங்குகிறது. சர் வில்லியம் ஜோன்ஸ் என்ற இந்தியவியல் அறிஞரால், 1784–ல் தொடங்கப்பட்ட 'தி ஏசியாட்டிக்

சொஸைட்டி’ கிட்டத்தட்ட அடுத்த நூற்றம்பைது ஆண்டுகளுக்கு அசுர வேகத்தில் இயங்கியது. ஒரு பக்கம் இந்திய இலக்கியங்களை உலக மொழிகளுக்குக் கொண்டுசெல்லும் நோக்கம் என்று அந்த முயற்சியைப் பார்த்தாலும், மறுபக்கம் ‘இந்தியா உள்ளிட்ட ஆசிய நாடுகளை ஆதிக்கம் செலுத்துவதற்கு அவற்றின் கலை, கலாச்சாரம் போன்ற அம்சங்களைப் புரிந்துகொள்வது மிகவும் அவசியம்’ என்ற நோக்கமும் அதில் இருந்ததை மறுக்க முடியாது.

இதன் தொடர்ச்சியாக ஜெர்மானிய மொழியின் பெருங்கவிஞரான கூட்டே (Goethe, 1749 - 1832) காலத்திலேயே காளிதாசரின் ‘சாகுந்தலம்’ அந்த மொழியில் மொழிபெயர்க்கப் பட்டது. சாகுந்தலத்தின் அழகை வியந்து, கூட்டே கவிதையே எழுதியிருக்கிறார். காளிதாசர் ‘இந்தியாவின் ஷேக்ஸ்பியர்’ என்று மேற்கத்திய அறிஞர்களால் அழைக்கப்பட்டார்.

இந்தப் பாரம்பரியத்தில் மாக்ஸ் ம்யூல்லர் ஆற்றிய பங்கு மிகவும் முக்கியமானது. அவரது தலைமையில் ‘கீழை நாடுகளின் புனித நூல்கள்’ என்ற மாபெரும் நூல்வரிசை 50 தொகுதிகளாக வெளிவந்தது. ஆக்ஸ்ஃபோர்டு பல்கலைக்கழகம்தான் இந்த வரிசையை 1879–க்கும் 1910–க்கும் இடைப்பட்ட ஆண்டுகளில் வெளியிட்டது.

இப்படியாக ஒட்டுமொத்த வரலாற்றையும் பார்த்தால் இந்தியா என்றால் சம்ஸ்கிருத இலக்கியம்தான் என்ற பிரமை ஏற்படும்படி, பெரும்பாலும் சம்ஸ்கிருத இலக்கியங்கள்தான் மொழிபெயர்க்கப்பட்டன. விட்டகுறை தொட்டகுறையாகத் தமிழ் போன்ற மொழிகளிலிருந்து மொழிபெயர்க்கப்பட்டிருக்கிறது.

இந்தியா என்பது ஒற்றை மொழியின், ஒற்றைக் கலாச்சாரத்தின் நாடு அல்ல. பல்வேறு வண்ணங்கள், பல்வேறு மொழிகளின் இலக்கியங்கள் எல்லாம் சேர்ந்ததுதான் அதன் கலாச்சாரப் பெருமை. அந்தக் கலாச்சாரப் பெருமையை உலகமெங்கும் எடுத்துச் செல்லும் மாபெரும் முயற்சியொன்று சமீபத்தில் தொடங்கப்பட்டிருக்கிறது.

இந்தியாவின் அனைத்து மொழிகளிலும் உள்ள செவ்வியல் இலக்கியங்களை ஆங்கிலத்துக்கு மொழிபெயர்க்கும் அமைப்பொன்றை நிறுவுவதற்காக இன்ஃபோஸிஸ் நிறுவனத்தின் தலைவர் நாராயண மூர்த்தியின் மகன் ரோஹன் மூர்த்தி 52

லட்சம் டாலர்களை (இந்திய மதிப்பில் சுமார் ரூ. 34 கோடி) ஹார்வர்டு பல்கலைக்கழகத்துக்கு வழங்கியிருக்கிறார். இந்த நிதியைக் கொண்டு 'மூர்த்தி கிளாஸிக்கல் லைப்ரரி ஆஃப் இந்தியா' (Murty Classical Library of India) என்ற அமைப்பு நிறுவப்பட்டிருக்கிறது. பிரபல இந்தியவியல் அறிஞர் ஷெல்டன் போலக் இதன் தலைமை பதிப்பாளராக நியமிக்கப்பட்டிருக்கிறார். பதிப்பாசிரியர் குழுவில் ஷெல்டன் போலக்குடன் ஹைடல்பெர்க் பல்கலைக் கழகத்தின் மோனிகா ஹார்ஸ்ட்மன், போஸ்டன் பல்கலைக்கழகத்தின் சுனில் ஷர்மா, ஜெருசலேமைச் சேர்ந்த ஹீஃப்ரூ பல்கலைக்கழகத்தின் டேவிட் ஷுல்மன் போன்ற முக்கியமான இந்தியவியல் அறிஞர்கள் இருக்கிறார்கள்.

அடுத்த 100 ஆண்டுகளில் 500 புத்தகங்கள் என்பது இந்த அமைப்பின் இலக்கு. ஆதி இலக்கியங்களிலிருந்து தொடங்கி நவீனத்தின் சாயல் இந்திய இலக்கியத்தில் நுழைய ஆரம்பிக்காத கி.பி. 1800 வரை உருவான செவ்வியல் இலக்கியங்கள்தான் இவர்களின் எல்லை. இதன் முதல் முயற்சியாக 5 புத்தகங்கள் இந்த ஆண்டின் (2015) தொடக்கத்தில் வெளியிடப்பட்டன. தொடக்க நூல்களில் எதுவுமே சம்ஸ்கிருத நூல்கள் இல்லை என்பது கவனிக்கத்தக்கது. முதல் நூல், 18–ம் நூற்றாண்டின் முற்பகுதியைச் சேர்ந்த சூஃபி ஞானி பாபா புலே ஷாவின் சூஃபிப் பாடல்கள். தொடக்க கால பஞ்சாபி மொழி இலக்கியத்தின் சாதனைகளுள் ஒன்றாக இந்தப் பாடல்கள் கருதப்படுகின்றன. வாய்மொழியாகவே காலங்களைக் கடந்துவந்த இந்தப் பாடல்களுக்கு நிறைய மொழிபெயர்ப்புகள் இதுவரை வந்திருக்கின்றன என்றாலும், இந்த மொழிபெயர்ப்பு நம்பகத்தன்மை மிகுந்த மொழிபெயர்ப்பாக வந்திருக்கிறது. இரண்டாவதாக, அக்பரின் வரலாற்றைச் சொல்லும் அக்பர் நாமாவின் முதல் பாகம். அக்பரின் காலத்திலேயே பாரசீக மொழியில் அஃபுல் ஃபஸலால் எழுதப்பட்ட நூல். மூன்றாவதாக, புத்தரின் காலத்தைச் சேர்ந்த புத்த மதப் பெண் துறவிகளின் கவிதைகளான தேரிகாதை. பாலி மொழியில் எழுதப்பட்ட இந்தக் கவிதைகள்தான் பெண்களால் எழுதப்பட்டவற்றில் உலகிலேயே மிகவும் தொன்மையான கவிதைகள். நான்காவது நூல், மனுவின் கதை (மனுசரித்திரமு). தெலுங்கு மொழியின் மகாகவிகளுள் ஒருவரான அல்லசாணி பெத்தண்ணா எழுதிய காவியம். ஐந்தாவது, சுர் சாகர். 15–ம் நூற்றாண்டைச் சேர்ந்த

இந்தி மொழிக் கவிஞர் சுர்தாஸ், கிருஷ்ணரைப் பற்றி எழுதிய பாடல்களின் பெரும் தொகுப்பு.

இந்தப் பதிப்புகள் முக்கியமான பல அம்சங்களைக் கொண்டிருக்கின்றன. முடிந்தவரை ஆதாரபூர்வமான பிரதிகளைக் கண்டெடுத்து, அவற்றை ஒப்புநோக்கி சரியான மூலப் பிரதியைக் கொடுத்திருக்கிறார்கள். ஆம், ஒரு பக்கம் மூலப் பிரதி மூல மொழியிலேயே கொடுக்கப்பட்டிருக்கிறது. எதிர்ப் பக்கத்தில் மொழிபெயர்ப்பு. பிற்சேர்க்கையாக, பாடபேதங்கள், பிரதியில் உள்ள சில கலாச்சாரச் சொற்கள், மரபுத்தொடர்கள் குறித்த விளக்கங்கள் போன்றவை இடம்பெற்றிருக்கின்றன. புத்தகத்தின் தொடக்கத்தில் முன்னுரையும் அறிமுகமும் இடம்பெற்றிருக்கின்றன. நம்பகத்தன்மை, இலக்கிய நயம் இரண்டும் காப்பாற்றப்பட்டிருப்பது மொழிபெயர்ப்புகளின் சிறப்பம்சம். இது தவிர இன்னும் சில விஷயங்களையும் குறிப்பிட வேண்டும். இந்தப் பதிப்புகளுக்கென்று அந்தந்த மொழிகளில் பிரத்யேகமான எழுத்துருக்கள் (Fonts) உருவாக்கப்பட்டிருக்கின்றன. புத்தகத்தின் வடிவமைப்பிலும் சீர்மை காணப்படுகிறது. வடிவமைப்புக்காகப் போட்டிகள் வைத்து, அதில் வெற்றிபெற்ற வடிவமைப்பையே இதில் பயன்படுத்துகிறார்கள். எல்லாவற்றையும்விட முக்கியமான விஷயம் ஒரு அலமாரியையே அடைக்கக் கூடிய இந்த புத்தகங்கள் அனைத்தையும் சேர்த்தால் மொத்த விலையே ரூ.1,300 சொச்சம்தான். இந்த நூல் வரிசையில் தமிழ் உள்ளிட்ட மொழிகளிலிருந்தும் செவ்விலக்கிய நூல்கள் விரைவில் வரவிருக்கின்றன என்பது மகிழ்ச்சியான செய்தி!

(2015)

புதிய வெளிச்சம்:
உலக அரங்கை நோக்கி தலித் இலக்கியம்

சின்னி என்ற அந்தச் சிறுமி சாப்பிட்டு மூன்று நாட்களாகிறது. நெடுஞ்சாலையோரக் கிராமமொன்றில் வசிக்கிறாள் அவள். வீட்டில் நிறைமாதக் கர்ப்பிணியாய் சாப்பிடாமல் படுத்திருக்கும் அம்மா. அவளுக்கு ஒரு அக்காவும் ஒரு தம்பியும் இருக்கிறார்கள். வேலை தேடிச் சென்ற அப்பா இன்னும் வீடு திரும்பவில்லை. வீட்டில் கைப்பிடியளவு எஞ்சியிருந்த அரிசியை அம்மா தன் மூத்த மகளுக்குக் கொடுக்க, அவள் சாப்பிடாமல் சின்னிக்குக் கொடுக்க, சின்னி அதை அப்படியே தம்பிக்குக் கொடுத்துவிடுகிறாள். இந்த நிலையிலும் தன் பிள்ளைகளை நினைத்து அந்த அம்மாவுக்குப் பெருமிதம்.

பசியே அன்றாடமாக இருக்கும் சின்னியின் வாழ்க்கையில் ஓராண்டுக்கு முன்பு ஒரு வசந்த காலம் வந்தது. அதுவும் எப்படித் தெரியுமா? ஒரு விபத்தால். சாலையில் விளையாடிக்கொண்டிருக்கும்போது லாரியில் சின்னி அடிபட்டுவிட, லாரியின் உரிமையாளர் சின்னியை ஒரு மருத்துவமனையில் கொண்டுவந்து சேர்க்கிறார். தினமும் சின்னிக்குப் பழங்கள், ஐஸ்கிரீம், சாக்லேட் என்றெல்லாம் வாங்கிக்கொண்டு வருகிறார். அவள் குணமாகி வீட்டுக்குச் சென்ற பின்னும் மாதாமாதம் அவள் வீட்டுக்கு நூறு ரூபாய் கொடுக்கிறார். அந்தச் சாலையைக் கடக்கும்போதல்லாம் சின்னிக்குத் தின்பதற்கு ஏதாவது தந்துவிட்டுப் போவார். இப்படியே கொஞ்ச காலம் கழிந்த பிறகு அந்த உபகாரங்கள் நின்றுவிடுகின்றன. வெறுமனே சிரிப்பைத் தந்துவிட்டுப் போகும் லாரியைத் தினமும் பார்க்கிறாள் சின்னி. இப்படியே எதிர்பார்த்து எதிர்பார்த்துக் கடைசியில் துணிந்து ஒரு முடிவெடுக்கிறாள்,

லாரிக்குக் குறுக்கே பாய்ந்து லாரியை நிறுத்துவதென்று. கதையின் தொடக்கத்தில் ஒரு தவளை அடிபட்டுச் செத்துக் கிடக்கும். அதேபோல் இறுதியில் சின்னியும் லாரியில் அடிபட்டுச் செத்துக் கிடக்கிறாள். தலித் மக்களின் வாழ்க்கைக்கும் மரணத்துக்கும் உதாரணமாக இந்த ஒப்புமை ஆகிவிடுகிறது.

கொலக்கலூரி எனோச் எழுதிய 'பசி' என்ற இந்தச் சிறுகதை மிகவும் சிறியது. ஆனால், அது ஏற்படுத்தும் தாக்கமோ க்னுட் ஹாம்சனின் (Knut Hamsun) 'பசி' (Hunger) நாவலுக்கு இணையானது. ஆனால், க்னுட் ஹாம்சனின் நாயகனின் பசிக்கும் சின்னியின் பசிக்கும் நுட்பமான வேறுபாடு உள்ளது. அதுதான் சாதியம்!

தெலுங்கு மொழியின் தலித் படைப்புகளைத் தொகுத்து, ஆங்கிலத்தில் மொழிபெயர்த்து, சமீபத்தில் ஆக்ஸ்ஃபோர்டு பல்கலைக்கழகப் பதிப்பகத்தால் வெளியிடப்பட்டிருக்கும் 'The Oxford Indian Anthology of Telugu Dalit Writing' என்ற முக்கியமான தொகுப்பில் இடம்பெற்றிருக்கும் கதைதான் இது. இந்தக் கதையைப் போல சாதி வன்கொடுமையின் வெவ்வேறு பரிமாணங்களைப் பேசும் தலித் எழுத்தாளர்கள் பலரின் கதைகளும் இந்தத் தொகுப்பில் சேர்க்கப்பட்டிருக்கின்றன. பாடல்கள், கவிதைகள், சிறுகதைகள், நாவல்/ நாடகப் பகுதிகள், சுயசரிதைகள், கட்டுரைகள், வரலாறு என்று பன்முக வீச்சில் தலித் எழுத்துக்கள் இந்தத் தொகுப்பில் மொழிபெயர்க்கப்பட்டிருக்கின்றன. புருஷோத்தம், கீதா ராமஸ்வாமி, கோகு ஷ்யாமளா ஆகியோர் இதன் பதிப்பாசிரியர்கள்.

2012-ல், தமிழ் மொழியின் தலித் எழுத்தாளர்களுடைய படைப்புகளின் ஆங்கில மொழிபெயர்ப்புத் தொகுப்பாக ஆக்ஸ்ஃபோர்டு பதிப்பகத்தால் வெளியிடப்பட்ட 'The Oxford Indian Anthology of Tamil Dalit Writing', மலையாள தலித் எழுத்தாளர்களின் படைப்புகளை ஆங்கிலத்தில் மொழிபெயர்த்து வெளியிட்ட 'The Oxford Indian Anthology of Malayalam Dalit Writing' போன்ற தொகுப்புகளின் தொடர்ச்சியாக, தெலுங்கு தலித் எழுத்தாளர்களின் படைப்புகள் ஆங்கிலத்தில் வெளியாகியிருக்கின்றன. இந்திய இலக்கிய மொழிபெயர்ப்பின் பெரும் நிகழ்வுகளுள் ஒன்றாக இதைச் சொல்லலாம்.

இதற்கு முன்பு இந்த அளவுக்கு தலித் எழுத்தாளர்களின் படைப்புகள் உலக அரங்குக்குச் சென்றதில்லை. தமிழ் தலித் எழுத்துக்களின் மொழிபெயர்ப்புத் தொகுப்பின் முன்னுரையில் ரவிக்குமார் சொல்வதுபோல, தமிழிலேயே இதுபோன்ற விரிவான தொகுப்பு வரவில்லையே! தலித் இலக்கியங்கள் இல்லாமல் இந்திய இலக்கியங்களைப் பற்றிய சித்திரம் முழுமையாகாது என்பதால் இந்த மொழிபெயர்ப்புகள் பெரும் முக்கியத்துவம் பெறுகின்றன.

தலித் இலக்கியத்தின் வரலாறு

1970-களில் மராத்திய மொழியில் 'தலித் இலக்கியம்' என்ற அடையாளத்துடன் ஒரு பேரியக்கம் தோன்றி, அதன் தாக்கம் இந்தியா முழுவதும் பரவ ஆரம்பித்தாலும், அந்த அடையாளமின்றியே காலம்காலமாக ஏதோ ஒரு வகையில் ஒடுக்கப்பட்டவர்களின் இலக்கிய மரபு தொடர்ந்து வந்திருக்கிறது. இதில் வாய்மொழி மரபு முக்கிய இடம் வகிக்கிறது. நவீன காலத்தில் 19-ம் நூற்றாண்டின் இறுதிப் பகுதியிலிருந்து தலித் சமூகத்தைச் சேர்ந்த சிந்தனையாளர்கள், எழுத்தாளர்கள் தங்கள் எழுத்துக்களை அச்சு வாகனத்தில் ஏற்றி சமூகத்தின் ஒரு ஓரத்திலிருந்தபடியே, ஒடுக்கப்பட்ட தங்கள் குரலை வெளிப்படுத்திவந்தார்கள். தமிழில் அயோத்திதாசர் ஒரு உதாரணம்.

இப்படி ஒடுக்கப்பட்ட சமூகங்களின் குரல் பல திசைகளிலிருந்து, பல பத்தாண்டுகளாக ஒலித்துவந்தாலும் தொண்ணூறுகளை ஒட்டிய காலத்தில் தலித் இலக்கியம் பெரும் இயக்கமாக உருவானது. அம்பேத்கர் நூற்றாண்டு நிகழ்வின் உடனிகழ்வாக இந்த இயக்கம் இன்னும் முடுக்கம் பெற்றது. அதுவரை எழுதப்பட்ட எழுத்துக்களுக்கு நேரெதிர்த் திசையிலிருந்து தலித் படைப்பாளிகளின் எழுத்துக்கள் புறப்பட்டுவர ஆரம்பித்தன. வலி, துயரம், சாதிய வெறி, சமூக நீதி, ஒடுக்குமுறையின் பரிமாணங்கள் போன்றவற்றைப் பற்றி மட்டும் தலித் எழுத்துக்கள் பேசவில்லை, அவர்களின் காதல் உள்ளிட்ட உணர்வுகளும் வாழ்க்கைத் தத்துவமும்கூட இந்த எழுத்துக்களில் வெளிப்பட்டன. ஒரு கட்டத்தில் சிறுபத்திரிகை என்ற வட்டத்தைத் தாண்டி வெகுஜனப் பத்திரிகைகளிலும் தலித்

படைப்பாளிகளின் எழுத்துக்கள் இடம்பெற்றன. எனினும் தலித் படைப்பாளிகளுக்கு உரிய அங்கீகாரம் இன்னும் தரப்படவில்லை என்றுதான் சொல்ல வேண்டும்.

இந்தத் தொகுப்புகள் மட்டுமல்லாமல், வேறு சில முயற்சிகளும் குறிப்பிட்டுச் சொல்ல வேண்டியவை. சோ.தர்மனின் 'கூகை' நாவல் ஆங்கிலத்தில் வசந்தா சூர்யாவால் மொழிபெயர்க்கப்பட்டிருக்கிறது. 'கூகை' என்ற பறவையை ஒடுக்கப்பட்ட மக்களின் வாழ்க்கையின் குறியீடாக வைத்துப் பேசும் நாவல் இது. இளவரசன்–திவ்யா காதல் விவகாரம் பெரும் பிரச்சினையாக வெடிப்பதற்குச் சிறிது காலத்துக்கு முன்பு, அந்த துயர சம்பவத்தைப் போன்ற ஒரு கதையை எழுத்தாளர் இமையம் எழுதினார், 'பெத்தவன்' என்ற தலைப்பில். அந்தக் குறுநாவல் கீதா சுப்பிரமணியனால் மொழிபெயர்க்கப்பட்டிருக்கிறது.

மேற்கண்ட புத்தகங்களோடு சேர்த்துக் குறிப்பிட்டுச் சொல்ல வேண்டியது 'Listen To The Flames' என்ற புத்தகம். இந்திய அளவிலான தலித் இலக்கியத்தைப் பிரதிநிதித்துவப்படுத்தும் படைப்புகளை மொழிபெயர்த்து இதில் தொகுத்திருக்கிறார்கள். அம்பேத்கரின் 'விசாவுக்காகக் காத்திருத்தல்' கட்டுரையின் மொழிபெயர்ப்பும் சுயசரிதைப் பகுதியில், இந்தப் புத்தகத்தில் இடம்பெற்றிருக்கிறது. எல்லாவற்றையும்விட இந்தப் புத்தகம் பாடத்திட்டத்திலும் இடம்பெற்றிருக்கிறது. சாதியத்தைப் பற்றிய குறிப்புகளை அமெரிக்கப் பாடங்களில் இடம்பெறச் செய்யக் கூடாது என்று இந்துத்துவ சக்திகள் முயன்றுவரும் காலத்தில் இங்கேயே அது நிகழ்ந்திருப்பது ஆரோக்கியமான விஷயம். மாணவர்களுக்கு தலித் படைப்புகளை அறிமுகம் செய்யும் அற்புதமான தொகுப்பு இது.

ஆக்ஸ்ஃபோர்டு வெளியிட்டுவரும் தொகுப்புகள் தலித் எழுத்துக்களை உலக அளவில் கொண்டுசெல்லும் முயற்சியாக அமைந்துள்ளன. ஆப்பிரிக்கா, லத்தீன் அமெரிக்க நாடுகள் போன்றவற்றிலிருந்து ஒலிக்கும் விளிம்புநிலை மக்களின் குரல்களோடு இப்போது இந்தியக் குரல்களும் சேர்ந்து ஒலிக்கின்றன.

(2016)

ஓமர் கய்யாமின் 'ருபாயியத்': பின்னுரையும் நூலின் மொழிபெயர்ப்பு குறித்தும்

1

பின்னுரை:

ருபாயி

ருபாயி என்பது பாரசீகக் கவிதை வடிவங்களுள் ஒன்று. ருபாயி இரண்டு வரிகளைக் கொண்ட செய்யுள். ஒவ்வொரு வரியும் இரண்டு பகுதிகளாகப் பிரிக்கப்பட்டிருப்பதால் மொத்தம் நான்கு வரிகள் என்று நாம் கொள்ளலாம். ருபாயியத் என்பது ருபாயி என்ற சொல்லின் பன்மை வடிவம். ருபாயியின் முதல், இரண்டாம் மற்றும் நான்காம் வரிகள் எதுகையோடு அமைந்து வரும். மூன்றாம் வரியில் பெரும்பாலும் எதுகை இருக்காது. இதே முறையைப் பின்பற்றிதான் எட்வர்டு ஃபிட்ஜெரால்டும் ஆங்கிலத்தில் தனது மொழிபெயர்ப்பை அமைத்தார்.

பாரசீகக் கவிஞர்கள் ஆரம்பக் காலத்தில் அரபு மொழியின் யாப்பு வடிவங்களைப் பின்பற்றியே பாடல்கள் எழுதிவந்தனர். அரசவைக் கவிதைகள் பெரும்பாலும் அந்த வடிவங்களிலேயே பாடப்பட்டன. அந்த வடிவங்கள் ஒரு கட்டத்தில் மிகவும் தேய்ந்துபோனதும், பாரசீக யாப்பு வடிவமாகக் கருதப்படும் ருபாயி, பாரசீக இலக்கியத்தில் தோன்றிப் பெரும் புகழ் பெற்றது. படித்தவர்–படிக்காதவர், நல்லவர்–கெட்டவர் என்று அனைவராலும் ஏற்றுக்கொள்ளப்பட்டதுடன் நல்ல நோக்கத்துக்கும் சரி, தீய நோக்கத்துக்கும் சரி, ருபாயி பயன்பட்டதாக ஃபிட்ஜெரால்டு தனது மொழிபெயர்ப்பின் முதல் பதிப்பில் கூறுகிறார். நறுக்குத் தெரித்தாற்போன்ற கருத்துகளைக்

கூறுவதாலும், சிறிய வடிவத்தில் இருப்பதாலும் ருபாயி பெரும் வரவேற்பைப் பெற்றது. பெரும்பாலான ருபாயிகளின் முதல் பகுதி, ஒன்றின் விவரணையாகவோ ஒன்றைப் பற்றிச் சிந்திப்பது போன்றோ அமைந்திருக்கும்; இறுதி வரியில் அந்தப் பாடலின் நீதியோ முடிவோ ஒரு தெறிப்பு போன்று வெளிப்பட்டிருக்கும். இதைப் பற்றிப் பதினேழாம் நூற்றாண்டைச் சேர்ந்த பாரசீகக் கவி சாய்ப் (Sa'ib) இப்படிச் சொல்கிறார்: 'ருபாயியின் கடைசி வரி இதயத்துக்குள் விரல் நகத்தைச் செலுத்துகிறது.'

ருபாயிகள் பொருள் அடிப்படையில் வரிசைப்படுத்தப் படுவதில்லை. ருபாயியின் கடைசி வரியில் அமையும் எதுகையின் கடைசி எழுத்தின் அடிப்படையிலேயே அவை வரிசைப் படுத்தப்பட்டிருக்கின்றன. இதனால் வெவ்வேறு விதமான கருத்துகளையும் கருவையும் கொண்ட ருபாயிகள் அடுத்தடுத்து வருவது போன்று அவை அமைந்திருக்கின்றன. இதனால் ஃபிட்ஜெரால்டு சொல்வதுபோல 'கல்லறை, களிப்பு இரண்டின் கலவை'யாக அவை அமைந்திருக்கின்றன. ஃபிட்ஜெரால்டோ தனது மொழிபெயர்ப்புக்குப் பொருள் அடிப்படையிலான ஓர் ஒழுங்கைக் கொடுத்திருக்கிறார்.

ருபாயி வடிவத்தின் தோற்றம் பத்தாம் நூற்றாண்டு என்று பொதுவாகச் சொல்லப்பட்டாலும், அதன் தோற்றுவாய் இன்னும் முந்தைய காலத்தைச் சேர்ந்ததாக இருக்கக்கூடும் என்று ஆய்வாளர்கள் கருதுகிறார்கள்.

ஓமர் கய்யாமைப் பற்றி

1941 வரை ஓமர் கய்யாம் பிறந்த தேதி உறுதிப்படுத்தப் படாமலே இருந்தது. சுவாமி கோவிந்த தீர்த்தர் தனது 'நெக்டார் ஆஃப் கிரேஸ்: ஓமர் கய்யாம்ஸ் லைஃப் அண்டு வொர்க்ஸ்' (Nectar of Grace: Omar Khayyam's Life and Works) *என்ற நூலில் கய்யாம் பிறந்த தேதியாக கி.பி. 1048-ம் ஆண்டின் மே மாதத்தின் 18-ம் நாளைக் குறிப்பிடுகிறார். இந்தக் கணிப்பு ஓமர் கய்யாமின் ஜாதகத்தை வைத்துச் செய்யப்பட்டதாகும். பிற்பாடு, அறிவியல் துறைகளுக்கான சோவியத் மன்றத்தின்* (Soviet Academy of Sciences) *வானியல் துறை இந்தக் கணிப்பு சரியானதே என்று உறுதிசெய்தது. ஓமர் கய்யாம் இறந்த ஆண்டு கி.பி. 1131 என்று தற்கால ஆய்வாளர்கள் கருதுகிறார்கள்.*

முந்தைய பாரசீகத்தின் வடகிழக்குப் பகுதியான குராசானின் தலைநகராக விளங்கிய நிஷாபூரில் ஓமர் கய்யாம் பிறந்தார். ஓமர் கய்யாம் வாழ்ந்த பிரதேசம் அவருடைய காலத்துக்கு முன்னும் பின்னும் பல்வேறு படையெடுப்புகளால் பெரும் பாதிப்புக்கு உள்ளான பிரதேசம்; துருக்கியப் பழங்குடியினர், செல்ஜுக் மன்னர்கள், மங்கோலியர்கள் போன்றோரின் படையெடுப்புகளால் பாதிக்கப்பட்ட பிரதேசம்.

ஓமர் கய்யாம் தனது காலத்தில் மிகுந்த புகழ் பெற்றவராக இருந்தார். ஆனால் கவிதைகளுக்காக அல்ல; தத்துவம், வானவியல், கணிதம் அதிலும் குறிப்பாக, இயற்கணிதம் போன்ற துறைகளுக்காக. கணிதத்தில் அவருடைய பங்களிப்பின் தாக்கம் இன்றுவரை தொடர்கிறது. செல்ஜுக் மன்னனுக்காக வடிவமைக்கப்பட்ட நாட்காட்டியின் உருவாக்கத்தில் பங்குபெற்ற வானியலர்களுள் ஓமர் கய்யாமும் ஒருவர். மொத்தத்தில் ஓமர் கய்யாம் தன் காலத்தில் ஒரு ‘தனிமனிதப் பல்கலைக்கழகமாக’ இருந்தார் என்று தெரிகிறது. ஆனால், ஒரு கவிஞராக ஓமர் கய்யாமின் புகழ் தெரியவருவதற்கு ஒரு ஃபிட்ஜெரால்டு வர வேண்டியிருந்ததுதான் விசித்திரம்.

ஓமர் கய்யாமின் வாழ்க்கை வரலாற்றுடன் நிறைய புனைவுகளும் சேர்ந்துவிட்டன. அவற்றில் ஒன்றுதான் ஓமர் கய்யாம், நிஜாமுல் முல்க், ஹசன் சப்பாஹ் ஆகிய மூன்று நண்பர்களின் கதை. மூவரும் பள்ளித் தோழர்கள் என்று அந்தப் புனைவு சொல்கிறது. ஆனால் ஓமர் கய்யாம் பிறந்தபோது நிஜாமுல் முல்க்குக்கு முப்பது வயது. அது மட்டுமல்லாமல் ஹசனின் பாதையும் ஓமர் கய்யாமின் பாதையும் ஒன்றையொன்று குறுக்கிட்டுக்கொண்டதாகவும் உறுதியான தகவல்கள் ஏதும் இல்லை. ஆனால், இந்த மூவரைப் பற்றிய புனைவானது உண்மையான வரலாறு போன்றே பல புத்தகங்களில் குறிப்பிடப்பட்டிருக்கின்றன.

அவிசென்னாவைத் தனது மானசீகக் குருவாக ஏற்றுக் கொண்டவர் ஓமர் கய்யாம். அவிசென்னாவைப் போன்றே ஓமர் கய்யாமும் கிரேக்கத் தத்துவங்களைப் பின்பற்றியவர் என்று கருதப்பட்டு, அவருடைய சமகாலத்தில் பலராலும் இகழப் பட்டார். ஓமர் கய்யாம் இறக்கும் முன்புகூட அவிசென்னாவின் புத்தகமொன்றைப் படித்ததாகக் கூறப்படுகிறது.

ஓமர் கய்யாம் எழுதியதாகக் கூறப்படும் ருபாயிகளில் ஓமர் கய்யாம்தான் எழுதியது என்று ஆதாரபூர்வமாகச் சொல்லக்கூடிய ருபாயிகளின் எண்ணிக்கையில், ஆய்வாளர்களுக்கிடையில் ஒருமித்த கருத்து இல்லை. ஓமர் கய்யாம்தான் எழுதியது என்று சந்தேகத்துக்கிடமில்லாத வகையில், ஒரே ஒரு ருபாயியைத்தான் கூற முடியும் என்று ஆங்கில மொழிபெயர்ப்பாளர் பீட்டர் அவெரி சொல்கிறார்:

ஒன்றாக இணைத்துச் செய்யப்பட்ட கோப்பையின் பாகங்கள்
அதை உடைப்பது குற்றம், குடிகாரனைப் பொறுத்தவரை;
எத்தனையோ நுட்பமான தலைகள், கால்கள், கைகள்,
யாருடைய அன்பால் இணைக்கப்பட்டன, யாருடைய
வெறுப்பால் சிதைக்கப்பட்டன அவை? (பாடல்: 44)

இப்படிப்பட்ட ஒரு பாடலை எழுதியவர் ஒரு பாடலோடு நின்றிருக்க மாட்டார் என்று நாம் கருதலாம். சில அறிஞர்கள் ஓமர் கய்யாமுடையது என்று *1,200*–லிருந்து *1,400* ருபாயிகள்வரை அடையாளமிட்டுக் கூறுகின்றனர். எது எப்படியோ, இந்த ருபாயிகளை ஓமர் கய்யாம் எழுதினாரா எழுதவில்லையா என்பது இங்கே முக்கியமில்லை. இந்தப் பாடல்கள் என்ன சொல்கின்றன என்பதுதான் முக்கியம். இந்தப் பாடல்களை ஓமர் கய்யாம் எழுதவில்லை என்றே கொண்டாலும், ஓமர் கய்யாமின் மரபைப் பின்பற்றிப் பலர் எழுதியதாகவும் கொள்ளலாம். ஓமர் கய்யாமின் மரபு என்பதால் அதற்கு அவருடைய முகத்தைக் கொடுப்பது ஒன்றும் தவறில்லை.

சூஃபி மார்க்கமும் ஓமர் கய்யாமும்

அரபி மொழியில் ‘கம்பளி’ என்ற பொருளைக் குறிக்கும் சொல்லிலிருந்து உருவானது சூஃபி என்ற சொல். சூஃபி மார்க்கத்தைப் பின்பற்றியவர்கள் பிறரிடமிருந்து தனித்துத் தெரியும்படியாகக் கம்பளி ஆடையை அணிந்தார்கள். அவர்கள் ஏழ்மையான வாழ்க்கையை வாழ்ந்ததால் ‘டெர்விஷ்’கள் என்றும் அழைக்கப்பட்டார்கள்; ‘டெர்விஷ்’ என்ற சொல்லுக்கு ஏழ்மை என்று பொருள். மிதமான போக்கை உடைய சூஃபிக்கள் பலர், தங்களை இஸ்லாத்தின் சன்னிப் பிரிவினராகக் கூறிக்கொள்கிறார்கள்; எனினும், சூஃபி மார்க்கம் தீவிர பக்திமான்கள், மிதமான போக்கு உடையவர்கள் முதற்கொண்டு

‘கட்டுப்பாடின்மையின் பேரரசர்கள்’ என்று சொல்லும்படி வாழ்பவர்கள்வரை பலரையும் உள்ளடக்கியது. இந்தப் பன்மை நிலையானது சூஃபி மார்க்கத்தைப் பற்றித் துல்லியமாக வரையறை செய்வதைக் கடினமாக்குகிறது. ஒரு பக்கம் தீவிரத் துறவு நிலையைப் பின்பற்றி வாழ்பவர்களையும், அதற்கு நேரெதிராக இன்னொரு பக்கம், இன்பங்களில் மனம்போனபடி திளைப்பவர்களையும் தவிர்த்துவிட்டுப் பார்த்தால் இடைப்பட்ட மிதமான நிலை ஒன்று நமக்குத் தென்படும்.

பண்டைக் காலத்தில் பாரசீகம் மேற்குலகுக்கும் கிழக்குலகுக்கும் இடையேயான பாலமாக இருந்தது. எனவே, பாரசீகத்தில் கிரேக்கச் சிந்தனையின் தாக்கம் பெற்றவர்களோடு கீழை நாடுகளின் சிந்தனையால் தாக்கம் பெற்றவர்களும் நிறைய பேர் இருந்தனர். சூஃபி மார்க்கத்தில் காணப்படும் ‘பல திசை அறிவுக்கூறு’களுக்கு இதுதான் காரணம். பத்தாம் நூற்றாண்டில் பாக்தாதில் சுதந்திரமான தத்துவச் சிந்தனைகளுக்கு எதிராகத் தடை விதிக்கப்பட்ட பிறகு தத்துவம், அறிவியல், இலக்கியம் போன்றவற்றில், முன்பு பாக்தாத் வகித்த பாத்திரத்தை இப்போது குராசான் மாகாணத்தின் பகுதிகள் ஏற்றன. காலிஃப்களின் கிடுக்கிப்பிடியிலிருந்து தப்பிய அறிஞர்கள் குராசான் பகுதிக்கு வந்ததால் அந்தப் பகுதியில் கல்விக் கூடங்களும் நூலகங்களும் தழைத்தோங்கின.

படையெடுப்புகளாலும், இஸ்லாம் மதத்தைக் கடுமையாகக் கடைப்பிடிக்கும் விதத்தில் செல்ஜுக் அரசாங்கம் சட்டங்கள் விதித்ததாலும் தங்களுக்கு ஏற்பட்ட காயங்களுக்கு பாரசீகர்கள் நிவாரணம் தேடாமல் இருந்திருந்தால், சூஃபி மார்க்கமானது தத்துவ விசாரம் மிக்க நுண்ணறிவாளர்கள் சிலரின் மதப் பிரிவாக மட்டுமே இருந்திருக்கும். முன்குறிப்பிட்ட காரணங்களால் தத்துவார்த்தமான சூஃபி மார்க்கத்தின் வேறுபட்ட வடிவங்களான வெகுஜன சூஃபி பிரிவுகள், உன்மத்தப் பிரிவுகள் போன்றவை தோன்றி வளர்ந்தன. இவற்றின் நிலைக்களனாக குராசான் ஆனதோடு அரிஸ்டாட்டிலையும் நவபிளேட்டோனியச் சிந்தனை யாளர்களையும் பின்பற்றிய அறிஞர்களின் இருப்பிடமாகவும் உருவெடுத்தது. ஆன்மரீதியிலான காதலின் பரவச நிலை சூஃபி மார்க்கத்தின் வெகு ஜன வடிவங்களில் சுதந்திரமான, கட்டற்ற நிலைக்கான அனுமதியாக, அதாவது, எல்லாச்

சட்டதிட்டங்களையும்விட மேல்நிலையில் இருக்கும் காதல் (அன்பு) தந்த அனுமதியாக ஆனது. இப்படியாக, பதினோராம் நூற்றாண்டின் குராசான் பகுதி மக்களிடையே சூஃபி மார்க்கம் ஒரு சமூக இயக்கமாக உருவெடுத்தது.

சூஃபி மார்க்கம் ஏழ்மையான வாழ்க்கையை வலியுறுத்துவது. மங்கோலியர்களின் ஊடுருவல், படையெடுப்பு, அழித்தொழிப்பு போன்றவற்றால் பாதிக்கப்பட்டிருந்த மக்கள் ஏழ்மையை விரும்பித் தெரிவுசெய்யவில்லை; உண்மையில் அவர்களுக்கு ஏழ்மையைத் தவிர அப்போது வேறு வழி ஏதும் இல்லை. சூஃபி மார்க்கத்தினர் மிகவும் சிக்கனமாக வாழ்ந்தனர். சிரமமான காலகட்டங்களில் சமாளிப்பதற்காகச் சிறுசிறு கைத்தொழில்களையெல்லாம் கற்றுவைத்திருந்தனர். மங்கோலியர்களின் ஆக்கிரமிப்பின்போது, தங்களுக்கு உதவியாக இருக்கும் என்று, மேற்கண்ட கைத்தொழில்களுக்காக அவர்கள் தங்களுடன் சூஃபி மார்க்கத்தினரையும் கொண்டுசென்றனர்.

சூஃபி மார்க்கத்தின் பிரதான சக்தி 'காதல்'. இந்தக் காதல் கிறித்தவ மதத்தில் சொல்லப்படும் உடல் சாராத காதலுடன் முற்றிலும் பொருந்தாது; அதே போன்று உடலை மட்டும் அடிப்படையாகக் கொண்ட காதலுடனும் பொருந்தாது. இந்த இருமை நிலை பாரசீகச் சிந்தனையில் தென்படுவதில்லை. பாரசீகர்கள் 'இஷ்க்' என்று அழைக்கும் தீவிரக் காதல் உணர்ச்சி, சூஃபி மார்க்கத்தில் அனைத்தையும் படைத்தவராகிய கடவுளை நோக்கிச் செலுத்தப்படுவது.

இந்த 'கடவுளை நோக்கிய காதல்' தீவிர இறைப் பற்றையும் துறவையும் கோரும் ஒன்றாகும். கடவுளைப் பற்றிய சிந்தனையிலிருந்து மனிதர்களின் ஆன்மாவை இவ்வுலகின் இன்பங்கள் திசைமாறச் செய்கின்றன. அவையெல்லாம் கடவுளுக்கும் மனிதர்களுக்கும் இடையிலான திரை மட்டுமே. மனிதர்களின் புலம்பலெல்லாம் தன்னுடைய காதலியை (அதாவது கடவுளை) விட்டுத் தான் பிரிந்திருக்கும் நிலையைப் பற்றியவை. நிலையற்றதும் பிரத்தியட்சமாகக்கூடியதுமான இந்த உலகின் வேடங்களையெல்லாம் தவிர்ப்பதுதான் அவர்களின் குறிக்கோள்; அப்போதுதான் ஒரே ஒரு நிச்சயமும் அறுதி உண்மையுமான கடவுளைப் பற்றிய ஞானத்தைப் பெறும் விதத்தில், ஆன்மா சுதந்திர நிலையை அடையும். துறவு என்பது சூஃபி மார்க்கத்தின்

பிரதானமான அம்சமாகும்; ஏனென்றால் எவ்வளவுக்கெவ்வளவு இவ்வுலக இன்பங்களில் திளைக்கிறோமோ அவ்வளவுக்கவ்வளவு இவ்வுலகின் மயக்கங்களும் அதிகரிக்கின்றன.

இங்கே மொழிபெயர்க்கப்பட்ட பாடல்கள் சிலவற்றை நாம் சூஃபி மார்க்கச் சிந்தனைகளுக்கு நேரெதிரானவையாகக் கருதினாலும் கருதாவிட்டாலும்கூட, மனிதர்கள் களிமண் பானைகளாக வனையப்படுவது, மனிதர்களின் அங்கங்கள் மலர்களாகவும் ஓடைக் கரைகளாகவும் மாறுவது என்பது போன்று தொடர்ந்து காணக் கிடைக்கும் கருத்துகளை 'பிரபஞ்ச ஒருமை' அல்லது 'இயற்கையின் ஒருமை' பற்றிய கருத்துகள் என்று நாம் கொள்ளலாம். இங்கு கடவுளைவிட மனிதர்களுக்கு அதிக முக்கியத்துவம் கொடுக்கப்படுகிறது. பாரசீகச் சிந்தனையில் 'பிரபஞ்ச ஒருமை' அல்லது 'இயற்கையின் ஒருமை' என்பது கடவுளின் படைப்பில் எல்லாம் ஒன்றே, ஒவ்வொன்றும் பிரிக்க முடியாதபடி இணைந்திருக்கின்றன என்று பொருள்படும். மேலை நாட்டினர் செய்வதுபோல் கீழை நாட்டினர் பெரும்பாலும் ஆத்மாவை உடலிலிருந்து வேறுபடுத்திப் பார்ப்பதில்லை. கீழை நாடுகள் இயற்கையில் காணும் 'ஒருமை'தான் முன்குறிப்பிட்ட ஒருமைச் சிந்தனையின் தோற்றுவாய் ஆகும்.

ஒமர் கய்யாமின் பாடல்களில் சூஃபி மார்க்கச் சிந்தனைகளை ஒட்டிய பல கருத்துகள் காணப்படுகின்றன. எடுத்துக்காட்டாக:

எல்லாம் இழந்த வறியவன் ஒருவனின் பாதையைப்
பின்பற்றாதவரை, நீ அடையப்போவது எதுவுமில்லை;
உன் கன்னங்கள் இரத்தக் கண்ணீரால் கழுவப்பட்டாலொழிய
அடையப்போவது எதுவுமில்லை;
ஏன் வளர்க்கிறாய் ஆசைத் தீயை? 'தான்' விழுங்கப்பட்டு
மறைந்த தூயவர்களைப் போல
தயங்காமல், 'நான்' என்பதை நீ கைவிடும்வரை எதுவும்
சாத்தியமில்லை.   (பாடல்: 167)

ஒமர் கய்யாம் ஒரு சூஃபி கவிஞர் என்றும், இல்லை அவர் புலனின்பக் கோட்பாட்டை (hedonism) கொண்ட கவிஞர் என்றும் (ஃபிட்ஜெரால்டு உபயத்தால்), இரண்டுமே இல்லை என்றும் பல்வேறு கருத்துகள் நிலவுகின்றன. ஆனால், ஒமர் கய்யாமை ஆழமாக ஊன்றிப் படிக்கும்போது, அவரைப் பற்றி நாம் உருவாக்கக்கூடிய எளிமையான வரையறை இதுதான்: ஒமர்

கய்யாம் எளிதில் வரையறுக்கப்பட முடியாதவர். பின்வரும் பாடலைப் பாருங்கள்:

குடிப்பதும் களித்திருப்பதும்தான் வாழ்க்கைக்கான எனது
இலக்கணம்,
மதநம்பிக்கை, நம்பிக்கையின்மை இரண்டிலிருந்தும்
விடுபட்டிருப்பதுதான் எனது மதம்;
விதியென்ற மணப்பெண்ணிடம் கேட்டேன்
அவளின் பரிசப் பணம் என்னவென்று,
'மகிழ்ச்சியான உன் இதயம்தான்' என்றாள் அவள். (பாடல்: 74)

மேலோட்டமாகப் பார்க்கும்போது, 'மதநம்பிக்கை, நம்பிக்கையின்மை இரண்டிலிருந்தும் விடுபட்டிருப்பது' என்ற வரி முரண்களை வைத்துச் செய்யப்பட்ட வார்த்தை விளையாட்டுப் போன்று தோன்றும். உண்மையில் அப்படியல்ல. ஒரு நம்பிக்கையின் மீது தீவிரப் பற்றுள்ளவர் தனது நம்பிக்கையைத் தவிர வேறு எதையும் காணத் தவறுகிறார்; நம்பிக்கையின்மையில் தீவிரப் பற்றுள்ளவரும் தனது நம்பிக்கையின்மையைத் தவிர வேறு எதையும் காணத் தவறுகிறார். இந்த இரண்டுமே நம் கண்களை மறைப்பவை. இந்த இரண்டிலிருந்தும் விடுபட்ட ஒருவராகத்தான் ஓமர் கய்யாம் தன்னைக் கருதிக்கொள்கிறார்.

சூஃபி மார்க்கத்தைச் சேர்ந்த புகழ்பெற்ற கவிஞர்கள், ஞானிகள் பலராலும் ஏற்றுக்கொள்ளப்படாதவர்தான் ஓமர் கய்யாம் என்பது தெளிவான உண்மை. கிரேக்கச் சிந்தனையையும் அவிசென்னாவையும் பின்பற்றியதாக ஓமர் கய்யாம் பலராலும் எள்ளி நகையாடப்பட்டார். அவர் இறந்து பத்து வருடங்களுக்குப் பின் பிறந்தவரும், அவருடைய ஊர்க்காரருமான சூஃபி கவிஞர் ஃபரீதுதூன் அத்தார், ஓமர் கய்யாம் கண்டதாக நம்பப்படும் தரிசனம் ஒன்றைக் குறித்து எழுதியிருக்கிறார். அதில் கடவுளால் நிராகரிக்கப்பட்டு அதனால் அவமானத்துடனும் குழம்பிப்போயும் ஓமர் கய்யாம் நிற்கிறார்; கடவுளுக்கு முன்னே தன்னுடைய 'ஞானத்தால்' ஓமர் கய்யாமுக்கு எந்தப் பலனும் இல்லாமல் போய்விட்டது; கடவுளால் ஏற்றுக்கொள்ளப்படும் பாக்கியம் உள்ளவர்களுக்குத் தேவையான ஆன்மிகப் பண்புகளில் முழுமை பெறாதவராகத்தான் அவருடைய 'ஞானம்' அவரை ஆக்கியிருக்கிறது. இவ்வாறாக, தீய குணம் கொண்ட உலகாயவாதி என்று சகிப்புத்தன்மையுள்ள சூஃபி கவிஞர்களாலும், மதத்தைப்

புறக்கணித்தவர் என்று தீவிர மதப்பற்றாளர்களாலும் ஒருங்கே நிராகரிக்கப்பட்டு ஓமர் கய்யாம் நிற்கிறார்.

ஓமர் கய்யாம் சூஃபி கவிஞரா இல்லையா என்பது முக்கியமல்ல. அவருக்கு இந்த அடையாளம்தான் என்று நாம், நமக்குப் பிடித்த ஒரு அடையாளத்தைச் சூட்டிப்பார்த்து திருப்தியடைந்துகொள்வதும் தேவையில்லை. அடையாளத்தைவிட அவர் கவிதை நமக்கு என்ன தருகிறது என்பதுதான் முக்கியம்.

(ஆங்கில மொழிபெயர்ப்பாளர் பீட்டர் அவெரியின் முன்னுரையை ஒட்டி எழுதப்பட்ட பின்னுரை)

2

இந்த மொழிபெயர்ப்பைப் பற்றி...

ஓமர் கய்யாமைப் பற்றி ஒரு ஆவணப் படத்தை 2009–ல் பி.பி.சி. ஒளிபரப்பியது. அதைப் பார்த்துவிட்டு ராமகிருஷ்ணன், ருபாயியத்தின் மூலத்துக்கு நெருக்கமான மொழிபெயர்ப்பு ஒன்றை வெளியிட வேண்டும் என்று என்னிடம் சொன்னார். பின்னர், பீட்டர் அவெரியும் ஜான் ஹீத்–ஸ்டப்ஸூம் இணைந்து செய்திருந்த மொழிபெயர்ப்பு, மூலத்துக்கு நெருக்கமானது என்பதைக் கண்டறிந்தோம். அதைத் தமிழில் கொண்டுவர வேண்டும் என்று நாங்கள் முடிவு செய்தோம்.

சரியாகச் சொன்னால் ருபாயியத்தின் மொழிபெயர்ப்பு 02.06.10 அன்று மதியம் 2.30 மணிக்குத் தொடங்கியது. அடுத்த இரண்டு மூன்று நாட்களில் ஒரு வேகத்தில் கிட்டத்தட்ட தொண்ணூறு ருபாயிகளை மொழிபெயர்த்துவிட்டேன். அவற்றை ராமகிருஷ்ணனிடம் காட்டிக் கேட்டேன். அவரிடமிருந்து எனக்கு உற்சாகமான பதில் கிடைத்தது. பிறகு என் பேராசிரியர் ஜெயராமனுக்கும் அனுப்பினேன். பிறகு ராமகிருஷ்ணன் “இன்னும் நிறைய ருபாயிகள் விடுபட்டுப்போயிருக்கின்றன, அவற்றையும் சேர்த்து மொழிபெயர்த்துவிடுங்கள்” என்றார். அதனால், இந்த மொழிபெயர்ப்புக்கு அடிப்படையாக அமைந்த பீட்டர் அவெரி, ஜான் ஹீத்–ஸ்டப்ஸ் (இனி அவெரி–ஸ்டப்ஸ்) மொழிபெயர்ப்பில் இருந்த 235 ருபாயிகளையும் மொழிபெயர்த்தேன். ஜெயராமனும் நானும் இந்த மொழிபெயர்ப்பைப்பற்றி ராமகிருஷ்ணனுடன்

விவாதித்தோம். நாங்கள் மூன்று பேரும், எனது முதல் வரைவையும் ஆங்கில மூலத்தையும் வைத்து, வரிக்கு வரி பார்த்து ஒழுங்குபடுத்த ஆரம்பித்தோம். மூன்று நாட்களுக்கும் சேர்த்து முப்பது ருபாயிகளை மட்டுமே முடிக்க முடிந்தது. ஆனால், அந்தப் பயிற்சி எனக்கு அளவில்லாத மகிழ்ச்சியையும் கற்றலில் கிடைக்கும் பரவசத்தையும் தந்தது. ஒரு பிரதியை எப்படி ஆழமாகப் பார்க்க வேண்டும் என்பதை ராமகிருஷ்ணனிடமும், ஜெயராமனிடமும் ஒரு மாணவனாக இருந்து தொடர்ந்து கற்றுக்கொள்ள எனக்குக் கிடைத்த, கிடைத்துக்கொண்டிருக்கும் வாய்ப்பு போன்று தமிழில் வேறு யாருக்கும் கிடைக்குமா என்பது சந்தேகமே.

அந்த மூன்று நாள் அனுபவம்தான் இந்த முழு மொழிபெயர்ப்புக்கும் அடித்தளமாக அமைந்தது. முக்கியமான பல முடிவுகளை நாங்கள் எடுத்தோம். முதல் கட்டமாக உரைநடைபோல அப்படிக்கப்படியே மொழிபெயர்ப்பது என்றும் ஒவ்வொரு ருபாயியின் பொருளையும் எவ்வளவு முடியுமோ அவ்வளவு துல்லியமாக நிர்ணயித்துக்கொண்டு, அதற்குப் பிறகு செதுக்கிச்செதுக்கிக் கவிதை போன்று மாற்றிக்கொள்ளலாம் என்றும் முடிவெடுத்தோம். மூன்று பேரும் சேர்ந்து உட்கார்ந்து வரிக்கு வரி செம்மைப்படுத்தினால் இந்த வேலை முடிவதற்குப் பல வருடங்கள் ஆவதோடு மற்ற வேலைகள் எதுவும் செய்ய முடியாது என்பதும் எங்களுக்கு நன்றாகப் புலப்பட்டது. அதனால் நான் மறுபடியும் குறிப்பிட்ட அளவு காலம் எடுத்துக்கொண்டு என்னால் முடிந்தவரை வரிக்கு வரி ஒழுங்குபடுத்த ஆரம்பித்தேன். அப்படி ஒழுங்குபடுத்தியதை ஜெயராமனுடன் கலந்து மேலும் சீரமைத்தேன். பதினைந்து தடவைக்குமேல் அவரை இந்த மொழிபெயர்ப்புக்காகச் சந்தித்திருப்பேன். ஒவ்வொரு தடவையும், நாங்கள் இருவரும் மூன்று நான்கு மணிநேரம் உட்கார்ந்து வரிக்கு வரி பார்க்க ஆரம்பித்தோம். எனது முதல் வரைவில் பேராசிரியர் தெரிவித்திருந்த கருத்துகள் காரணமாக, நான் கண்ணில் விளக்கெண்ணெய் விட்டுக்கொண்டு மொழிபெயர்ப்பைச் செம்மைப்படுத்திக்கொண்டு வந்திருந்தேன்; அதனால் அதிகத் திருத்தங்கள் இருக்காது என்று எண்ணியிருந்தேன். ஆனால் முந்தைய வரைவைவிட ஒவ்வொரு வரைவிலும் அதிகத் திருத்தங்களை ஜெயராமன் சொல்வார். (நூறாவது வரைவைக் கொண்டுபோய் நீட்டினாலும் அதிலும் எண்ணற்ற திருத்தங்களைச்

செய்ய அவரால் முடியும்.) இருவரும் நன்றாக விவாதித்து இருவருக்கும் ஏற்புடைய திருத்தங்களை மேற்கொண்டோம். இப்படியாக ஐந்து வரைவுகளை முடித்த பிறகு ராமகிருஷ்ணனும் நானும், தினமும் மூன்று நான்கு மணி நேரங்கள் செலவிட்டு இறுதி வரைவுக்கு முந்தைய வரைவை முடித்தோம். முடித்ததை ஜெயராமனுக்கு அனுப்பி வைத்தோம். நான் மறுபடியும் ஒவ்வொரு ருபாயியாகச் சரிபார்த்து அவற்றின் கவித்துவத்தை மேம்படுத்துவதற்கு முயன்றேன். தேவையற்ற சொற்களையும், அவ்வளவு முக்கியத்துவம் இல்லாத சொற்களையும், 'ஏனென்றால், அதனால்' போன்ற சொற்களையும் நீக்கினாலே (பொருளுக்குச் சற்றும் பாதிப்பு ஏற்படாமல்) ஓரளவு கவித்துவம் கிடைப்பதை உணர முடிந்தது. அப்போது ஜெயராமன் மேலும் சில திருத்தங்களை எனக்கு அஞ்சலில் அனுப்பியிருந்தார். அந்தத் திருத்தங்களில் ஏற்புடையவற்றை மேற்கொண்டு ஒருவழியாக இறுதி வடிவத்தை ராமகிருஷ்ணனுக்கு 22.11.10 அன்று அனுப்பி வைத்தேன். (மொழிபெயர்த்திருந்த 235 பாடல்களிலிருந்து பிரசுரத்துக்காக 215 பாடல்களைத் தேர்வுசெய்தோம்.) முதல் வரைவு மேற்கொண்ட பயணத்தை இறுதி வரைவுடன் வைத்துப் பார்ப்பது ஆச்சரியமூட்டுவதாக இருந்ததுடன் மொழிபெயர்ப்பியலிலும் ருபாயியத்தியலிலும் ஆறு மாதப் பட்டப் படிப்பைப் படித்தது போன்றும் எனக்கு இருந்தது. மூன்று பேரும் தனித்தனியாகவும் சேர்ந்தும் மொத்தமாக ஐநூறு மணி நேரங்களுக்கும் அதிகமாகச் செலவிட்டிருக்கிறோம் என்பதை நினைத்துப் பார்த்தால் வியப்பு மேலிடுகிறது.

அவெரி-ஸ்டப்ஸ் சேர்ந்து செய்திருந்த ஆங்கில மொழிபெயர்ப்பு, கவிதை நடையிலான மொழிபெயர்ப்பு இல்லை என்று அவர்களே சொல்லியிருந்தாலும்கூட, அது கிட்டத்தட்ட கவிதை போன்றுதான் இருக்கிறது. ஃபிட்ஜெரால்டின் அற்புதமான தழுவல்தான் (அல்லது மறுஉருவாக்கம்தான்) உலக அளவில் ருபாயியத்துக்குப் புகழைப் பெற்றுத்தந்தது. 'பாரசீக மூலத்தில் ருபாயிகள் உண்மையில் என்னதான் சொல்கின்றன?' என்று பரவலாகக் கேட்கப்படும் கேள்விக்குப் பதில் சொல்வதற்காகவே தங்களுடைய சொல்லுக்குச் சொல் மொழிபெயர்ப்பு என்று பீட்டர் அவெரி தனது முன்னுரையில் குறிப்பிட்டிருக்கிறார். அவெரி-ஸ்டப்ஸின் ஆங்கில மொழிபெயர்ப்பு பல இடங்களிலும் புதிராக இருந்தது. சிரமப்படாமலும் குழம்பாமலும் நாங்கள்

தாண்டிச் சென்ற கவிதைகள் மிகவும் குறைவே. ஒரு சொல்லோ வரியோ ஒன்றுக்கும் மேற்பட்ட பொருளைக் கொண்டிருந்தால், அதில் எதை நாம் தமிழுக்குக் கொண்டுவருவது என்பது சவாலாகவே இருந்தது. நல்லவேளையாக இந்தச் சவாலை எதிர்கொள்வதில் தொழில்நுட்பமும் எங்கள் உதவிக்கு வந்தது. இணைய உலகில் ருபாயியத் சம்பந்தமாகத் தேடிப் பார்த்தபோது ருபாயியத்துக்கு ஆங்கிலத்திலேயே பல மொழிபெயர்ப்புகள் இருப்பது தெரியவந்தது. அவற்றுள் சில பத்தொன்பதாம் நூற்றாண்டின் இறுதிப் பகுதியில் வெளிவந்தவை. அந்த மொழிபெயர்ப்புகள் காப்புரிமைச் சட்டத்துக்குள் வராதவை என்பதால் அவற்றை Internet Archive (http://www.archive.org) மற்றும் Project Gutenberg (http://www.gutenberg.org) போன்ற இணையதளங்கள், இலவசமாக அனைவரும் தரவிறக்கம் செய்துகொள்ளும் வகையில் தங்கள் தளங்களில் கொடுத்திருக்கிறார்கள். இந்த இணையதளங்களிலிருந்து Edward Heron¬Allen, Justin Huntly McCarthy, Frederick Baron Corvo, Swami Govinda Tirtha, Edward Henry Whinfield (இந்த மொழிபெயர்ப்புகளைப் பற்றிய குறிப்புகள் 'ருபாயியத்' நூலின் 'துணைநூற்பட்டியல்' என்ற பகுதியில் கொடுக்கப்பட்டிருக்கின்றன.) போன்றோரின் மொழிபெயர்ப்புகளைத் தரவிறக்கம் செய்துகொண்டேன்.

அவெரி–ஸ்டடப்ஸ் மொழிபெயர்ப்பில் எனக்குப் புரியாத இடங்கள் வரும்போதெல்லாம் மற்ற மொழிபெயர்ப்புகளை ஒப்புநோக்கி விளங்கிக்கொள்வேன். இந்த ஒப்புநோக்கல் அவெரி–ஸ்டடப்ஸ் மொழிபெயர்ப்பில் புரியாத இடங்களை விளங்கிக்கொள்ளவும் சரிபார்த்துக்கொள்ளவும் மட்டுமே தவிர அவெரி–ஸ்டடப்ஸ் மொழிபெயர்ப்பிலிருந்து வேறுபடுவதற்கு அல்ல. சில சமயங்களில் மேற்குறிப்பிட்ட ஒவ்வொரு மொழிபெயர்ப்பும் ஒரு திசையில் போயிருக்கும். ஆனால் அவெரி–ஸ்டடப்ஸ் மொழிபெயர்ப்பில் நாங்கள் புரிந்துகொண்டது என்னவோ அதைச் சார்ந்தே நாங்கள் முடிவுகளை எடுத்தோம். ஒட்டுமொத்தமாகப் பார்க்கும்போது இந்த மொழிபெயர்ப்பு உருவாவதில் மேற்குறிப்பிட்ட மொழிபெயர்ப்புகளும் முக்கியப் பங்கு வகித்திருக்கின்றன. இதில் மிகக் குறைந்த அளவில் உதவியது ஃபிட் ஜெரால்டின் மொழிபெயர்ப்பே, அதுவும் ஒரே ஒரு இடத்தில் மட்டும்தான்.

அது மட்டுமல்லாமல், ருபாயியத் படிக்க ஆரம்பித்ததும் ருபாயியத்தைப் பாரசீக மூலத்தில் படிக்க வேண்டும் என்ற ஆவல் ஏற்பட்டது. முதற்கட்டமாகப் பாரசீக எழுத்துகளை மட்டும் (அரபி வரிவடிவம்) கற்றுக்கொண்டேன். விக்கிப்பீடியாவின் விக்கிசோர்ஸில் ருபாயியத்தின் பாரசீக மூலம் கொடுக்கப்பட்டிருக்கிறது. அவற்றை ஒவ்வொரு பாடலாக Google translate–ல் உள்ளிட்டால் அது குத்துமதிப்புக்கும் குறைவாக மொழிபெயர்த்துத் தரும். இதை வைத்துக்கொண்டு அது எந்தப் பாடல் என்பதைக் கிட்டத்தட்ட கண்டுபிடித்துவிடலாம். ஆங்கிலத்தில் ஒருசில சொற்கள் பல பொருளைக் கொண்டு குழப்பம் ஏற்படுத்தியபோது, சோதனைரீதியாக ஒரு பயிற்சியில் ஈடுபட்டேன். விக்கிசோர்ஸில் நான் கண்டெடுத்த பாரசீக மூலம் மற்றும் கோவிந்த தீர்த்தரின் மொழிபெயர்ப்பில் கொடுக்கப்பட்டிருந்த பாரசீக மூலம் ஆகியவற்றை ஒப்பிட்டு, ஆங்கில மொழிபெயர்ப்பின் குறிப்பிட்ட ஒரு சொல்லுக்குப் பாரசீக மூலத்தில் என்ன சொல் இருக்கிறது, அதற்கு எத்தனை பொருள் இருக்கிறது என்பதை மிகவும் சிரமப்பட்டு (எனக்கு எழுத்துகள் மட்டும்தான் தெரியும் என்பதை வாசகர்கள் நினைவில் கொள்ள வேண்டும்) கண்டறிய முயன்றேன். நான் தரவிறக்கம் செய்துவைத்திருந்த பழமையானதும், மிகவும் பெரியதுமான ஒரு பாரசீக அகராதியில் (Francis Johnson, 1852) அந்தச் சொல்லின் பொருளைத் தேடிப் பார்த்தேன். அப்படித் தேடிப் பார்த்ததும் ஓரிரு முறை உதவிகரமாக இருந்தது. எடுத்துக்காட்டாகப் பின்வரும் ருபாயியைப் பார்ப்போம்,

> **அண்டக் கோளம், நமது எலும்புகளை உருட்டிப் பிடித்த**
> **பந்தின் பிம்பம்,**
> **ஆக்ஸஸ் நதி, வடிகட்டப்பட்ட நமது கண்ணீரின் ஒழுக்கு;**
> **நரகம், நம்மை விழுங்கும் வாதனையின் ஒரு பொறி,**
> **சொர்க்கமோ, நமக்கு மூச்சுவிடக் கிடைத்த நேரத்தின் ஒரு**
> **கணம்.** **(பாடல்: 139)**

மேற்குறிப்பிட்ட பாடலின் ஆங்கில மூலத்தில் முதல் சொல் The globe என்றிருந்ததைப் பார்த்து முதலில் 'பூமிப்பந்து...' என்று மொழிபெயர்த்திருந்தேன். பிறகு மற்ற மொழிபெயர்ப்புகளோடு வைத்து ஒப்பிட்டேன். வின்ஃபீல்ட் Skies (வானகம்) என்றும், ஹெரான்–ஆலன் The Heavenly vault என்றும், பேரன் கார்வோ The Universe என்றும் மொழிபெயர்த்திருந்தார்கள். பிறகு அந்தப்

பாடலின் பாரசீக மூலத்தைச் சிரமப்பட்டுக் கண்டுபிடித்து அதில் பயன்படுத்தியிருந்த சொல்லின் பொருளை என்னிடமிருந்த பாரசீக அகராதியில் தேடிப்பார்த்தேன். அந்தச் சொல் گردون (gardoon): A wheel. Heaven, the celestial globe or sphere. Chance, fortune, and her revolving wheel. கூடவே துளியும் சம்பந்தமில்லாத வேறு சில பொருளும் கொடுக்கப்பட்டிருந்தன. ருபாயியத் முழுக்க கோளம், கோளங்களின் சுற்றுப்பாதை என்று வரும் சொற்களெல்லாம் celestial sphere (வானகம்) என்ற பொருளிலே பயின்றுவருகின்றன. எல்லாவற்றையும் வைத்துப் பார்க்கும்போது globe என்பதைப் பூமிப்பந்து என்று எடுத்துக்கொள்ள முடியாது என்று தோன்றியது. இறுதியாக 'அண்டக் கோளம்' என்று மாற்றினேன். இதையெல்லாம் இங்கே நான் பதிவு செய்வதற்கு இரண்டு காரணங்கள் உள்ளன. ஒன்று: ஒரு மொழிபெயர்ப்பில் கணிப்பொறி, இணையம் போன்ற நவீன சாதனங்கள் உதவ முடியும். இரண்டு: ஒரு செயல்பாட்டின் வழக்கமான விஷயங்கள் மட்டுமல்லாமல் அதன் சோதனைரீதியான விஷயங்களும் பதிவுசெய்யப்பட வேண்டும்.

கடந்த ஒரு வருடமாகப் பறவைகளுக்கு அடுத்தபடியாக என் உலகை ஆக்கிரமித்தது ஓமர் கய்யாம்தான். அவெரி–ஸ்டப்ஸ் மொழிபெயர்ப்பில் இல்லாத பல பாடல்களையும் பிற மொழிபெயர்ப்புகளில் படிக்கப் படிக்க, நான் ஓமர் கய்யாமால் முழுவதும் ஆட்கொள்ளப்பட்டேன். ருபாயியத்தால் என் வாழ்க்கையில் பெரிய மாற்றங்கள் ஏதும் இல்லைதான்; ஆனால் ருபாயியத் படித்த பிறகு என் வாழ்வின் நிலையை மேலும் தெளிவாக நான் உணர ஆரம்பித்திருக்கிறேன். இன்பமும் துன்பமும், இனிமையும் வக்கிரமுமாகக் கழியும் எனது இந்த நாட்களில் அடிக்கடி என் நினைவுக்கு வரும் இரண்டு ருபாயியத்தை இங்கே நான் கொடுக்க விரும்புகிறேன்:

> எனது துக்கம் துயரம் எல்லாம் ஒரு நெடுங்கதை
> அவற்றையும் மீறி மேற்செல்பவை உன்னுடைய குதூகலமும் மகிழ்ச்சியும்;
> இரண்டையும் நம்பாதே, வானகத்தின் சுழற்சிகள்
> ஆயிரமாயிரம் ஜால வித்தைகளை வைத்திருக்கின்றன
> திரைக்குப் பின்னால். (பாடல்: 175)

மற்றும்

நமது மகிழ்ச்சியின் தோற்றுவாயும் துயரத்தின் சுரங்கமும்
நாமே,
நீதியின் இருப்பிடமும் அநீதியின் அஸ்திவாரமும் நாமே;
தாழ்ச்சியும் உயர்ச்சியும் நாமே, நிறைவும் குறைவும் நாமே,
ரசம் போன கண்ணாடி, சகலமும் தெரியும் ஜாம்ஷீத்தின்
மாயக்கிண்ணம், இரண்டும் நாமே. (பாடல்: 200)

ரசம் போன கண்ணாடியும் ஜாம்ஷீத்தின் மாயக் கிண்ணமுமாகிய நான், இப்போது வானகத்தின் சுழற்சிகளை பயத்துடனும் வியப்புடனும் பார்த்துக்கொண்டிருக்கிறேன், இன்னும் எவ்வளவு ஜால வித்தைகளை அவை தங்கள் திரைக்குப் பின்னால் வைத்திருக்கின்றனவோ என்று.

(பேராசிரியர் தங்க.ஜெயராமனுடன் இணைந்து மொழிபெயர்த்து 'க்ரியா' வெளியீடாக 2010-ல் வெளிவந்த ஓமர் கய்யாமின் 'ருபாயியத்' நூலுக்கு எழுதிய பின்னுரையும் மொழிபெயர்ப்புக் குறிப்பும் இங்கே கொடுக்கப்பட்டிருக்கின்றன)

மாதவிடாய் காலத்தில் காதல்: அன்னமையாவும் தற்காலக் கலாச்சாரக் காவலர்களும்

தலைவிக்கு மாதவிடாய் நேரத்தில் தலைவன் அவளுடன் புணர்கிறான். தலைவன் யாருமில்லை 'ஏழுமலையான்'தான். இதைப் பற்றித் தலைவியின் தோழி சொல்வதுபோன்ற பாவத்தில் அமைந்திருக்கிறது அன்னமாச்சார்யா எழுதிய பாடல் ஒன்று. இது போன்ற ஒரு கவிதையைத் தற்போது உள்ள கவிஞர்கள் யாரும் எழுதியிருந்தால் நமது கலாச்சாரக் காவலர்கள் என்ன செய்திருப்பார்கள் என்று நினைத்துப் பார்த்துவிட்டுத் தூங்கினால் கனவில் எம்.எஃப். ஹுசைன், கல்புர்கி போன்றோரெல்லாம் வருகிறார்கள். (இந்தக் கவிதையை பெண்ணிய நோக்கில் அணுகி மறுப்பதற்கும் இடமுண்டு.)

அன்னமாச்சார்யாவின் காலம் 15–ம் நூற்றாண்டு. இவரை நம்மாழ்வாரின் அவதாரம் என்றே கருதுகிறார்கள். அன்னமையா என்று அன்புடன் அழைக்கப்படுகிறார் இவர். திருப்பதி தேவஸ்தானத்தில் அன்னமையாவின் 13,000 பாடல்களையும் 2,289 தாமிரப் பட்டயங்களில் பொறித்து ஒரு அறையில் பூட்டி வைத்திருக்கிறார்கள். இந்த இலக்கிய பொக்கிஷத்தை எல்லோருக்கும் சேர்க்க வேண்டும் என்ற உணர்வு இருபதாம் நூற்றாண்டின் கால் பகுதிக்குப் பிறகுதான் அறிஞர்களுக்குத் தோன்றியிருக்கிறது. (அன்னமையா வாழ்க்கை வரலாறு நாகார்ஜூன் நடிப்பில் 'அன்னமய்யா' [1997] என்ற பெயரில் திரைப்படமாகியிருக்கிறது). திருப்பதி தேவஸ்தானத்தின் உடைமையாக இருக்கும் அன்னமையாவின் பாடல்களை (பதங்களை) திருப்பதி தேவஸ்தானமே 29 தொகுதிகளாக, அறுபதாண்டுகளில் இரண்டுமுறை வெளியிட்டிருக்கிறது. அந்தத்

தொகுதிகளில் உள்ள பாடல்களில் (மொழிபெயர்ப்பாளர்களே சொல்லிக்கொள்வதுபோல்) ஒரு சதவீதத்துக்கும் குறைவான எண்ணிக்கையுள்ள பாடல்களை பேராசிரியர் வேள்ச்சேரு நாராயண ராவும், இஸ்ரேலின் ஹீப்ரு பல்கலைக்கழகத்தில் பேராசிரியராக இருக்கும் டேவிட் ஷுல்மனும் சேர்ந்து ‘காட் ஆன் த ஹில்: டெம்பிள் போயம்ஸ் ஃப்ரம் திருப்பதி’ (God on the Hill: Temple Poems from Tirupati) என்ற தலைப்பில் மொழிபெயர்க்க, ஆக்ஸ்ஃபோர்டு அதை நூலாக வெளியிட்டிருக்கிறது. கிட்டத்தட்ட நூறு பாடல்களைக் கொண்ட இந்தப் புத்தகத்தைப் படிக்கும்போது ஆங்கிலத்திலே இவ்வளவு அழகாக இருக்கிறதே, மூலத்தில் படித்தால் இன்னும் எவ்வளவு அழகாக இருக்குமோ என்ற உணர்வு ஏற்படுகிறது.

எல்லாப் பாடல்களும் கீர்த்தனைகளாகவே பல்லவி, சரணங்களுடன் இயற்றப்பட்டிருக்கின்றன. சிருங்காரம், அத்யாத்மம் (தத்துவம்) ஆகிய இரண்டு பொருள்களிலும் பாடப்பட்ட அனைத்துப் பாடல்களுக்கும் தலைவன் ஏழுமலையானே. சிருங்காரப் பாடல்களில் பெரும்பாலானவற்றில் அன்னமையா தன்னைப் பெண்போல கற்பனை செய்துகொண்டு பாடியிருக்கிறார். நம்மாழ்வார், ஆண்டாள் போன்ற ஆழ்வார்களின் தொனியை இந்தப் பாடல்கள் உணர முடிகிறது. சிருங்காரப் பாடல்களில் காம ரசம் ததும்புகிறது. அன்னமையா இந்தக் காலத்தில் வாழ்ந்திருந்தால் அவரையும் எழுத்துக்கு முழுக்குப் போட வைத்திருப்பார்கள்.

மூலத்தோடு ஒப்பிட்டு மொழிபெயர்ப்பின் தரத்தைச் சீர்தூக்கிப் பார்க்க எனக்கு தெலுங்கு தெரியாதென்றாலும் ஆங்கிலத்தில் படிக்கும்போதே தம்மளவில் இந்தப் பாடல்கள் சிறப்பாக இருப்பதாகத் தோன்றுகிறது. வேள்ச்சேரு நாராயணராவும் டேவிட் ஷுல்மனும் சேர்ந்து ஏற்கெனவே ‘Classical Telugu Poetry’ உள்ளிட்ட சில மொழிபெயர்ப்பு நூல்களை வெளியிட்டிருக்கிறார்கள். வேள்ச்சேரு நாராயண ராவ் ‘Twentieth Century Telugu Poetry’ என்ற ஒரு மொழிபெயர்ப்பு நூலை வெளியிட்டிருக்கிறார். ஆனால், இப்படிப்பட்ட அவசியமான குறிப்புகள் இந்த நூலில் கொடுக்கப்படவில்லை. எழுத்துருவின் அளவு (font size) மிகவும் சிறியதாக இருப்பது இந்நூலின் குறை.

அன்னமாச்சாரியாவின் பாடல்களில் சில:

உனக்கு மாதவிடாய் என்று அவனிடம் சொல்ல
ரொம்பவும் கூச்சம்.
 இதெல்லாம் எங்கு போய் முடியுமோ?
கன்னத்தில் கைவைத்துக்கொண்டு
களுக் களுக்கென்று சிரிக்கிறாய்,
உன்னவன் உன்னைப் பார்ப்பதால்.
உன்னை அவன் ஸ்பரிசிக்க வந்து
அந்த இடங்களிலெல்லாம் தொடப்போனால்
நீ என்ன செய்வாய்?
 இதெல்லாம் எங்கு போய் முடியுமோ?
மஞ்சத்திற்கு உன்னை அழைக்கிறான்
என்ற மனச் சிலிர்ப்பில்
கால் மேல் கால் போட்டு அமர்ந்துகொண்டு,
தலைகுனிந்திருக்கிறாய்.
இன்னும் நெருங்கி வந்தால்
கையோடு கை பின்னிக்கொள்கிறாய்,
அவனோடு போகாமலா இருப்பாய்?
 இதெல்லாம் எங்கு போய் முடியுமோ?
இன்ப வெள்ளத்தில் குளித்துக்கொண்டிருக்கிறாய்,
ஏழுமலையான் உன்னைத் தீண்டியதால்.
காமம் அலைமோத இப்போது உன்னுடன் கலவியும்
செய்கிறான்.
வீட்டு விலக்கென்ற தடையெல்லாம் என்னவாயிற்று என்று
சொல்.
 இதெல்லாம் எங்கு போய் முடியுமோ?

 ***

வழியேதும் உண்டோ நான் உன்னிடம் வருவதற்கு?
அந்தமுமில்லை ஆதியுமில்லை உனக்கு.
நான் போற்ற வேண்டும் உன் நற்குணங்களை,
நீயோ குணங்களற்றவன்.
உன்னை சிந்திக்க முயல்கிறேன் என் மனதுக்குள்.
நீயோ ஒவ்வொரு சிந்தனைக்கும் பின்புறத்தில்
அமர்ந்துகொள்கிறாய்.
வழியேதும் உண்டோ நான் உன்னிடம் வருவதற்கு?
நானுனைக் கைகளால் தொழ விரும்புகிறேன்,
நீயோ பிரம்மாண்டமானவன், அண்டவெளி அனைத்தும்
நிறைத்துக்கொண்டிருக்கிறாய்.

நான் உனக்கொரு பரிசு கொண்டுவர விரும்புகிறேன்,
ஆனால், இவ்வுலகில் உள்ள அனைத்தும் உன் உடைமை.
வழியேதும் உண்டோ நான் உன்னிடம் வருவதற்கு?
நானுனைப் பார்க்க விரும்புகிறேன் என் கண்களால்.
உனக்கோ, கண்ணுக்குப் புலப்படும் வடிவமேதும் இல்லை.
ஏழுமலையானே, நீயே உறைகிறாய் இவை யாவற்றிலும்.
நான் உன்னுடையவள், என்பதைத் தவிர வேறென்ன உண்டு
நான் கூற?
வழியேதும் உண்டோ நான் உன்னிடம் வருவதற்கு?

* * *

எங்கே எனது ஞானம்?
எங்கே எனது புத்தி?
வீணாகிவிட்டது காலம்
புழுதியில் கொட்டிய நிவேதனம் போல்.
எனக்கு இதுதான் தேவை, அல்லது அதுதான் எனக்கு
வேண்டியிருக்கலாம்
என்று நினைக்கிறேன்.
ஒருபோதும் கடக்க முடிந்ததில்லை
அதுபோன்ற நம்பிக்கைகளை.
காத்துக்கொண்டே இருக்கிறேன்,
காலமோ கவர்ந்திழுக்கிறது என்னை
புதருக்குப் பின்னால் இருக்கும் ஒரு மான் போல்.
புழுதியில் கொட்டிய நிவேதனம் போல்.
எப்போதுமே இந்தத் திட்டம் அல்லது அந்தத் திட்டம்,
எனது பிரச்சினைகளெல்லாம் தீர்ந்துவிடும்.
ஒவ்வொரு தந்திரத்துக்குள்ளும் புகுந்து
புண்பட்டுப்போகிறேன் எண்ணங்களில் சிக்கி.
காலம் உருகிப்போகிறது தணலருகே வைத்த
வெண்ணெய்போல்.
புழுதியில் கொட்டிய நிவேதனம் போல்.
மகிழ்ச்சி என்பதெனக்கு நிச்சயமாய் இங்கே, அல்லது
ஒருவேளை அங்கே,
ஆக, சென்றுகொண்டேயிருக்கிறேன் ஓரிடம் விட்டு
வேறிடத்துக்கு,
ஆனால், என் பக்கத்தில் இருக்கும் ஏழுமலையானைக் கூட
பார்ப்பதில்லை நான்.
காலம் செல்கிறது, வெட்டிப்பேச்சு போல்.
புழுதியில் கொட்டிய நிவேதனம் போல்.
(ஆங்கிலம் வழி தமிழில்: ஆசை)

(என் வலைப்பூவில் 2013-ல் எழுதிய கட்டுரை.)

நாட்சுமே சொசெகி: கனவுகளை தியானிக்கும் எழுத்து

1

கலை, இலக்கியம், தத்துவம், அறிவியல் போன்ற துறைகளைச் சேர்ந்தவர்களைக் கனவுகள் வெகு காலமாகக் குழம்ப வைத்தும், ஆச்சரியப்பட வைத்தும் வந்திருக்கின்றன. சீன தாவோயிச ஞானி சுவாங் ட்சுவின் கனவு மிகவும் புகழ் பெற்றது. ஒருமுறை சுவாங் ட்சு ஒரு கனவு கண்டார். அந்தக் கனவில் அவர் ஒரு வண்ணத்துப்பூச்சியாக இருந்தார். மிகவும் மகிழ்ச்சியுடனும் சுதந்திரமாகவும் விரும்பிய இடமெல்லாம் பறந்து திரிந்தார். ஆனால், கனவில் வண்ணத்துப்பூச்சியாக வந்த சுவாங் ட்சுவுக்கு, தான்தான் சுவாங் ட்சு என்பது தெரியாது. திடீரென்று விழிப்பு வந்துவிட அந்த வண்ணத்துப்பூச்சி தான்தான் என்று அறிந்துகொள்கிறார். ஆனால், அவருக்கு ஒரு சிக்கல்: தான்தான் சுவாங் ட்சு என்பதை அறியாத வண்ணத்துப்பூச்சியைத் தான் கனவுகண்டேனா அல்லது தன்னை சுவாங் ட்சுவாக எண்ணி வண்ணத்துப்பூச்சியொன்று தன்னைக் கனவுகண்டுகொண்டிருக்கிறதா?

உலக–இந்திய வேதங்கள், புராணங்களிலும் கனவுகளும் அவற்றைப் பற்றிய குறிப்புகளும் நிறைய இடம்பெற்றிருக்கின்றன. சங்க இலக்கியத்திலும் கனவுகள் இடம்பெறுகின்றன.

கேட்டிசின் வாழி தோழி, அல்கல்
பொய்வலாளன் மெய்யுறல் மரீஇய
வாய்த்தகைப் பொய்க் கனா மருட்ட ஏற்று எழுந்து
அமளி தைவந்தனனே, குவளை
வண்டுபடு மலரின் சாஅய்த்
தமியேன் மன்ற, அளியேன் யானே.
   (குறுந்தொகை 30, கச்சிப்பேட்டு நன்னாகையார்)

என்ற பாடலில் பொய் சொல்லுதலில் வல்லவனான தலைவன் தன்னைத் தழுவுவது போலத் தலைவி கண்ட ஒரு கனவானது மருட்சியை ஏற்படுத்த, அதை உண்மையென்று நினைத்து அவள் மெத்தையைத் தடவிக்கொண்டிருக்கிறாள்.

ஆண்டாளின் 'நாச்சியார் திருமொழி'யில்,

'வாரணம் ஆயிரம் சூழ வலம்செய்து
நாரணன் நம்பி நடக்கின்றான் என்றெதிர்
பூரணப் பொற்குடம் வைத்துப் புறமெங்கும்
தோரணம் நாட்டக் கனாக்கண்டேன் தோழி! நான்'

என்று தொடங்கும் பாடலிலிருந்து பத்துப் பாடல்களும் கண்ணனை ஆண்டாள் மணம்முடிப்பது போன்ற கனவுகளை அழகாகப் பாடுகின்றன.

நவீனத் தமிழ்ச் சிறுகதைகளின் தொடக்கத்திலேயே சாத்தனின் கனவுடன் வருகிறார் புதுமைப்பித்தன் (சிற்பியின் நரகம்). கனவுக்கும் நனவுக்கும் இடையே கோடு அழிந்ததுபோன்ற கதைகளை எழுதியவர் மௌனி. தி.ஜானகிராமனின் 'அம்மா வந்தாள்' நாவலில் அலங்காரத்துக்கு வரும் கனவுகளை அவளது கணவன் தண்டபாணி வியப்பதைப் பற்றி தி.ஜா. இப்படி எழுதியிருப்பார்: "நமக்குக் கனவு வந்தால் பொத்தாம் பொதுவாக ஏதோ உருவம் வருகிறது – போகிறது. இவளுக்கு மட்டும் எப்படி இத்தனை நுணுக்கமாக வர்ணங்கள், நகைகள், எல்லாம் வருகின்றன என்று ஆச்சரியப்படுவார். அதுவும் சாதாரண மனிதர்கள் அவள் கனவில் தோன்றுவதில்லை. தேவர்கள், தோட்டங்கள், நட்சத்திரங்கள், கடல், கோபுரம், கப்பல், ஐந்தாறடித் தாமரைகள் – இப்படித்தான் வரும்.' பா.வெங்கடேசனின் 'தாண்டவராயன் கதை'யில் கனவுக்கும் நனவுக்கும் இடையிலான மயக்கம் போன்று எழுதப்பட்டிருக்கும் 'நீலவேணியின் பாதை' உலக இலக்கியத்தின் அற்புதமான பகுதிகளுள் ஒன்றாக வைக்கப்பட வேண்டியது. அவரது 'பாகீரதி மதியம்' நாவலில் பாகீரதிக்கு வரும் கனவில் பெரிய நதிக் கரையின் மணற்படுகையில் (ஏற்கெனவே இருந்த நதிக்கரையல்ல, இனிமேல் உருவாகப்போகும் நதிக்கரைக்கென்று முன்கூட்டியே இருக்கும் மணற்படுகை!) அவளுக்கும் உறங்காப்புலிக்கும் இடையே நிகழும் புணர்ச்சி மாயாஜாலமாக இருக்கும்.

கனவுகளைப் பற்றி விரிவான அலசலை நவீன அறிவியலில் முதலில் செய்தது சிக்மண்ட் ஃப்ராய்டுதான். அவரது 'கனவுகளின் விளக்கம்' (The Interpretation of Dreams) நூலில் கனவுகளைப் பற்றித் தான் நடத்திய ஆய்வுகளையும் அதன் முடிவுகளையும் வெளியிட்டார். கனவுகள் என்பவை அடக்கிவைக்கப்பட்ட அல்லது நிறைவேறாத ஆசைகளின் வெளிப்பாடு என்பது அவரது முடிவு. ஃப்ராய்டு காலத்திலிருந்து இன்றைய அறிவியல் வெகு தூரம் நகர்ந்துவிட்டது. நியூரான்கள், உயிர் வேதியியல் போன்ற காரணங்கள் முன்வைக்கப்பட்டாலும் இன்னும் மூளை, மனது, கனவு போன்றவற்றை மனிதர்கள் மிகக் குறைந்த அளவே புரிந்துகொண்டிருக்கிறார்கள். கனவுகளின் மர்ம வசீகரமும் பிடிபடாத்தன்மையும்தான் படைப்பாளிகளைக் கவர்ந்து வந்திருக்கிறது. கனவு என்றால் ஹோர்ஹெ லூயிஸ் போர்ஹெஸின் (Jorge Luis Borges) படைப்புகள் நினைவு வராமல் இருக்க முடியாது. கனவின் மாயத்துடன் புனைவுகளை உருவாக்குவதில் வெற்றி பெற்ற வெகுசிலரில் அவரும் ஒருவர். 'நீங்கள் தூக்கத்திலிருந்து விழிக்கவில்லை, முந்தைய கனவொன்றில் விழித்திருக்கிறீர்கள், அந்தக் கனவு இன்னொரு கனவுக்குள் இருக்கிறது, அது இன்னொரு கனவுக்குள் இப்படியே முடிவற்றுப் போய்க்கொண்டிருக்கிறது...' என்று 'கடவுளின் எழுத்து' கதையில் எழுதியிருப்பார். நீக்கோஸ் காஸான்ட்ஸாகீஸும் (Nikos Kazantzakis) தனது புனைவுகளில் பலவற்றுக்குக் கனவுகள் முக்கியத் தூண்டுதல் என்று கூறியிருக்கிறார். இன்னும் ஏராளமான எழுத்தாளர்களுக்கும் கனவுகள் தூண்டுதலாக இருந்திருக்கின்றன.

2

ஜப்பானின் மிக முக்கியமான நவீனப் படைப்பாளிகளுள் ஒருவர் நாட்சுமே சொசெகி *(1867–1916)*. ஹரூகீ முரகாமீக்கு மிகவும் பிடித்த ஜப்பானிய எழுத்தாளர் நாட்சுமே சொசெகிதான். முரகாமீயின் 'காஃப்கா கடற்கரையில்' நாவலின் நாயகனான காஃப்காவுக்கும் பிடித்த எழுத்தாளர் சொசெகிதான் என்று முரகாமீ எழுதிய பிறகு, உலகம் முழுதும் சொசெகியின் படைப்புகளின் மீது ஆர்வம் ஏற்பட்டது. சொசெகியின் 'பத்து இரவுகளின் கனவுகள்' நூல் எழுதப்பட்டு நூறு ஆண்டுகளுக்கு மேல் ஆகிறது. இன்னும் மரபில் ஆழமாக வேர்கொண்டிருக்கும்

ஒரு ஜப்பான், மேற்கத்தியக் கலாச்சாரத்தை எதிர்கொள்ளும் ஒரு சந்திப்பில் எழுதப்பட்ட கனவுக் கதைகள் இவை. இறந்துபோன காதலி மீண்டும் வருவாள் என்று அவள் கல்லறைக்கு அருகே காத்திருக்கும் காதலன், துறவியர் மடத்தில் 'அகவொளி' (satori) அடையத் துடிக்கும் சாமுராய், பார்வையற்ற சிறுவனைச் சுமந்துசெல்லும் தந்தை, தனது 'உந்தி'க்குள் வாழ்பவரும் 'அப்பால்' நோக்கிச் செல்பவருமான கிழவர், கடவுள்களின் யுகத்தில் போரில் தோற்கடிக்கப்பட்டு மரண தண்டனையை எதிர்நோக்கியிருப்பவன் – அவனைத் தேடிக் குதிரையில் வரும் மனைவி, தொன்மச் சிற்பி உன்கேயைப் பின்பற்றிச் சிற்பம் வடிக்க நினைக்கும் ஒருவன், கப்பலிலிருந்து குதித்துத் தற்கொலை செய்துகொள்பவன், சிகையலங்கார நிலையத்தில் சர்ரியல் அனுபவங்களை எதிர்கொள்பவன், தன் கணவன் கொல்லப்பட்டது தெரியாமல் அவனுக்காகக் குழந்தையுடன் பிரார்த்தனை செய்பவள், ஒரு யுவதியின் பின்னால் சென்று தொலைந்துபோய்த் திரும்பிவந்தவன் ஆகியோரைப் பற்றியவைதான் இந்தப் பத்துக் கனவுகள்.

நாட்சுமே சொசெகி இந்தக் கனவுகளைக் கதைகளாக முன்வைக்கவில்லை; என்றாலும் அவை ஓரளவு கதைத் தன்மையைப் பெற்றுவிடுகின்றன. கனவைப் பொறுத்தவரை கதையின் சம்பவத் தொடர்ச்சியைவிட, மூட்டமான கனவுச் சூழலும் அதிலிருந்து எழும் அனுபவமும் முக்கியம். இந்த வேறுபாட்டை உணர்ந்துகொண்டால்தான் சொசெகியின் பத்துக் கனவுகளையும் ரசிக்க முடியும்.

இந்தத் தொகுப்பின் பெரும்பாலான கனவுகள் ஜப்பானிய மரபின் கூறுகளை ஆழமாகக் கொண்டிருக்கின்றன. சாமுராய், புத்த மடம், ஜப்பானிய தொன்மப் பாத்திரங்கள், ஜென் படிமங்கள், ஜப்பானிய ஆண்டுகள் போன்றவைத் திரும்பத் திரும்ப இந்தக் கனவுகளில் இடம்பிடிக்கின்றன. சொசெகியின் மொழி நடை எளிமையான, அழகான, கச்சிதமான சொற்களால் கவிதைக்கு அருகில் பல இடங்களில் சென்றிருக்கிறது. 'வாளின் நுனியை நோக்கிக் கொலைவெறி ஒரு புள்ளியாகச் சுழன்றது', 'நீர்ப்பல்லியின் வயிற்றுப் பகுதியில் காணப்படும் செம்புள்ளிகளைப் போல சிவந்திருந்த வரிவடிவங்கள் அவை.' இவை போன்ற அழகான பல சொற்றொடர்கள் வாசிப்பின்பத்தைக் கூட்டுகின்றன.

முதல் கனவில் காதலி இறந்துகொண்டிருக்கிறாள். தான் இறந்த பிறகு சிப்பியொன்றால் பள்ளம் தோண்டிப் புதைத்துவிட்டு, அங்கே அடையாளமாக விண்மீன் துண்டொன்றை நட்டுவைக்கச் சொல்கிறாள். காத்திருந்தால் நூறு ஆண்டுகள் கழித்துத் தான் வருவதாகக் கூறுகிறாள். நாட்கள், ஆண்டுகளின் கணக்கை இழந்து காதலன் காத்திருக்கிறான். மெய் வாழ்க்கையில் சாத்தியமற்ற ஒன்றைக் கனவு வழங்குகிறதல்லவா! ஒருவேளை யதார்த்தத்தின் லட்சிய வடிவம்தான் கனவு வாழ்க்கையோ?

ஒரு கனவில் அகவொளி அடைய விரும்பும் சாமுராய் 'இன்மை' என்ற சொல்லைப் பலமுறை உச்சரிக்கிறான். அப்படி உச்சரிக்கும்போதெல்லாம் ஊதுபத்தியின் நறுமணம் அவனது நாசியைத் துளைக்கிறது. இனிய மணம்தான். ஆனால், இன்மையை அடைவதற்கு எத்தகைய இடையூறு செய்கிறது. இனிய மணம் என்பதற்குப் பதிலாக 'இனிய மனம்' என்று படித்தாலும் பொருத்தமாகத்தான் இருக்கிறது. மனம்தானே மணம்!

இன்னொரு கனவில் தன் விடுதிக்கு வந்து மதுவருந்தும் கிழவனிடம் "எங்கு சென்றுகொண்டிருக்கிறீர்கள்?" என்று அந்த விடுதியின் சொந்தக்காரி கேட்கிறாள். அந்தக் கிழவன், "நான் அப்பால் செல்கிறேன்" என்கிறார் அவர். படிப்பவருக்கு நொடி நேர 'அகவொளி'யைத் தரும் பதில் இது. இப்படித்தான் ஜென் குருக்கள் தங்கள் சீடர்களுக்குக் குயுக்தியான பதில்களால் அகவொளியை ஏற்படுத்துவார்கள்.

ஒரு கதையில் அந்தகனாகிய தன் 6 வயது மகனைச் சுமந்துகொண்டு செல்கிறான் ஒருவன். அந்தச் சிறுவன் முக்காலமும் அறிந்த முனிவன் போல் பேசிக்கொண்டே செல்கிறான். கண்ணாடியின் துல்லியத்துடன் எல்லாவற்றையும் பிரதிபலிக்கும் அவன், தனது தகப்பனின் 'கடந்தகாலம், நிகழ்காலம், எதிர்காலத்தின் மீது இரக்கமற்ற ஒளியைப்' பாய்ச்சுகிறான். கனவின் இறுதியில் அவன் காட்டும் கடந்த காலம் அவனுடைய தகப்பனின் மீது கற்சிலையாக அழுத்துகிறது.

இரண்டாவது கனவின் சாமுராயால் இன்மையை அடைய முடியவில்லை என்றால், ஆறாவது கனவில் வரும் உன்கேய் சிற்பி இன்மையை அடைந்ததால்தான் பன்னெடுங்காலமாக

உயிர்வாழ்கிறான். அந்தச் சிற்பி நியோ சிற்பங்களைச் செதுக்குவதை வேடிக்கை பார்க்கும் பாத்திரமும் மரத் துண்டுகளிலிருந்து நியோ சிற்பங்களைச் செதுக்க முயன்று தோற்றுப்போகிறான். அதற்குக் காரணம் அவனும் இன்மையை அடையவில்லை. தான் இல்லாமல் போகும் சிற்பியால்தான் தனது உளிக்குப் பார்வை கொடுக்க முடியும்; அப்படிப்பட்ட உளியால்தான் எந்த மரத்திலும் சிற்பத்தைப் பார்க்க முடியும்.

பத்தாவது கனவின் நாயகன் ஷொடாரோ மார்கெரித் யூர்ஸ்னாரின் 'மோகினிகளை நேசித்த மனிதன்' கதையில் வரும் இளைஞன் பனோஜ்யோடிஸை நினைவுபடுத்துகிறான். அழகிய யுவதியின் பின்னால் சென்று மாயமான ஷொடாரோ ஒரு வாரம் கழித்து வீடு திரும்புகிறான். அந்த யுவதி அவனை மலை விளிம்புக்கு அழைத்துச் சென்று அங்கிருந்து கீழே குதிக்கச் சொல்கிறாள். இல்லையென்றால் அவன் முகத்தைப் பன்றி நக்கிவிடும் என்று எச்சரிக்கிறாள். ஆயிரக் கணக்கான பன்றிகளுடன் அவன் போராடுவது ஒரே நேரத்தில் திகில் உணர்வையும் மாய உணர்வையும் ஊட்டுகிறது.

கனவுகளுக்கு அறிவியலர்கள் எந்த விளக்கத்தை வைத்திருந்தாலும் சொசெகி கனவுகளை ஒரு ஜென் தியானம் போல் ஆக்கியிருக்கிறார். இந்தக் கனவுகளினூடாகக் காதல், காலம், மரணம், ஆன்மிகத்தின் உச்சவிழிப்பு (அகவொளி) போன்றவற்றை சொசெகி தியானித்திருக்கிறார்.

மொழிபெயர்ப்பாளர் கே.கணேஷ்ராம் இந்தக் கனவுகளை அழகாக மொழிபெயர்த்திருக்கிறார். 'பைன் மரத்தின் பச்சை இலைப் பரப்பும், வாயிற்கதவின் மினுமினுக்கும் சிவப்பு மெருகுப் பூச்சும், முரண்படும் நிறவேற்றுமையில் முயங்கி அழகாகத் தோற்றமளித்தன.' என்பது போன்ற அழகிய சொற்றொடர்கள் இந்தத் தொகுப்பு முழுவதும் உள்ளன. ஜப்பானிய மொழியிலிருந்து ஆங்கிலத்துக்கும், ஆங்கிலத்திலிருந்து தமிழுக்கும் வந்த பிறகு அழகும் எளிமையும் எஞ்சியிருப்பது மொழிபெயர்ப்பாளரின் வெற்றி. அதேபோல், புத்தகத் தயாரிப்பு (நூல்வனம் பதிப்பகம்) இந்தப் புத்தகத்தை வாசிப்பதை மட்டுமல்லாமல் பார்ப்பதையும் இனிய அனுபவமாக ஆக்குகிறது.

(2021)

இந்தப் பிரபஞ்சமே பேபல் நூலகம்தான்!

போர்ஹெஸின் புகழ்பெற்ற 'பேபல் நூலகம்' (The Library of Babel) சிறுகதை 'இந்தப் பிரபஞ்சம் (மற்றவர்களெல்லாம் அதை ஒரு நூலகம் என்று சொல்வார்கள்), முடிவற்ற, சொல்லப்போனால் எண்ணற்ற அறுகோண அறைகளால் ஆனது.' என்று தொடங்குகிறது. முடிவற்ற அந்த நூலகத்தை போர்ஹெஸ் விவரித்துக்கொண்டே போகும்போது கனவில் ஒரு காலும் நனவில் ஒரு காலும் வைத்து இதில் எது கனவு, எது நனவு என்பது தெரியாமல் நடந்துபோவதைப் போன்ற ஒரு உணர்வு ஏற்படும். போர்ஹெஸின் பெரும்பாலான கதைகள் ஏற்படுத்தும் உணர்வுதான் இது.

இந்தப் புவியின் அனைத்து மொழிகளின் அனைத்து எழுத்துக் களாலும் சாத்தியமாகக் கூடிய அனைத்து சொல்லிணைவுகளையும் உள்ளடக்கியதாக இருக்கக் கூடிய நூல்களைத் கொண்ட அந்த நூலகத்தில், கடந்த காலப் புத்தகங்கள் மட்டுமல்ல எதிர்காலப் புத்தகங்களும் இருக்கும் என்று அந்த நூலகத்தைப் பற்றி அந்தச் சிறுகதையில் எழுதியிருக்கிறார் போர்ஹெஸ்.

இந்தப் பிரபஞ்சத்தின் மிக அரிதான சாத்தியங்களுள் ஒன்றான புவியில், உயிர் தோன்றியது எண்ணற்ற நிறைவேறாத சாத்தியங்களுக்கிடையே நிறைவேறிய ஒற்றைச் சாத்தியம். அதுபோன்றதுதான், போர்ஹெஸின் முடிவற்ற நூலகத்தின் முடிவற்ற அடுக்குகளில் ஷேக்ஸ்பியரின் 'ஹாம்லெட்' நாடகத்தின் ஒரு பக்கம் காணக் கிடைப்பதும்.

போர்ஹெஸ் குறிப்பிட்டிருக்கும் அந்த நூலகத்தை இருவரால்தான் உருவாக்க முடியும். ஒருவர் போர்ஹெஸ் (கதையில் உருவாக்கியிருக்கிறார்), இன்னொருவர் கடவுள் என்று நம்பப்படும் இந்தப் பிரபஞ்சத்தின் சிருஷ்டிகர்த்தா. எனினும்

இணைய உலகத்தில் போர்ஹெஸின் கற்பனைக்கு உரு கொடுக்க முயன்றிருக்கிறார் ஜொனாதன் பேசில் என்பவர். இயற்பியல் விதிகளையும் மனித சாத்தியங்களையும் மீறி, போர்ஹெஸ் கற்பனை செய்ததுபோல் ஒரு நூலகத்தை இணையத்திலும்கூட அப்படியே உருவாக்குவது சாத்தியம் இல்லை எனினும் தன்னளவில் முயன்றிருக்கிறார் ஜொனாதன்.

13,12,000 வேறுவேறு எழுத்துக்களால் சாத்தியமாகக் கூடிய அத்தனை சேர்க்கைகளையும் கொண்டிருக்கும் முடிவற்ற இணைய நூலகமாக அது உருவாகிக்கொண்டிருக்கிறது. அதனால், பொருளேயில்லாத சொற்களும் வாக்கியங்களும் கொண்ட நூல்கள்தான் அதில் பெரும்பான்மையாக இருக்கும். தற்செயலாக ஒரு 'ஹாம்லெட்' பக்கமோ, போர்ஹெஸ் கதையிலிருந்து ஒரு பக்கமோ அகப்படலாம். தற்போது 3,200 எழுத்துகள் அளவில் வேலை முடிந்திருக்கிறது. இதுவரை இந்த 3,200 எழுத்துகளை மட்டும் வைத்து உருவாக்கப்பட்டிருக்கும் புத்தகங்கள் எவ்வளவு தெரியுமா? 10 என்ற எண்ணுக்குப் பின்னால் 4,677 பூஜ்ஜியங்களைப் போட்டுக்கொள்ளுங்கள். ஒரு நொடிக்கு ஒரு புத்தகம் என்று புரட்டினால்கூட எவ்வளவு ஆண்டுகள் ஆகும் தெரியுமா? 10 என்ற எண்ணுக்குப் பின்னால் 4,678 பூஜ்ஜியங்களைப் போட்டுக்கொள்ளுங்கள்! ஆனால், புவியின் உச்சபட்ச வயதாகக் கணிக்கப்பட்டிருப்பது 750 கோடி ஆண்டுகள்தான், அதாவது 75–க்குப் பின்னால் 8 பூஜ்ஜியங்கள் மட்டுமே.

"இதுவரை எழுதப்பட்டிருக்கும் எந்தப் புத்தகமும், எழுதப்பட்டிருக்கக் கூடிய எந்தப் புத்தகமும், ஒவ்வொரு நாடகமும், ஒவ்வொரு பாடலும், ஒவ்வொரு அறிவியல் ஆய்வுக் கட்டுரையும், ஒவ்வொரு தீர்ப்பும், ஒவ்வொரு அரசமைப்புச் சட்டமும், ஒவ்வொரு வேதமும், இன்னும் எல்லாமும்" அந்த நூலகத்தில் இடம்பெறும் என்கிறார் ஜொனாதன்.

வேலையற்ற வேலையைப் போல்தான் இது தோன்றும். ஆனால், போர்ஹெஸ் விளையாடிய முடிவின்மை என்ற மாய விளையாட்டில் மயங்கிப்போனவர்களால் வேறு என்னதான் செய்ய முடியும்! அந்த இணையதளத்தின் முகவரி: libraryofbabel.info

(2015)

ஆம், அது கொல்லப்படுவதில்லை!

பிரபல இந்தியவியல் அறிஞரான மிர்சா இலியாதெ 1933-ல் எழுதிய 'மைத்ரேயி' என்ற ரொமேனிய மொழி நாவலுக்கும் 1974-ல் வங்க மொழியில் மைத்ரேயி தேவி எழுதிய 'கொல்லப்படுவதில்லை' (ந ஹன்யதே) நாவலுக்கும் என்ன தொடர்பு இருக்க முடியும்? இரண்டு நாவல்களும் ஒரு காதல் கதையின் இரண்டு பக்கங்களைச் சொல்பவை. முதல் நாவலுக்குக் கொடுத்த பதிலடியாகவும் இரண்டாவது நாவலைக் கருதலாம். இந்த நாவல்கள் 41 ஆண்டுகள் இடைவெளியில் எழுதப்பட்டவை என்பது கூடுதல் கவர்ச்சியையும் மர்மத்தையும் அளிக்கிறது.

சம்ஸ்கிருதமும் இந்தியத் தத்துவமும் கற்பதற்காக 1928-ல் இந்தியாவுக்கு வந்த மிர்சா இலியாதெ, பிரபல இந்தியத் தத்துவவியல் அறிஞரான சுரேந்திரநாத் தாஸ் குப்தாவிடம் மாணவராகச் சேர்கிறார். 1930-ல் மிர்சாவைத் தன் வீட்டிலேயே தங்கவைத்து, சொல்லிக்கொடுக்கிறார் சுரேந்திரநாத். சுரேந்திர நாத்தின் மனைவியும் மிர்சாவைத் தன் மகன்போல பாவித்து அன்பு காட்டுகிறார். ஆனால், மிர்சாவுக்கும் சுரேந்திரநாத்தின் மூத்த மகள் மைத்ரேயி தேவிக்கும் இடையே காதல் ஏற்படுகிறது. ஒரு கட்டத்தில் இந்தக் காதல் விவகாரம் வெளிப்பட, சுரேந்திரநாத் மிர்சாவைத் துரத்திவிடுகிறார். துரத்தப்பட்ட மிர்சா காதல் வலி தாங்காமல் கொஞ்சநாள் இமயமலையில் திரிகிறார். கிட்டத்தட்ட துறவியாகவே ஆகிவிடுகிறார். அதற்குப் பிறகு தனது சொந்த நாட்டுக்குத் திரும்பும் மிர்சா நாவல்கள் எழுதுகிறார். அவரது இரண்டாவது நாவல் 'மைத்ரேயி', அவருக்கும் மைத்ரேயிக்கும் இடையிலான காதலை அடிப்படையாகக் கொண்டது. காதலை மட்டும் சொன்னால் பரவாயில்லை,

இருவருக்கும் இடையே உடலுறவு நிகழ்ந்தது என்று மிர்சா எழுதியிருப்பது 41 ஆண்டுகளுக்குப் பிறகு மற்றொரு நாவல் உருவாகக் காரணமானது.

இனி மைத்ரேயியின் பக்கம். 16 வயது பெண்ணான மைத்ரேயி, ரவீந்திரநாத் தாகூரின் சிஷ்யை. அந்த இளம் வயதிலேயே ஒரு கவிதைத் தொகுப்பை வெளியிட்டிருப்பவர். மிர்சா மீது தான் கொண்டிருந்த காதலை அந்தப் பருவத்தின் விளைவு என்றுதான் மைத்ரேயி அப்போது நினைத்தார். மிர்சா துரத்தப்பட்ட பிறகுதான் தன் காதலின் ஆழத்தை அவர் உணர்ந்தார். எனினும், காலப்போக்கில் அவருடைய காதல் அவருடைய அடிமனதில் போய்ப் புதைந்துகொண்டது. ஒருசில ஆண்டுகளில் அவருக்குத் திருமணம் நடக்க, கணவருடன் அமைதியான இல்லற வாழ்வு தொடங்குகிறது. இரண்டு குழந்தைகள், வசதியான வாழ்க்கை. பிரச்சினைகள் ஏதுமில்லையென்றாலும் தனிமை உணர்வு வதைக்கிறது.

மிர்சா எழுதிய நாவலைப் பற்றி, மைத்ரேயி தனது தந்தை மூலம் 1930-களின் இறுதியில் கேள்விப்படுகிறார். எனினும் நாவலின் உள்ளடக்கம் குறித்து அப்போது விரிவாக அறிந்துகொள்ளவில்லை. 1972-ல் இந்தியாவுக்கு வந்த மிர்சாவின் நண்பர் ஒருவர் மூலமாக, நாவலில் வரும் 'உடலுறவு சம்பவம்' பற்றித் தெரிந்துகொண்டு ஆவேசமடைகிறார். அவருடைய நண்பர் ஒருவர் மூலம், பிரெஞ்சிலிருந்து ஆங்கிலத்துக்கு மொழிபெயர்க்கச் செய்து, வாசித்துப் பார்த்து மேலும் கோபமடைகிறார். நடக்காத ஒரு விஷயத்தைப் பரபரப்புக்காக மிர்சா எழுதியதை நினைத்துக் குமுறுகிறார். நாளடைவில் கொஞ்சம் கொஞ்சமாக மிர்சா மீதான கோபம் குறைந்து, 16 வயதில் தான் கொண்டிருந்த காதலை நோக்கி மனது திரும்புகிறது. அதுவரை ஆழ்மனதில் புதைந்து கிடந்த அந்தக் காதல், மனதின் மேல்தளத்துக்கு வருகிறது. அது மைத்ரேயியின் காதல் அல்ல, மிர்சா மீது கொண்டுள்ள காதல் அல்ல. அது காதல் மட்டுமே. தூய்மையான, உடலற்ற, அழிவற்ற காதல். கொல்லப்படும் உடலில் கொல்லப்பட முடியாத ஆன்மாவாய் இருக்கும் காதல். அந்தக் காதலைக் கண்டடைகிறார் மைத்ரேயி. அப்போது அவருக்கு வயது 60-ஐ நெருங்கிவிட்டது. தன் கணவரிடம் இந்த உணர்வுகளைப் பற்றிச் சொல்கிறார். தனது

மனதின் குரலுக்கு மைத்ரேயி செவிமடுக்க வேண்டும் என்று சொல்லிவிட்டு, மிர்சாவைப் போய்ப் பார்க்கச் சொல்கிறார் கணவர்.

அப்போது சிகாகோ பல்கலைக்கழகத்தில் மிர்சா பேராசிரியராக இருந்தார். மிர்சாவைச் சந்திப்பதற்காக அந்தப் பல்கலைக்கழகத்தில் தாகூரைப் பற்றிய உரையொன்றுக்கு ஏற்பாடு செய்துகொள்கிறார் மைத்ரேயி. மிர்சாவின் அலுவலகத்துக்குள் நுழையும் மைத்ரேயி, மிர்சாவை அழைக்கிறார். மைத்ரேயியின் வருகை பற்றி ஏற்கெனவே அறிந்துகொண்டிருந்த மிர்சாவுக்கு உடல் நடுங்குகிறது. திரும்பிப் பார்க்காமலேயே பேசுகிறார். திரும்பிப் பார்த்தபோது அந்தக் கண்களில் ஒளியே இல்லை. தனக்கு ஒரு மனைவி இருக்கிறார் என்று தடுமாற்றத்துடன் பேசும் மிர்சா, மைத்ரேயியை கங்கைக் கரையில் வந்து சந்திப்பதாகவும், அங்கே தனது காதலின் உண்மையான வடிவத்தைக் காட்டுவதாகவும் வாக்களிக்கிறார்.

மைத்ரேயி இந்தியாவுக்கு வந்த பிறகு, 16 வயதில் தொடங்கும் தனது காதலிலிருந்து 60 வயதில் காதலை மறுகண்டுபிடிப்பு செய்து, அதன் தொடர்ச்சியாக மிர்சாவைச் சந்திக்கச் சென்று ஏமாற்றமடைந்ததுவரை சுயசரிதை நாவலாக வங்க மொழியில் எழுதி வெளியிடுகிறார். அந்த நாவலுக்கு சாகித்ய அகாடமி விருது கிடைக்கிறது. அவரே அதை ஆங்கிலத்திலும் மொழிபெயர்க்கிறார். 1994-ல் மிர்சாவின் நாவலின் ஆங்கில மொழிபெயர்ப்பையும், மைத்ரேயி நாவலின் ஆங்கில மொழிபெயர்ப்பையும் ஒரே நேரத்தில் சிகாகோ பல்கலைக்கழகம் வெளியிட்டது.

இரண்டு நாவல்களையும் வைத்துத் தற்போது பார்க்கும்போது உணர்ச்சி, கலைத்தன்மை, உண்மை ஆகியவற்றில் மைத்ரேயி தேவியின் நாவலே உயர்ந்து நிற்கிறது. மிர்சாவின் நாவல் கலைத்தன்மை கைகூடாத ஒரு ரொமான்டிக் நாவலாகவே மிஞ்சுகிறது. காதலின் தூய நிலையை நோக்கிச் சென்று, அதை தரிசித்து, அழிவற்ற அதன் தன்மையை உணர்ந்து சொன்னதன் மூலம் மைத்ரேயியின் நாவல் அழிவற்ற நிலையை அடைந்துவிட்டிருக்கிறது.

16 வயது பெண்ணாக இருந்தபோது ஏற்பட்ட உணர்வுகளை 60 வயதில் நினைவுகூர்வது மட்டுமல்ல, அப்படி நினைவுகூர்வதன்

மூலம் தற்போது அவருக்கு ஏற்படும் காதலின் தளும்பல்கள் பிரதியில் அவருடைய வயதை மறைக்கின்றன. படிப்பவர் ஓர் ஆண் என்றாலும் அவருடைய இளம் வயதுக் காதலை, நிறைவேறாத காதலை சமூகம், வயது, பாலினம், பாலியல் ஈர்ப்பு, திருமண எல்லைகளின் நிர்ப்பந்தங்களைத் தாண்டி, தூயதாக மீண்டும் மீட்டுத்தரும் வல்லமை கொண்டதாக இந்த நாவல் இருக்கிறது. ஆழ்மனதில் உறைந்து, கனவுகளில் எப்போதாவது தவிப்பாக வெளிப்படும் சிறு வயதுக் காதலைத் தூசு தட்டி, அதை ஒவ்வொருவருக்கும் தூயதாக மாற்றித்தரும் மாயாஜாலத்தைச் செய்யும் நாவல் இது. சு. கிருஷ்ணமூர்த்தியின் தமிழாக்கத்தில் சாகித்ய அகாடமியால் இந்த நாவல் வெளியிடப்பட்டிருக்கிறது.

(2016)

காலரா காலத்துக் காதல்: ஒரு கரோனா கால வாசிப்பு

கரோனா காலகட்டத்தில் இலக்கிய வாசகர்கள் பலருக்கும் புத்தகம் படிக்க கூடுதல் நேரம் கிடைத்திருக்கிறது. அவர்களில் பலரும் கொள்ளைநோய்கள் தொடர்பான நூல்கள், குறிப்பாக நாவல்கள் படிப்பதாகத் தெரிகிறது. இவற்றில் முன்னணி இடம் வகிப்பது ஆல்பெர் காம்யுவின் 'கொள்ளைநோய்' (த ப்ளேக்). இந்தக் கொள்ளைநோய் நாவல்கள் பெரும்பாலும் துயரகரமானவை. ஏற்கெனவே, கரோனாவின் கொடும் பிடிக்குள் சிக்கிக்கொண்டிருக்கும் நமக்கு இத்தகைய நாவல்கள் மேலும் மன உளைச்சல் தரக்கூடும். கொள்ளைநோய் பின்னணியில் அமைந்த, ஆனால் வாசிப்பதற்கு சுகமான நாவல் என்றால், அது காப்ரியேல் கார்ஸியா மார்க்கேஸின் 'காலரா காலத்துக் காதல்' (லவ் இன் த டைம் ஆஃப் காலரா, 1985) நாவலாகத்தான் இருக்கும்.

கதை 19-ம் நூற்றாண்டின் பிற்பகுதியிலும் இருபதாம் நூற்றாண்டின் முற்பகுதியிலும் நிகழ்கிறது. தோராயமாக, 1880-களில் தொடங்கி 1930-கள் வரையிலான காலகட்டம். உலகெங்கும் கொள்ளைநோய்களும் போர்களும் மனித உயிர்களைச் சூறையாடிய காலகட்டம். காலராவுக்கும் போருக்கும் சற்றும் தீவிரத்தில் குறையாத காதல் நோய் வயப்பட்ட ஃப்ளோரண்டினோ அரிஸோவின் காதல் கதையை இந்த நாவல் சொல்கிறது. தந்தி அலுவலகத்தில் வேலை பார்க்கும் 18 வயது ஃப்ளோரண்டினோ, ஒரு தந்தி கொடுக்கச்சென்ற வீட்டில் கண நேர அளவுக்குக் காட்சி தருகிறாள் அவ்வீட்டுப் பெண் ஃபெர்மினா டாஸா. அவளைக் கண்டதும் காதலில் விழுகிறான் ஃப்ளோரண்டினோ. 13 வயது ஃபெர்மினா டாஸா பள்ளிக்குப் போகும் வழியில் உள்ள பூங்காவில், தினமும் அவளைப் பார்ப்பதற்காகப் புத்தகமும் கையுமாக

உட்கார்ந்திருக்கிறான். ஃபெர்மினாவுக்கும் அவன் மேல் ஈர்ப்பு ஏற்படுகிறது. அவர்களது காதல் அடுத்த கட்டமாக கடிதங்களில் தொடர்கிறது. இரண்டு ஆண்டுகள் இப்படிக் கடிதங்கள் மூலமாகவும் வெறும் பார்வை வழியாகவும் தொடரும் காதல் ஃபெர்மினா டாஸாவின் அப்பாவுக்குத் தெரிந்துவிடுகிறது. ஃபெர்மினாவை அவளது இறந்துபோன தாயின் ஊருக்குக் கொண்டுபோய்விடுகிறார் அவளது அப்பா. இரண்டு ஆண்டுகள் அங்கே இருந்தாலும் தந்தி வழியாக இருவரது காதல் தொடர்கிறது. முதிர்ச்சி பெற்ற பெண்ணாக ஊருக்குத் திரும்பி வரும் ஃபெர்மினா, தனது வீட்டுப் பணிப்பெண்ணுடன் சந்தைக்குச் செல்கிறாள். அவளுக்குத் தெரியாமல் அவளைப் பின்தொடரும் ஃப்ளோரண்டினோ அவளுக்கு மிக அருகில் வந்து, "மகுடம் சூடிய இறைவிக்கான இடமல்லவே இது" என்கிறான். ஃபெர்மினா டாஸாவுக்கு திடீரென்று ஒரு உணர்வு ஏற்பட்டு அந்தக் காதலை முற்றிலுமாக மறுக்கிறாள். அது வெறும் மாயையே என்று கருதுகிறாள்.

நிலைகுலைந்துபோகிறான் ஃப்ளோரண்டினோ. தந்தையற்ற அவனைத் தேற்றுவதற்கு அவனது தாய் எவ்வளவோ முயல்கிறாள். அந்த நிராகரிப்பிலிருந்து அவனால் வெளிவர முடியவில்லை. இதற்கிடையே ஊரிலேயே மிகவும் மதிப்பு வாய்ந்த இளம் டாக்டர் யூவெனல் அர்பினோவுக்கும் ஃபெர்மினாவுக்கும் திருமணம் நடைபெறுகிறது. ஃபெர்மினாவுக்குத் திருமணம் நடைபெற்றாலும் அவள் என்றாவது ஒரு நாள் தன்னுடையவளாவாள் என்று நம்பிக்கை கொள்கிறான் ஃப்ளோரண்டினோ. அதற்காக, டாக்டர் யூவெனலின் இறப்பு வரைக்கும் காத்திருக்க நேரிட்டாலும் சரி என்று உறுதிகொள்கிறான். அதே போல் காத்திருக்கிறான் ஃப்ளோரெண்டினோ. ஒன்றல்ல, இரண்டல்ல, 51 ஆண்டுகள், 9 மாதங்கள், 4 நாட்கள் காத்திருக்கிறான். 81 வயது டாக்டர் அர்பினோ, மரத்தில் மேல் ஒளிந்துகொண்டிருந்த தனது செல்லக்கிளியை, ஏணியின் மீது ஏறிப் பிடிக்க முயன்றபோது கீழே விழுந்து மரணமடைகிறார்.

அந்த துக்க நிகழ்வுக்கு 76 வயது முதியவரான ஃப்ளோரண்டினோ செல்கிறார். எல்லோரும் துக்கம் விசாரித்து விட்டுச் சென்றபின், 71 வயது விதவையான ஃபெர்மினாவைப் பார்த்து, "ஃபெர்மினா, உன்னிடம் எனது மாறாத விசுவாசத்தின்

உறுதிமொழியையும் என் நீடித்த காதலையும் சொல்வதற்கான இந்த வாய்ப்புக்காக நான் அரை நூற்றாண்டு காலம் காத்திருந்தேன்” என்கிறார். கணவனை இழந்து ஒரு நாள் கூட ஆகாத ஃபெர்மினா, “வீட்டை விட்டு வெளியே போ. இன்னும் மிச்சமுள்ள உனது ஆயுள் காலம் முழுக்க உன் முகத்தை இங்கு வந்து காட்டாதே” என்று திட்டி அனுப்பிவிடுகிறார்.

அரை நூற்றாண்டுக்கும் மேலே பொறுமையுடன் கட்டிவைத்திருந்த மனக்கோட்டை ஃப்ளோரண்டினோவுக்குச் சிதைந்துவிட்டது. மறுபடியும் முதலிலிருந்து தொடங்க வேண்டிய நிலைக்கு அவரது காதல் தள்ளப்பட்டிருக்கிறது. சில நாட்கள் கழித்து ஃப்ளோரண்டினோவுக்கு ஃபெர்மினாவிடமிருந்து ஆவேசமாக ஒரு கடிதம் வருகிறது. இதையே காதலாக மாற்றிக்கொள்வதற்கான வாய்ப்பாக ஃப்ளோரெண்டினோ சிக்கெனப் பற்றிக்கொள்கிறார். ஃபெர்மினாவுக்குக் கடிதம் எழுதுகிறார். இளம் வயதில் எழுதியதுபோது மிகை உணர்ச்சி ததும்பாமல் வாழ்க்கை, மரணம், முதுமை ஆகியவற்றைப் பற்றியதாக இருக்கிறது அந்தக் கடிதம். தொடர்ந்து இதுபோல் கடிதங்களை ஃப்ளோரெண்டினோ அனுப்புகிறார். கணவனை இழந்த ஃபெர்மினாவுக்கு இந்தக் கடிதங்கள் ஆறுதல் தருகின்றன. இருவருக்கிடையே மறுபடியும் நட்பு உருவாகிறது. இந்தத் தருணத்தில் ஒரு முறை ஃபெர்மினாவை சந்திக்க ஃப்ளோரண்டினோ அவரது இல்லத்துக்குச் செல்கிறார். அந்த நேரம் பார்த்து வயிற்றில் வாயு உருவாக அதை வெளியிடாமல் இருக்க மிகவும் சிரமப்படுகிறார் ஃப்ளோரண்டினோ. ஃபெர்மினா வருகிறார். மிகவும் தர்மசங்கடமாக இந்த நிலை ஆகிவிடக் கூடாது என்பதற்காக, வாயுவை சிரமப்பட்டு அடக்கிக்கொண்டு மறுபடியும் சந்திக்க நாள் கேட்கிறார் ஃப்ளோரண்டினோ.

இப்படியாக அவர்களது சந்திப்பு தொடர்கிறது. இதை நட்பு என்ற தளத்திலேயே வைத்திருக்க ஃபெர்மினா விரும்பினாலும் ஒவ்வொரு சந்தர்ப்பத்தையும் காதல் நோக்கி எடுத்துச் செல்வதற்கே ஃப்ளோரண்டினோ முயல்கிறார். ஒவ்வொரு முறையும் அவருக்குத் தோல்வியே கிடைக்கிறது. இருவரது நட்பையும் ஃபெர்மினாவின் மகள் விரும்பவில்லை; ஆனால், மகனோ இதை ஆரோக்கியமானதாகவே பார்க்கிறார். ஃபெர்மினா தனது கணவனை இழந்து ஓராண்டுக்குப் பிறகு

மகதலீனா நதியில் ஃப்ளோரண்டினோவுடன் படகுப் பயணம் மேற்கொள்கிறார். அந்தப் பயணத்தில் ஃப்ளோரண்டினோவின் காதலை ஃபெர்மினா ஏற்றுக்கொள்கிறார். எழுபது வயதுக்கு மேற்பட்ட அந்த இருவரும் உறவுகொள்கின்றனர். அந்தப் படகுப் பயணம் முடிவற்றதாக மாறுகிறது.

ஸ்பானிய மொழியில் 'காலரா' என்பது 'காலரா' நோயையும் வேட்கையையும் குறிக்கக்கூடியது. இந்த நாவலில் காதல் ஒரு வேட்கை மிகுந்த நோயாக வெளிப்பட்டிருக்கிறது. அதுவும் ஃப்ளோரண்டினோவின் வேட்கை நீடித்து நிற்கக்கூடியதாக, கட்டற்றுப் பாயக்கூடிய நதியாக இந்த நாவலில் காட்டப்பட்டிருக்கிறது. தனது காதல் நிராகரிக்கப்பட்டதிலிருந்து முதிய வயதில் அது ஈடேற்றம் காண்பதுவரை ஃப்ளோரண்டினோ 622 பெண்களுடன் உறவு கொள்கிறான். 13 வயது இளம் பெண்ணில் தொடங்கி முதிய பெண்மணிகள் வரை அவன் உறவு கொண்ட பெண்கள் பல வகைப்பட்டவர்கள். உடலின் வேட்கையை இந்தப் பெண்களுக்காக ஃப்ளோரண்டினோ ஒதுக்கிவைத்தாலும் அவனது உளப்பூர்வமான வேட்கை ஃபெர்மினாவுக்கே உரியது. ஃபெர்மினா மீது ஃப்ளோரண்டினோ கொண்டிருப்பது ஆழமான காதல் என்றாலும், அவனது பெண் வேட்டையில் பலியாகும் சில பெண்கள் ஃப்ளோரண்டினோவின் காதல் எவ்வளவு சுயநலமிக்கது, கண்மூடித்தனமானது, பிறருடைய வலி குறித்து அக்கறை கொள்ளாதது என்பதை நமக்கு உணர்த்துகிறார்கள்.

டாக்டர் யூவெனல் அர்பினோ கதை நடக்கும் நகரத்தில் கொள்ளைநோயைக் கட்டுப்படுத்தியவராகக் காட்டப்படுகிறார். எனினும் அருகிலுள்ள மற்ற பிரதேசங்களில் கொள்ளைநோய் இருந்துகொண்டுதான் இருக்கிறது என்பதை நாவலில் சில பகுதிகள் உணர்த்துகின்றன. கொள்ளைநோயால் இறந்தவர்கள் நதியில் ஊதிப்புடைத்து மிதந்துபோகும் காட்சி ஒரு முறை வருகிறது. கொள்ளைநோயால் சில ஊர்களே வெறிச்சோடிப் போய்க்கிடக்கின்றன. இத்தனைக்கும் இடையில் வாழ்வை வாழ்வதற்கான ஒன்றாக மாற்றுவது காதல்தான். அதனால்தான் 'காலரா காலத்தில் காதல்' என்று தலைப்பிட்டிருக்கிறார் மார்க்கேஸ்.

காதல் மட்டுமல்ல, மரணம், முதுமை போன்றவற்றைப் பற்றிய அற்புதமான தியானமாக இந்த நாவல் அமைந்துள்ளது. வயதாகிவிட்டால் ஒருவர் தனது கல்லீரலின் வடிவத்தைக் கூட

அதைத் தொடாமல் உணர முடியும் என்கிறார் மார்க்கேஸ் ஒரு இடத்தில். முதுமை நம்மை உறுப்புகளின் தொகுப்பாக நமக்கு அறிமுகப்படுத்துகிறது. நாவலின் இறுதிப் பகுதியில் ஃப்ளோரண்டினோவும் ஃபெர்மினாவும் ஒருவருக்கொருவர் உதடுகளில் முத்தமிட்டுக்கொள்ளும்போது, இருவரும் மற்றவரின் வாய் துர்நாற்றத்தை உணர்கிறார்கள். எனினும் அரை நூற்றாண்டுக்கும் மேற்பட்ட ஏக்கம் ஒரு புது மணம் கொள்கிறது.

கொத்துக்கொத்தாகக் கொல்லும் கொள்ளைநோய் மரணம் போல நம் உடலிலேயே உறைந்திருக்கும் மரணம் காலத்தின் ரூபம் கொண்டிருக்கிறது. ஃப்ளோரண்டினோ 40 வயதிலேயே தன் முதுமையை உணர்கிறான். காலத்தின் மாற்றங்கள் பேரழகியான ஃபெர்மினா டாஸாவிடம் நிகழ்கின்றன. தி.ஜானகிராமனின் ‘மோக முள்’ நாவலை இது நினைவுபடுத்துகிறது. பாபுவுக்கு தெய்விக அழகின் உருவாகக் காட்சியளித்த யமுனா 40 வயதில் எலும்பும் தோலுமாகக் காட்சியளிக்கிறாள். ‘யமுனாவுக்கு எப்படி வயதாகும்?’ என்று தி.ஜாவின் மீது கோபத்துடன் முதல் மூன்று முறை அந்த நாவலை வாசிப்பதை முக்கால்வாசியோடு நிறுத்தியது நினைவுக்கு வருகிறது. அப்படித்தான் ‘ஃபெர்மினா டாஸாவுக்கு எப்படி வயதாகலாம்?’ என்ற கேள்வி நமக்கு எழுகிறது. வாழ்க்கை மீதான காதலை இரண்டு முதியவர்களின் காதல் மூலம் இறுதியில் சித்தரித்து நம் கேள்வியைக் கடக்கிறார் மார்க்கேஸ். கரோனா காலத்திலும் வாழ்வின் மீது ஆழ்ந்த பிடிப்பு ஏற்படுத்த காதல் இருக்கிறது என்ற நம்பிக்கை இந்த நாவலின் மறுவாசிப்பில் ஏற்படுகிறது.

1985–ல் ஸ்பானிஷ் மொழியில் வெளியான இந்த நாவலின் அழகிய ஆங்கில மொழிபெயர்ப்பு, எடித் கிராஸ்மன் என்ற அற்புதமான மொழிபெயர்ப்பாளரின் கைவண்ணத்தில் 1988–ல் ஆங்கிலத்தில் வெளியானது. இந்த நாவலின் திரைப்பட வடிவம் அதே தலைப்பில் 2007–ல் வெளியாகித் தோல்வியுற்றது. இங்கே, ‘மோக முள்’ நாவலுக்கு நிகழ்ந்த விபத்து அங்கே இந்த நாவலுக்கு நிகழ்ந்தது. எனினும், அந்தப் படத்தில் கதை நிகழும் இடங்களின் காட்சிப்படுத்தல், பேரழகுக் கதாநாயகி ஜோவன்னா மெஸ்ஸொஜோர்னோ ஆகிய விஷயங்களுக்காக இந்தப் படத்தை அவசியம் பார்க்கலாம்.

(2020)

மனிதர்களின் எதிர்காலம் என்ன?
டான் பிரவுனின் நாவலை முன்வைத்து...

வெகுஜன இலக்கிய வரலாற்றில் டான் ப்ரவுனின் 'த டா வின்சி கோடு' *(2003)* நாவலுக்கு இணையாகப் பரபரப்பையும் சர்ச்சையையும் சமீப காலத்தில் எழுப்பிய வேறொரு நாவலை நாம் சொல்லிவிட முடியாது. கிறிஸ்தவ மத உணர்வுகளைப் புண்படுத்திவிட்டதாக அந்த நாவல் கடுமையான எதிர்ப்புக்குள்ளானது. அந்த எதிர்ப்பே அந்த நாவலை நம்பவே முடியாத அளவுக்குப் பிரபலமாக்கியது. இதுவரை எட்டு கோடிக்கும் மேற்பட்ட பிரதிகள் விற்றிருக்கிறது. அந்த நாவலுக்குப் பிறகு டான் பிரவுன் எழுதிய 'த லாஸ்ட் சிம்பல்' *(2009)*, 'இன்ஃபெர்னோ' *(2013)* ஆகிய நாவல்களில் சர்ச்சையான விஷயங்களை டான் பிரவுன் தொடாததால் எதிர்ப்பு, விற்பனை இரண்டிலும் 'த டா வின்சி கோடு' நாவலை நெருங்க முடியவில்லை. தற்போது, மீண்டும் 'த டா வின்சி கோடு' காலத்துக்குத் திரும்ப அவருக்குள் ஆவல் எழுந்திருக்கிறது போல. சமீபத்தில் வெளியாகியிருக்கும் அவரது 'ஆரிஜின்' (Origin *[தோற்றுவாய்], 2017)* நாவலைப் படித்த பிறகு அப்படித்தான் தோன்றுகிறது.

இந்த நாவலில் குறிப்பிட்ட ஒரு மதம் என்றில்லாமல் எல்லா மதங்களையும் எல்லாக் கடவுள்களையும் டான் பிரவுன் குறிவைத்திருக்கிறார். கதை நடைபெறும் இடம் கிறிஸ்தவ மதத்தைப் பின்பற்றும் ஸ்பெயின் என்பதால் டான் பிரவுனின் அம்புகள் கிறிஸ்தவத்தை நோக்கியே அதிகம் பாய்ந்திருக்கின்றன.

டான் பிரவுனின் பிரத்யேக நாயகரான 'குறியியல்' துறை பேராசிரியர் ராபர்ட் லாங்டனுக்கு ஒரு நிகழ்வில் கலந்துகொள்ள

அவசர அழைப்பு வருகிறது. அழைப்பு விடுத்தவர் ராபர்ட்டின் முன்னாள் மாணவர் எட்மண்ட் கிர்ஷ். 40 வயதாகும் எட்மண்ட் கிர்ஷ், இளம் வயதிலேயே ஸ்டீவ் ஜாப்ஸ் போல சாதனைகளுக்கும் புகழுக்கும் சொந்தக்காரராக ஆகிவிட்டவர். எதிர்காலவியல் நிபுணர். தொழில்நுட்பத்தில், குறிப்பாக, கணினித் தொழில்நுட்பம், செயற்கை அறிவுத் தொழில்நுட்பம் போன்றவற்றில் எதிர்காலத்தில் நிகழவிருப்பவற்றை முன்கூட்டியே துல்லியமாகக் கணித்துக் கூறியவர்.

நிகழ்வு நடைபெறும் இடமான ஸ்பெயின் நாட்டின் பில்பாவ் நகரிலுள்ள க்யுகென்ஹெய்ம் நவீனக் கலை அருங்காட்சியகத்துக்கு ராபர்ட் செல்கிறார். வழக்கமாக டான் பிரவுனின் நாவல்களில் கொலையோ, திடுக்கிடச் செய்யும் பிற நிகழ்வுகளோ நாவலின் தொடக்க அத்தியாயங்களிலேயே நிகழ்ந்துவிடும். இந்த நாவலில் அப்படிப்பட்ட ஒரு சம்பவத்துக்காக 100 பக்கங்களை டான் பிரவுன் செலவழித்திருக்கிறார். நிகழ்ச்சி தொடங்குவதற்கு முன்னால் அந்த அருங்காட்சியகத்திலுள்ள நவீன ஓவியங்களையும் சிற்பங்களையும் பார்த்துக்கொண்டே வருகிறார். அந்த ஓவியங்களைப் பற்றி அவருக்கு விளக்குவதற்கு அவர் கன்னத்தில் ஒட்டிக்கொண்ட அதிநவீன ஒலிக்கடத்தி மூலம் துணைபுரிவது வின்ஸ்டன் என்ற பெயர் கொண்ட ஒரு செயற்கை நுண்ணறிவுச் சாதனம் (Artificial Intelligence Technology). இந்த நாவலின் மிக முக்கியமான பாத்திரங்களுள் ஒன்று வின்ஸ்டன். ஒரே நேரத்தில் அந்த அருங்காட்சியகத்துக்கு வந்திருக்கும் அனைவருக்கும் பிரத்யேகமாக வின்ஸ்டன் வழிகாட்டுவதுதான் இதில் விசேஷம்.

நிகழ்ச்சி தொடங்குவதற்குச் சில நிமிடங்களுக்கு முன் எட்மண்ட் தனது முன்னாள் ஆசிரியரான ராபர்ட்டை ரகசிய இடத்தில் சந்திக்கிறார். இந்த உலகத்தையே புரட்டிப்போடக்கூடிய ஒரு அறிவியல் கண்டுபிடிப்பை இன்று தான் அறிவிக்கப்போவதாகச் சொல்கிறார் எட்மண்ட். 'எங்கிருந்து நாம் வந்தோம்?' 'நாம் எங்கே செல்வோம்?' என்ற இரண்டு கேள்விகளுக்கும் விடையை தான் கண்டுபிடித்திருப்பதாகவும் அது குறித்த அறிவிப்பை வெளியிடும்போது மதங்களின் இடமும் கடவுள்களின் இடமும் தகர்க்கப்படும் என்று எட்மண்ட் குறிப்பிடுகிறார்.

அந்த அருங்காட்சியகத்தின் இயக்குநரும், ஸ்பெயினின் வருங்கால மன்னரைத் திருமணம் செய்துகொள்ளவிருப்பவருமான ஆம்ரா பீடல் நிகழ்ச்சியை அறிமுகம் செய்து தொடங்கிவைக்கிறார். தன் கண்டுபிடிப்புகளைப் பற்றிப் பேசத் தொடங்கும்போது, ஓய்வுபெற்ற கப்பற்படை வீரர் ஒருவரால் எட்மண்ட் சுட்டுக்கொல்லப்படுகிறார். கொலையாளி தப்பி ஓடிவிடுகிறார்.

தன் மாணவர் கொல்லப்பட்டதை அடுத்து, அவரின் கண்டுபிடிப்பை இந்த உலகத்தின் முன் வெளிப்படுத்தும் பொறுப்பை ஏற்கும் ராபர்ட், ஆம்ரா பீடலுடன் அங்கிருந்து தப்பிச்செல்ல, காவல்துறையின் சந்தேகப் பார்வை ராபர்ட் மீது விழுகிறது. எட்மண்டின் ரகசிய அலுவலகத்தில் உள்ள கணினியில் சேமிக்கப்பட்டிருக்கும் அவரது கண்டுபிடிப்பின் கோப்பைத் திறக்கும் 47 எழுத்துக் கடவுச்சொல்லை (அது வில்லியம் பிளேக்கின் கவிதையின் வரிகள்) கண்டுபிடிப்பதற்காக, ஸ்பெயினின் கட்டிடக் கலைக்குப் புகழ்பெற்ற சில கட்டிடங்கள் வழியாக ராபர்ட்டும் ஆம்ரா பீடலும் தேடல் வேட்டை நிகழ்த்தி இறுதியில் கடவுச்சொல்லைக் கண்டுபிடிக்கிறார்கள். நாவலின் போக்கில் கதாசிரியர் டான் பிரவுனும், கதாநாயகர் ராபர்ட் லாங்டனும் மத அமைப்புகள், அறிவியல் தகவல்கள், நவீன – மரபு கட்டிடக் கலை, ஓவியங்கள், ஸ்பெயின் வரலாறு போன்றவற்றைப் பற்றி பாடம் நடத்துகிறார்கள். இதற்கிடையே காவல்துறை துரத்தல், கொலையாளியின் குறுக்கீடு, சில கொலைகள் என்று கதை செல்கிறது. கொலைகளுக்குக் காரணம் யார் என்று இறுதியில் தெரியவரும்போது செயற்கை நுண்ணறிவுத் தொழில்நுட்பத்தின்மீது நமக்குப் பெரும் அச்சம் தோன்றுகிறது.

எட்மண்டின் கோப்பினைத் திறந்த பிறகு அதை உலகெங்கும் இணையத்தில் அதிக அளவிலான பார்வையாளர்களிடம் கொண்டுசேர்க்கும் பணியை வின்ஸ்டன் செவ்வனே செய்கிறது. எட்மண்டின் கண்டுபிடிப்பு இந்த உலகையே புரட்டிப்போடப் போதுமானதாக இருக்கிறதா, இல்லையா என்பதை இறுதியில் வாசகர்கள் அறிந்துகொள்கிறார்கள்.

‘எங்கிருந்து வருகிறோம்?’ ‘நாம் எங்கே செல்லப்போகிறோம்?’ விடையை நாவலின் இறுதிப் பகுதியில் எட்மண்டின் பல்ஊடக விளக்கம் கூறுகிறது. பிரபஞ்சத்தின் மைய நோக்கமே வெப்ப ஆற்றல் பரவலும் ஒழுங்கின்மையும்தான் (entropy).

ஒழுங்குபடுத்திக் குவிக்கப்பட்ட ஆற்றலைக் கொண்டு, இந்தப் பிரபஞ்சம் தன் ஒழுங்கின்மையை விரித்துக்கொண்டே செல்கிறது. வெப்ப ஆற்றலைப் பரப்பும் வேலையை மிகவும் திறமையாகச் செய்யக்கூடியவை உயிரினங்கள். இந்தத் தேவை காரணமாகத்தான் உயிரினங்கள் தோன்றின என்று பல்வேறு அறிவியலாளர்களின் பேட்டிகளுடன் செல்கிறது எட்மண்டின் காணொலி. டார்வினின் கோட்பாடு பரிணாமக் கொள்கையை விளக்குகிறது என்றால், இந்தக் கோட்பாடு உயிர்கள் உருவான விதத்தை விளக்குகிறது. ஆக, உயிர்களின் தோற்றத்தில் கடவுளுக்குப் பங்கு இல்லை என்கிறார் எட்மண்ட்.

அடுத்து, 'எங்கே செல்லப்போகிறோம்?' என்ற கேள்விக்கான பதில். எட்மண்டின் 'நிகழ்போலி' (simulation) விவரிப்பு விலங்கினப் பரிமாணத்தின் 10 கோடி ஆண்டுகளைக் காட்டுகிறது. வெவ்வேறு காலகட்டத்தில் எந்தெந்த உயிரினங்கள் இந்த பூமியை ஆக்கிரமிப்பு செலுத்தின என்பதை விவரிப்பின் வரைபடம் காட்டுகிறது. 6.5 கோடி ஆண்டுகளுக்கு முன்பு பூமியை டைனசோர்கள் ஆக்கிரமித்திருந்ததைத் திரையில் தெரியும் வரைபடத்தில் குமிழ்குமிழான புள்ளிகள் நமக்குக் காட்டுகின்றன. அப்படியே வெவ்வேறு காலகட்டத்தில் வெவ்வேறு உயிரினங்கள். மனித இன ஆக்கிரமிப்பு என்பது 65 ஆயிரம் ஆண்டுகளுக்கு முன்பு தொடங்குவதை நீலநிறக் குமிழ்கள் தெரிவிக்கின்றன. கடந்த 2000-வது ஆண்டுவரையும் அந்த ஆதிக்கம் அப்படியே தொடர்கிறது. கி.பி. 2000-லிருந்து சிறிய கரும் புள்ளி திரையில் தோன்றுகிறது. 2050-க்கு, அதாவது எதிர்காலத்துக்கு நகர்த்தும்போது திரை முழுக்க அந்தக் கருநிறம்தான் ஆக்கிரமித்திருக்கிறது. அது மனித இனத்தை அழித்துவிடவில்லை; உட்கிரகித்துக்கொண்டிருக்கிறது. அது என்ன புதிய உயிரினம் என்று கேட்கிறீர்களா? துல்லியமாகச் சொல்லப்போனால் அது உயிரினம் இல்லை, தொழில்நுட்பவியம் (Technium). உயிரினங்களை விட வேகமாக அதுவும் பரிணாமமடைகிறது. ஆற்றலை உட்கிரகித்துக்கொண்டு, ஆற்றலை வெளியிட்டு, ஆற்றல் பரவலுக்கு உதவுகிறது. ஆக, இயற்கையில் இதுவரை அறியப்பட்டுள்ள ஆறு பெரும் உயிரினப் பிரிவுகளுடன் ஏழாவதாக 'தொழில்நுட்பவியம்' என்ற பிரிவும் சேர்ந்திருக்கிறது என்கிறார் எட்மண்ட். பலரும் இதைக் கணித்திருந்தாலும், தான்தான் அதன் 'மாதிரி'யை உருவாக்கியதாக

எட்மண்ட் கூறுகிறார். மனித இனமும் தொழில்நுட்பவியம் என்ற இனமும் இரண்டறக் கலந்துவிடும் என்கிறார் எட்மண்ட். எப்போதும் கைபேசி, காதில் இசையொலிக்கருவி, கண் முன் கணினி என்று நமக்கு வெளியில் தொழில்நுட்பத்தை வைப்பது மட்டுமல்ல, நம் மூளையில் கணினிச் சில்லுகளையும் பொருத்தத் தொடங்கியிருக்கிறோம். இன்னும், கொழுப்பை அகற்றும் விதத்தில் ரத்தத்தில் செலுத்தி நமக்குள்ளேயே நிரந்தரமாகத் தங்கும் 'நானோபோட்'கள், மரபணுச் செம்மையாக்கம் என்று தொழில்நுட்பம் நமக்குள் ஊடுருவுவதைப் பல்வேறு எடுத்துக்காட்டுகளுடன் எட்மண்ட் கூறுகிறார்.

ஹாலிவுட்டில் எடுக்கப்படும் 'டிஸ்டோபியன்' படங்களைப் போல, ஒரு எதிர்காலத்தை எட்மண்ட் சொல்லப்போகிறார் என்று நினைத்தால் அதற்கு மாறாக, பிரகாசமான ஒரு எதிர்காலத்தை எட்மண்ட் முன்வைக்கிறார். எதிர்காலத் தொழில்நுட்பம் ஏழை, பணக்காரர் என்ற வேறுபாட்டை ஒழித்து, அனைவருக்கும் உணவு, குடிநீர், புற்றுநோய் உள்ளிட்ட நோய்களற்ற நிலை, சூழலை மாசுபடுத்தாத எரிசக்தி போன்றவற்றைத் தரும் என்று எட்மண்ட் வாயிலாக டான் பிரவுன் நம்பிக்கையளிக்கிறார். எதிர்காலத் தொழில்நுட்பம் கடும் உழைப்பிலிருந்து தொழிலாளர்களை விடுவிக்கும் என்கிறார். இப்படியெல்லாம் நடந்தால் நல்லதுதான். ஆனால், மனிதகுல வரலாற்றிலேயே தொழில்நுட்பத்தில் உச்சநிலையை அடைந்திருக்கும் கடந்த நூறு ஆண்டுகளாகத்தானே உலகில் வறுமை, ஏற்றத்தாழ்வு, சூழல் மாசுபாடு போன்றவை முன்னெப்போதும் இல்லாத அளவில் அதிகரித்திருக்கின்றன! மதங்களும் கடவுள்களும் மனித குலத்தை விடுவிக்கவில்லை என்பதுடன் பேரழிவுகளுக்குக் காரணமாகவும் இருந்திருக்கின்றன. ஆனால், மதங்களின், கடவுள்களின் இடத்தை அகற்றிவிட்டு அந்த இடத்தில் வந்து உட்கார முயலும் தொழில்நுட்பமும் (அதாவது அறிவியல்) அதையேதானே செய்கிறது. மதமும் அறிவியலும் முதலாளித்துவத்துக்கான கருவிகளாக இங்கு மாற்றப்பட்டிருக்கின்றன என்ற உண்மையை டான் பிரவுன் கண்டுகொள்ளவே இல்லை.

தொழில்நுட்பம் குறித்த சிறிய அளவிலான விமர்சனம் என்பது செயற்கை நுண்ணறிவுத் தொழில்நுட்பம் குறித்து நாவலில் வெளிப்படும் அச்சம் மட்டுமே. ஆனால், இதையெல்லாம்

ஸ்டான்லி கூப்ரிக்கின் '*2001 – எ ஸ்பேஸ் ஒடிஸி*' (2001- A Space Odyssey, 1968) உள்ளிட்ட படங்களிலும் ஏராளமான அறிவியல் புனைகதைகளிலும் நாம் ஏற்கெனவே பார்த்திருக்கிறோம்.

"இந்த பூமியையே அழித்துவிடக்கூடிய பல்வேறு தொழில் நுட்பங்கள் நம்மிடையே உள்ளன; எனினும் நாம் இன்னும் அப்படிச் செய்யவில்லைதானே. இந்த உலகில் வெறுப்பைவிட அன்பு அதிகமாக இருக்கிறது; அழிவுச் சக்தியை விட ஆக்க சக்தி அதிகமாக இருக்கிறது... வெறுப்பைவிட அன்பு பல்கிப் பெருகிக்கொண்டே இருக்கிறது, ஆனால் அதை வெளிப்படுத்தும் வழிமுறையைத்தான் நாம் கண்டுபிடிக்க வேண்டும்" என்று ஒரு பேட்டியில் டான் பிரவுன் கூறியிருப்பது நெகிழ்ச்சியூட்டுகிறது. இதுவரை பூமியைத் தொழில்நுட்பம் துடைத்தழித்துவிடவில்லை என்றாலும் அந்த சாத்தியம் இன்னும் இருந்துகொண்டிருக்கிறதுதானே! மதம், அறிவியல் இரண்டையும்விட மேலானது மட்டுமல்ல, அவற்றுக்கு அடிப்படையாக இருக்க வேண்டியதும் அறமும் அன்பும் அல்லவா!

மேலும், கடவுளின் இடத்தைத் தகர்த்துவிடுபவை என்று எட்மண்ட் முன்வைக்கும் கண்டுபிடிப்புகளைப் பார்த்து மத அடிப்படைவாதிகள் சிரிக்கக்கூடும். வெப்ப ஆற்றல் பரவலுக்காகத்தான் உயிர்கள் தாமாகத் தோன்றின என்றால் அந்தச் சூழலை உருவாக்கியது யார் என்ற கேள்வியைத்தான் 'கடவுள் படைத்த உலகு' (Creationism) கோட்பாட்டுக்காரர்கள் இயல்பாகவே முன்வைப்பார்கள். கடவுளை மறுப்பதற்கான பல மடங்கு வலுவான ஆதாரங்களை அறிவியலர்கள் எத்தனையோ பேர் முன்வைத்திருக்கிறார்கள். கோப்பர்நிக்கஸ், கலிலேயோ, டார்வின் போன்றோரின் கண்டுபிடிப்புகளுக்குப் பின்னும் மதங்களின், கடவுளர்களின் செல்வாக்குக்குக் குறைவு ஏற்பட்டிருக்கிறதா என்ன? மேலும், மதங்களோ அறிவியலோ இரண்டும் நிறுவனமயமாவதில்தான் சிக்கலே இருக்கிறது. நாட்டார் தெய்வங்களால் பேரழிவுப் போர்கள் ஏற்பட்டதாகச் சரித்திரம் இல்லையல்லவா! மேலும், எவ்வளவுதான் பகுத்தறிவின், அறிவியலின் முக்கியத்துவத்தைப் பேசினாலும் இந்த உலகில் மனித இனம் இருக்கும்வரை ஆன்மிகத் தேவை இருக்கத்தான் செய்யும். அந்த இடத்தை அறிவியலால் தகர்க்கவே முடியாது.

உயிர்களின் தோற்றத்துக்கு வெப்ப ஆற்றல் பரவல்தான் காரணம் என்ற கருதுகோளை ஜெரெமி இங்கிலாந்து என்ற இளம் அறிவியலர் சமீப காலமாக முன்வைத்துவருகிறார். இன்னும் நிரூபிக்கப்படாத ஒரு கருதுகோளை எட்மண்ட் தன் கண்டுபிடிப்பாக, அதுவும் உலகையே புரட்டிப்போடும் கண்டுபிடிப்பாக முன்வைப்பதுபோல் டான் பிரவுன் எழுதியிருப்பது வேடிக்கை! 'எங்கு செல்கிறோம்?' என்பதற்கான பதிலும் அப்படித்தான். எதிர்காலவியல் நிபுணர் கெவின் கெல்லி முன்வைத்த கோட்பாட்டைத்தான் எட்மண்ட் வாயிலாக டான் பிரவுன் முன்வைக்கிறார்.

ஆக, கதை நெடுக டான் பிரவுன் ஏற்படுத்திய எதிர்பார்ப்பை அவர் அளிக்கும் விடைகள் பூர்த்திசெய்யவில்லை என்பதே உண்மை. டான் பிரவுனின் நாவல்கள் விற்பனையில் அடைந்திருக்கும் உச்சத்தின் சிறு உயரத்தையாவது அவரது கற்பனை எட்டிப்பிடிக்காததன் விளைவுதான் 'ஆரிஜின்' நாவல். உலகத்தையே புரட்டிப்போடும் கண்டுபிடிப்பை முன்வைப்பதற்கு இரண்டு சாத்தியங்கள்தான் இருக்கின்றன. ஒன்று, கலீலியோ, நியூட்டன், டார்வின், ஐன்ஸ்டைன் போன்றோருக்கு நிகரான ஒரு விஞ்ஞானியாக டான் பிரவுன் இருக்க வேண்டும்; இல்லையென்றால், அசாத்தியமான கற்பனையைக் கொண்ட படைப்பாளியாக இருக்க வேண்டும். இந்த இரண்டிலும் சேராத ஒரு மூன்றாவது சாத்தியத்தைத்தான் டான் பிரவுன் தேர்ந்துகொண்டிருக்கிறார்: கெட்டிக்காரத்தனம்!

'த டா வின்சி கோடு' நாவலுக்கும் 'ஆரிஜின்' நாவலுக்கும் ஏராளமான வேறுபாடுகள் இருக்கின்றன. எந்த ஆதாரங்களை வைத்துக்கொண்டு 'த டா வின்சி கோடு' நாவலைத் தான் எழுதியதாக டான் பிரவுன் கூறினாரோ அந்த ஆதாரங்களில் சில போலியானவை என்று நிரூபிக்கப்பட்டுவிட்டது. ஆயினும், அதில் சொல்லப்பட்டிருந்த ஏனைய விஷயங்கள் வாசகர்கள் மத்தியில் பெரும் ஆச்சரியத்தை ஏற்படுத்தின. ரகசியக் குழுக்கள், சடங்குகள் போன்றவற்றைத் தாண்டி 'புனிதப் பெண்மை' குறித்து அந்த நாவல் பேசியது மிகவும் முக்கியமானது. நிறுவனமயமாக்கப்பட்ட கிறிஸ்தவம் (அதாவது இயேசு கிறிஸ்துவின் கிறிஸ்தவம் அல்ல) எப்படிப் பெண்ணைப் பாவத்தின் மூலாதாரமாகப் பார்க்கிறது, காலகாலமாகப்

பெண்ணை எப்படி ஒடுக்கிவருகிறது என்பதைப் பற்றிய தீவிரமான விவாதங்களை 'தி டா வின்சி கோடு' எழுப்பியது. வெகுஜன, பரபரப்பு நாவல்தான் என்றாலும் டான் பிரவுனின் கற்பனையானது அந்த நாவலில் பல்வேறு புள்ளிகளை இணைத்து, வாசகர்களுக்கு சுவாரசியமான அனுபவத்தையும் கொடுத்தது. 'ஆரிஜின்' நாவலிலோ கற்பனையை விடுத்துவிட்டு உண்மையான அறிவியல் கருதுகோள்கள்களின் அடிப்படையில் புள்ளிகளை இணைக்க டான் பிரவுன் முயன்றிருக்கிறார். அதற்காக, ஏராளமான பரபரப்பையும் சேர்த்திருக்கிறார். புள்ளிகளைக் கற்பனை கொண்டு அல்லாமல் தகவல்களைக் கொண்டு இணைக்க முயன்றதால் வெகுஜன வாசிப்பு அளவுகோல்களிலும் நாவல் வீழ்ந்துவிடுகிறது.

'த டா வின்சி கோடு' நாவல் அளவுக்கு எதிர்ப்பு உருவாகும் என்ற கற்பனையில் டான் பிரவுன் இந்த நாவலை எழுதியிருக்கக்கூடும் என்று சர்வநிச்சயமாகத் தெரிகிறது! ஆனால், இணையம் உள்ளிட்ட தொழில்நுட்பங்கள் நீக்கமற வியாபித்திருக்கும் இன்றைய உலகில் இன்னும் விக்கிபீடியா தன்மையில் தன் நாவல்களை டான் பிரவுன் எத்தனை காலம் எழுதிக்கொண்டிருக்கப்போகிறார் என்பதுதான் தெரியவில்லை.

(2017)

இந்தியாவின் 'டா வின்சி கோட்'

ஜெயமோகன், 'நமக்குத் தேவை டான் பிரவுன்கள்' என்ற தலைப்பில் ஒரு கட்டுரை எழுதியிருப்பார். 'த டா வின்சி கோட்' என்ற பரபரப்பான வெகுஜன நாவலை எழுதி உலகப் புகழும் (நிந்தனையும்) பெற்றவர் டான் பிரவுன். ஆங்கிலத்தில் டான் பிரவுனின் புத்தகங்களும் கோடிக்கணக்கில் விற்கின்றன, ஹாரி பார்ட்டர் நாவல்களும் கோடிக்கணக்கில் விற்கின்றன. அதே நேரத்தில், இன்றுவரை இலக்கியத்தைப் பொறுத்தவரை ஷேக்ஸ்பியரின் படைப்புகள்தான் முதல் இடத்தில் இருக்கின்றன. இப்படியாக, எல்லா இலக்கிய வகைகளிலும் தரமான எழுத்துக்களைக் கொண்டு ஆங்கிலம் உலகாள்கிறது. இந்திய மொழிகளிலோ தீவிர இலக்கியப் படைப்பைத் தவிர மற்ற வகைகளில் சொல்லிக்கொள்ள அநேகமாக ஏதும் இல்லை. அந்தக் குறையைப் போக்க இந்தியாவின் டான் பிரவுனாக உருவாகியிருக்கிறார் மலையாள எழுத்தாளர் ட்டி.டி. ராமகிருஷ்ணன். ஆனால், இரண்டு பேருக்கும் முக்கியமான வேறுபாடு ஒன்று இருக்கிறது. ராமகிருஷ்ணனின் 'ஃபிரான்ஸிஸ் இட்டிக்கோரா' (உயிர்மை வெளியீடு) நாவலில் ஓடும் இலக்கிய நயம்தான் அது.

டான் பிரவுன் தனது நூலில் கூறப்பட்டிருக்கும் தகவல்களும் முழுவதும் உண்மை என்று ஒப்புதல் வாக்குமூலம் கொடுத்திருப்பார். ராமகிருஷ்ணனோ உண்மையும் கற்பனையும் கலந்த நாவல் இது; எது உண்மை எது கற்பனை என்பதை வாசகர்களின் கற்பனைக்கே விட்டுவிடுகிறேன் என்கிறார்.

15–ம், 16–ம் நூற்றாண்டுகளில் வாழ்ந்த வியாபாரியும், வியாபாரத்துக்காகக் கடல் கடந்து சென்றவனும், கணிதத்தில் அசாதரணமான அறிவைப் பெற்றவனுமான ஃபிரான்ஸிஸ் இட்டிக்கோராவைப் பற்றிய தேடல்தான் இந்த நாவலின்

மையம். ஒரு வகையில் டான் பிரவுனின் நாவலில் டாவின்சிக்குக் கொடுக்கப்பட்டிருக்கும் இடம் இந்த நாவலில் இட்டிக்கோராவுக்குக் கொடுக்கப்பட்டிருக்கிறது. ஃபிரான்ஸிஸ் இட்டிக்கோராவின் பரம்பரையில் வந்த சேவியர் ஃபெர்னாண்டோ இட்டிக்கோரா என்ற அமெரிக்கவாழ் இளைஞன் தன்னுடைய கேரள வேர்களைத் தேடவும், இழந்துபோன ஆண்மையை மீட்கவும் மூன்று இளம் பெண்களின் உதவியை நாடுகிறான். ரேகா, பிந்து, ரஸ்மி என்ற பெயருடைய அந்தப் பெண்கள் வேறு வேறு தொழில்களில் ஈடுபட்டிருந்தாலும் ரகசியமாக அதிநவீனப் பாலியல் தொழிலில் ஈடுபட்டுவருகிறார்கள். இட்டிக்கோராவைப் பற்றிய தேடலில் அவர்களுக்கு எதிர்பாராத ஆச்சரியங்களும் ஆபத்துகளும் ஏற்படுகின்றன. இட்டிக்கோராவின் வழிவந்த 18–ம் கூட்டத்தார் என்ற மூடுண்ட, ரகசியச் சடங்குகளைக் கொண்ட குடும்பத்தினர்களைப் பற்றித் தெரியவருகிறது.

18–ம் கூட்டத்துக் குடும்பத்தினரின் சடங்குகள் விசித்திர மானவை. கோராப் பாட்டனுக்குக் கொடுத்தல், கோராப் பணம் என்று கிடைக்கும் தகவல்கள் அமானுஷ்யமாக இருக்கின்றன. 18–ஆம் கூட்டத்தாரைப் பற்றி எழுதப் போய் மரணத்தைத் தேடிக்கொண்ட ஒருவரைப் பற்றியும் தெரியவருகிறது. இந்தச் சமூகத்தைச் சேர்ந்தவர்கள் அதிகார மட்டங்களிலும் இருக்கிறார்கள். அவர்களில் ஒரு பெண் நாடாளுமன்ற உறுப்பினர்; இந்தப் பெண் மூன்று பெண்களின் வாடிக்கையாளரும்கூட. 18–ம் கூட்டத்தாரைப் பற்றிய தேடலை அறிந்துகொண்டு மூவரையும் அவர் மிரட்டுகிறார். இந்தக் கூட்டத்தார் காலம் காலமாகத் தங்கள் வியாபார லாபத்தில் ஒரு பகுதியைக் கோராப் பணமாகச் சேர்த்துவைத்திருப்பது, எல்லா மர்மங்களுக்கும் பின்னணியாக இருக்குமோ என்று சந்தேகம் கொள்ள வைக்கிறது.

கதை இப்படிப் போய்க்கொண்டிருக்க கிளைக் கதைகளாகப் பல்வேறு கதைகள் விரிகின்றன. அவற்றில் வரலாற்றின் முதல் பெண் கணிதவியலாளரான ஹைபேஷாவைப் பற்றியது மிகவும் முக்கியமானது. மதவாதிகளால் கொல்லப்பட்ட ஹைபேஷாவின் கணிதத்தை இட்டிக்கோரா முதலானவர்கள் காப்பாற்றிவருவதாகவும், நவீன காலக் கணித மேதைகளான பால் எர்டிஷ், அலெக்ஸாண்டர் குராடென்டீக் போன்றோர் ஹைபேஷா, இட்டிக்கோராவின் கணிதச் சிந்தனைகளால் தாக்கம் பெற்றவர்கள் என்றெல்லாம் சிறகு விரிக்கிறது. இந்திய, மேற்கத்திய கணிதச் சிந்தனைகளும் இடம்பெறுகின்றன. பை, பி (தங்க

விகிதம்) என்றெல்லாம் சிறகு விரித்திருக்கிறது ராமகிருஷ்ணனின் புனைவு. கணிதத்தையும் புனைவையும் ஒன்றுசேர்த்து, வெகுஜன வாசிப்புக்கு ஏற்ப கொடுப்பது என்பது அவ்வளவு சாதாரண விஷயமில்லை. அதை அற்புதமாகச் செய்திருக்கிறார் ராமகிருஷ்ணன். எனினும், நாவலில் கணிதம் இடம்பெற்றிருக்கும் அளவு சற்று அதிகமே. முக்கியமாக, ஃபெர்மாவின்(Fermat) தொலைந்துபோன தேற்றத்துக்கு ஒதுக்கப்பட்டிருக்கும் பக்கங்கள் அதிகம்.

ரகசியச் சமூகம், விசித்திரச் சடங்குகள், கணிதம் என்று மட்டும் நிற்கவில்லை. இராக் மீது அமெரிக்கா நடத்திய கொடும் போரின் அமெரிக்கப் பிரதிநிதியாக, சாட்சியாக இருப்பவன் இளைஞன் இட்டிக்கோரா. அமெரிக்காவின் அத்துமீறலை அம்பலப்படுத்துவதற்கு நியூயார்க் டைம்ஸின் பால் குரூக்மன் (பொருளாதாரத்துக்காக நோபல் பரிசு பெற்றவர்) இட்டிக்கோராவை ஒரு கூட்டத்துக்கு அழைக்கிறார். சதாம் ஹுசேனுக்கும் ரம்ஸ்ஃபீல்டுக்கும் இடையே நடந்த உரையாடல் அந்தக் கூட்டத்தில் வெளியிடப்படுகிறது. அது மட்டுமா, நாவலின் தொடக்கத்திலேயே ஆபுகிரேப் சிறையில் நடத்தப்படும் சித்திரவதை குறித்தும் வருகிறது. இப்படியாக, கேரளம், எகிப்து, இத்தாலி, லத்தீன் அமெரிக்க நாடுகள், இராக், அமெரிக்கா என்று உலக நாடுகள் பலவற்றுக்கும் பயணிக்கிறது இந்த நாவல். துப்பறியும் நாவல் போலவும், வெவ்வேறு கலாச்சாரங்களின் சடங்குகளுக்கிடையே ஒப்புமை காணும் நாவலாகவும், கணிதப் புனைவாகவும், சமகால அரசியல் நாவலாகவும் 'ஃபிரான்ஸிஸ் இட்டிக்கோரா' நாவல் உருவாகியிருக்கிறது. இவற்றில் சில தளங்களில் முழுமையை எட்டவில்லை என்பதுதான் உண்மை. வரலாற்றை நாவல் தோண்டி எடுத்தாலும், கதை தொடங்கப் போகும் இடத்தில் முடிந்துபோய்விடுகிறது. கோராப் பணம், 18–ம் குடும்பத்தினரின் ரகசியங்கள் என்று நீண்ட தூரம் பயணிக்க வேண்டிய நாவல், தனக்குத் தானே திருப்தி அடைந்துகொண்டு பயணத்தின் தொடக்கத்திலேயே நின்றுவிடுகிறது. இது போன்ற குறைகளைத் தவிர்த்துவிட்டுப் பார்த்தால் இந்தியாவில் எழுதப்பட்ட முக்கியமான சர்வதேச நாவலாக இதைக் கருதலாம். அவசியமான மலையாள வாடையுடன், வாசிப்பு சுவாரசியத்தை எந்த விதத்திலும் குறைத்துவிடாமல் மலையாளத்திலிருந்து இந்த நாவலை குறிஞ்சிவேலன் மொழிபெயர்த்திருக்கிறார்.

(2016)

இரட்டைப் புலப்பெயர்வின் தமிழ் வாழ்க்கை

நவீன வாழ்வின் மிகப் பெரிய துயரங்களுள் ஒன்று அகதி வாழ்க்கை! 2020-ன் கணிப்பின்படி, தங்கள் நாடுகளை விட்டுப் பிற நாடுகளுக்குப் புகலிடம் தேடிச் சென்ற 28.10 கோடி அகதிகள் இருக்கிறார்கள். உலகின் மொத்த மக்கள்தொகையில் இது 3.6%. இதைத் தவிர, ஒவ்வொரு நாட்டிலும் உள்நாட்டிலேயே அகதிகள் காணப்படுகிறார்கள். இந்தியாவுக்குள் சுமார் 10 கோடி உள்நாட்டு அகதிகள் காணப்படுகிறார்கள். இவர்களில் பெரும்பாலானோர் இந்தி பேசும், ஏழ்மை நிறைந்த மாநிலங்கள், வடகிழக்கு மாநிலங்கள் ஆகியவற்றிலிருந்து இந்தியாவின் மேற்கு மாநிலங்களுக்கும் தெற்கு மாநிலங்களுக்கும் புலம்பெயர்ந்தவர்கள். இலக்கியமும் அகதிகள் பிரச்சினையைப் பிரதிபலித்துவருகிறது. சமீபத்தில் இலக்கியத்துக்கான நோபல் பரிசு வழங்கப்பட்ட அப்துல்ரசாக் குர்னாவும் ஒரு புலம்பெயர் எழுத்தாளர்தான். கனகராஜ் பாலசுப்பிரமணியத்தின் 'வாட்டர் மெலன்' (யாவரும் வெளியீடு) தொகுப்பில் உள்ள சிறுகதைகள் பெரும்பாலும் புலம்பெயர் வாழ்க்கையின் துயரத்தையே பேசுகின்றன. இந்தக் கதைகளின் தனித்துவம் என்னவென்றால், இவை இரட்டைப் புலப்பெயர்வின் கதைகள். சமயத்தில் பன்மடங்கு புலப்பெயர்வு என்றும் கூறலாம்.

இந்தக் கதைகள் கன்னடத்தில் எழுதப்பட்டிருந்தாலும் தமிழ் வாழ்க்கையையே இவை சித்தரிக்கின்றன. நூறு ஆண்டுகளுக்கு முன்பு தமிழ்நாட்டிலிருந்து கர்நாடகத்துக்குச் சென்ற தமிழர்கள், அவர்களின் சந்ததிகள் ஆகியோரைப் பற்றிய கதைகள் இவை. ஒரு புலப்பெயர்வு போதாதென்று அங்கிருந்து வளைகுடா நாடுகளுக்குச் செல்லும் அவர்களின் பாடுகளைப் பேசுவதால் இவை இரட்டைப் புலப்பெயர்வின் கதைகளாகின்றன.

முதல் கதையான 'மறையாத வடு' யதார்த்த பாணியில் ஆரம்பித்தாலும், முடிவில் மாய யதார்த்த பாணிக்கு மாறுகிறது. வளைகுடா நாடுகளில் தங்கள் சொந்தபந்தங்களைப் பிரிந்து, தங்கள் உழைப்பால் சொந்த நாட்டில் உள்ள குடும்பத்தைக் கரையேற்றிவிட்டு, மீண்டும் தாய்நாடு திரும்பும்போது ஒட்டுமொத்த வாழ்க்கையும் எல்லோரும் பார்த்திருக்கக் கரைந்துபோய்விடுவதை அந்தக் கதையில் கட்டியெழுப்பியிருப்பார் கனகராஜ். பாகிஸ்தானில் பிறந்து, இந்தியாவில் மணம் புரிந்து, வளைகுடா நாட்டில் வேலை பார்க்க வந்திருக்கும் யூசுஃபைப் பற்றிப் பேசுகிறது 'காற்றுவெளியின் நிழல்' கதை. தலை வெட்டி நிறைவேற்றப்படும் தண்டனை ஒன்றைப் பற்றியும் அந்தக் கதை பேசுகிறது. 'மரணம் திடீர் என்று வந்து தாக்காது. அது மனிதனின் உள்ளே எப்போதும் விழிப்புடன் இருக்கும் நீரூற்று' என்கிறது கதை சொல்லும் குரல்.

தொகுப்பின் முக்கியமான கதைகளுள் ஒன்று 'கோருகன'. தமிழ்நாட்டிலிருந்து கர்நாடகத்துக்குச் சென்றும் தங்கள் சாதி வெறியை விடாத ஒரு இனக்குழுவைப் பற்றி வளைகுடா நாட்டில் இருந்தபடி வீரசேனன் என்ற பாத்திரம் நினைவுகூரும் கதை. அந்த இனக்குழுவினரையும் பாலைவனத்தில் வசிக்கும் பதூவன் அரேபியர்களையும் ஒப்பிட்டுப் பேசுகிறது கதை. ரத்தத்துக்குப் பதில் ரத்தம் என்ற வெறி அவர்கள் இருவருக்குள்ளும் ஓடுகிறது. கதைநாயகரும் சிகை திருத்துபவருமான வீரசேனனுக்கும் பழி தீர்க்கக் கணக்கு ஒன்று உண்டு. ஆனால், புலம்பெயர் வாழ்க்கையில் அந்த உணர்வு வலுவிழந்துபோகிறது. இந்தக் கதையோடு வைத்துப் பார்க்க வேண்டியது 'இணை' என்ற கதை. அதே இனக்குழுவின் கதை. ஒரே குடும்பத்துக்கும் அப்பா, மகன்களுக்கு இடையிலான வஞ்சம், படுகொலை என்று செல்லும் கதை அது. இந்த இரண்டு கதைகளும் 'தேவர் மகன்', 'கிழக்குச் சீமையிலே', 'மதயானைக் கூட்டம்' போன்ற திரைப்படங்களை நினைவூட்டுகின்றன.

இலங்கையிலிருந்து புலம்பெயர்ந்த குடும்பத்தின் கதையை 'சிலோன் சைக்கிள்' கதை சொல்கிறது. ஒரு குடும்பத்தை நடத்துவதற்கு மாதம் முழுதும் ஓட வேண்டிய நிலையைப் பற்றியும் பேசுகிறது கதை. அப்படிப்பட்ட குடும்பத்தைச் சேர்ந்த கதைநாயகன், பள்ளியில் படிக்கும்போது சுற்றுலா

செல்ல ரூ.1,000 கேட்கிறான். அது அந்தக் குடும்பத்தின் ஒரு மாத வருமானத்துக்குச் சமம் எனும்போது, அவனின் கனவு கலைகிறது. தனது எளிய கனவொன்றை நிறைவேற விடாத நிலைக்குத் தன்னை வைத்திருக்கும் சமூகத்தின் மீது அல்லாமல், தன் குடும்பத்தின் மீதும் அப்பாவின் 'சிலோன் சைக்கிள்' மீதும் கோபம் திரும்புகிறது. பலருடைய வாழ்க்கையிலும் நடந்திருக்க வாய்ப்புள்ள கதை இது.

'விட்டில் பூச்சி' கதையின் பெருமாயி கிழவி ஓர் ஆழமான சித்தரிப்பு. கி.ரா. கதையொன்றைப் படிப்பதுபோல் இருக்கிறது. கதை சொல்பவன் பெருமாயிக் கிழவியின் சாவுக்குத் தான்தான் காரணமா என்று கேட்டுக்கொள்ளும், புதிர் மிகுந்த கதை. சாவு வீட்டில் தமிழ்நாட்டுச் சடங்குகளின் தொடர்ச்சியாக ஒப்பாரி வைக்கும் பெருமாயி கிழவி, அந்தத் தருணங்களுக்கு மட்டும் அவள் அணிந்துகொள்ளும் தன் தாயின் கனத்த தோடு, அந்தத் தோட்டை அணியும்போது தாயின் நினைவில் அவளுக்கு வரும் ஒப்பாரி என்று நேரடித் தமிழ்க் கதையைப் படிக்கும் உணர்வை இந்தக் கதை ஏற்படுத்துகிறது. அவளின் பேத்தி மனவளர்ச்சி குன்றியவள். ஆயினும் அவளுக்குள்ளும் தகிக்கும் காம உணர்வை கனகராஜ் நேரடியாகவும் பூடகமாகவும் இறுதியில் அதற்கு விலையாக அவள் தன் உயிரைக் கொடுக்க வேண்டியிருந்ததை உக்கிரமாகவும் எழுதியிருக்கிறார்.

தமிழர்களின், இந்தியர்களின் புலப்பெயர்வைப் பற்றி மட்டுமல்ல, பிற நாட்டிலிருந்து இந்தியாவுக்கு வந்திருப்பவர்களைப் பற்றியும் அவர்களை நாம் எப்படி நடத்துகிறோம் என்பதைப் பற்றியும் 'வாட்டர் மெலன்' கதை பேசுகிறது. மேலுமொரு அடுக்காக, ஆணிலிருந்து பெண்ணாகவும் பெண்ணிலிருந்து ஆணாகவும் புலப்பெயர்வடையும் இருவரைப் பற்றியும் அந்தக் கதை ஆழமாகப் பேசுகிறது. அப்படிப்பட்டவர்களைச் சமூகம் அமானுஷ்யமான கிணற்றொன்றில் எப்போதும் அமிழ்த்திவிடுகிறது.

'வீட்டுக்குள் பாயும் அருவி' கதை, மிக மோசமான குற்றம் ஒன்றைச் செய்திருக்கக்கூடிய வயதான மனிதர் ஒருவரைப் பற்றியது. கதையை அவருடைய நோக்கில் கொண்டுசெல்வது நல்ல உத்தி. குற்றம் செய்பவருக்குப் பெரும்பாலும் தான் செய்தது குற்றம் என்றே தோன்றாது; அந்த நோக்கிலிருந்து

கதை சொல்லப்படும்போதும்கூட வாசகருக்கு அந்தக் குற்றத்தின் தீவிரம் உறைத்து, அதிர்ந்துபோகிறார்கள். பிள்ளைகள், பேரப்பிள்ளைகள் என்று எல்லோரும் அவரை அடித்து நொறுக்கி, முகத்தில் காறியுமிழ்கிறார்கள். முதியவர் என்று இரங்குவதா, பெருங்கொடுமையை நிகழ்த்திய ஒருவர் என்று வெறுப்பதா என்று தெரியாமல் வாசகர்கள் தத்தளிக்க வேண்டிய நிலை. முழுக்கவும் பூடகமாகச் சொல்லப்பட்ட கதை இது. பிற கதைகளிலும் இதே மாதிரியான பூடகம் கனகராஜுக்குக் கைகொடுத்திருக்கிறது.

உள்ளூர்த்தன்மையும் சர்வதேசத்தன்மையும் ஒரே நேரத்தில் கனகராஜுக்கு வாய்த்திருக்கின்றன. கதையின் கலை மதிப்பைத் தாண்டியும், விசித்திரமான ஒரு புலம்பெயர் வாழ்க்கையின் ஆவணங்கள் என்றும் இந்தக் கதைகளை நாம் கருதலாம். இந்தக் கதைகளைக் கன்னடத்திலிருந்து தமிழுக்குக் கொண்டுவந்திருப்பதால், புனைவின் புதுவகைப் பிராந்தியமொன்றைத் தமிழுக்குச் சேர்த்திருக்கிறார் கே.நல்லதம்பி.

(2021)

லூயிஸ் க்லூக்: நோபலின் மற்றுமொரு ஆச்சரியம்

கடந்த சில ஆண்டுகளாக இலக்கியத்துக்கான நோபல் பரிசு, வெளியுலகால் அதிகம் அறியப்படாதவர்களுக்கு வழங்கப்பட்டுவருகிறது. இதில் விதிவிலக்கு பாப் டிலன் (2016). ஒவ்வொரு ஆண்டும் முரகாமீக்கு வழங்கப்படும், ஃபிலப் ராத்துக்கு வழங்கப்படும் என்று எதிர்பார்க்கப்படும். எதிர்பார்ப்பிலேயே பிலப் ராத்தும் காலமாகிவிட்டார். இந்த ஆண்டும் எதிர்பார்ப்புப் பட்டியலில் ஹரூகீ முரகாமீ இருந்தார். கூடவே, அவரைப் போல நீண்ட காலம் காத்திருக்கும் கூகி வா தியாங்கோவும் இருந்தார். மேலும், கனடிய கவிஞர் ஆன் கார்ஸன், ரஷ்ய நாவலாசிரியர் ல்யூட்மிலா உலிட்ஸ்கயா, சீன நாவலாசிரியர் யான் லியான்கே, ஆன்டிகுவா–அமெரிக்க எழுத்தாளர் ஜமைக்கா கின்கைட் போன்றோரும் இருந்தனர். ஆனால், எதிர்பாராதவர்களுக்கு நோபல் பரிசு கொடுக்கும் மரபின் தொடர்ச்சியாக இந்த ஆண்டின் (2020) நோபல் பரிசு அமெரிக்கக் கவிஞர் லூயிஸ் க்லூக்குக்கு (77) வழங்கப்பட்டிருக்கிறது. 'அவரது தனித்துவமான கவிதைக் குரல் அலங்காரமற்ற அழகுடன் தனிநபர் இருப்பை அனைவருக்கும் பொதுவானதாக ஆக்குகிறது' என்று நோபல் அறிவிப்பு கூறுகிறது.

லூயிஸ் க்லூக் வெளியுலகுக்கு அதிகம் பரிச்சயமில்லாதவர் என்றாலும் அமெரிக்காவுக்குள் மிகவும் பிரபலமானவர். அமெரிக்காவில் கவிதைக்கு வழங்கப்படும் அனைத்து விருதுகளையும் அவர் பெற்றிருக்கிறார். 'தி வைல்டு ஐரிஸ்' என்ற கவிதைத் தொகுப்புக்காக 1993–ல் புலிட்சர் பரிசு பெற்றிருக்கிறார். அது மட்டுமல்லாமல் 2015–ல் அப்போதைய அமெரிக்க அதிபர் ஒபாமாவின் கையால் 'நேஷனல் ஹ்யூமானிட்டீஸ் மெடல்' பெற்றிருக்கிறார். இவை தவிர, அமெரிக்கப் படைப்பாளிகளுக்கு

வழங்கப்படும் மிக உயரிய விருதான 'தேசிய புத்தக விருது' (2014), 'பொலிங்கன் பரிசு' (2001) போன்றவற்றையும் பெற்றிருக்கிறார். 2003–04 ஆண்டுகளில் அமெரிக்க அரசின் அவைக் கவிஞராகவும் தேர்ந்தெடுக்கப்பட்டிருக்கிறார். பிரபல்யத்தை அதிகம் விரும்பாத லூயிஸ், அந்தக் கௌரவத்தை மிகவும் தயக்கத்துடனேயே ஏற்றுக்கொண்டார்.

1943–ல் நியூயார்க்கில் லூயிஸ் க்லூக் பிறந்தார். இவர் வளர்ந்ததெல்லாம் நியூயார்க் மாநிலத்தில் உள்ள லாங் ஐலேண்டு என்ற தீவில். பதின்பருவத்தில் இவர் பசியின்மை நோயால் பெரும் பாதிப்படைந்தார். இது அவரது கவிதை உலகத்தில் பெரும் தாக்கத்தை ஏற்படுத்தியிருக்கிறது என்று கருதப்படுகிறது. தனது மேற்படிப்பை கொலம்பியா பல்கலைக்கழகத்தில் முடித்த லூயிஸ் க்லூக் முழு நேரக் கவிஞராக இருக்க வேண்டுமென்று ஆசைப்பட்டார். இது குறித்து அவர் ஒரு பேட்டியில் இப்படிக் கூறியிருக்கிறார்: "நான் இளம் பெண்ணாக இருந்தபோது எழுத்தாளர்கள் எந்த மாதிரி வாழ்க்கை வாழ வேண்டுமென்று சொல்லப்படுகிறதோ அதுபோன்றதொரு வாழ்க்கையை நடத்தினேன். அதாவது, உலகத்தை ஒதுக்கித் தள்ளிவிட்டு நமது எல்லா சக்தியையும் கலைப் படைப்பை உருவாக்குவதில் குவிப்பது. எனது மேசை முன் உட்கார்ந்துகொண்டு எழுத முயல்வேன். என்னால் எதையும் எழுத முடியவில்லை. நாம் இந்த உலகத்தைப் போதுமான அளவு ஒதுக்கித் தள்ளாததால்தான் என்னால் எழுத முடியவில்லை என்று நினைத்தேன். இதே மாதிரி இரண்டு ஆண்டுகள் இருந்த பிறகுதான் எனக்குப் புரிந்தது இப்படியே இருந்தால் என்னால் எழுத்தாளர் ஆக முடியாது என்று. அதனால், வெர்மான்ட்டில் ஆசிரியர் வேலைக்குச் சேர்ந்தேன்; உண்மையான கவிஞர்கள் ஆசிரியர் பணியில் ஈடுபடுவதில்லை என்று அதுவரை நான் நம்பிவந்தபோதும். ஆனாலும், அந்த வேலையில் சேர்ந்தேன். ஆசிரியர் பணியில் நான் ஈடுபட ஆரம்பித்த தருணத்தில், இந்த உலகத்தில் நான் ஆற்ற வேண்டிய கடமைகளை ஏற்றுக்கொண்ட தருணத்தில், நான் மறுபடியும் எழுத ஆரம்பித்தேன்."

லூயிஸ் க்லூக்கின் முதல் தொகுப்பான 'ஃபேர்ஸ்ட்பான்' 1968–ல் வெளிவந்தது. இதுவரை 12 கவிதைத் தொகுப்புகள் வெளியாகியிருக்கின்றன. இரண்டு கட்டுரைத் தொகுப்புகள்

வெளியாகியிருக்கின்றன. லூயிஸ் க்லூக்கின் கவிதை சிறிய உலகத்தைப் பற்றியது. அதாவது, தன்னைப் பற்றியது என்றாலும் அது அமெரிக்கர்களை ஈர்த்திருக்கிறது. ஃபேஸ்புக், இன்ஸ்டாகிராம் போன்ற சமூக ஊடகங்களில் லூயிஸ் க்லூக்கின் கவிதை வரிகள் பதிவிடப்படுவது சகஜம். அமெரிக்காவுக்கு வெளியில் தற்போது நோபல்தான் லூயிஸ் க்லூக்கைக் கொண்டுசென்றிருக்கிறது என்பதால் அவரது கவிதைகளை உலகம் எப்படி அணுகப்போகிறது என்பது இனிமேல்தான் தெரியும். லூயிஸ் க்லூக்கின் கவிதையொன்று இங்கே...

தாலாட்டு

ஒரு விஷயத்தில் என் அம்மா கைதேர்ந்தவர்:
தான் நேசிக்கும் மனிதர்களை
வேறோர் உலகுக்கு அனுப்புவாள்.
சிறியவர்கள், குழந்தைகள்- அவர்களைத்
தாலாட்டுவாள், கிசுகிசுப்பதுபோல் பாடுவாள்
அல்லது மெல்லிய குரலில் பாடுவாள்.
என்னால் சொல்ல இயலாது
என் தந்தைக்கு அவள் என்ன செய்தாள் என்று:
எதுவாக இருந்தாலும்,
அது சரியாகத்தான் இருக்கும் என்று நம்புகிறேன்.
இரண்டும் ஒன்றுதான், உறக்கத்துக்கும் மரணத்துக்கும்
ஒருவரைத் தயார்ப்படுத்துவது.
தாலாட்டுப் பாடல்களைப் பற்றி இப்படிச் சொல்வார்கள்-
அஞ்ச வேண்டாம், அப்படித்தான் அம்மாவின்
இதயத் துடிப்பை விளக்க முடியும் என்று.
ஆக, உயிருள்ளவர்கள் மெதுவாக அமைதியாகிறார்கள்;
இறந்துகொண்டிருப்போர்தான்
அமைதியடைய முடியாமல்
மறுக்கிறார்கள்.
இறந்துகொண்டிருப்பவர்கள் பம்பரங்களைப் போல,
சுழல்மானிகளைப் போல -
நிச்சலனமாகத் தோன்றுமளவுக்கு
வேகமாகச் சுழல்கிறார்கள்.
அப்புறம் அவர்கள் திசையெங்கும் சிதறிப்போகிறார்கள்:
என் அம்மாவின் கைகளில், என் தங்கை
அணுக்களின், அணுத்துகள்களின் மேகமாக இருந்தாள் -
அதுதான் வித்தியாசம்.

ஒரு குழந்தை உறக்கத்தில் இருக்கும்போது,
அது இன்னும் முழுமையாக இருக்கிறது.
என் அம்மா மரணத்தைக் கண்டிருக்கிறாள்;
ஆன்மாவின் முழுமை பற்றி அவள் பேசுவதில்லை.
ஒரு குழந்தையை, ஒரு முதியவரை
அவள் கைகளில் ஏந்தியிருக்கிறாள்
ஒப்பிட்டுப் பேசினால், அவர்களைச் சுற்றிலும்
இருள் பரவிற்று,
இறுதியில் அவர்களை மண்ணாக ஆக்கியவாறு.
எல்லாப் பருப்பொருளையும் போன்றதுதான் ஆன்மா:
அது ஏன் மாறாமல் இருக்க வேண்டும்,
அதன் ஒரு வடிவத்துக்கு ஏன் அது
விசுவாசமாக இருக்க வேண்டும்,
அதனால் சுதந்திரமாக இருக்க முடியும்போது?
  (தமிழில்: ஆசை)

(2020)

'துயிலின் இரு நிலங்கள்': துன்பியலிலார்ந்த விபத்து

1

பிற மொழிக் கவிதைகள், காவியங்களுடனான ஊடாட்டம் தமிழ் இலக்கியத்தை எப்போதுமே செழுமைப்படுத்தியே வந்திருக்கிறது. 'வால்மீகி ராமாயணம்' என்ற காவியக் கவிதையை உள்வாங்கித் தமிழ் மரபுக்கேற்ப கம்பர் புத்துருவாக்கிய 'கம்ப ராமாயண'த்தைவிட இதற்குச் சிறந்த உதாரணத்தைச் சொல்லிவிட முடியாது. 'கம்ப ராமாயணம்', 'வில்லிபாரதம்' போன்றவை தழுவல், அதாவது வழிநூல்கள், என்ற வகையில் அடங்கும். நவீன காலத்தில் தழுவல் என்ற முறையைவிட மொழியாக்கம் என்ற முறையே அதிகம் நிலைபெற்றிருக்கிறது. நவீன காலத்தில் பிற மொழிக் கவிதைகளை முதன்முதலில் தமிழில் மொழிபெயர்த்தவர் அநேகமாக பாரதியாராகத்தான் இருக்கக் கூடும். ஆக, பிற மொழிக் கவிதைகளின் மொழிபெயர்ப்பு நவீனத் தமிழில் தொடங்கி நூறு ஆண்டுகள் ஆனாலும், குறிப்பிடத்தகுந்த கவிதை மொழிபெயர்ப்பு நூல்கள் மிகக் குறைவே. பெருந்தொகை என்ற அளவில் பிரம்மராஜன் தொகுத்த 'சமகால உலகக் கவிதைகள்' என்ற நூல், பல்வேறு குறைபாடுகளுடனும், குறிப்பிடத் தகுந்த முயற்சி! ஆனால், அந்த நூலின் முதல் பதிப்பு வெளிவந்து கிட்டத்தட்ட 30 ஆண்டுகளுக்கும் மேல் ஆகிறது. அதற்குப் பிந்தைய ஆண்டுகளில் சிறிய அளவிலான மொழிபெயர்ப்பு முயற்சிகள் பல நடந்திருக்கின்றன. தனியொரு கவிஞரின் மொழிபெயர்ப்பு நூல்கள் நிறைய வந்திருக்கின்றன. உலகக் கவிதைகளின் பெருந்தொகுப்பு என்றால் பிரம்மராஜனுடையது முதல் முயற்சி. சுந்தர ராமசாமியின் 'தொலைவில் இருக்கும் கவிதைகள்', வ.கீதா, எஸ்.வி.ராஜதுரை ஆகியோரின் மொழிபெயர்ப்பில் வெளிவந்த 'மண்ணும் சொல்லும்: மூன்றாம்

உலகக் கவிதைகள்' (தற்போது விரிவாக்கப்பட்டு 'கடைசி வானத்துக்கு அப்பால்' என்ற தலைப்பில் வெளியாகியிருக்கிறது) போன்ற தொகுப்புகள் உலகக் கவிதைகளின் முக்கியமான மொழிபெயர்ப்புத் தொகுப்புகள்.

புனைகதை, கட்டுரை அளவுக்குக் கவிதைகள் அதிகம் மொழிபெயர்க்கப்படுவதில்லை என்றாலும் முன்பைவிட அதிக அளவில் கவிதைகள் மொழிபெயர்க்கப்படுகின்றன என்பது ஒருவகையில் ஆரோக்கியமான மாற்றமே! எனினும் மற்ற மொழிபெயர்ப்புகளில் உள்ள தோல்வி விகிதத்தைவிட கவிதை மொழிபெயர்ப்புகள் அடையும் தோல்வி விகிதம் மிக மிக அதிகம். கவிதைகளை உண்மையில் மொழிபெயர்க்கவே முடியாதோ என்ற எண்ணத்தையே, பிற மொழிகளிலிருந்து தமிழுக்கு நேரடியாகவோ ஆங்கிலம் வழியாகவோ வரும் பெரும்பாலான மொழிபெயர்ப்புகளைப் பார்க்கும்போது தோன்றுகிறது. இங்கில்லை, உலகம் முழுவதும் உள்ள சிக்கல் இது. இரு மொழிகளுக்கிடையே பொதுவாக உள்ள விஷயங்களைவிட வேறுபாடாக இருக்கும் விஷயங்களே அதிகம். உரைநடையின் விவரணைத் தன்மையில் இந்தச் சிக்கலை சமாளித்துவிட முடிகிறது. கவிதையிலோ அதன் கச்சிதத் தன்மை காரணமாக, அப்படிச் சமாளிக்க முடியாமல் போகிறது. எனினும் நவீன வரலாற்றில் புகழ்பெற்ற சில மொழிபெயர்ப்புகள் இருக்கின்றன. குறிப்பாக, பாரசீகக் கவிதைகளின் ஆங்கில மொழிபெயர்ப்புகள் இரண்டை அப்படிச் சொல்லலாம்.

எட்வர்டு ஃபிட்ஜெரால்டு ஆங்கிலத்தில் மொழிபெயர்த்த ஓமர் கய்யாமின் 'ருபாயியத்' முதலாவது உதாரணம்; கோல்மன் பார்க்ஸ் ஆங்கிலத்தில் மொழிபெயர்த்த 'ரூமியின் கவிதைகள்' இரண்டாவது உதாரணம். இந்த இரண்டு மொழிபெயர்ப்புகளையும் மூலத்தோடு ஒப்பிட்டுப் பார்த்து நம்பகத்தன்மையற்ற மொழிபெயர்ப்புகள் என்று பலரும் சொல்லிவிட்டாலும், மூலத்தோடு ஒப்பிடாமல் வெறும் ஆங்கிலப் பிரதியை வைத்துப் பார்க்கும்போது கிடைக்கும் கவித்துவம் அவற்றை மிகுந்த புகழ் பெற வைத்திருக்கிறது. கிட்டத்தட்ட நூற்றைம்பைது ஆண்டுகளுக்கு முன்பு அரைகுறை பாரசீக மொழியறிவுடன், தனது அற்புதமான கவித்துவத்தைக் கலந்து எட்வர்டு ஃபிட்ஜெரால்டு ஓமர் கய்யாமின் 'ருபாயியத்'தை

மொழிபெயர்த்தார். மொழிபெயர்ப்பு என்று கருதப்படாமல் ஆங்கில இலக்கியத்தின் பகுதி என்றே கருதப்படும் அளவு தனித்துவத்தை அது எட்டியது. தற்காலத்தில் கோல்மன் பார்க்ஸின் மொழிபெயர்ப்புகள் ஃபேஸ்புக், வாட்ஸப் வரையிலும் ரூமியின் புகழைக் கொண்டுசென்றிருக்கின்றன. ஆனால், கோல்மன் பார்க்ஸுக்கு பாரசீக மொழி தெரியாது என்பது பலரும் அறியாத தகவல். ஏற்கெனவே, ஆங்கிலத்தில் செய்யப்பட்டிருக்கும் மொழிபெயர்ப்புகளை உள்வாங்கிக்கொண்டு, தனது மொழியில் அவற்றைக் கவித்துவம் ஊட்டிச் செய்த மொழியாக்கங்கள்தான் கோல்மன் பார்க்ஸுடையவை. மூலத்துக்கு நம்பகத்தன்மையாகச் செய்ய முயன்ற பெரும்பாலான மொழிபெயர்ப்புகள் தோற்ற இடத்தில், இந்த இருவரின் 'அரைகுறை' மொழிபெயர்ப்புகள் வெற்றி பெற்றதற்குக் காரணம் அவர்களின் கவித்துவம். ஆக, கவிதை மொழிபெயர்ப்புக்கு நம்பகத்தன்மையை முதன்மையாகக் கொள்வதா, கவித்துவத்தை முதன்மையாகக் கொள்வதா என்ற கேள்வி எழுகிறது. ஒரு வாசகரைப் பொறுத்தவரை தனக்குக் கிடைத்திருக்கும் கவிதைப் பிரதி வாசிப்பு இன்பத்தைக் கொடுக்கிறதா என்பதைத்தான் பெரும்பாலும் பார்ப்பாரே ஒழிய நம்பகத்தன்மை கொண்டிருக்கிறதா என்று பார்ப்பது இல்லைதான். ஆனால், நம்பகத்தன்மை, கவித்துவம் இரண்டிலுமே பெரும்பாலான கவிதை மொழிபெயர்ப்புகள் தோற்றுவிடும் சூழலில், மொழிபெயர்ப்புக் கவிதைகளின் வாசகர்கள் பெரும்பாலும் பட்டினி கிடக்க வேண்டிய சூழல்தான் இங்கே நிலவுகிறது.

2

கவிதை மொழிபெயர்ப்பைப் பொறுத்தவரை சமீப காலத்தில் மிகுந்த கவனத்துக்குள்ளான நிகழ்வாக எஸ். சண்முகத்தின் மொழிபெயர்ப்புச் செயல்பாடுகளைக் குறிப்பிடலாம். இரண்டு ஆண்டுகளுக்கு முன்பிலிருந்து ஃபேஸ்புக்கில் அநேகமாக தினசரி ஒரு கவிதை என்ற கணக்கில் அவர் மொழிபெயர்த்த கவிதைகள் வாசகர்கள், கவிஞர்கள் மத்தியில் உடனுக்குடன் வரவேற்பு பெற்றன. மொழிபெயர்ப்பாளர்களும் பாராட்டும் வகையில் சண்முகத்தின் மொழிபெயர்ப்புகள் பரவலான கவனத்தைப் பெற்றன. இப்படி அவர் மொழிபெயர்த்த முன்னூறுக்கும் மேற்பட்ட கவிதைகள் சமீபத்தில் தொகுக்கப்பட்டு 'துயிலின் இரு

நிலங்கள்' (தோழமை வெளியீடு) என்ற தலைப்பில் புத்தகமாகவும் தொகுக்கப்பட்டது. பிரம்மராஜனின் 'சம கால உலகக் கவிதைகள்' தொகுப்புக்குப் பிறகு உலகக் கவிதைகளின் பெரும் பரப்பை உள்ளடக்கிய தொகுப்பு என்றால் அது இதுதான்.

உலகக் கவிஞர்களில் பழங்காலம், இடைக்காலம், தற்காலம் ஆகிய காலப் பகுதிகளில் நாம் அறிந்திருப்பவர்களோடு கணிசமாக, நாம் அறிந்திராத பல கவிஞர்களும் இந்தத் தொகுப்பில் இடம்பெற்றிருக்கிறார்கள். ரஷ்யக் கவிஞர்களில் அலெக்ஸாந்தர் புஷ்கின், அலெக்ஸாந்தர் ப்ளொக், யெவ்ஜெனி யெவ்டுஷென்கோ, ஓசிப் மண்டல்ஸ்டாம் போன்ற நமக்குப் பரிச்சயமான கவிஞர்களுடன் அஃபானிவிச் ஃபெட், யாக்கோவ் போலான்ஸ்கி, ஃபியோதர் சொலோகுப், கேவ்ரிலா டெர்ஜாவின் போன்ற பரிச்சயமற்ற கவிஞர்களும் இடம்பெற்றுள்ளனர். ரஷ்யக் கவிதைகள், சீனக் கவிதைகள், பாரசீகக் கவிதைகள் போன்றவை இந்தத் தொகுப்பில் கணிசமாக இடம்பெற்றிருக்கின்றன. அவற்றுக்கு அடுத்தபடியாக, அமெரிக்கக் கவிதைகள். பெர்னாண்டோ பெஸோவா போன்ற லத்தீன் அமெரிக்கக் கவிஞர்களின் கவிதைகளும் யீவ் போனஃபாய் (யீவ்ஸ் அல்ல, 'யீவ்'தான்) போன்ற ஐரோப்பியக் கவிஞர்களும் குறிப்பிடத்தக்க பிரதிநிதித்துவத்தை இந்தத் தொகுப்பில் பெற்றிருக்கிறார்கள்.

சரி, சண்முகம் எப்படி மொழிபெயர்த்திருக்கிறார்? தன் முன்னவர்கள் (அதாவது கவிதை மொழிபெயர்ப்பாளர்கள்) முதுகில் வேதாளம்போல் ஏறி உட்கார்ந்திருந்த சாபம் சண்முகத்தை என்ன செய்திருக்கிறது?

தனித்தனிக் கவிதைகளாக ஃபேஸ்புக்கில் வந்தபோதே, சண்முகம் இந்தக் கவிதைகளில் பயன்படுத்திய மொழி வரவேற்பையும் எதிர்ப்பையும் ஒருங்கே பெற்றது. 'கேட்டல்' என்பதற்குப் பதிலாக 'செவிகொள்ளுதல்' என்ற சொல்லை சண்முகம் பயன்படுத்தியிருப்பது சில இடங்களில் அழகூட்டுகிறது. உதாரணமாக, தொகுப்பின் முதல் கவிதையின் ஒரு வரி இது: '...பூவுலகின் உவகை யாவும்–நெஞ்சம் செவிகொள்கிறது'. '...நெஞ்சம் கேட்கிறது' என்று செய்திருந்தால் இவ்வளவு அழகு இந்த வரிக்கு வந்திருக்காது. அதேபோல், 'உறு' என்ற வினைச் சொல்லைச் சேர்த்து 'அப்பாலுற்றது', 'இறுதியுற்றது', 'ஆட்சியுறுகிறார்கள்', 'அமைவுற்றுள்ளது, 'சாய்வுறுகிறது',

'விரும்புறுகிறேன்' என்பது போன்ற பிரயோகங்களை உருவாக்கிப் பார்த்திருக்கிறார். ஓரிரு இடங்களில் நன்றாக இருந்தாலும் இதுபோன்ற பிரயோகங்கள் ஒரு கட்டத்துக்கு மேல் அலுப்பை ஏற்படுத்துகின்றன; அதிலும் 'விரும்புறுகிறேன்' என்பது படிக்கும்போதே மரண அவஸ்தையை ஏற்படுத்துகிறது. மேலும், 'அண்மிக்க', 'நர்த்திக்கிறாய்', 'உன்னிக்கிறேன்', 'கனவுறலாம்' என்று வினைச் சொற்களிலும் கூட்டுச் சொற்களிலும் பல்வேறு பரிசோதனைகளை சண்முகம் செய்துபார்த்திருக்கிறார்.

இந்த மொழிபெயர்ப்புகளில் சண்முகம் செய்திருக்கும் பரிசோதனைகளில் பலவும் நமக்கு உவப்பளிக்காமல் இருக்கலாம். ஆனால், ஒரு மொழியில் இப்படிப்பட்ட பரிசோதனை முயற்சிகள் நிறைய மேற்கொள்ளப்பட வேண்டும். அந்த முயற்சிகளில் கிடைக்கும் சிறு வெற்றியும் மொழிக்கு ஏதாவதொரு விதத்தில் உதவும். ஆகவே, வெற்றி தோல்விகளைத் தாண்டி இதுபோன்ற முயற்சிகளை நாம் பார்க்க வேண்டும்.

சண்முகத்துக்கு சங்க இலக்கிய வாசிப்பு கணிசமாக உதவியிருக்கிறது என்பது மொழிபெயர்ப்புகளில் தெரிகிறது. எனினும் ஒட்டாத இடங்களிலெல்லாம் '-ஆர்ந்த' என்ற பின்னொட்டைப் பசைபோட்டு ஒட்டி நெளியவைக்கிறார் சண்முகம். 'இருளார்ந்த', 'ஒளியார்ந்த' என்பதையெல்லாம் தாண்டி 'துன்பியலிலார்ந்து' என்று சொல்லும்போது சற்றே நிமிர வைக்கிறார். அது என்ன 'துன்பியலிலார்ந்து' என்று கவிதையின் ஆங்கில மூலத்தைத் தேடிப் போனால் அங்கே 'துயரம்' (tragic) காத்திருக்கிறது. தன் பாணியில் 'துயரார்ந்த' என்றாவது அதை மொழிபெயர்த்திருக்கலாம். 'Tragic' என்ற சொல் கிரேக்க நாடகவியலுக்கு மட்டுமே சொந்தமானதல்ல. 'Tragic accident' என்று ஆங்கிலத்தில் இருந்திருந்தால் 'துன்பியலிலார்ந்த விபத்து' என்று மொழிபெயர்க்கப்பட்டிருக்குமோ என்ற விபத்து அச்சம் நமக்கு ஏற்படுகிறது.

மொழிபெயர்ப்புக்கான மொழிநடையைத் தேர்ந்தெடுத்துக் கொண்டதல்ல இந்த பெருந்தொகுப்பின் முதன்மைப் பிரச்சினை. ஏற்கெனவே பார்த்ததுபோல், மொழியில் சில பரிசோதனைகள் செய்துபார்க்க வேண்டும் என்ற சலுகையில், நடை அடிப்படையிலான பல பிரச்சினைகளை நாம் கண்டுகொள்ளாமல் விட்டுவிடலாம். ஆனால், பக்கத்துக்குப் பக்கம் காணப்படும்,

சாத்தியமான அனைத்து வகையான பிழைகளையும் அப்படி விட்டுவிட முடியுமா என்று தோன்றவில்லை. எழுத்துப் பிழை, அபாயகரமான அளவுக்குத் தவறாக மொழிபெயர்த்திருப்பது, கவிஞர்களின் பெயர்களைப் பக்கத்துக்குப் பக்கம் வேறு விதத்தில் எழுதியிருப்பது முதலானவற்றைப் பட்டியலிட்டால் ஒரு பக்கத்துக்கு குறைந்தபட்சம் *5* பிழைகள் என்ற வீதத்தில் *400* பக்கங்களுக்கும் சேர்த்து *2,000* பிழைகளுக்குக் குறையாத அளவில் பெருஞ்சாதனை நிகழ்த்தியிருக்கிறது இந்தப் புத்தகம்.

ஃபேஸ்புக்கில் இந்தக் கவிதைகள் பிரபலமடைந்த காலத்தில், நானும் ஒருசில கவிதைகளைப் படித்துவிட்டு அவற்றால் ஈர்க்கப்பட்டேன். நண்பர்களிடமெல்லாம் ‘யுரேகா’ என்று கூச்சலிடாத குறையாக சண்முகத்தின் மொழிபெயர்ப்புகளைப் பற்றி விதந்தோதினேன். முதல் தடவை படிக்கும்போது துல்லியத்தில் பிரச்சினை இருப்பது தெரிந்தாலும் கவித்துவமாக இருக்கிறதல்லவா என்று எனக்கு நானே சமாதானம் செய்துகொண்டேன். புத்தகமாகத் தொகுக்கப்பட்டபோது மிகுந்த மகிழ்ச்சி ஏற்பட்டது. கவிதை மொழிபெயர்ப்பில் பயிற்சி எடுத்துக்கொள்ளும் விதத்தில் சண்முகத்தின் மொழிபெயர்ப்புகளையும், அவர் அந்த ஆங்கில மொழிபெயர்ப்புகளைப் பயன்படுத்தினாரோ அவற்றைத் தேடி எடுத்து அந்தக் கவிதைகளுடனும் ஒப்பிட்டுப் பார்த்தேன். எனக்குப் பேரதிர்ச்சிதான் காத்திருந்தது.

ஒன்றல்ல இரண்டல்ல, அவ்வளவு பிழைகள். ஒவ்வொரு கவிதையையும் அதன் ஆங்கில மூலத்தையோ, ஆங்கில மொழிபெயர்ப்பையோ வைத்து ஒப்பிட்டுப் பார்த்தால் சிரமமேயின்றிப் பல்லிளிக்கின்றன பெரும்பாலான மொழிபெயர்ப்புகள். பல உதாரணங்களைக் காட்டலாம். ஓசிப் மண்டல்ஸ்டாம் கவிதையின் ஆங்கில மொழிபெயர்ப்பில் ‘Where they are taking me’ என்பது சண்முகத்தின் மொழியாக்கத்தில் ‘அவர்கள் எங்கு என்னிடம் பேசுகிறார்கள்...’ என்று ஆகிறது. அதே கவிதையில் ‘I want to sleep’ என்ற வரி ‘நான் உறங்கப் போகிறேன்’ என்று தமிழ் உருவம் கொள்கிறது. இன்னொரு கவிதையில் ‘It may be, night, you do not need me’ என்ற வரி ‘இது இரவாக இருக்கக்கூடும் உனக்கு நான் தேவையில்லை’ என்று ஆகிறது. இது இரவா பகலா என்பதில் கவிஞருக்கு

ஏதும் ஐயமில்லை; 'இது இரவாக இருந்தாலென்ன, நான்தான் உனக்குத் தேவையில்லையே' என்ற கழிவிரக்க தொனியில்தான் கவிஞர் பேசுகிறார். 'May be' என்றால் 'கூடும்' என்று புரிந்துகொள்ள வேண்டும் என்ற 'ஏதோ' அடிப்படையில் மொழிபெயர்க்கப்பட்டிருக்கிறது. அடுத்த வரிகள், 'Out of the world's abyss,/ Like a shell without pearls/ I am cast on your shores' என்று வருகின்றன. 'உலகின் ஆழ்குழியிலிருந்து வெளியேற/ முத்துக்கள் அற்ற சிப்பியைப் போல்/ நான் உனது கரையில் வீசப்பட்டிருக்கிறேன்' என்று சண்முகம் மொழியாக்கம் செய்திருக்கிறார். 'ஆழ்குழியிலிருந்து' என்று சொல்லியாகிவிட்டது; அதென்ன 'வெளியேற'? ஆங்கிலத்தில் 'Out' இருப்பதாலா? அடுத்த வரியில் 'indifferently' என்ற சொல் 'வழக்கத்துக்கு மாறாக' என்று ஆகியிருக்கிறது. ('உதாசீனமாக' என்பதுதான் அந்தச் சொல்லின் அர்த்தம்). உண்மைதான், இங்கே எல்லாமே மூலப் பிரதிக்கு மாறாகத்தானே மொழிபெயர்க்கப்பட்டிருக்கின்றன. அதே கவிதையில், 'And bind to the shell' என்ற வரி 'சங்கிற்குக் குருடாய் இருக்க' என்று தமிழ் வடிவம் பெற்றிருக்கிறது. 'Take' என்ற சொல் 'talk' ஆகவும் 'want' என்ற சொல் 'went' ஆகவும் புரிந்துகொள்ளப்பட்டதன் அடிப்படையில் இங்கே 'bind' என்பது 'blind' ஆக மொழியாக்கம் பெற்றிருக்கிறது என்றே புரிந்துகொள்ள வேண்டியிருக்கிறது.

ஓசிப் மண்டல்ஸ்டாமின் மற்றுமொரு கவிதை; சொற்களைப் பற்றியது. 'Words are unnecessary,/ There being nothing to learn:/ How sad and exemplary/ Is an animal's dark heart!' என்பது முதல் பத்தி. 'வார்த்தைகள் தேவையற்றவை/ அவற்றில் கற்றறிய ஒன்றுமில்லை/ எத்தனை சோகம்/ அவை விலங்கின் இருண்ட இதயம் பின்பற்றத்தக்கவை' என்று சண்முகம் மொழிபெயர்த்திருக்கிறார். 'எவ்வளவு சோகமானது, அருமையானது/ ஒரு விலங்கின் இருள்சூழ் இதயம்!' என்பது போலல்லவா இருந்திருக்க வேண்டும். 'அவை' என்பது எங்கு வந்தது என்று புரியவில்லை.

இது ஓரிரு கவிதைகளில் மட்டுமே நிகழ்ந்த விபத்து அல்ல; பெரும்பாலான கவிதைகளில் நிகழ்ந்திருக்கும் 'துன்பியலிலார்ந்த' சம்பவம்! யெவ்டுஷென்கோவின் ரஷ்யக் கவிதையின் ஆங்கில மொழிபெயர்ப்பில் 'Deliberate indifference to the living, deliberate cultivation of the dead' என்ற வரிகள் தமிழில் 'வாழ்தலுக்குள்

வேண்டுமென்றே வேற்றுமையின்மை செய்யப்பெறுகிறது, வேண்டுமென்றே மரித்தோரை அறுவடை செய்தல்' என்று மொழியாக்கம் செய்யப்பட்டிருக்கின்றன. 'Get drunk' என்பது 'குடிமையில் உழல்கிறார்கள்' என்றாகிறது. குடிமை என்றால் 'civic' என்றுதானே பொருள்படும்! நோய், குளிர், உயிர், குடி என்றால் கவித்துவம் இல்லை; நோய்மை, குளிர்மை, உயிர்மை, குடிமை என்றால்தானே கவித்துவம் மிளிரும்! யெவ்டுஷென்கோவின் இன்னொரு கவிதையின் வரிகள் 'of whom, essentially, what did we know?' என்பது 'அவர்களுள் அவசியமானவர்களைப் பற்றி நாம் எதை அறிந்திருக்கிறோம்' என்றாகிறது. நேரெதிர் பொருளில் மொழிபெயர்க்கும் விந்தைகளும் அடிக்கடி கண்ணில் படுகின்றன. யெவ்டுஷென்கோவின் மற்றுமொரு கவிதையில் 'Nothing is not particular' என்பது 'அதிலுள்ள எதுவுமே குறிப்பானதல்ல' 'என்றுறு'கிறது. அதே கவிதையில் இரண்டு வரிகள் மொழிபெயர்க்க 'மறத்தலுறு'கின்றன (அதாவது விடப்படுகின்றன). அதே கவிதையில், வாழ்க்கையைக் குறிக்கும் விதத்தில் அமைந்திருக்கும் 'By the rule of the game' என்ற வரி 'போராட்டத்தின் சட்டத்தில்' என்றாகிறது. அதே கவிதையில் 'Worlds die in them' என்ற வரி 'உலகம் அவர்களுக்குள் இறங்குகிறது' என்று நமக்குள் இடியாய் இறங்குகிறது. அது மட்டுமா, இந்தக் கவிதை இரண்டாகப் பிளக்கப்பட்டு இரண்டு கவிதைகள் போல் அடுத்தடுத்த பக்கங்களில் தரப்பட்டுள்ளது. 'Brother of a brother? Friend of friends?/ Lover of lover?' என்று கேள்வியில் அமைந்திருக்கும் வரிகள் 'சகோதரனின் சகோதரனே/ நண்பர்களின் நண்பனே/ காதலரின் காதலரே' என்று தமிழில் விளித் தன்மையை ஏற்கின்றன. 'சகோதரனின் சகோதரனா? நண்பர்களின் நண்பரா? காதலரின் காதலரா?' என்பது போலல்லவா மொழியாக்கம் செய்யப்பட்டிருக்க வேண்டும். அதே கவிதையில் 'We who knew our fathers/ in everything, in nothing.' என்ற வரிகள் 'நாம் நம் தந்தையர்களை அறிந்திருக்கிறோம்/ ஒவ்வொன்றிலும் ஒன்றுமில்லை' என்று மொழியாக்கம் பெற்றிருக்கின்றன.

யெவ்டுஷென்கோவின் இன்னொரு கவிதையில் 'I can recall' என்ற வரி தமிழில் 'என்னால் மறு-நினைவுபடுத்த இயலுகிறது' என்று உருப்பெறுகிறது. 'Recall' என்ற சொல்லில் 're-' என்ற முன்னொட்டு இருப்பதால் 'மறு-நினைவு'

போலும்! அதுமட்டுமல்லாமல் வெறுமனே 'நினைவுபடுத்த' என்று இருந்தால் அதில் கவித்துவம் இருக்காதல்லவா! 'மறு' இட்டு ஒரு இடைச்சிறுகோடும் (hyphen) இட்டால்தான் புதிய கவித்துவம் பிறக்கிறது. அடிப்படையில் 'நினைவுபடுத்துதல்' என்ற சொல்லே இங்கு இடறுகிறது. கவிதையின் பாத்திரம் யாருக்கு நினைவுபடுத்துகிறது? யாருக்கும் இல்லை, தனக்குதான் என்றால் 'நினைவுபடுத்திப் பார்க்க முடியும்' என்றோ அல்லது சுதந்திரமாக 'இப்போதும் நினைவுகூர்கிறேன்' என்பது போலவும் அல்லவா மொழியாக்கம் செய்திருக்க வேண்டும்! ஒரு சிறு வரியில் இவ்வளவு பிரச்சினைகள் என்றால் ஒட்டுமொத்தத் தொகுப்புக்கும் கணக்கிட்டுப் பார்த்துக்கொள்ளுங்கள்! 'Recall' என்ற சொல்லை 'மறு–நினைவுபடுத்த' என்று மொழிபெயர்த்ததை, 'நினைவுபடுத்துதல்' என்பதோடு ஏதோ ஒரு வகையில் தொடர்பிருப்பதால் மன்னித்துவிட்டுவிடலாம். ஆனால், 'It will recall stored fruits/ Bitten by a winter fire' என்ற சார்லஸ் டாம்லின்ஸனின் வரிகள் 'சேகரத்திலுள்ள கனிகள் மீள்– அழைப்புறுகிறது –/ அவை/ குளிர்கால தீயால் கடிக்கப்பட்டவை' என்று மொழியாக்கம் செய்யப்படும்போது நமக்கு மரண பயம் ஏற்படுகிறதல்லவா. சொல்லுக்குச் சொல் மொழிபெயர்ப்பு என்ற நிலையையும் தாண்டிச் சொல்லுக்கு உள்ளே உள்ள அசைகளையும் மொழிபெயர்த்தல் என்ற உன்னத நிலையை சண்முகம் இலக்காகக் கொண்டிருப்பது 'recall' என்ற சொல்லை 'மீள்–அழைப்புறுகிறது' என்று மொழிபெயர்த்திருப்பதை வைத்து நாம் அறிந்துகொள்ள முடிகிறது. இந்த இடத்தில் 'நினைவுபடுத்துகின்றன' அல்லது 'நினைவுக்குக் கொண்டுவருகின்றன' என்று மொழிபெயர்த்திருக்கலாம்தான். ஆனாலும், 'மீள்–அழைப்புறு'வதில் உள்ள கவித்துவம் அவற்றில் இருக்காது! ஃபெர்னாண்டோ பெஸோவாவின் ஒரு கவிதையில் 'Spring' (வசந்தம்) எஸ். சண்முகத்தின் மொழிபெயர்ப்பில் 'இலையுதிர் கால'மாகியிருப்பது மெய்சிலிர்க்கவைப்பது.

மறைந்த, லத்தீன் அமெரிக்க நாவலாசிரியர் ரொபர்த்தோ பொலான்யோவின் கவிதைகளும் அவர் பெயரும் சண்முகத்திடம் களப்பலி ஆகியிருக்கின்றன. ஸ்பானிய ஒலியமைப்பு கூட வேண்டாம். ஆங்கிலத்தில் பார்த்ததுபோல் எழுதுவதிலும் ஒரு ஒழுங்கு வேண்டாமா? ராபர்ட்டோ போலனோ, ராபர்ட்டோ போலனா என்று அடுத்தடுத்த பக்கங்களில்

வேறுவேறு அவதாரங்கள் நிகழ்கின்றன. அதை விட்டுவிடலாம். மொழிபெயர்ப்பை விட முடியுமா? 'her stepbrother' என்பது 'மாற்றாந்தாய் சகோதரன்' ஆகியிருக்கிறது. மாற்றாந்தாயின் சகோதரனா (அப்படி என்றால் மாமா முறை), மாற்றாந்தாயின் மகனா என்ற குழப்பம் ஏற்படுகிறதல்லவா? கவிதை முழுவதும் 'நீ' என்று இருப்பது இடையில் 'நீங்கள்' ஆகவும் மாறிவிடுகிறது. 'let your image dissolve' என்ற வரியை 'உன் படிம உருவைக் கரைக்கலாம்' என்று சண்முகம் மொழிபெயர்த்திருக்கிறார். Image என்றாலே படிமம்தானா? 'உன் உருவம் கரைந்துபோகட்டும்' என்ற அர்த்தத்திலல்லவா மொழிபெயர்த்திருக்க வேண்டும். பொலான்யோவின் இன்னொரு கவிதையில் இடம்பெற்ற 'All of us were living in a television commercial' என்ற வரிகள் தமிழில் 'நாம் அனைவரும் தொலைக்காட்சி வணிகத் திரையில் வாழ்ந்திருக்க' என்று மொழியாக்கம் ஆனதைப் படிப்பதற்கு நாம் மிகவும் கொடுத்துவைத்திருக்க வேண்டும். 'Television commercial' என்றால் அங்கன்வாடிக் குழந்தைகள் கூட 'தொலைக்காட்சி விளம்பரம்' என்று சொல்லிவிடுமே. எப்படித் தவறு நிகழ்ந்தது? தவறாக இருக்க வாய்ப்பில்லை. 'தொலைக்காட்சி விளம்பரம்' என்றால் அதில் கவித்துவம் இல்லை 'தொலைக்காட்சி வணிகத் திரையில்' என்றால்தான் கவித்துவம் இருக்கிறது (சங்கிற்குக் குருடாய் இருத்தல் போல). அதனால் இது பிரக்ஞைபூர்வமான ஒரு முடிவுபோல்தான் இருக்கிறது. அதுமட்டுமல்ல, எதிர்மறை வாக்கியங்களை நேர்மறைவாக்கியங்களாக ஆக்கும் 'நேர்மறைச் சிந்தனை'யும் மொழிபெயர்ப்பாளருக்கு இருப்பது பல இடங்களில் தெரியவருகிறது. எடுத்துக்காட்டாக, மேலிருந்து குண்டுமழை பொழியப்படுவதைப் பற்றிய பொலான்யோவின் கவிதை ஒன்றில் 'and I didn't tell you we were on death's program/ but instead that we were going on a journey' என்று வருகின்றன. இந்த வரிகளை, சண்முகத்தின் 'நேர்மறைச் சிந்தனை', 'நாம் மரணத்தின் நிகழ்ச்சியுள் இருக்கிறோம்/ என்று சொன்னேன் ஆனால்/ அதற்கு மாறாக நாம் மற்றொரு பயணத்தில் இருந்தோம்' என்று மொழியாக்கம் செய்கிறது. 'சொல்லவில்லை' என்பது இங்கே 'சொன்னேன்' ஆக மாறியிருக்கிறது. இந்த ஒரு இடத்தில் மட்டுமல்ல, ஆங்கில மூலத்தை வைத்து அனைத்துக் கவிதைகளையும் ஒப்பிட்டுப் பார்த்தால் அதிர்ந்துபோய்விடுவீர்கள். அந்த அளவுக்கு, அலட்சியம், பொறுப்பின்மை, அவசரம்!

இந்தத் தொகுப்பில் முன்னூறுக்கும் மேற்பட்ட கவிதைகள் மொழிபெயர்க்கப்பட்டிருக்கின்றன. அவற்றில் நூற்றுக்கும் மேற்பட்ட கவிதைகளின் மூலமான ஆங்கில மொழிபெயர்ப்புகளை (பெரும்பாலும் சண்முகம் குறிப்பிட்டிருக்கும் அதே மொழிபெயர்ப்புகளை) தேடிக் கண்டுபிடித்து ஒப்பிட்டுப் பார்த்துதான் இந்த மொழிபெயர்ப்புகள் எவ்வளவு மோசமாக இருக்கின்றன என்பதைக் கண்டறிய முடிந்தது.

எனினும், இந்த மொழிபெயர்ப்புகள் பலரையும் ஈர்த்திருப்பதற்குக் காரணம் என்ன? முதல் காரணம், குளறுபடியான மொழிபெயர்ப்பின் மூலம் மேல்தோற்றத்துக்கு ஒரு கவித்துவத்தை இந்த மொழிபெயர்ப்புகள் கொண்டிருப்பது. எடுத்துக்காட்டாக, 'சங்கிற்குக் குருடாய் இருக்க', 'உலகம் அவர்களுக்குள் இறங்குகிறது' என்பது போன்ற வரிகளை (அவற்றின் ஆங்கில மூலத்தை மறந்துவிட்டு) பார்க்கும்போதே இதில் ஏதோ கவித்துவம் இருப்பதுபோல் தோன்றுகிறதல்லவா? ஆங்கில மொழிபெயர்ப்பைப் பார்க்காமல் இந்தக் குளறுபடியைக் கண்டுபிடிப்பது சிரமம். ஏனெனில், கவிதை பெரும்பாலும் அதர்க்கமான ஒரு வெளியில் இயங்குவது. முன் வரிக்கும் அடுத்த வரிக்கும் தர்க்கபூர்வமான தொடர்பு இருந்தாக வேண்டும் என்ற அவசியம் இல்லை. ஆகவே, குழப்படியான ஒரு மொழிபெயர்ப்பில் மேல்தோற்றத்துக்கு எழும் கவித்துவம் நம்மை மயக்கிவிடுகிறது. கூடுதலாக, சங்க இலக்கிய மொழியின் வாசம் வேறு அங்கங்கே வீச விடுவது. மொழியாக்குநருக்கு இயல்பாகவே உள்ள கவித்துவம் காரணமாக அங்கங்கே கவித்துவம் உண்மையிலேயே மிளிர்வது போன்ற வரிகள். இவையெல்லாம் சேர்ந்து தரும் தோற்றத்தில் (இந்தக் கட்டுரையாளர் உட்பட) பலரும் வீழ்ந்துவிட்டார்கள். கூடுதலாக, ஃபேஸ்புக் ஒரு படைப்பாளியையோ மொழிபெயர்ப்பாளரையோ எந்த அளவுக்கு வீழ்ச்சியடையச் செய்யும் என்பதற்கான உதாரணமாகவும் இந்த மொழிபெயர்ப்புகள் இருக்கின்றன. ஃபேஸ்புக்கின் உலகம் 'உடனுக்குடன்' உலகம். அங்கே புகழ், அவமானம் எல்லாம் 'உடனுக்குடன்' கிடைத்துவிடுகின்றன. முந்தைய காலங்களில் நினைத்தே பார்க்க முடியாத அளவுக்குத் தற்போது இது நிகழ்கிறது. ஃபேஸ்புக்கின் இந்த ஜனநாயக அம்சத்தை நிதானமாகவும் பொறுப்புணர்வோடும்

எதிர்கொள்ளவில்லையென்றால் பெரும் சறுக்கல் ஏற்படும் என்பதற்கு இந்த மொழிபெயர்ப்புகள் சான்று கூறுகின்றன.

அனைத்துக் கவிதைகளிலும் சண்முகமே துருத்திக்கொண்டு தெரிகிறார். எல்லாக் கவிதைகளிலும் ஒரே மாதிரியான தொனி, ஒரே மாதிரியான சொல்முறை! உண்மையில் இந்தத் தொகுப்பைக் கீழிறக்கிய அம்சம் எதுவென்று பார்த்தால் படைப்பை மீறித் தன்னை முன்னிறுத்திய மொழிபெயர்ப்பாளரின் ஆளுமைதான். சுதந்திர மொழிபெயர்ப்பு, தழுவல் என்றெல்லாம் தப்பித்துக்கொள்ள முடியாது. சொல்லுக்குச் சொல் மொழிபெயர்க்க முயன்று பல இடங்களில் பிழையாக மொழிபெயர்த்திருக்கிறார் என்பதே உண்மை என்பதை நாம் 'recall' செய்து பார்க்க வேண்டும்! சரி, ஃபேஸ்புக்கில் மொழிபெயர்த்துப் போட்டுவிட்டோம். புத்தகமாகக் கொண்டுவரும்போது சரிபார்க்க வேண்டுமல்லவா? மதிப்புக்குரிய, மூத்த மொழிபெயர்ப்பாளர் ஒருவர் இந்த மொழிபெயர்ப்புகளை 'திருத்தியிருக்கிறார்' என்ற தகவல் புத்தகத்தின் தொடக்கத்தில் தரப்பட்டிருப்பது பெரும் அதிர்ச்சியை ஏற்படுத்துகிறது.

வாசகருக்கு எந்த விதத்திலும் உதவிகரமாக இல்லாத தொகுப்பு இது. பெயர்கள், விவரங்களில் அவ்வளவு பிழைகள். கேவ்ரில் டெர்சாவின் (Gavrila Romanovich Derzhavin) என்று ஓர் இடத்திலும் கேவ்னிடா ரோமோனோவிச் டெர்ஜாவின் என்று இன்னோர் இடத்திலும் கொடுக்கப்பட்டிருக்கிறது. பிதோர் சொலகுப் (Fyodor Sologub), பெதோர் சொலோகுப் என்று அடுத்தடுத்த பக்கங்களில் வேறுவேறு வடிவங்களில் இடம்பெறுகிறது. இவரைப் பற்றிய குறிப்புகள் ஏதும் பின்னிணைப்பில் இல்லை. பெத்ரிகோ கார்சியா லோர்கா (Federico Garcia Lorca) என்றும் பெத்திகோ கார்சியா லோர்கா என்றும் அடுத்தடுத்த பக்கங்களில் அவதாரம் எடுக்கிறார் லோர்கா.

விவரப் பட்டியலில் இறுதியில் வின்செண்டே ஹியுட்போரோ என்று வெறுமனே ஒரு பெயர் மட்டும் இருக்கிறது, யார், எவர், ஆண்டு, நாடு என்று ஏதும் கொடுக்கப்படவில்லை. வெறுமனே வின்செண்டே ஹியுட்போரோ அவ்வளவுதான். ஃபயத் ஜாமிஸ் (Fayad Jamis) என்ற கவிஞரைப் பற்றிய குறிப்பில்

'க்யுபா மொழிக் கவிஞர்' என்று கொடுக்கப்பட்டிருக்கிறது. க்யுபா மொழி என்று ஏதும் இருக்கிறதா? க்யுபாவைச் சேர்ந்த ஸ்பானிஷ் மொழிக் கவிஞர் என்றல்லவா இருந்திருக்க வேண்டும்! கபீர் (15-ம் நூற்றாண்டு), இந்திய பக்தி இயக்கத்தின் முன்னோடி என்று குறிப்பிடப்பட்டிருக்கிறார். அப்படி என்றால் 'ஆழ்வார்கள்', 'நாயன்மார்கள்' எல்லாம் யாராம்? கவிதை மொழிபெயர்ப்புகளைப் போலவே பின்னால் கொடுக்கப்பட்டுள்ள விவரங்களையும் கொடுமை என்றுதான் சொல்ல வேண்டும். எந்த விதத்திலும் உதவாத குறிப்புகள். அகரவரிசையிலோ, நாடுகள் வரிசையிலோ, காலவரிசையிலோ கொடுக்கப்படவேயில்லை. தோன்றிய வரிசையில் கொடுக்கப்பட்டிருக்கின்றன. புத்தகத்தின் தொடக்கத்திலும் பொருளடக்கம் ஏதும் இல்லை. ஆகவே, பாப்லோ நெரூதாவின் கவிதைகளைப் படிக்க வேண்டும் என்றால் முன்னூற்று சொச்சம் பக்கங்களையும் புரட்டிப்பார்க்கும் விரல்பயிற்சியை மேற்கொள்ள வேண்டும். அதைவிட கண்ணை மூடிக்கொண்டு ஏதாவது ஒரு பக்கத்தைப் புரட்டிப் பார்ப்போம் என்று முயன்றால் வெற்றி கிடைக்க அதிகம் வாய்ப்பு இருக்கிறது.

உண்மையில், நல்ல வரிகள் இல்லாமலில்லை. அவற்றில் பலவும் எனக்கு ஆங்கில மூலம் கிடைக்கப்பெறாதவை. எடுத்துக்காட்டாக, இந்தக் கவிதை:

'நான்
உன் சிரசை முத்தமிடுகிறேன்
விழிகள் மீதொரு முத்தம்- துயிலின்மையை போக்கிவிடுகிறது
நான்
உன் விழிகளை முத்தமிடுகிறேன்
இதழ்களின் மீதொரு முத்தம் - ஆழ்ந்தமிழ்ந்த தாகத்தை தணிக்கிறது
நான்
உன் இதழ்களை முத்தமிடுகிறேன்
சிரத்தின் மீதொரு முத்தம்- ஞாபகத்தை துடைத்தெறிகிறது
நான்
உன் சிரத்தை முத்தமிடுகிறேன்'
(மெரினா செட்டயீய)

அதேபோல், வியாயெஸ்லாவ் இவானோவின் கவிதையையும் சொல்லலாம்:

'இடியுடன் மின்னும் பெருமழையினால் மூண்ட
இரு அடிமரங்கள் நாம், நள்ளிரவு வனத்தின் இரு சுடர்கள்.
இராப்பொழுதின் ஊடாய் பறக்கும் இரு எரிகற்கள் நாம்,
ஒற்றை ஊழின் இரு முனையுள்ள அம்புகள்.
.... ஒற்றைக் காட்சியின் இரு விழிகள் நாம்,
அதிர்ந்து துடிக்கும் ஒரே கனவின் சிறகுகள்.
பண்டையப் பேரழகு சயனிக்கும்,
புனிதக் கல்லறைப் பளிங்கின் மேலிருக்கும்
உளத்துயரின் இரு நிழல்கள் நாம்.
...ஒற்றைச் சிலுவையின் இரு கரங்கள் நாம்.'

இன்னமும் நிறைய வரிகள் இருக்கின்றன. ஆனால், அவை யாவும் 'சங்கிற்கு குருடாய்' இருந்த மொழிபெயர்ப்புகள்தானோ என்ற அச்சமும் எழுகிறது.

ஒருசில கவிதைகளை எடுத்துக்கொண்டு அவற்றை மிகுந்த கவனத்துடன் மொழிபெயர்த்துச் சிறிய புத்தகமாக வெளியிட்டிருந்தால் கூட உருப்படியாக இருந்திருக்கும். சண்முகத்திடம் உள்ள கவித்துவம் அதற்குக் கைகொடுத்திருக்கும். நமக்குக் கனவுகள் நிறைய இருக்கலாம். ஆனால், அந்த அளவுக்குச் செயல் வேகமும், தரத்தைப் பற்றிய அக்கறையும் பொறுப்புணர்வும் இல்லாதபோது உன்னதத்தை எட்டிப்பிடிப்பது எப்படி?

இந்தக் கட்டுரையில் சுட்டிக்காட்டிய பிழைகள், கொலைகள், அந்தக் கொலைகளால் விளைந்த கவித்துவம் எல்லாம் கையளவுதான்; புத்தகத்தில் வரிக்கு வரி பார்த்தால் கடலளவு கிடைக்கும். நேரம் இருப்பின் கவிதைக்குக் கவிதை மூலம் தேடி ஒப்பிட்டுப் பார்த்துக்கொள்ளலாம்.

(2017)

‘பொம்மை அறை’ – நாவலும் மொழிபெயர்ப்பும்

நில பிரபுத்துவமும் பெரிய குடும்பங்களும் வீழ்ந்த கதையை உலகெங்கும் பல்வேறு மொழிகளின் நாவல்களும் திரைப்படங்களும் பதிவுசெய்திருக்கின்றன. அவற்றுள் ஸ்பானிய எழுத்தாளர் லோரன்ஸ் வில்லலோங்கா எழுதிய ‘பொம்மை அறை’ (காலச்சுவடு வெளியீடு, தமிழில்: யுவன் சந்திரசேகர்) நாவலும் ஒன்று. பத்தொன்பதாம் நூற்றாண்டின் பிற்பகுதியில் ஸ்பெயினின் மல்லோர்க்காவில் (ஒரு இடத்தில் மஜோர்க்கா என்றும், மற்ற இடங்களில் மல்லோர்க்கா என்றும் வருகிறது; ஸ்பானிய உச்சரிப்பில் மயோர்க்கா என்று சொல்கிறது கூகுள்) உள்ள பியர்ன் என்ற மலைக்கிராமத்து பிரபுத்துவக் குடும்பத்தின் கதையைச் சொல்லும் நாவல் இது.

பியர்னில் உள்ள பிரபுத்துவக் குடும்பத்தின் தலைவர் டான் டோனியும் அவரது மனைவி டோனா மரியா அந்தோனியாவும் ஒரே நாளில் அடுத்தடுத்து மர்மமான முறையில் இறந்துபோவதிலிருந்து கதை தொடங்குகிறது. அவர்கள் இறந்த பின், அவர்களுடைய வாழ்க்கையை அவர்களின் குடும்பப் பாதிரியும் நடுத்தர வயதினருமான டான் ஜோன் தனது நண்பர் ஒருவருக்குக் கடிதத்தின் வழியாகச் சொல்வதுபோல் கதை அமைக்கப்பட்டிருக்கிறது. பன்றி மேய்த்துக்கொண்டிருந்த சிறுவனான டான் ஜோனை டான் டோனிதான் படிக்கவைக்கிறார். அவரைப் பாதிரியாராக ஆக்குகிறார். இப்படியாக, டான் டோனியுடன் தனக்கிருந்த இருபதாண்டுகளுக்கும் மேற்பட்ட உறவில், தான் கண்டவற்றையும், டான் டோனி எழுதிய ‘நினைவுகள்’ என்ற நூலின் கைப்பிரதியில் தெரிந்துகொண்டவற்றையும் கொண்டு டான் ஜோன் அவர்களின் கதையைச் சொல்கிறார். 19–ம் நூற்றாண்டின்

இறுதிப் பகுதியானது மூச்சு முட்டும் பழைமையை உதறிவிட்டு நவீனத்தைக் கைகோர்க்கத் துடித்துக்கொண்டிருந்த காலகட்டம். மரபில் மூழ்கியிருக்கும் பியர்ன் கிராமத்தில், புதுமை விரும்பியான டான் டோனி ஒரு சூனியக்காரராகப் பார்க்கப்பட்டுவருகிறார். அவரிடம் உள்ள புத்தகங்களையும் நீராவி வண்டியையும் எரிக்க வேண்டும் என்று அந்தப் பிரதேசத்தின் வயதான பாதிரியார் பல முறை முயன்றுபார்க்கிறார். தானே ஒரு பிரபுவாக இருந்தாலும் அடுத்து வரும் காலம் சோஷலிஸத்தின் காலமாகத்தான் இருக்கும் என்று டான் டோனி உணர்கிறார். நாவல் முழுவதும் கிட்டத்தட்ட பகுத்தறிவுவாதத்தின் பிரதிநிதியாக வருகிறார். மதம் தொடர்பான விஷயங்களில் டான் டோனிக்கும் கதைசொல்லியான டான் ஜோனுக்கும் இடையே அடிக்கடி விவாதங்கள் வருகின்றன. டான் டோனியோ, இறந்த பின் வரும் சொர்க்கத்தின்மேல் கவனம் செலுத்தாமல் மண்ணுலகின் சொர்க்கத்தின்மீதுதான் கவனம் செலுத்துகிறார். அதற்கான அடையாளங்களுள் ஒன்றுதான் தன்னுடைய உறவினரான 18 வயது க்ஸிமாவுடன் அவர் பாரீஸுக்குச் சென்று இவ்வுலக இன்பங்களில் திளைத்தது, மறுபடியும் ஒருமுறை பாரீஸுக்கு வந்து பலூனில் பறந்தது போன்ற சாகசங்கள் எல்லாம். கதைசொல்லியும் பாதிரியாருமான டான் ஜோனின் கருத்துப்படி டான் டோனி மிகவும் நல்லவராக இருந்தாலும் சில பாவங்களைச் செய்திருக்கிறார். எனினும், இறக்கும் தறுவாயில்கூட டான் டோனி பாவ மன்னிப்பு கோரவில்லை. அவருக்கான பாவ மன்னிப்பு அவர் எழுதிய 'நினைவுகள்' நூல்தான்.

நாவலை டான் டோனியின் நோக்கில் நேரடியாகச் சித்தரிக்காமல், டான் ஜோனின் வழியாக ஆசிரியர் சித்தரித்திருப்பது நாவலுக்குக் கலையழகைத் தந்திருக்கிறது. நன்மை–தீமை போன்ற எதிர்நிலைகளுக்கு ஊடாக கதைசொல்லி ஊசலாடியிருப்பது நாவலுக்கு ஒரு அகவயப் பார்வையைத் தந்திருக்கிறது. 19–ம் நூற்றாண்டு எழுத்தாளர்கள், தொன்மையான கவிஞர்களின் படைப்புகள், சிற்ப, ஓவிய, நாடக, இசைக்கலைஞர்கள் என்று கலையுலகத்துடன் இந்நாவல் பின்னிப் பிணைந்திருக்கிறது. கிறித்தவ மதக் கருத்துக்கள் வாசகர்களுக்கு பரிச்சயமாக இருந்திருந்தால், இந்த நாவல் மேலும் கூடுதல் அர்த்தங்களைத் தரும் என்று மொழிபெயர்ப்பாளர் கூறியிருப்பது உண்மைதான். குறிப்பாக, சாத்தானுடன் ஒப்பந்தம் போட்டுக்கொள்ளும் டாக்டர்

ஃபாஸ்ட்டின் வாழ்க்கையைப் போன்றதொரு வாழ்க்கையாக டான் டோனியின் வாழ்க்கையைக் கதைசொல்லி நம்மிடம் முன்வைப்பதை நாம் பொருத்திப் பார்க்கலாம்.

மொழிபெயர்ப்பாளர் கூறியிருப்பதுபோல் இந்த நாவல் தமிழில் மொழிபெயர்ப்பதற்கு சவாலானதுதான் என்றாலும், அவ்வளவு சவால் இல்லாத இடங்களிலும் கூட அவர் சறுக்கியிருக்கிறார். Pagan, paganism என்ற வார்த்தைகளை 'சமயச்சார்புக்குப் பெரிதும் அப்பாற்பட்ட', 'சமயத்துக்குப் புறம்பான', 'சமயவுணர்வுக்கு எதிரான', 'சமய வெறுப்பு', 'அஞ்ஞானம்' என்ற ரீதியிலேயே பல இடங்களில் மொழிபெயர்த்திருக்கிறார். விவிலிய மொழியில் 'புறவினத்தார்', 'புறமதத்தார்' (அதாவது கிறித்தவம் உள்ளிட்ட பெரு மதங்களுக்கு வெளியில் உள்ள மதத்தினர்) என்று மொழிபெயர்த்திருக்கலாம். 'Mass' என்ற சொல்லை 'வழிபாடு', 'புனித ஆராதனை' என்றெல்லாம் மொழிபெயர்த்திருக்கிறார்; கிறித்தவ மக்கள் பயன்படுத்தும் 'திருப்பலி' என்ற சொல்தான் இதற்கு இன்னும் பொருத்தமாக இருக்கும். ஓரிரு இடங்களில் 'Palaces' என்ற சொல்லை 'அரண்மனைகள்' என்பதற்குப் பதிலாக 'இடங்கள்' என்றே மொழிபெயர்த்திருக்கிறார். 'Intelligible' என்ற சொல் 'புரியக்கூடிய' என்பதற்குப் பதிலாக நேரெதிராக 'பூடகமான' என்று மொழிபெயர்க்கப்பட்டிருக்கிறது. 'For Don Toni art was a little like children, who cannot be conceived following a method, but only in the careless joy and intimacy of the night' என்ற வரியானது 'டான் டோனிக்கு, கலை என்பது குழந்தைகள் போலச் சிறியது. அவர்கள் ஒரு பாணியைப் பின்பற்ற இயலாதவர்கள். இரவின் அந்தரங்கத்துக்கும், பொறுப்பற்ற ஆனந்தத்துக்கும் மட்டுமே விழைகிறவர்கள்' என்று மொழிபெயர்க்கப்பட்டிருக்கிறது. மேற்கண்ட ஆங்கில வரியின் அர்த்தம் இதுதான்: 'டான் டோனியைப் பொறுத்தவரை கலையானது கொஞ்சம் குழந்தைகளைப் போன்றது, குறிப்பிட்ட பாணியென்று எதையும் பின்பற்றிக் குழந்தைகளை உருவாக்க முடியாது, கவலையற்ற ஆனந்தத்திலும் இரவின் நெருக்கத்தாலும் மட்டுமே அவர்களை உருவாக்க முடியும்.'

ஒரு எழுத்தாளரைப் பற்றிச் சொல்லும்போது 'எந்நேரமும் பிறருக்காகவே வாழ்ந்தார்' என்று மொழிபெயர்க்கப்பட்டிருக்கிறது. ஆங்கிலத்தில் இது '...always lived off' என்று இருக்கிறது; இது

‘...எப்போதும் பிறரை அண்டி வாழ்ந்தார்’ என்றல்லவா இருக்க வேண்டும். இதற்கு ஒருசில வரிகளுக்குள் முரண்பாடாக ‘அவர் எப்போதுமே ஒரு புரவலராக இருந்தார்’ என்று வருகிறது; ஆங்கிலத்தில் ‘He always had a benefactor’ என்று இருக்கிறது; சரியாகச் சொல்ல வேண்டுமானால், ‘அவருக்கு எப்போதுமே ஒரு புரவலர் இருந்தார்’. ‘Dog-cart’ என்பது ‘நாய்கள் இழுக்கும் சிறிய வண்டி’ என்பதாக மொழிபெயர்க்கப்பட்டிருக்கிறது. அதுவும் குதிரை வண்டிதான். ஆரம்ப காலத்தில் இருக்கைக்குக் கீழே நாய்களை உட்காரவைப்பதற்கான பெட்டி இருந்ததால் ‘Dog-cart’ என்ற பெயர் வந்தது. அதேபோல் ‘Ark of the Covenant’ என்றால் கவனென்ட் பெட்டகம்தான், ‘கவனென்ட் கப்பல்’ அல்ல. ‘Will never amount to much’ என்றால் ‘இவ்வளவு வேண்டியிருக்காது அவர்களுக்கு’ என்பது அர்த்தமல்ல; ‘அவர்கள் தேற மாட்டார்கள்’ என்பதுதான் அர்த்தம். ‘Thrush’ என்பது ‘அறுக்கப்பட்ட கதிர்த்தாள்கள்’ அல்ல ஒரு பறவைதான். ஆங்கில மூலத்தில் ‘டைஃபஸ்’ ஆக இருந்தது தமிழில் ‘டைஃபாய்’டாக மாறியிருக்கிறது. ‘Immoral’ (ஒழுக்கக்கேடான) என்பது ‘அழிவற்ற’ என்று மொழிபெயர்க்கப்பட்டிருக்கிறது (immortal என்ற சொல்லுடன் இதைப் போட்டுக் குழப்பிக்கொண்டதால் இருக்கலாம்). அதேபோல், Noblemen என்பது சில இடங்களில் ‘விவேகிகள்’ என்று மொழிபெயர்க்கப்பட்டிருக்கிறது. ‘Heresy’ என்ற சொல் பல இடங்களில் செவிவழிச் செய்தியாகவும், புரளியாகவும், கேட்பார் சொல்லாகவும் மொழிபெயர்க்கப்பட்டிருக்கிறது; இதற்கு ‘மதநிந்தனை’ என்பது பொருள் (hearsay என்ற சொல்லைப் போல் இருந்ததால் இந்தக் குழப்பம் ஏற்படிருக்கலாம்.) ‘Habit’ என்ற சொல் ஒரு இடத்தில் (பக்கம்–89) ‘பழக்கம்’ என்று மொழிபெயர்க்கப்பட்டிருக்கிறது; இந்த இடத்தில் அது ஒரு அங்கியைக் குறிக்கிறது. ‘Unwholesome’ என்றால் ‘முழுமையற்ற’ என்று பொருள் அல்ல; ‘ஆரோக்கியமற்ற’ என்றே பொருள். Patron-saint என்பது சுவீகாரப் புனிதர், புரவலப் புனிதர், காவற்புனிதர் என்று பலவகைகளில் மொழிபெயர்க்கப்பட்டிருக்கிறது. ‘Materialistic,’ ‘materialism’ போன்ற சொற்கள் ‘பொருள் அடிப்படையில், ‘பொருண்மை’ என்று மொழிபெயர்க்கப்பட்டிருக்கிறது; ஓரிரு இடங்களில் ‘பொருள்முதல்வாதம்’ என்று சரியாகவும் மொழிபெயர்க்கப்பட்டிருக்கின்றன. ‘Such a distortion of history’

என்ற வரி மொழிபெயர்க்கப்படவில்லை. சில இடங்களில் வாக்கியம் ஒரு இடத்திலிருந்து வேறு இடத்துக்குச் சென்றிருக்கிறது. இன்னும் சொல்லிக்கொண்டே போகலாம்.

எந்த ஒரு மொழிபெயர்ப்பும் முழுமையானதல்ல என்பது உண்மைதான். இந்த நூலின் தமிழ் மொழிபெயர்ப்பாளர் தன்னை மீறியும் பிழைகள் நுழைந்திருக்கலாமோ என்ற கவலையை நேர்மையாக வெளிப்படுத்தவே செய்திருக்கிறார். நம் கேள்வியெல்லாம் புத்தகத்தை வெளியிட்ட பதிப்பாளரின் பங்கு என்ன என்பதுதான். ஆர்வத்தால் மொழிபெயர்ப்புகளை வெளியிடும் சிறிய பதிப்பாளர்கள் என்றால் நாம் கண்டுகொள்ளத் தேவையில்லைதான். ஆனால், மொழிபெயர்ப்புக்கென்று நிதியுதவி பெறும் பெரிய பதிப்பகம், தான் வெளியிடும் நூலின் மீது மேலதிக அக்கறை கொண்டிருக்க வேண்டும் என்று பிறர் எதிர்பார்ப்பது தவறல்ல. அதுவும் இலக்கியத்தை வெற்றிகரமான வணிகமாக ஆக்கலாம் என்று நிரூபித்திருக்கும் 'காலச்சுவடு' போன்ற ஒரு பதிப்பகத்தில் 'எடிட்டர்' யாரும் இல்லையா என்பது ஆச்சரியமளிக்கிறது. இனியாவது தம் மொழிபெயர்ப்புகள் மீது பதிப்பகங்கள் கூடுதல் அக்கறை செலுத்துவார்கள் என்று நம்புவோம்.

(2020)

அபுனைவு

அண்ணா: தம்பிகளின் ஆசிரியர்!

அண்ணாவின் பேரைச் சொன்னதும் பலருக்கும் நினைவுக்கு வருவது அவரது அடுக்கு மொழிகளே! அவரது அடுக்குமொழி தொடர்பான சம்பவங்கள் பலவும் ஒருவிதத் தொன்மம் போல் ஆகிவிட்டன. தேர்தல் பிரச்சாரக் கூட்டத்துக்கு ஒருமுறை இரவில் தாமதமாக அண்ணா சென்றாராம். அப்போது அவரது பேச்சைக் கேட்பதற்காக வெகு நேரமாக ஆவலுடன் காத்திருந்த மக்களின் முகங்களை ஏறிட்டுப் பார்த்தாராம். அவ்வளவு ஆவலாகக் காத்திருந்த மக்கள் விருப்பப்படி வெகு நேரம் உரையாற்ற முடியாத சூழல். அண்ணா மைக்கைப் பிடித்துப் பேச ஆரம்பிக்கிறார். "மாதமோ சித்திரை; மணியோ பத்தரை; உங்களைத் தழுவுவதோ நித்திரை; மறக்காது எமக்கிடுவீர் முத்திரை" என்று சொல்ல மக்கள் கூட்டத்திலிருந்து பெரும் ஆரவாரம் கிளம்பியதாம். அண்ணா புறப்பட்டுவிட்டார். இதுபோன்ற சம்பவங்கள் உண்மையா, இல்லை மிகைப்படுத்தப்பட்டவையா என்ற குழப்பம் இன்று பலருக்கும் ஏற்படலாம். அண்ணா என்ற தலைவருக்கு மக்களிடையே இருந்த செல்வாக்கை அறிந்திராதவர்களுக்குத்தான் அப்படிப்பட்ட குழப்பங்கள் ஏற்படும்.

இவ்வளவு போக்குவரத்து வசதிகளும் தகவல் தொடர்பு வசதிகளும் இல்லாத ஒரு காலத்தில், அவரது மரணத்துக்குக் கூடிய கூட்டம் அவரது செல்வாக்கை இன்றும் நமக்கு உணர்த்தும். சுமார் ஒன்றரை கோடி மக்கள் கூடிய கூட்டம் அது. உலகிலேயே மிகப் பெரிய எண்ணிக்கையில் மக்கள்

திரண்ட கூட்டங்களில் அண்ணா இறுதிச் சடங்குக்குக் கூடிய கூட்டம்தான் இன்றுவரை முதல் இடம் வகிக்கிறது.

அண்ணா வெறுமனே அடுக்குமொழிகளைப் பேசியவரல்ல. இந்திய சுதந்திரப் போராட்டம் தீவிரமடைந்திருந்த காலகட்டத்தில், அந்த நீரோட்டத்துக்கு முரண்படும் போக்கை மேற்கொண்டிருந்த பெரியாரின் தொண்டராக அரசியல் வாழ்க்கையில் நுழைந்தவர். தேசம், தேசியம், சுதந்திரம் என்ற பிரமாண்டமான கருத்தாக்கங்களுக்கிடையில் பிராந்தியம், இனம், மொழி போன்ற அடையாளங்கள் அழிபடுவதற்கு எதிராக பெரியார் மேற்கொண்ட போரில், திறன் வாய்ந்த தளபதியாகச் செயல்பட ஆரம்பித்தவர். பெரியாரோடு முரண்பட்டுக் கட்சி அரசியல் நோக்கி வந்தவரின் முன்பு, இரண்டு மாபெரும் பணிகள் காத்துக்கிடந்தன. தேசத்திலும் மாநிலத்திலும் ஆளுங்கட்சியாக இருந்த காங்கிரஸை எதிர்ப்பது ஒரு பணி என்றால், அதற்குத் தன் தம்பிகளைத் தயார்ப்படுத்துவது இன்னொரு பணி. சுதந்திரம் அடைந்திருந்த காலகட்டத்தில், கல்வியறிவு பெற்றவர்களின் எண்ணிக்கை குறைவாக இருந்த நேரத்தில், அவர்களைத் தன்னை நோக்கி வரச் செய்வதற்கு அண்ணாவுக்கு உதவி புரிந்தது அவரது தமிழ்தான். அவரது உரைகளிலே தெறிக்கும் அடுக்குமொழிகள் எல்லாமே பாமரத் தமிழர்களுக்குக் கொடுக்கும் மாத்திரைகளில் தடவப்பட்ட தேன்தான். அந்தத் தேனைத் தனது உரைகளிலும், எழுத்துக்களிலும் திரைப்பட வசனங்களிலும் குழைத்துத் தந்துதான் எல்லாத் தம்பிகளையும் மந்திரம் போட்டதுபோலக் கட்டிப்போட்டார் அண்ணா.

“கற்பி, கலகம் செய், ஒருங்கிணை” என்று அம்பேத்கர் சொன்னதை அண்ணாவும் முழுமூச்சுடன் செய்தார். தன் தம்பிகளுக்கு எவ்வளவு கற்றுக்கொடுத்திருக்கிறார் என்பதை அவரது ‘தம்பிக்கு அண்ணாவின் கடிதங்கள்’ (பூம்புகார் பதிப்பகம்) என்ற ஏழு தொகுதிகளாகத் தொகுக்கப்பட்டிருக்கும் நூலிலிருந்து அறிந்துகொள்ளலாம். காங்கிரஸ் எதிர்ப்பு, இந்தித் திணிப்பு எதிர்ப்புப் போராட்டம், சிறை அனுபவம், வெளிநாட்டுப் பயணம் என்று எதைப் பற்றிக் கடிதம் எழுதினாலும் அதில் ஆங்கில இலக்கியம், வரலாறு, தத்துவம், உலக அரசியல் சிந்தனைகள் போன்றவை தவறாமல் இடம்பெற்றிருக்கும். தஞ்சைப் பிரதேசத்தின் வடுவூரிலுள்ள அதிகம் படிக்காத ஏழை

விவசாயி ஒருவரால் சாக்ரடீஸ் பற்றியும், கிப்பன் எழுதிய 'ரோம சாம்ராஜ்ஜியத்தின் சரிவு, வீழ்ச்சி ஆகியவற்றின் வரலாறு' பற்றியும், 'ரஷ்யப் புரட்சி' பற்றியும், கருப்பின மக்களின் போராட்டம் பற்றியும் பேச முடிந்தது என்றால் அதற்கு அண்ணாதான் காரணம். அலங்கார வார்த்தைகள், அடுக்குமொழிகளோடு அண்ணா நின்றுவிடவில்லை; அவற்றுக்குள் பொதிந்துவைத்துதான் அண்ணா ஒரு பெரும் மக்கள் கூட்டத்துக்கு அறிவுச் செல்வத்தை அளித்தார்.

தம்பிக்குக் கடிதம் எழுதுவதைத் தன் வாழ்நாளின் மிக முக்கியமான கடமைகளுள் ஒன்றாக அண்ணா கருதியிருக்கிறார் என்பது, இந்தத் தொகுதிகளில் பல இடங்களில் தெரிகிறது. எப்போதாவது எழுத முடியவில்லை என்றால் அது குறித்த தனது மனவருத்தத்தை அடுத்த கடிதத்தில் வெளிப்படுத்துவார். கதைகள் சொல்வார், கவிதைகள் மேற்கோள் காட்டுவார். இடையிலே, புகழ்பெற்ற ஆங்கில வாசகங்களின் அழகான மொழிபெயர்ப்பைத் தருவார், அறைகூவல் விடுப்பார், அறிவுரைகள் தருவார்.

இந்தித் திணிப்பு எதிர்ப்பு, திராவிடம், மாநில அரசியல், உலக அரசியல் இவற்றையெல்லாம் தாண்டியும் அண்ணாவின் சுவாரசியமான சில பக்கங்களும் இந்தக் கடிதங்களில் கிடைக்கின்றன. அவரது சிறை வாழ்க்கையின் போதும் அண்ணா தொடர்ந்து குறிப்புகள் எழுதியிருக்கிறார். சிறையின் ஜன்னல் வழியாக நிலவைக் கண்டு ரசித்ததை அண்ணா இப்படி எழுதியிருப்பார்: "இன்று அறையினுள் அடைக்கப்பட்டதிலிருந்து கிட்டத்தட்ட முக்கால் மணி நேரம் கம்பிகளைப் பிடித்துக் கொண்டு நின்றபடி, எதிர்ப்புறம் எழிலோடு விளங்கிக்கொண்டிருந்த நிலவைப் பார்த்தபடி இருந்தேன். அழகிய நிலவு. முழு நிலவுக்கே மறுதினம்! கிளம்பும்போது பொன்னிறம்! மேலே செல்லச்செல்ல உருக்கி வார்த்த வெள்ளி நிறம்! எனக்கு எப்போதுமே நிலவைக் காண்பதிலே பெருமகிழ்ச்சி. கம்பிகளுக்குப் பின்னால் நின்றபடி பார்க்கும்போதும், பெருமகிழ்ச்சியே! சிறைப்படாத நிலவு, அழகினைச் சிந்திக் கொண்டிருக்கிறது – சிறைப்பட்டிருக்கும் எனக்குக் களிப்பை அள்ளிப் பருகிக்கொள் என்று நிலவு கூறுவதுபோலத் தோன்றிற்று. இங்கு வந்த இத்தனை நாட்களில் இத்துணை அழகு ததும்பும் நிலவை நான் கண்டதில்லை.

கடலோரத்தில, வெண் மணலின் மீதமர்ந்து கண்டு இன்பம் கொண்டிட வேண்டும் அண்ணா! சிறைக்குள் இருந்தா!! என்று கேட்டுக் கேலி பேசுவர் என்பதால், அதிகம் இதுபற்றி எழுதாதிருக்கிறேன். இன்று உள்ள வானம், நிலவு அளிக்கும் ஒளியினால் புதுப்பொலிவு பெற்று விளங்குவதுபோலவே என் மனமும் எனக்குக் கிடைத்த செய்தி காரணமாக மகிழ்ச்சியால் துள்ளியபடி இருக்கிறது."

அதேபோல் பறவைகள் மீதும் அண்ணாவுக்கு விருப்பம் இருந்திருப்பது தம்பிக்கு எழுதிய கடிதங்களிலிருந்து தெரிய வருகிறது. சிறையில் படிப்பது, எழுதுவது போன்றவற்றுடன் ஓவியம் வரைவதிலும் அண்ணா ஈடுபட்டது மிகுந்த ஆச்சரியத்தைத் தருகிறது. தனது ஈடுபாடுகள், வாசிப்பு என்று எல்லாவற்றையும் தம்பிகளிடம் பகிர்ந்துகொண்டிருக்கிறார். அவரளவு படிப்பில்லாமலேயே, அவரிடம் கற்றுக்கொண்டே ஏராளமான தம்பிகள் பேச்சாளர்களாகவும் எழுத்தாளர்களாகவும் ஆகியிருப்பதே அண்ணாவின் ஆற்றலுக்குச் சாட்சி.

'தம்பிக்கு அண்ணா எழுதிய கடிதங்கள்' அண்ணாவைப் பற்றிய ஆவணம் மட்டுமல்ல, அவர் வாழ்ந்த காலத்தின் தமிழ்நாடு, இந்தியா, உலகம் ஆகியவற்றைப் பற்றிய ஆவணம் மட்டுமல்ல; அவரின் தம்பிகளைப் பற்றிய ஆவணமும் கூட. இன்று அவரது தம்பிகளின் தம்பிகள் அவசியம் படிக்க வேண்டிய தொகுப்புகள் இவை!

(2017)

அஸிமோவுடன் ஓர் அறிவியல் சவாரி!

அமெரிக்க எழுத்தாளரான ஐசக் அஸிமோவ் (1920–1994) எழுத்துலகம் மிகவும் பிரமாண்டமானது. அவர் எழுதிய, தொகுத்த புத்தகங்களின் பட்டியல் மட்டும் ஐநூறைத் தாண்டும். இதில் அறிவியல் புனைகதை, புதிர்க் கதைகள், அறிவியல் கட்டுரைகள், இலக்கியக் கட்டுரைகள், பைபிள் குறித்த நூல்கள் என்று பல்வேறு வகைமைகளில் எழுதியிருக்கிறார். 500 புத்தகங்களுக்கு மேல் எழுதிய சாதனையை ஐசக் அஸிமோவைப் போலப் பலரும் வைத்திருக்கிறார்கள். ஆனால், ஒரே நேரத்தில் இவ்வளவு அதிகமாகவும் தரமாகவும் எழுதிய வேறொரு எழுத்தாளரைக் காண்பது அரிது.

ஐசக் அஸிமோவின் சாதனைகளில் மிகவும் முக்கியமானது, அறிவியலை மக்களிடம் எளிதில் கொண்டுபோய்ச் சேர்த்ததுதான். வழக்கமாக, நிபுணர்களின் எழுத்து, நிபுணர்களின் வட்டத்தைத் தாண்டிச்செல்வது அரிது. உயிர்வேதியியல் பேராசிரியராக இருந்தாலும் ஐசக் அஸிமோவின் எழுத்தும் மனதும் பாமரர்களுக்கு நெருக்கமானது. அதனால்தான், அவருடைய புத்தகங்கள் கடந்த 60 ஆண்டுகளுக்கும் மேலாக உலகெங்கும் உள்ள, அறிவியல் தாகமுள்ள சாதாரண மக்களால் கொண்டாடப்படுகின்றன.

ஐசக் அஸிமோவ் அளவுக்குச் சொல்ல முடியாதென்றாலும் நம் தமிழ்ச் சூழலில் நினைவுக்கு வருபவர் எழுத்தாளர் சுஜாதா. வல்லுநராக இருந்துகொண்டு, சாதாரண மக்களை நோக்கி அவர் களின் மொழியிலேயே அறிவியலை எடுத்துச்சென்றவர் அவர்.

வெவ்வேறு தலைப்பில் அமைந்த ஐசக் அஸிமோவின் அறிவியல் கட்டுரைகள் 'அறிவியல் அறிவோம்' (யுரேகா

புக்ஸ் வெளியீடு) என்ற தலைப்பில் 16 சிறு புத்தகங்களாக மொழிபெயர்க்கப்பட்டு, மலிவு விலையில் சமீபத்தில் வெளியிடப்பட்டிருக்கின்றன. பல்வேறு மொழிபெயர்ப்பாளர்களின் உழைப்பில் இந்தச் சிறு நூல்கள் வெளியாகியிருக்கின்றன. 'மொழிபெயர்ப்பு' என்று குறிப்பிடாமல் 'மறுகூறல்' என்று குறிப்பிடப்பட்டிருப்பதால், குறிப்பிட்ட அளவுக்குச் சுதந்திரம் எடுத்துக்கொள்ளப்பட்டிருக்கிறது என்று நம்பலாம். அறிவியலை அறிமுகப்படுத்தும் நோக்கில் குறிப்பிட்ட ஒரு மொழியின் வாசகர்களை நோக்கி எழுதப்பட்டதை இன்னொரு மொழிக்குக் கொண்டுவரும்போது இது அவசியம்தான்.

இந்தப் பதினாறு சிறு நூல்களில் பிரபஞ்சத்தையே ஐசக் அஸிமோவ் உள்ளடக்கிவிட்டார் என்றே சொல்ல வேண்டும். அணு என்றால் என்ன, அண்டம், உயிர்களின் தோற்றம், பரிணாமம், மின்சாரம், சூரிய ஆற்றல், ரத்தம், ஆழ்கடல், வைட்டமின்கள், எண்ணெய்கள் என்று அட்டகாசமான சவாரி செய்திருக்கிறார் ஐசக் அஸிமோவ்.

ஒவ்வொரு விஷயத்தையும் ஒவ்வொரு துறையையும் பற்றி எழுதும்போது சமீப காலம் வரை உள்ள மேம்பட்ட தரவுகளை மட்டும் கொடுப்பதோடு அஸிமோவ் நின்றுவிடவில்லை. ஒவ்வொரு பொருளுக்கும், விஷயத்துக்கும் உள்ள ஆதிவரலாற்றிலிருந்தே தொடங்குகிறார். அறிவியலைப் பொறுத்தவரை, தொடங்கும் இடம் வேறாகவும் வந்துசேரும் இடம் வேறாகவும் இருந்தாலும் ஒரு தொடக்கம் என்பது முக்கியமல்லவா! அந்த வகையில் தொடக்கம் தவறாக இருந்தாலும் அந்த விஷயத்தின், பொருளின் பரிணாம வரலாற்றில் அதுவும் முக்கியமானதே. அணுவைப் பற்றி கி.மு. 450-ல் கிரேக்க ஞானி லெசிப்பஸ் கூறியதற்கும் இன்றைய துகள் இயற்பியல் கூறுவதற்கும் இடையே எவ்வளவு வேறுபாடுகள்! ஆனாலும், அணு என்ற ஒன்றையே யாரும் ஏற்றுக்கொள்ளாமல் இருந்த காலத்தில், அப்படி ஒன்று இருக்கக்கூடும் என்று லெசிப்பஸ் முன்வைத்த ஊகம் இன்று அணுவை நாம் புரிந்துவைத்திருப்பதற்கு அடித்தளம் இல்லையா? அறிவின் தற்போதைய நிலை மட்டுமல்ல, அறிவின் வரலாறும் சேர்ந்ததே முழுமையான அறிவு. அந்த முழுமையான அறிவை வாசகர்களுக்குக் கொண்டுசேர்க்க வேண்டும் என்ற அஸிமோவின் ஏக்கம் இந்தப் புத்தகங்களில் தெரிகிறது.

சூரியன், கடல்கள், பூமி, பிரபஞ்சம் எல்லாவற்றையும் பற்றிய ஆரம்ப கால ஊகங்களெல்லாம் இன்று மூடநம்பிக்கைகளாகவும் குழந்தைக் கதைகளாகவும் ஒதுக்கித் தள்ளிவிட முடியும். ஆனால், மனிதர்களின் அறிவுப் பயணம் அது போன்ற கற்பனைகளை ஆதாரமாகக் கொண்டதே. போகப் போக வேறு விதமான கற்பனைகள், விரிந்துகொண்டே போகும் பிரம்மாண்டக் கற்பனைகள் என்று இன்று அறிவியல் வந்து நிற்கும் இடமே கற்பனைகளை ஆதாரமாகக் கொண்டதே. ஆதிகால நம்பிக்கைக் கற்பனைகளையும் தற்கால அறிவியல் கற்பனைகளையும் அஸிமோவ் முன்வைக்கும்போது மானுட அறிவு வளர்ச்சிக்குக் கற்பனை எவ்வளவு இன்றியமையாதது என்பதை நமக்கு உணர்த்துகிறது.

எளிமையும் பக்க அளவும் இந்த மொழிபெயர்ப்புச் சிறு நூல்களின் பலம் என்று சொல்ல வேண்டும். ஓரளவு சுவாரசியமாகவே மறுகூறல் செய்யப்பட்டிருக்கிறது. ஆனால், இதுபோன்ற பெரும் பணிகளை முன்னெடுக்கும்போது, பின்பற்ற வேண்டிய வழிமுறைகள் சரியாகப் பின்பற்றப்படவில்லை என்றே கூற வேண்டும். மூல மொழிக் கட்டுரைகளில் இடம்பெற்ற ஒட்டுமொத்தக் கலைச்சொற்களையும் முதலில் வரிசைப்படுத்தி, அவற்றுக்கு இன்று தமிழில் வழங்கப்படும் எளிதான கலைச்சொற்களைக் கண்டறிந்திருக்க வேண்டும். அடுத்ததாக, அனைத்துச் சிறுநூல்களிலும் ஒரே விதத்தில் அந்தக் கலைச்சொற்கள் பயன்படுத்தப்பட்டிருக்க வேண்டும். ஆனால், இந்த நடைமுறை இங்கே பின்பற்றப்பட்டதாகத் தெரியவில்லை. எடுத்துக்காட்டாக, அண்டம், காலக்ஸி, பிரபஞ்சம் என்ற சொற்களெல்லாம் சரியாக இனம்பிரிக்கப்படாமல் ஒரு சிறு நூலில் வருகிறது. பிரபஞ்சம் உருவானதற்குக் காரணமாகச் சொல்லப்படும் 'பிக் பேங்' (Big Bang) என்பதற்குத் தமிழில் 'பெருவெடிப்பு' என்ற சொல் உருவாகி, நிலைபெற்றுப் பல காலமாக ஆகிவிட்டது. ஆனால், அண்டத்தைப் பற்றிய ஒரு சிறுநூலில் 'பெரு மோதல்' என்ற சொல் பயன்படுத்தப்பட்டிருக்கிறது. இதில் மோதல் எங்கே வந்தது? பிரபஞ்சம் மோதலில் உருவாகவில்லை, வெடிப்பில்தான் உருவானது. ஹீமோகுரோம் (hemochrome) என்பதற்கு 'மறுகூறல்' செய்பவர் தரும் சொல் நம்மை அதிரவைக்கிறது: 'நிறக்கிருமி'. 'ரத்தநிறமி' என்ற சொல் அவருக்குப் பிடிபடவில்லை. விஷயம்

தெரிந்த யாரிடமாவது ஒருமுறை கொடுத்துப் படித்துப் பார்க்கச் சொல்லியிருக்க வேண்டாமா?

அதுபோலவே, குழப்பமான தமிழ் நடை, இலக்கணக் குழப்பங்கள் ஆங்காங்கே தலைகாட்டுகின்றன. 'எனினும் சில பதிப்பகங்கள் அவரின் இறப்புக்குப் பின் கிடைக்கப்பட்டன', 'இந்த விகிதத்தில் இரத்தத்தை உபயோகப்படுத்தப்பட்டுப் பின் உருவாக்கப்படுவது கடினம்...' இப்படி நிறைய எடுத்துக்காட்டுகளைச் சொல்லிக்கொண்டே போகலாம்.

முதல் முறையாக ஐசக் அஸிமோவின் எழுத்துக்கள் இவ்வளவு பெரிய அளவில் தமிழில் கொண்டுவரப்பட்டதற்கு நாம் பாராட்டுகளைத் தெரிவித்துக்கொள்ளலாம். ஆனால், இவ்வளவு முக்கியமான பணிக்கு உரிய பொறுப்புணர்வு இந்தப் புத்தகங்களில் அதிகம் தென்படவில்லை என்பது வருந்தத்தக்க விஷயம். சில சிறு நூல்கள் நன்றாகவும் சில சிறு நூல்கள் மோசமாகவும் 'மறுகூறல்' செய்யப்பட்டிருக்கின்றன. இப்படிப்பட்ட குறைகள் காரணமாக இந்த நூல் தொகுப்பை வாசகர்களுக்குத் தயக்கத்துடனே பரிந்துரைக்க வேண்டிவந்துவிட்டது.

(2016)

சொல்-நண்பர்களுக்கு ஓர் அகராதி!

நாம் எத்தனையோ பேரை தினமும் சந்தித்தாலும் ஒருசிலர் மட்டுமே நமக்கு நண்பர்களாக இருப்பார்கள். திரைப்படங்களுக்குப் போவது, டீ குடிக்கப் போவது, உணவகங்களுக்குப் போவது எல்லாமே அவர்களுடன்தான். உயிரினங்களும், தங்களுக்கு உகந்த பிற உயிரினங்களுடன் உகந்த இயற்கைச் சூழலில்தான் இருக்கும். சொற்களும் அதுபோல்தான். குறிப்பிட்ட சொல் குறிப்பிட்ட சில சொற்களுடன் சேர்த்துதான் வழக்கமாகப் பயன்படுத்தப்படும். ஒன்றுக்கொன்று ஒட்டாத சொற்களை வலுக்கட்டாயமாக அருகருகே பயன்படுத்தினால் மொழிநடை மிகவும் நெருடலாக ஆகிவிடும். இடது பக்க மாட்டை வலது பக்கத்திலும் வலது பக்க மாட்டை இடது பக்கத்திலும் பூட்டி மாட்டு வண்டியை ஓட்டுவதுபோல.

ஆங்கிலத்தில் ஏராளமான சொற்சேர்க்கை அகராதிகள் உண்டு. 'பிபிஐ காம்பினேட்டரி டிக்ஷனரி', 'ஆக்ஸ்ஃபோர்டு கொலகேஷன் டிக்ஷனரி' போன்றவை முக்கியமானவை. தமிழில் இதுபோன்ற முயற்சிகள் கிட்டத்தட்ட எதுவுமே இல்லாதிருந்த சூழலில், சமீபத்தில் வெளியாகியிருக்கிறது மொழி நிறுவனத்தின் 'தற்காலத் தமிழ்ச் சொற்சேர்க்கை அகராதி' (பாரதி புத்தகாலயம் – மொழி அறக்கட்டளை வெளியீடு).

'க்ரியாவின் தற்காலத் தமிழ் அகராதி' (1992 பதிப்பு), 'மொழியின் மரபுத்தொடர் அகராதி' போன்ற அகராதிகளின் ஆசிரியரான பா.ரா. சுப்பிரமணியனின் ஆசிரியத்துவத்தில் அறிஞர்கள், ஆய்வாளர்கள், தொழில்நுட்ப உதவியாளர்கள் அடங்கிய குழு ஒன்று இந்த அகராதியை உருவாக்கியிருக்கிறது. முன்னும் பின்னும் பிற சொற்கள் இணைவதற்கு அனுமதிக்கும் மூவாயிரத்து அறுநூற்றுக்கும் மேற்பட்ட பெயர்ச்சொல்கள்

மட்டும் இந்த அகராதியில் தொகுக்கப்பட்டிருக்கின்றன. பொது எழுத்துத் தமிழ் என்பது இந்த அகராதியின் எல்லை.

'வெற்றி அடைந்தான்', 'தோல்வி அடைந்தான்' என்று சொல்கிறோம். ஆக, 'வெற்றி' என்ற சொல் வரும் இடங்களிலெல்லாம் 'தோல்வி' என்ற சொல்லைப் பதிலீடு செய்துகொள்ளலாம் என்று நினைப்போம். அப்படி முடியாது! 'வெற்றி பெற்றான்' என்ற சொற்றொடரைப் போல 'தோல்வி பெற்றான்' என்று சொல்லும் மரபு இல்லை அல்லவா!

'கருத்து' என்ற சொல்லுக்குப் பின்னால் இணையக்கூடிய சொற்களின் பட்டியலைப் பாருங்கள்: 'கவர்', 'உருவாகு', 'வலுப்பெறு', 'உருவாக்கு', 'கூறு', 'சொல்', 'தெரிவி', 'வெளியீடு', 'பரிமாறு', 'பரப்பு', 'கேள்', 'அறி', 'ஆதரி', 'ஆமோதி', 'வலியுறுத்து', 'நிறுவு', 'பதிவுசெய்', 'மதிப்பளி, புறக்கணி', 'செலுத்து', 'திணி', 'முன்வை'. இப்படி, முன்னும் பின்னும் வரக்கூடிய சொற்களைக் கொடுத்திருப்பதோடு மட்டுமல்லாமல் எடுத்துக்காட்டு வாக்கியங்களையும் கொடுத்திருப்பது மிகவும் பயனுள்ளதாக அமைகிறது.

தனிநபரோ ஒரு குழுவோ உட்கார்ந்து யோசித்து யோசித்துச் சொற்களைச் சேர்த்துத் தொகுத்து மட்டும் இதுபோன்ற அகராதிகளை உருவாக்குவதில்லை. இதுபோன்ற பணிகளில் பயன்படுத்தப்பட்டிருக்கும் இலக்கண, இலக்கிய, மொழியியல் அறிவும் தொழில்நுட்ப அறிவும் பற்றி நாம் அறிய மாட்டோம். சொற்களின் பெரும் உண்டியல் போன்ற 'சொல்வங்கி' என்ற சொல்தொகுப்பில் பல்வேறு புத்தகங்களும் உள்ளிடப்பட்டிருக்கும்.

கணினியைப் பயன்படுத்தி 'செயல்' என்ற சொல் இடம்பெற்றிருக்கும் வாக்கியங்களையும் சொற்றொடர்களையும் தேடினால், அந்தச் சொல் இடம்பெற்றிருக்கும் பல்லாயிரக்கணக்கான வாக்கியங்கள், வெவ்வேறு நூல்களிலிருந்து கணினி மென்பொருளால் உருவப்பட்டு வரிசையாக நம் முன்னால் வைக்கப்படும். அந்த வாக்கியங்களைப் பார்க்கும்போது 'செயல்' என்ற சொல்லின் முன்னும் பின்னும் எந்த மாதிரியான சொற்கள் தொடர்ச்சியாக இடம்பெறுகின்றன என்பது தெளிவாகிவிடும்.

இந்தத் தரவுகளை மொழியியல்-அகராதியியல் கட்டமைப்புடன் இணைத்து உருவாக்குவதுதான் சொற்சேர்க்கை

அகராதிகள் உள்ளிட்ட அகராதிகளை உருவாக்குவதற்கான அறிவியல் முறை. இந்த அறிவியல் முறையைப் பின்பற்றி உருவாகியிருக்கும் இந்தச் சொற்சேர்க்கை அகராதி, தமிழ் மொழி சார்ந்த பணிகளில் குறிப்பிடத் தகுந்த ஒரு முயற்சி!

சொற்சேர்க்கைகள் இடம்பெறும் தமிழ்ச் சொற்றொடர்கள் மட்டுமல்லாமல் அவற்றின் ஆங்கில மொழிபெயர்ப்புகளும் கொடுக்கப்பட்டிருக்கின்றன. இது, ஆங்கிலம் கற்றுக்கொள்பவர்களுக்குப் பயனளிக்கக் கூடியது என்றாலும் சொற்சேர்க்கை அகராதியில் இன்னொரு மொழி இடம்பெற்றிருப்பது அகராதியியல் முறைப்படி சரியா என்ற கேள்வியும் எழுகிறது. இருமொழி அகராதிகள் உண்டு, ஆனால், இருமொழி சொற்சேர்க்கை அகராதிகள் உண்டா?

இந்த அகராதியைத் தொடர்ந்து வினைச்சொற்கள் உள்ளிட்ட பிற இலக்கண வகைச் சொற்களுக்கும் அகராதிகள் வருமென்றால் மிகுந்த பயன் ஏற்படும். அப்படி வரப்போகும் அகராதிகளுக்கெல்லாம் நல்லதொரு தொடக்கமாக இந்த அகராதி அமைந்திருக்கிறது.

(2017)

தென்னிந்தியப் பறவைகளுக்கு ஒரு கையேடு

மும்பையிலுள்ள 'பி.என்.ஹெச்.எஸ்.' (Bombay Natural History Society) அமைப்பு நூறாண்டுகளுக்கும் மேல் இயற்கையியல் தொடர்பாக இயங்கிவரும் மிக முக்கியமான அமைப்பு. சாலிம் அலி உள்ளிட்ட மிக முக்கியமான இயற்கையியலர்கள் பணியாற்றிய அமைப்பு. 'பி.என்.ஹெச்.எஸ்.'ஐச் சேர்ந்த பல ஆய்வாளர்களும் வல்லுநர்களும் விலங்குகள், பறவைகள், தாவரங்கள் போன்றவற்றைப் பற்றி ஆராய்வதற்காகத் தங்கள் வாழ்நாள் முழுவதையும் செலவிடுபவர்கள். தங்கள் அனுபவத்தின் மற்றும் ஆராய்ச்சியின் அடிப்படையில் அவர்கள் பல முக்கியமான புத்தகங்களை வெளியிட்டிருக்கிறார்கள். இதில் எல்லோருக்கும் சட்டென்று நினைவுக்கு வருவது சாலிம் அலியின் 'The Book Of Indian Birds'. அந்த வரிசையில் ரிச்சர்ட் கிரமிட், டிம் இன்ஸ்கிப் ஆகியோரின் உருவாக்கத்தில் வெளியானதும் புகழ் வாய்ந்ததுமான 'South Indian Birds' என்ற புத்தகம், தற்போது பிராந்திய மொழிகளில் மொழிபெயர்க்கப்பட்டு வெளியாகியிருக்கிறது. தமிழிலும் கோபிநாதன் மகேஷ்வரனால் மொழிபெயர்க்கப்பட்டுத் தற்போது வெளியாகியிருக்கிறது.

தமிழ் இலக்கியத்துக்கும் பறவைகளுக்கும் உள்ள உறவு மிகப் பழமையானது. 'நாராய் நாராய் செங்கால் நாரா'யில் தொடங்கி இன்றைய தேவதேவன் வரையில் தொடரும் உறவு அது. அப்படியிருக்கும்போது தமிழில் பறவைகளைக் குறித்த ஆய்வுக் கட்டுரைகளோ, நூல்களோ மிகவும் குறைவு. தியடோர் பாஸ்கரன் போன்ற வெகுசிலர் மட்டுமே இங்கொன்றும் அங்கொன்றுமாக எழுதிவருகிறார்கள். பாட்ஷா, க. ரத்னம் போன்றவர்கள் சில முக்கியமான புத்தகங்களையும் வெளியிட்டிருக்கிறார்கள். தமிழ்நாட்டுப் பறவைகளைப் பற்றி

தமிழ் நன்கு தெரிந்த ஒருவர் எழுதிய புத்தகம் என்னும் அடிப்படையில் க. ரத்தினத்தின் 'தமிழ்நாட்டுப் பறவைகள்' என்ற புத்தகம், (தெளிவற்ற படங்களைக் கொண்டிருந்தாலும்) குறிப்பிடத்தக்கது. இதுபோன்ற சூழ்நிலையில்தான் 'தென் இந்திய பறவைகள்' புத்தகம் வெளிவந்திருக்கிறது.

இந்தக் கையேட்டில் தென்னிந்தியாவைத் தாயகமாகக் கொண்ட பறவைகள், அடிக்கடி வலசைவரும் பறவைகள் என்று 600–க்கும் மேற்பட்ட பறவைகளைப் பற்றிய சிறு விளக்கங்களைக் காணலாம். விளக்கங்கள் கொடுக்கப்பட்டிருக்கும் பக்கங்களுக்கு எதிர்ப் பக்கத்தில் பறவைகளின் ஓவியங்கள் கொடுக்கப்பட்டிருக்கின்றன. புத்தகத்தின் முற்பகுதியில் தென்னிந்தியப் பறவைகளின் வாழிடங்கள், சரணாலயங்கள், பறவைகள் தொடர்பான அமைப்புகளைப் பற்றிய தகவல்கள், பறவைகள் தொடர்பான நூல்களைப் பற்றிய குறிப்புகள் என்று உபயோகமான பகுதிகள் கொடுக்கப்பட்டிருக்கின்றன. இந்தப் புத்தகத்தில் கொடுக்கப்பட்டிருக்கும் பறவைகளின் படங்களுக்காக, அவற்றை வரைந்த ஓவியர்கள் மிகவும் சிரத்தை எடுத்துக்கொண்டிருந்திருக்கிறார்கள் என்பது நன்றாகத் தெரிகிறது. சமீபக் காலத்தில் பறவைகளைப் பற்றிய புத்தகங்களிலேயே மிகச் சிறப்பான படங்களைக் கொண்ட புத்தகம் இதுதான். அது மட்டுமல்லாமல் கண்ணில் ஒற்றிக்கொள்ளலாம் போன்றதொரு புத்தகத் தயாரிப்பு.

இப்படிச் சிறப்பான பல அம்சங்கள் இடம்பெற்றிருந்தாலும் இந்தப் புத்தகத்தின் பலவீனமான அம்சம் தமிழே தெரியாத ஒருவரால் இந்தப் புத்தகம் மொழிபெயர்க்கப்பட்டிருப்பதாகும். பின்னட்டையில் கொடுக்கப்பட்டிருக்கும் ஒரு பத்தியைத் தருகிறேன், தெரிந்துகொள்ளுங்கள் இது எப்படிப்பட்ட மொழிபெயர்ப்பு என்று:

"இக்கையேட்டில் உள்ள 87 வண்ணத்தகடுகள் பல பறவைகளின் இறக்கை நிரம் மற்றும் எப்படியெல்லாம் பறவையின் வெவ்வேறு உருவநிலையில் மாற்றமடைகிறது என்பதை தெளிவாக விழக்கப்பட்டிருகின்றன. இவைகளை பற்றிய மிக தெளிவான விழக்கங்கள் தகுடுகளின் எதிர்புரம் விவரிக்கப்பட்டுள்ளன."

பக்கத்துக்குப் பக்கம் வரிக்கு வரி இப்படித்தான். நீங்கள் கேட்கலாம். 'பறவைகள்தானே முக்கியம்; மொழி முன்னே

பின்னே இருந்தால் என்ன?' என்று. நல்லது. சாலிம் அலியின் புத்தகத்தையோ பிற அறிஞர்கள் எழுதிய பறவைகளைப் பற்றிய புத்தகத்தையோ எடுத்துப் பாருங்கள். அச்சுப் பிழையைக் கண்டுபிடிப்பதுகூடக் கடினம்.

இத்தனைக்கும் சாலிம் அலி போன்றவர்களின் தாய்மொழி ஆங்கிலம் கிடையாது. தமிழில் மட்டும் ஏன் இப்படி நடக்கிறது. அதிலும் நம் மொழி 'செம்மொழி' வேறு. தொழில்நுட்பம், அறிவியல் போன்ற துறைகளுக்கும் தமிழுக்கும் ஏன் இவ்வளவு தகராறு? யோசித்துப் பார்த்தால் இது தமிழின் பிரச்சினை அல்ல, தமிழர்களின் பிரச்சினை என்று தோன்றுகிறது.

எத்தனையோ துறைகளில் எத்தனையோ நூல்கள் இடைக்காலத் தமிழில் வெளிவந்திருக்கின்றன. ஆனால், ஆங்கிலத்தின் தாக்கம் அதிகரித்த பிறகு, நமது மரபான அறிவியல் தமிழோடு நமக்கு இருந்த உறவு கத்தரிக்கப்பட்டுவிட்டது. இப்போது தமிழ்நாட்டில் பல துறை வல்லுநர்கள் இருக்கிறார்கள்; அவர்கள் ஆங்கிலத்தில் நன்றாக எழுதுவார்கள்; தமிழ் என்று வரும்போதுதான் தமிழ், 'தமில்' ஆகிவிடுகிறது.

இந்தப் புத்தகத்தின் மொழிபெயர்ப்பாளருக்குத் தோகை என்ற சொல் தெரியவில்லை.

(எ–கா)

'...அழகான கண்ணாடி போன்ற வழவழப்புடன் கூடிய பச்சை நிற நீண்ட வால் சிறகுகள்...'

இதை இப்படி எழுதியிருந்தால் எவ்வளவு சுலபமாக இருந்திருக்கும் பாருங்கள்: 'கண்ணாடி போன்ற வழவழப்பான, நீண்ட இறகுகளைக் கொண்ட பச்சை நிறத் தோகை'.

கொண்டை என்னும் சொல்லைச் சில இடங்களில் பயன்படுத்துகிறார், சில இடங்களில் மறந்துவிடுகிறார்: (எ–கா) (கொண்டலாத்தி)

'...உச்சியிலுள்ள இறகு கொத்து காற்றாடி போல் கருப்பு முனையுடன் இருக்கும்.'

இப்படிப் புத்தகம் முழுவதும் சொல்லிக்கொண்டே போகலாம் அவ்வளவு பிழைகள். ஒற்றுப் பிழைகள், எழுத்துப்

பிழைகள், இலக்கணப் பிழைகள் என்று முடிவில்லாமல் நீள்கின்றன. 'பி.என்.ஹெச்.எஸ்.'ஐச் சேர்ந்தவர்களில் நன்கு தமிழ் தெரிந்தவர் ஒருவர் கூடவா இல்லை? அல்லது க.ரத்னம் போன்றவர்களிடம் கொடுத்துத் தமிழைச் சரிசெய்யச் சொல்லியிருக்கலாமே? நல்ல விஷயத்தைச் செய்கிறார்கள். நோக்கத்தின் அடிப்படை தமிழில் கொடுப்பது. இவ்வளவு மோசமாகத் தமிழில் கொடுப்பதன் மூலம் அடிப்படை நோக்கமே சிதைந்துபோய்விடுகிறது அல்லவா? மலையாளம், தெலுங்கு போன்ற மொழிகளில் இந்தப் புத்தகம் எப்படி வந்திருக்கிறது என்பதைத் தெரிந்துகொள்ள ஆவலாக இருக்கிறது. 'பி.என்.ஹெச்.எஸ்.' நிறுவனத்திடம் நான் கேட்டுக் கொள்வதெல்லாம் இதுதான்: உங்கள் அற்புதமான உழைப்பை வீணாக்காதீர்கள், இந்தப் புத்தகத்தின் அடுத்த பதிப்பைத் தமிழ் தெரிந்த ஒருவரின் மொழிபெயர்ப்பில் கொண்டுவர முயலுங்கள்.

மொழிபெயர்ப்பை மறந்துவிட்டால், ஓவியங்களுக்காக இது ஓர் அற்புதமான கையேடு என்பதில் எந்தச் சந்தேகமும் இல்லை.

('தமிழ் இன்று' இணைய இதழுக்காக 2010-ல் எழுதிய மதிப்புரை)

பதிப்புத் துறை

இருநூறு ஆண்டுகளுக்குப் பின் பதிப்பு கண்டிருக்கும் முதல் திருக்குறள்

தமிழர் வாழ்வில் பெரும் செல்வாக்கு செலுத்திக்கொண்டிருக்கும் இலக்கியங்களில் திருக்குறளுக்கு இணையே இல்லை என்று சொல்லிவிடலாம். அத்தகைய திருக்குறள்தான் தமிழில் முதன்முதலில் அச்சான செவ்விலக்கியம் என்பது பலரும் அறியாத தகவல். 1812-ல் திருக்குறள் முதன்முதலில் அச்சேறியது. அந்தத் திருக்குறள் பதிப்புக்கு இன்னும் பல சிறப்புகள் இருக்கின்றன. புள்ளியில்லா மெய்யெழுத்துக்களுடன் அச்சிடப்பட்ட பதிப்பு அது. இத்தனைக்கும் வீரமா முனிவர் தமிழ் மெய்யெழுத்துக்களுக்குப் புள்ளியை அறிமுகம் செய்ததற்கு பிந்தைய காலகட்டம் அது. ‘திருககுறள’ என்றுதான் அதில் அச்சிடப்பட்டிருக்கும். ‘அகரமுதலவெழுததெலலா மாதி பகவன முதறறெயுலகு’ என்பதுபோல்தான் குறள்கள் அந்தப் பதிப்பில் கொடுக்கப்பட்டிருந்தன.

மிகவும் அரிய அந்தப் பதிப்பு உலகிலேயே தற்போது 5 பிரதிகளுக்கும் குறைவாகத்தான் இருக்கிறது. ‘அந்தப் பதிப்பைப் பார்க்க முடியாதா?’ என்று ஆசைப்படுபவர்களின் ஏக்கத்தைத் தணிக்கும் வகையில் சென்னையில் உள்ள ‘ரோஜா முத்தையா ஆராய்ச்சி நூலகம்’ அந்தப் பதிப்பை எண்வயப்படுத்தி, (digitalize) பார்ப்பதற்கு அப்படியே 1812-ம் ஆண்டு பிரதிபோல் இருக்கும் ஒரு பதிப்பைக் கொண்டுவந்திருக்கிறார்கள். இது தொடர்பாக ‘ரோஜா முத்தையா ஆராய்ச்சி நூலக’த்தின் இயக்குநர் சுந்தரிடம் பேசினேன். “புள்ளியில்லாத எழுத்துக்களுடன்

இருக்கும் திருக்குறளை யார் படிப்பார்கள் என்று பலருக்கும் கேள்வி எழலாம். இந்தப் பதிப்பின் நோக்கமே ஒரு வரலாற்றுத் தொடர்ச்சியை அடுத்தடுத்த தலைமுறைக்கு உணர்த்துவதே. 200 ஆண்டுகளுக்கு முன்பு அச்சிடப்பட்ட தமிழின் மிக முக்கியமான புத்தகம் எப்படி இருக்கும் என்று இன்றைய தலைமுறைக்கு உணர்த்துவதும் ஒரு வரலாற்றுக் கடமையல்லவா? இது ஒரு தொடர் ஓட்டம் போல, விட்டுப்போய்விடக் கூடாது. 200 ஆண்டுகள் கழித்து நாங்கள் செய்ததை, இன்னும் ஒரு 200 ஆண்டுகள் கழித்து வேறு யாராவது செய்ய வேண்டும். அப்போதுதான் வரலாற்றுத் தொடர்ச்சியை எதிர்கால சந்ததியினர் உணர்ந்துகொள்ள முடியும்" என்றார். இந்தப் பதிப்பில் எதிர்கொண்ட சிக்கல்கள் குறித்துக் கேட்டதற்கு, "மிகவும் பழமையான நூல்களை எண்வயப்படுத்துவது, அதை மிகவும் தரமான ஒரு நூலாகப் பதிப்பிப்பது போன்றவை சிக்கலான, செலவுபிடிக்கக் கூடிய வேலைகள். எங்களிடம் உள்ள பிரதி சிதைவடையாத பிரதி என்றாலும் அதில் பூச்சிகள் எண்ணற்ற துளைகளை இட்டிருந்தன. கணினி உதவியுடன் எண்வயப் பிரதியில் எழுத்துக்களுக்குச் சேதம் ஏற்படாத விதத்தில் பூச்சித் துளைகளை அகற்றினோம். வெகு காலம் நீடித்து நிற்கும் புத்தகமாக இந்தப் பதிப்பை அச்சிட நிறைய செலவுபிடிக்கும் என்று தெரிந்தது. இதற்கு நிதியுதவி கோரினோம். முக்கால்வாசி நிதிதான் கிடைத்தது. புத்தகம் விற்றுக் கிடைக்கும் தொகையைக் கொண்டுதான் இதற்கு ஆன செலவில் உள்ள இடைவெளியை ஈடுகட்ட வேண்டும். 1812-ம் ஆண்டு பதிப்பும் இப்படி நிதிதிரட்டி வெளியிடப்பட்டதுதான் என்பது ஆச்சரியமான ஒற்றுமை! கிட்டத்தட்ட இன்றைய 'கிரவுட் ஃபண்டிங்' போல! அந்தக் காலத்தில் காகிதத்துக்குக் கடும் தட்டுப்பாடு இருந்தது. யாரெல்லாம் புத்தகம் வாங்க விரும்புகிறார்களோ அவர்களிடமே புத்தகப் பிரதியொன்றின் உத்தேச விலையைப் பெற்றுக்கொண்டுதான் புத்தகத்தை அச்சிடுவார்கள். இதனால் அந்தப் புத்தகத்தின் முதல் பக்கத்தில் 'இது .... பொதததகம' என்று அச்சிடப்பட்டிருக்கும். இன்னாரது புத்தகம் என்று அவரது பெயரை எழுதிக்கொள்வதற்கான இடைவெளியுடன் அப்படிக் கொடுக்கப்பட்டிருக்கும். இப்படி வரலாற்று ஆய்வுக்குரிய தகவல்களெல்லாம் இதுபோன்ற பழைய புத்தகங்களில் நிறைய புதைந்துகிடக்கின்றன. தற்போதைய பதிப்பு அதுபோன்ற

ஆய்வுகளுக்கு மிகவும் உதவக்கூடியது. அது மட்டுமல்லாமல், மேலைநாட்டில் இருப்பது போன்ற 'சேகரிப்பாளர் பதிப்புகள்' (Collector's Editions) தமிழில் அநேகமாக இல்லை. தமிழில் அந்தப் போக்குக்கு இந்தத் திருக்குறள் பதிப்பை ஒரு முன்னோடி எனலாம்" என்றார்.

அருமையான முயற்சி! கெட்டி அட்டை, புத்தகத்துக்கான சிறுபெட்டி, 200 ஆண்டுகளுக்கும் மேலாக அழியாமல் இருக்கக் கூடிய 'சில்க் கோட்டிங்' கொடுக்கப்பட்ட தாள் என்று கண்ணில் ஒற்றிக்கொள்ளக் கூடிய பதிப்பு இது. இந்தத் 'திருக்குறள்' பதிப்பு போல முக்கியமான பழந்தமிழ் நூல்கள் பலவற்றுக்கும் 'சேகரிப்பாளர் பதிப்பு'கள் கொண்டுவருவதைப் பற்றி பதிப்பகங்கள் யோசிக்கலாம்!

(2017)

மர்ரே ராஜமும் பொக்கிஷப் பதிப்புகளும்!

மர்ரே-ராஜம் என்றழைக்கப்பட்ட ராஜம் தன்னலம் கருதாமல் தமிழுக்காக உழைத்தவர்களுள் ஒருவர்! கூடவே, தமிழர்களின் மறதியால் விழுங்கப்பட்ட மாமனிதர்களுள் ஒருவர். பழந்தமிழ் இலக்கியங்களை உரையில்லாமல் எல்லோரும் படிக்கக்கூடிய வகையில், பெரும் தமிழறிஞர்கள் குழுவைக் கொண்டு சந்தி பிரித்து, மலிவு விலையில் அவர் பதிப்பித்த நூல்கள் தமிழின் சமீப வரலாற்றின் பெரும் சாதனைகளுள் ஒன்று. 1986-ல் ராஜம் மறைவுக்குப் பிறகு, அவரது பதிப்பு முயற்சிகளும் அதன் பின்னணியில் உருவான வளங்களும் கிட்டத்தட்ட முடங்கிப்போன நிலை. இந்த நிலையில் பழந்தமிழ் இலக்கியத்தை வெளியிடுவதற்காக 60-களில் ராஜம் ஏற்படுத்திய 'சாந்தி சாதனா' அறக்கட்டளைக்கு, அவரது நண்பரின் மகனும் ராஜத்தின் பங்குதாரருமான ஸ்ரீவத்ஸா 2001-ல் புத்துயிர் கொடுக்கிறார். அதனைத் தொடர்ந்து, ஏற்கெனவே பணிகள் முடிக்கப்பட்டுக் கைப்பிரதியாக இருந்த நூல்களெல்லாம் ஒவ்வொன்றாக வெளிவரத் தொடங்கின. 'தமிழ்க் கல்வெட்டுச் சொல்லகராதி', 'வரலாற்று முறைத் தமிழ் இலக்கியப் பேரகராதி', 'சேந்தன் திவாகரம் பிங்கலம் சூடாமணி' போன்ற அகராதிகளும் 'பெருங்கதை', 'வார்த்தாமாலை', 'ஸ்ரீதேசிகப் பிரபந்தம்' போன்ற நூல்களும் வெளியாகின.

சாந்தி சாதனாவின் தற்போதைய அறங்காவலர்களுள் ஒருவரும் மறைந்த ஸ்ரீவத்ஸாவின் மனைவியுமான சகுந்தலாவை சந்தித்தபோது ராஜத்தின் நினைவுகளில் மூழ்கினார். "எவ்வளவு பெரிய மனிதர் அவர். தனக்கென ஏதுமே சேர்த்து வைக்காமல் எல்லாவற்றையும் பொதுக் காரியங்களுக்காகவே அவர் செலவிட்டார். ஏழை மாணவர்கள் படிப்பு உள்ளிட்ட

தர்ம காரியங்களுக்குத் தனித்தனி அறக்கட்டளைகளும், பழந்தமிழ் இலக்கியங்களுக்கு முறையான பதிப்புகள் வெளியிட வேண்டுமென்று 'சாந்தி சாதனா' அறக்கட்டளையும் தொடங்கினார். அவர் தொடங்கிய மற்ற அறக்கட்டளைகள் இடைவெளி இல்லாமல் இயங்கிவந்தாலும் 'சாந்தி சாதனா' மட்டும் அவரது மறைவுக்குப் பிறகு சற்றே முடங்கிப்போய்விட்டது. எனது கணவர் ஓய்வுபெற்ற பிறகு ராஜத்தின் மீதும் தமிழின் மீதும் உள்ள ஆழமான பற்றின் காரணமாக 'சாந்தி சாதனா'வை 2001-ல் மீண்டும் தொடங்கினார்" என்கிறார்.

தமிழின் மீது இந்த அளவுக்குப் பற்று கொண்டிருந்த ராஜம் அடிப்படையில் தமிழறிஞர் இல்லை. திருத்துறைப்பூண்டிக்கு அருகில் உள்ள துளாசாபுரம் என்ற ஊரில் 1904-ல் பிறந்த ராஜம் கணக்குத் தணிக்கை தொடர்பான படிப்பைப் படித்தவர். அந்தக் காலத்தில் சென்னையில் 'மர்ரே அண்டு கம்பெனி' என்றொரு ஆங்கிலேய ஏல நிறுவனம் இருந்தது. அதில் வேலைக்குச் சேர்ந்தார் ராஜம். அந்த நிறுவன உரிமையாளர்கள் இந்தியாவை விட்டு வெளியேறியபோது அந்த நிறுவனத்தை ராஜம் ஏற்று நடத்தினார்.

1940-களில் தமிழறிஞர் எஸ். வையாபுரிப் பிள்ளையுடன் ஏற்பட்ட சந்திப்பு ராஜத்தின் வாழ்க்கையில் திருப்புமுனையை ஏற்படுத்தியது. ஏற்கெனவே தர்ம காரியங்களுக்காகப் பெருமளவு தானம் வழங்கிவந்த ராஜத்தைப் பழந்தமிழ் இலக்கியங்களைப் பதிப்பிக்கும் பணியின் பக்கம் திருப்பியது வையாபுரிப் பிள்ளைதான். எல்லோருக்கும் புரியக் கூடிய வகையில் சந்தி பிரித்த பதிப்புகளைப் பழந்தமிழ் இலக்கியங்களுக்குக் கொண்டுவர வேண்டும் என்று ராஜத்திடம் வையாபுரிப்பிள்ளை வலியுறுத்தியிருக்கிறார். அதை முழு மனதுடன் ஏற்றுக்கொண்ட ராஜம், வையாபுரிப் பிள்ளையையே பதிப்பாசிரியராகக் கொண்டு பதிப்புப் பணிகளைத் தொடங்கினார். 'எஸ். ராஜம், நெ5, தம்புச்செட்டித் தெரு, சென்னை-01' என்ற முகவரி தமிழ்ப் பதிப்பு வரலாற்றின் மிக முக்கியமான முகவரியாக மாறியது அப்படித்தான்.

20-ம் நூற்றாண்டின் தமிழ்ப் பதிப்பு வரலாற்றில் மிக முக்கியமான காலகட்டம் அது! வையாபுரிப்பிள்ளை, பெ.நா.அப்புசாமி, மு.சண்முகம் பிள்ளை, வி.மு.சுப்பிரமணிய

ஐயர், பி.ஸ்ரீ.ஆச்சார்யா, கி.வா.ஜ., தெ.பொ. மீனாட்சிசுந்தரம், ரா.பி. சேதுப்பிள்ளை முதலான மகத்தான தமிழறிஞர்களை உள்ளடக்கிய ஆசிரியர் குழு, மர்ரே ராஜம் நிறுவனத்துக்கு வாய்த்தது. இவர்கள் அனைவருமே தமிழறிவின் உச்சம் என்ற நிலையில் இருந்தும், கொஞ்சம்கூட செருக்கின்றிப் பணிபுரிந்தனர். சிறு வயதில் ராஜத்திடம் பணிக்குச் சேர்ந்து அவரது இறுதிக்காலம் வரை உடன் இருந்த பரமார்த்தலிங்கம் அது குறித்துப் பேசும்போது, "வழக்கமாக ஒரு குழுவின் பெரிய அறிஞர்கள் ஒன்றுகூடினால் அவர்களுக்குள் 'நான் பெரிய ஆளா, நீ பெரிய ஆளா?' என்பது போன்ற மனோபாவம் வந்துவிடும். ஆனால், இந்தக் குழு அப்படியில்லை. ஒருவர் பார்த்த ப்ரூஃபை இன்னொருவர் மறுபடியும் சரிபார்ப்பார். 'நான்தான் பெரிய ஆளாயிற்றே. நான் பார்த்ததை நீ எப்படிப் பார்ப்பது?' என்றெல்லாம் யாரும் சண்டையிட மாட்டார்கள். ஏனென்றால், அவர்களின் பிரதான நோக்கம் பிழையில்லாமல் தமிழ் இலக்கியம் தமிழர்களின் வீடுகள்தோறும் சென்றடைய வேண்டும் என்பதுதான்" என்கிறார்.

மர்ரே ராஜம் நிறுவனத்தால் மேற்கொள்ளப்பட்ட பணிகளின் விரிவை அவ்வளவு எளிதில் நம்மால் புரிந்துகொள்ள முடியாது. பழந்தமிழ் இலக்கியங்கள், இலக்கணங்கள் என்று 40-க்கும் மேற்பட்ட புத்தகங்களைத் தரமான அச்சில் மலிவு விலையில் வெளியிட்டார்கள். அந்தப் புத்தகங்களில் பயன்படுத்தப்பட்ட எழுத்துருக்கள்கூட அவ்வளவு அழகு. கூடவே, பழந்தமிழ் இலக்கியங்களில் இடம்பெற்ற சொற்களை ஒவ்வொன்றாகத் தொகுத்தது, தமிழகக் கோயில் கல்வெட்டுக்களில் இடம்பெற்ற சொற்களைத் தொகுத்தது, வைணவ உரைநடை இலக்கியத்தின் சொற்களைத் தொகுத்தது என்று மலைக்க வைக்கும் பணிகள் பலவற்றையும் செய்திருக்கிறார்கள். ஒவ்வொரு சொல்லுக்கும் ஒரு அட்டை என்று எழுதித் தொகுத்த அட்டைகளெல்லாம் இருபதுக்கும் மேற்பட்ட பீரோக்கள், அந்தக் கால இழுப்பறை அலமாரிகள் போன்றவற்றை ஆக்கிரமித்திருக்கின்றன. இவை தவிர பேரேடுகள் வடிவத்திலான நோட்டுப் புத்தகங்களிலும் சொல்லடைவுகள் கைப்பட எழுதி வைக்கப்பட்டிருக்கின்றன. இவற்றில் பலவும் நூல்களாக வெளிவருவதற்காகக் காத்திருப்பவை. தமிழ் லெக்ஸிகன் போன்ற

பேரகராதிகளுக்கு நடந்த பணிகளின் ஆவணங்கள் இதுபோன்று பாதுகாத்துவைக்கப்பட்டிருக்கின்றனவா என்பது தெரியவில்லை.

"இந்த பொக்கிஷங்களை அழியாமல் பாதுகாப்பது பெரியதொரு பணி என்றால், இவற்றைத் தொகுத்துப் புத்தகங்களாகப் போடுவது மலைபோல் முன்னிருக்கும் இன்னொரு பணி! அதற்கும் முன்னால் தற்போது வெளியிட்ட புத்தகங்களுக்கு உரிய வரவேற்பு கிடைக்கவில்லை என்பது எங்களும் வருத்தம். 'தமிழ்க் கல்வெட்டுச் சொல்லகராதி', 'வரலாற்று முறைத் தமிழ் இலக்கியப் பேரகராதி' போன்ற நூல்களுக்குப் பின்னால் நம்பவே முடியாது உழைப்பும் அர்ப்பணிப்பும் இருந்திருக்கின்றன. துளியும் லாப நோக்கம் இல்லாத அர்ப்பணிப்பு அது. உங்களுக்குத் தெரியுமா? ஒரு ரூபாய் நன்கொடை கூட ராஜம் யாரிடமிருந்தும் பெறவில்லை; ஆனால், இது போன்ற உழைப்புக்குச் சமூகத்திடமிருந்து கிடைக்கும் பாராமுகம் எதிர்காலப் பணிகளில் தொய்வை ஏற்படுத்தும் விதத்தில் இருக்கிறது. ஆகவே, இந்தப் புத்தகங்களை எல்லோருக்கும் கொண்டுசேர்க்க வேண்டும் என்பதற்காகத் தற்போது 50% தள்ளுபடி தருகிறோம். தமிழ் இலக்கிய ஆர்வலர்கள், மாணவர்கள், பல்கலைக்கழகங்கள் எல்லாம் இந்த வாய்ப்பைப் பயன்படுத்திக்கொண்டு வாங்குவார்கள் என்றால் எங்களின் எதிர்காலப் பணிக்கு உந்துதலாக இருக்கும்" என்கிறார் 'சாந்தி சாதனா' அறக்கட்டளையின் அறங்காவலர்களில் ஒருவரான ஹேமந்த்.

சந்திப்பை முடித்துவிட்டு வரும்போது, அந்தப் பழைய கட்டிடத்தின் ஒரு அறையில் வீற்றிருந்த பழைய காலத்து நாற்காலிகளைக் காட்டி இப்படிச் சொன்னார் பரமார்த்தலிங்கம், "வையாபுரிப் பிள்ளை, பெ. நா. அப்புசுவாமி, தெ.பொ.மீ. எல்லாம் உட்கார்ந்து வேலை பார்த்த நாற்காலிகள்!" அந்த நாற்காலிகள் இன்று உட்கார்வதற்குப் பொருத்தமான ஆட்கள் இல்லாமல் அப்படியே கிடக்கின்றன. அந்த அறையின் சுவரில் தொங்கிய புகைப்படமொன்றில், நடக்கும் பணிகளை மேற்பார்வையிடும் தோரணையில் ராஜம் காட்சியளித்துக்கொண்டிருந்தார்.

(2016)

காந்தி தொகுப்பு நூல்கள்:
ஓர் இமாலய முயற்சியின் கதை

நூறு தொகுதிகளைக் கொண்டிருக்கும் 'மகாத்மா காந்தி எழுத்துகளின் தொகுப்'பின் (The Collected Works of Mahatma Gandhi - CWMG) முதல் தொகுதியின் முதல் பதிவே ஒரு பாவமன்னிப்பைப் பற்றிய நினைவுகூரல்தான்: "என் குற்றத்தை ஒரு கடிதத்தில் எழுதி என் தந்தையிடம் கொடுத்து, மன்னிப்புக் கேட்பதென்று கடைசியாகத் தீர்மானித்தேன். ஒரு துண்டுக் காகிதத்தில் அதை எழுதி நானே என் தந்தையாரிடம் கொடுத்தேன். அக்குறிப்பில் நான் என் குற்றத்தை ஒப்புக்கொண்டிருந்ததோடு அதற்கு தக்க தண்டனையை எனக்குக் கொடுக்குமாறும் கேட்டிருந்தேன். என் குற்றத்திற்காக அவர் தம்மையே தண்டித்துக்கொள்ள வேண்டாம் என்றும் முடிவில் அவரைக் கேட்டுக்கொண்டிருந்தேன். இனி திருடுவது இல்லை என்றும் நான் பிரதிக்ஞை செய்துகொண்டேன்." தான் படுகொலை செய்யப்படும் வரைக்கும் தன் வாழ்க்கையை ஆழமான சுயபரிசோதனை செய்துகொண்டிருந்த ஒரு காந்தியை, 15 வயது காந்தியிடம் அடையாளம் கண்டுகொள்வதற்கு நமக்குக் கிடைத்த ஆவணமே அவரது தொகுப்பு நூல்களின் முதல் பதிவாக இருப்பது எவ்வளவு பொருத்தம்.

அந்தப் பாவமன்னிப்பில் ஆரம்பித்த அவரது எழுத்துப் பயணம், அவர் சுட்டுக்கொல்லப்படும் நாள் வரை நீடித்தது. அவர் கைப்பட எழுதியது, அவர் சொல்லச் சொல்ல இன்னொருவர் எழுதியது, அவர் ஆற்றிய உரைகள், தந்திகள், முறையீடுகள், விண்ணப்பங்கள், மனுக்கள், குறிப்புகள், பத்திரிகை தலையங்கங்கள், மௌனவிரத நாட்களின் குறிப்புகள், கட்டுரைகள், கூற்றுகள், நேர்காணல்கள், உரையாடல்கள்,

கடிதங்கள் என்று அவருடைய எழுத்தின் வகைமைகளும் வெளிப்பாட்டு முறைகளும் மிகவும் பரந்தவை. அவைதான் அவரது தொகுதி நூல்களின் 50 ஆயிரத்துக்கும் மேற்பட்ட பக்கங்களை நிரப்பியிருக்கின்றன.

அதேபோல் அந்த எழுத்துகளெல்லாம் இந்தியா மட்டுமல்லாமல் உலகெல்லாம் விரிந்து கிடந்தன, இன்னும் கிடக்கின்றன. தன் காலத்தில் மிக அதிகமாகச் செயல்பட்டவர் மட்டுமல்ல காந்தி, மிக அதிகமாக எழுதியவரும் கூட. இங்கிலாந்தில் சட்டம் பயின்றபோது 'தி வெஜிட்டேரியன்' இதழில் எழுதத் தொடங்கினார். அதன் பிறகு தென்னாப்பிரிக்காவில் 'இந்தியன் ஒப்பீனியன்' பத்திரிகையைத் தொடங்கி அதில் பெரும்பாலும் அவரே எழுதினார். இந்தியா திரும்பிய பிறகு அவர் தொடங்கிய 'யங் இந்தியா', 'ஹரிஜன்', 'நவஜீவன்' ஆகிய பத்திரிகைகளிலும் அவரே பெரும்பாலும் எழுதினார். கூடவே, 'இந்திய சுயராஜ்ஜியம்', 'தென்னாப்பிரிக்க சத்தியாகிரகம்', 'சத்திய சோதனை' போன்ற நூல்களும் எழுதியிருக்கிறார். சிக்கனம் கருதி, கிடைத்த தாள்களிலெல்லாம் காந்தி எழுதினார். அந்தத் தாள்கள், கடிதங்கள் உலகெங்கும் ஆயிரக்கணக்கானோரிடம் போய்ச் சேர்ந்தன.

இப்படி எல்லாவற்றையும் தொகுப்பது என்பது சாதாரணமான வேலை இல்லை. காந்தியின் துணிவில் சிறு அளவேனும் இதற்கு வேண்டும். காந்தியம் ஆன்மாவில் ஊறியிருக்க வேண்டும். அப்படிப்பட்டவர்களால்தான் இந்தத் தொகுப்பு நூல் வேலையில் ஈடுபட முடியும். நல்வாய்ப்பாக காந்திக்கு அப்படிப்பட்டவர்கள் நிறைய பேர் கிடைத்தார்கள். அவர்களின் தன்னலமற்ற கடும் உழைப்பும் நிபுணத்துவமும் இல்லையென்றால் நூறு தொகுதிகளும் சாத்தியமாகியிருக்காது.

மனித குல வரலாற்றில் மிகப் பெரிய உழைப்பு செலுத்தப்பட்ட நூல் தொகுப்புகளுள் ஒன்று ஆக்ஸ்ஃபோர்டு அகராதி. அதைப் போன்றதொரு பணிதான் காந்தி நூல்களின் தொகுப்பும். இதற்கான வித்து காந்தி படுகொலை செய்யப்பட்ட கொஞ்ச நாட்களிலேயே இடப்பட்டது. "காந்தியத்தை வருங்காலத்துக்குக் கொண்டுசெல்வதற்கு அவரது எழுத்துகள் தொகுக்கப்பட வேண்டும்" என்று அப்போதைய குடியரசுத் தலைவராக இருந்த ராஜேந்திர பிரசாத் கூறினார்.

அதையடுத்து, அப்போதைய பிரதமர் நேரு இந்தப் பணியில் மிகுந்த தீவிரத்தைக் காட்டினார். 1956–ல் இந்தியக் குடியரசுத் தலைவரின் செயலருக்கும் நவஜீவன் அறக்கட்டளையின் அறங்காவலர்களுக்கும் ஒரு ஒப்பந்தம் கையெழுத்தானது. இந்த ஒப்பந்தத்தின்படி, காந்தியின் எழுத்துகளைச் சேகரிக்கும் பொறுப்பு நவஜீவன் அறக்கட்டளையின் கீழ் வந்தது. நூலாக்கத்தில் அரசின் குறுக்கீடு எந்த வகையிலும் இருக்கக் கூடாது என்று ஆரம்பத்திலிருந்தே கவனம் செலுத்தப்பட்டது. இதற்காக மொரார்ஜி தேசாய், காலேல்கர், தேவதாஸ் காந்தி, பியாரிலால் நய்யார் போன்றோரை உள்ளடக்கிய 'ஆலோசகர்கள் குழு' உருவாக்கப்பட்டது. இந்தக் குழு, இந்தியா முழுவதிலிருந்தும் காந்தியத்திலும் வரலாறு, இலக்கியம், சட்டம், உலக மதங்கள், தத்துவம் என்று பல துறைகளிலும் நிபுணத்துவம் பெற்ற ஒரு குழுவைத் தேர்ந்தெடுத்தது. அந்தக் குழு தேர்ந்தெடுத்த முதல் தொகுப்பாசிரியர் ஒரு தமிழர்: பரதன் குமரப்பா (ஜே.சி.குமரப்பாவின் சகோதரர்).

ஓராண்டு கழித்து ஜெய்ராம்தாஸ் தௌலத்ராம் தேர்ந்தெடுக்கப்பட்டார். அவரது பதவிக் காலம் ஒன்றரை ஆண்டுகள் நீடித்தது. அதன் பிறகு 1960–தேர்ந்தெடுக்கப்பட்ட தமிழரான கே.சுவாமிநாதன்தான் முப்பது ஆண்டுகளுக்கும் மேலாகத் தொகுப்பாசிரியராக இருந்தார்.

உலகெல்லாம் பரவிக்கிடக்கும் காந்தியின் எழுத்துகளைத் திரட்டுதல், அவற்றின் நம்பகத்தன்மையை உறுதிசெய்தல், வந்து சேரும் பெரும் திரளான எழுத்துகளை குறிப்பிட்ட ஒழுங்கில் சரிசெய்தல், ஆங்கிலம் அல்லாத மொழிகளில் உள்ள பிரதிகளை ஆங்கிலத்துக்குத் துல்லியமாக மொழிபெயர்த்தல் என்று இமாலயப் பணிகளை அவர்கள் மேற்கொண்டார்கள். தற்போதைய தகவல் தொடர்பு, ஏனைய தொழில்நுட்பங்கள் இல்லாத காலத்தில் இவையெல்லாம் எவ்வளவு கடினமான காரியங்களாக இருந்திருக்கும் என்பதைச் சொல்லத் தேவையில்லை. இந்தத் தொகுப்புப் பணிகள் 1956–ல் தொடங்கி 1994–ல் நிறைவுபெற்றன. முதல் தொகுதி 1958–லும் 100–வது தொகுதி 1994–லும் வெளியானது. தகவல் – ஒலி/ஒளிபரப்புத் துறை அமைச்சகம் கீழ் உள்ள பப்ளிகேஷன் டிவிஷன் இதன் வெளியீட்டுக்குப் பொறுப்பேற்றது.

முதல் தொகுதியிலிருந்து 90-வது தொகுதி வரை உள்ளவை முதன்மைத் தொகுதிகள். 91-லிருந்து 97-வரையிலானவை பின்னிணைப்புகள் சேர்க்கப்பட்ட தொகுதிகள். 1-லிருந்து 90-வது தொகுதி வரையிலானவற்றின் பொருளடக்கம் 98-வது தொகுதியில் கொடுக்கப்பட்டிருக்கிறது. 1-லிருந்து 90-வது தொகுதி வரைக்கும் இடம்பெற்றவர்களின் பெயர்ப் பட்டியலும் அவர்களின் பெயர்களைத் தேட வேண்டிய தொகுதிகள், பக்கங்கள் முதலான குறிப்புகளும் 99-வது தொகுதியில் கொடுக்கப்பட்டிருக்கின்றன. நூறாவது தொகுதியில் அதுவரையிலான தொகுதிகளுக்கு அளிக்கப்பட்டிருக்கும் முன்னுரைகள் தொகுத்து வழங்கப்பட்டிருக்கின்றன. இது தவிர ஒவ்வொரு தொகுதியிலும் பொருளடக்கம் கொடுக்கப்பட்டிருக்கிறது.

நவீனத் தொழில்நுட்பங்களின் மீது காந்தி ஒவ்வாமை கொண்டிருந்தாலும் நவீன யுகத்துக்கு அவரைக் கொண்டுசெல்ல அந்தத் தொழில்நுட்பங்களால்தானே முடியும். நூறு தொகுதிகளையும் டிஜிட்டல் வடிவத்துக்கு கொண்டுசெல்வதென்று முடிவுசெய்யப்பட்டபோது, காந்தி 1920-ல் நிறுவிய குஜராத் வித்யாபீடம் பல்கலைக்கழகம் உதவி செய்ய முன்வந்தது. அதன் வளாகத்தில் 'சி.டபிள்யு.எம்.ஜி. செல்' (CWMG Cell) ஒன்றை உருவாக்கியது. முதல் பதிப்பில் கே.சுவாமிநாதனுடன் இணைந்து பணியாற்றிய சி.என். பட்டேலின் புதல்வியான தீனா பட்டேல் இந்தத் தொகுதி நூல்களை டிஜிட்டல் வடிவத்துக்கு மாற்றும் பணிக்குப் பொறுப்பேற்றுக்கொண்டார். இதற்கான ஆராய்ச்சிகள் 2006-2007-ல் தொடங்கின. அதன் அடிப்படையில் டிஜிட்டல் மயமாக்கல் வேலைகள் 2009-2010-ல் தொடங்கப்பட்டன. மார்ச் 2015-ல் பணிகள் முடிந்து தொகுப்பு நூல்களின் டிஜிட்டல் வடிவம் இந்திய அரசிடம் ஒப்படைக்கப்பட்டது. தேடல் வசதியுடனான டிஜிட்டல் பிரதி அதே ஆண்டு செப்டம்பர் 8 அன்று உலக மக்களுக்கு டிவிடி, பென்டிரைவ் ஆகிய வடிவங்கள் மூலமாக ஒப்படைக்கப்பட்டது. gandhiheritageportal. org என்ற இணையதளத்தில் நூறு தொகுதிகளும் தேடல் வசதியுடன் கொடுக்கப்பட்டிருக்கின்றன. நமக்குத் தேவையான விஷயங்களைக் கண்டறிய அச்சுப் புத்தகங்களில் 50 ஆயிரத்துக்கும் மேற்பட்ட பக்கங்களை நாள் கணக்கில் புரட்ட வேண்டிய வேலையை இது இலகுவாக்கியிருக்கிறது.

எடுத்துக்காட்டாக, காந்திக்கு மிகவும் பிடித்த ஏசுவை, 'Jesus' என்ற சொல்லை இட்டுத் தேடிப்பார்த்தால் கிட்டத்தட்ட 180 இடங்களில் இடம்பெற்றிருப்பதாக, அவற்றின் சுட்டிகளுடன் தேடல் முடிவு நமக்குக் காட்டும். காந்திய ஆய்வாளர்களுக்கும் கூடவே காந்தி எதிர்ப்பாளர்களுக்கும் இது வாழைப்பழத்தை உரித்து வாயில் ஊட்டும் வழிமுறை! இந்த டிஜிட்டல் வடிவத்தை அடிப்படையாகக் கொண்டு ஒட்டுமொத்தத் தொகுதிகளின் அச்சு வடிவம் 2017–ல் மறுபடியும் வெளியிடப்பட்டது. இதற்கும் தீனா பட்டேல்தான் பொறுப்பாளர்.

காந்தி தொகுதிகளை (CWMG-KS-Edition) டிஜிட்டல் வடிவத்துக்குக் கொண்டுசென்றது தொடர்பாக தீனா பட்டேலிடம் பேசியபோது, பல கருத்துகளைப் பகிர்ந்துகொண்டார். "தமிழ் மக்கள் மீது எனக்குப் பெரும் அன்பு உண்டு. இதற்கு இரண்டு காரணங்கள். ஒன்று தென்னாப்பிரிக்கத் தமிழர்கள்தான் காந்தியைப் பற்றிய முதல் தலைமுறை அனுபவத்தைச் சுமந்தவர்கள். இன்னொன்று, காந்தி தொகுதிகளின் தொகுப்பாசிரியரும் தமிழருமான கே.சுவாமிநாதன். அவருடன் இணைந்து என் அப்பா இந்த மாபெரும் பணியில் ஈடுபட்டுக்கொண்டிருந்தபோது நான் அவர்களின் அலுவலகத்துக்குச் செல்வேன். காந்தித் தொகுதிகள் வளர வளர நானும் வளர்ந்துகொண்டிருந்தேன். ஆகவே, எப்படிப்பட்ட ஒழுங்குடனும் தீவிரத்துடனும் காந்தி எழுத்துகளின் தொகுப்பைக் கையாள வேண்டும் என்பதை நான் அறிந்துகொண்டேன். ஒவ்வொரு சொல்லும், ஒவ்வொரு வரியும், ஒவ்வொரு பத்தியும், ஒவ்வொரு பக்கமும் சவால்தான். ஆவணங்களைத் தேடிப் பெறுவது, அவற்றின் நம்பகத்தன்மையைத் தீர்மானிப்பது, சில சமயம் ஒரே ஆவணத்தைப் பல இடங்களிலிருந்து பெறுவது என்று இவையெல்லாம் அசாத்தியமான மூளை உழைப்பையும் உடல் உழைப்பையும் கோருபவை. எடுத்துக்காட்டாக, காந்தி தொடர்பான பிரதிகள், செய்திகளைச் சேகரிக்க ஒரு தொகுப்பாசிரியர் 'தி இந்து' ஆவணக் காப்பகத்தில் வாரக் கணக்கிலோ மாதக் கணக்கிலோ நேரத்தைச் செலவிட வேண்டிவரும். இந்தச் சிக்கலெல்லாம் போதாதென்று இன்னொரு விஷயம் இருக்கிறது, காந்தியின் ஒரு நாள் வாழ்க்கையைப் புரிந்துகொள்வது என்பது உலகின் வெவ்வெறு திசைகளிலிருந்து ஆவணங்களைப் பெறுவது என்றே அர்த்தமாகும். சுவாமிநாதனும் என் அப்பா போன்றவர்களும்

எவ்வளவு உழைப்பைச் செலுத்தியிருக்கிறார்கள் என்பதை நானே நேரில் கண்டிருக்கிறேன். அதே நேரத்தில், அவர்கள் எந்த அளவுக்குத் தங்களை வெளிக்காட்டிக்கொள்ளாமல் இருந்திருக்கிறார்கள் என்பதும் வியப்பு. கே.சுவாமிநாதன் முப்பது ஆண்டுகளுக்கும் மேலாக அந்தத் தொகுப்பு நூல்களின் ஆசிரியராகப் பணியாற்றியிருந்தாலும் 1994–ல் வெளியான கடைசித் தொகுதியில்தான் முதன்முறையாக அவருடைய பெயர் இடம்பெறுகிறது" என்று வியந்தார்.

மேலும், "காந்தியின் எழுத்துகள் உலகெங்கும் சிதறிக் கிடந்ததால் அவரை ஆவணப்படுத்துவது என்பது பகீரதப் பிரயத்தனமாக இருந்தது; செலவும் நேரமும் பிடிக்கக் கூடியதாக இருந்தது. இந்தப் பணி முடிய 38 ஆண்டுகள் ஆனதில் வியப்பொன்றும் இல்லை. இந்தத் திட்டத்தின் தொடக்கத்தில் நேரு காட்டிய உறுதியும் ஈடுபாடும் அடுத்தடுத்து வந்த அரசுகள் கொடுத்த ஆதரவும் இந்தப் பணியை வெற்றிகரமாக முடிப்பதில் உதவின" என்றார்.

"மகாத்மா காந்தி தொகுதி நூல்களை டிஜிட்டல் வடிவத்தில் கொண்டுவருவதும் அசாத்தியமான பணிதான். உள்ளடக்கத்துக்கு ஏற்ப தொழில்நுட்பம் இருக்க வேண்டுமேயொழிய தொழில்நுட்பத்துக்கு ஏற்ப உள்ளடக்கத்தை வளைக்கக் கூடாது என்பதில் நாங்கள் உறுதியாக இருந்தோம். ஒவ்வொரு வரி, ஒவ்வொரு பாரா, ஒவ்வொரு பக்கம், பக்கமாக்கல், எழுத்துரு பாணி, எழுத்தளவு, இன்னும் பல்வேறு அம்சங்களும் அச்சுப் பிரதியில் எப்படிக் காட்சியளிக்கின்றனவோ அப்படியே டிஜிட்டல் வடிவிலும் தெரிய வேண்டும் என்பதற்காக நாங்கள் பட்ட பாடு கொஞ்சநஞ்சமல்ல. பல்லாண்டுகள் போராட்டத்துக்குப் பிறகு இதில் எங்களுக்கு வெற்றி கிடைத்தது. இதெல்லாம் ஏராளமான தன்னார்வலர்களும் நிறுவனங்களும் அளித்த தார்மிக, தொழில்நுட்ப ஆதரவால்தான் சாத்தியமாயிற்று என்பதை நான் கட்டாயம் குறிப்பிட வேண்டும். காந்தி தொடர்பான எந்தப் பணியில் நாம் ஈடுபட்டாலும் அது முட்களாலான பாதைதானே தவிர ரோஜாக்களிலான பாதை அல்ல, அவருக்கும் வாழ்க்கை அப்படித்தானே இருந்தது" என்று முடித்தார் தீனா பட்டேல்.

காந்திக்குச் சொல் வேறு, வாழ்க்கை வேறு இல்லை என்பதால் இந்த நூறு தொகுதிகளில் பரந்து விரிந்து

கிடப்பது அவரது வாழ்க்கையன்றி வேறு இல்லை. இன்னும் தொகுக்கப்படாமல் ஏராளமான கடிதங்களாகவும் குறிப்புகளாகவும் காந்தியின் சொற்கள் சிதறிக் கிடக்கலாம். ஆகவே, இந்த நூறு தொகுதிகளையும் 'தொகுக்கப்பட்ட' (Collected) என்று குறிப்பிடுகிறார்களே தவிர 'முழுமையான' (Complete) என்று குறிப்பிடுவதில்லை. இது கிட்டத்தட்ட முடிவற்ற தேடல். அந்த அளவுக்குத் தன் பெருவாழ்வுக்கிடையே, நாட்டையும், உலகத்தையும், அன்றாடத்தையும் எதிர்கொள்வதற்கிடையே தன் எண்ணங்களை அந்த மனிதர் எழுத்துகளில் கடத்தியிருப்பது பெரும் வியப்பே!

(காந்தி பிறந்த நாளுக்காக 2021-ல் எழுதியது.)

புத்தகங்களைக் காதலித்தவர்கள்: பதிப்புத் துறை நால்வர் நூற்றாண்டு!

தமிழ்ப் பதிப்புத் துறையின் வரலாறு நூறாண்டுகளைக் கடந்தது. எனினும் இன்றுவரை அது பெரிதும் லாபகரமான துறையாக இருந்ததில்லை. தனிமனித லட்சிய வேட்கைதான் பெரும்பாலும் இந்தத் துறையை ஒருவரை நாடச்செய்கிறது. எனினும் இந்தத் துறையையும் லாபம் மிக்க துறையாகவும் மக்களுடன் நேரடியாக உறவு கொள்வதாகவும் மாற்றிய சாதனை பதிப்பாளர்கள் சிலர் இருந்திருக்கிறார்கள். அவர்களில் முக்கியமானவர்கள், பழனியப்பா பிரதர்ஸ் பதிப்பகத்தின் நிறுவனர் பழனியப்பா செட்டியார், முல்லை பதிப்பகத்தின் நிறுவனர் முல்லை முத்தையா, தமிழ்ப் பண்ணையின் சின்ன அண்ணாமலை, பாரி நிலையத்தின் செல்லப்பன் ஆகியோர். இந்த நால்வரும் இந்த ஆண்டு (2020) நூற்றாண்டைக் காண்கிறார்கள் என்பதுதான் விசேஷம்.

பழனியப்பா செட்டியார்

புதுக்கோட்டை மாவட்டம் ராயவரம் கிராமத்தில் 15–02–1920 அன்று பிறந்த பழனியப்பா செட்டியார் பர்மாவில் வணிகம் செய்துவந்த தன் தந்தையிடம் சிறுவயதிலேயே சென்றுவிட்டார். ஆறாவது வரை அங்கே படித்தார். பிறகு தமிழ்நாடு திரும்பினார். சிறு வயதிலிருந்தே வீட்டாரின் எதிர்ப்பை மீறியும் புத்தகங்களின் மீது பெரும் காதலை வளர்த்துக்கொண்டார். ஆரம்பத்தில் திருச்சி கிளைவ் விடுதி அருகே எழுதுபொருட்கள் கடையைத் தொடங்கினார். பிற்பாடு புத்தகங்களும் விற்கத் தொடங்கினார். 1945–ல் பதிப்பகமும் தொடங்கினார். ஒருமுறை சென்னைக்கு ரயிலில் சென்றுகொண்டிருந்தபோது, பேராசிரியர்

ஐயம்பெருமாள் கோனாரைச் சந்தித்தார். இந்தச் சந்திப்பின் விளைவாக உருவானவைதான் பிரசித்தி பெற்ற 'கோனார் உரை' நூல்கள். இன்றுவரை அந்த நூல்கள்தான் பழனியப்பா பிரதர்ஸ் பதிப்பகத்தின் 'பெஸ்ட் செல்லர்'கள் என்கிறார் பழனியப்பா செட்டியாரின் மகன் செல்லப்பன். தமிழ்ப் பதிப்பாளர்கள் இன்றுவரை கோட்டைவிட்டுக்கொண்டிருக்கும் இடம் சந்தைப்படுத்தல்தான். ஆனால், சந்தைப்படுத்தலில் பழனியப்பா செட்டியார் ஒரு முன்னோடி. அப்போது தமிழ்நாடு பாடநூல் கழகம் உருவாகியிருக்கவில்லை என்பதால் அந்தந்தப் பல்கலைக்கழகங்கள், கல்லூரிகள், பள்ளிகள் வெவ்வேறு பாடநூல்களைக் கொண்டிருந்தன. அங்கேயெல்லாம் தனது பதிப்பகத்தின் 'கோனார் உரைகள்', பாடநூல்கள் போன்றவற்றை எடுத்துச்சென்று வெற்றிகரமாகத் தனது நூல்களை அவர் சந்தைப்படுத்தினார். குழந்தை நூல்களின் பொற்காலத்தில் பழனியப்பா பிரதர்ஸுக்கும் முக்கியப் பங்குண்டு. லூயி ஃபிஷர் எழுதிய 'காந்தி வரலாறு' நூல், தி.ஜ.ர.வின் மொழிபெயர்ப்பில் பழனியப்பா பிரதர்ஸால் வெளியிடப்பட்டது இந்தப் பதிப்பகத்தின் சாதனைகளுள் ஒன்று. பதிப்பகம் மட்டுமல்லாமல் பிற தொழில்களிலும் பழனியப்பா செட்டியார் ஈடுபட்டார். ஒசூரில் 'ஏசியன் பேரிங் லிமிட்டெட்' நிறுவனத்தைத் தொடங்கினார். சென்னை அண்ணாசாலையில் அப்போது எல்.ஐ.சி.க்கு அடுத்தபடியாக உயரமான கட்டிடமாக இருந்த கண்ணம்மை கட்டிடத்தை அவர்தான் கட்டினார். 01-09-2005 அன்று பழனியப்பா செட்டியார் காலமானார். தன் காலத்திலேயே தன் பதிப்பகத்தை ஒரு வெற்றிகரமான நிறுவனமாக மாற்றியவர் அவர். அது இன்றும் தொடர்வதற்கு அவருடைய உழைப்பும் சாமர்த்தியமும்தான் காரணம்.

முல்லை முத்தையா

1920-ல் தேவகோட்டையில் பிறந்த முல்லை முத்தையா 15 வயதில் தனது தந்தை பர்மாவில் நடத்திய கடையைப் பார்த்துக்கொள்வதற்காக பர்மா சென்றார். அங்கே தனது புத்தக வாசிப்பை விரிவாக்கிக்கொண்டார். இந்நிலையில் இரண்டாம் உலகப்போர் மூண்டது. முல்லை முத்தையா, வெ. சாமிநாத சர்மா, கண. முத்தையா போன்றோர் நடந்தே இந்தியாவுக்குத் திரும்பினார்கள். இந்தியாவுக்குத் திரும்பிய பிறகு சாந்தோமில்

இருந்த பாரதிதாசனை முத்தையா அடிக்கடி சென்று சந்திப்பது வழக்கம். பர்மாவில் இருந்தபோதே பாரதிதாசன் பாடல்களை அவர் விரும்பிப் படித்திருந்தார். ஆகவே, பாரதிதாசன் நூல்களைப் பிரசுரிப்பதற்காக ஒரு பதிப்பகம் தொடங்க நினைத்தார். இது தொடர்பாக பாரதிதாசனைச் சென்று சந்தித்தபோது "பதிப்பகத்துக்கு என்ன பெயர் வைத்திருக்கிறீர்கள்?" என்று அவர் கேட்க "கமலா பிரசுராலயம்" என்று முத்தையா கூறியிருக்கிறார். "கமலா வேண்டாம், முல்லை என்ற பெயரை வையுங்கள்" என்று பாரதிதாசன் கூறிய பிறகு உருவானதுதான் இந்தப் பதிப்பகம். போகப் போக முல்லை என்பது அவர் பெயருடன் ஒட்டிக்கொண்டு 'முல்லை முத்தையா' என்றே அழைக்கப்பட்டார். முதல் நூலாக பாரதிதாசனின் 'அழகின் சிரிப்பு' கொண்டுவரப்பட்டது. 'அமைதி', 'நல்ல தீர்ப்பு', 'பாண்டியன் பரிசு', 'தமிழியக்கம்' உள்ளிட்ட நூல்களும் கொண்டுவரப்பட்டன. ராஜாஜியின் நூல்கள் வெளியிடப்பட்டன. எம்.எஸ். உதயமூர்த்தி பிரபலமாகாதபோது தொடக்கத்தில் அவரது நூல்கள் முல்லை பதிப்பகத்தால் வெளியிடப்பட்டன. க.அன்பழகனின் 'கலையும் வாழ்வும்' புத்தகத்தை முல்லை பதிப்பகம்தான் வெளியிட்டது. 'பாரதியார் கதைகள்', '1,001 இரவுகள்' போன்ற நூல்களை மலிவுப் பதிப்புகளாக முல்லை முத்தையா வெளியிட்டார். புதுமைப்பித்தன், க.நா.சு. போன்ற முக்கியமான தமிழ் இலக்கிய ஆளுமைகளுடன் முல்லை முத்தையா நல்லுறவு கொண்டிருந்தார். பதிப்பாளராக மட்டுமல்லாமல் எழுத்தாளராகவும் அவர் அறியப்பட்டார். 'அயல்நாட்டு அறிஞர்கள் உதிர்த்த முத்துக்கள்', 'தமிழ்ச்சொல் விளக்கம்', 'நபிகள் நாயகம் சரித்திர நிகழ்ச்சிகள்', 'பஞ்சாயத்து நிர்வாக முறை', 'பாவேந்தர் பாரதிதாசன் அறுசுவை விருந்து', 'புதுமைப்பித்தன் உதிர்த்த முத்துக்கள்', 'பெர்னாட்ஷா வாழ்வும் பணியும்', 'மாணவர்களுக்கு நபிகள் நாயகம் வரலாறு' உள்ளிட்ட நூல்களை அவர் எழுதியிருக்கிறார். முல்லை முத்தையாவின் நூல்கள் நாட்டுடைமையாக்கப்பட்டிருக்கின்றன. 2000-ல் முல்லை முத்தையா காலமானார்.

சின்ன அண்ணாமலை

விடுதலைப் போராட்ட வீரர், எழுத்தாளர், அரசியல்வாதி, திரைப்படத் தயாரிப்பாளர் என்று பல முகங்களைக் கொண்டவர்

சின்ன அண்ணாமலை. 18.06.1920-ல் காரைக்குடிக்கு அருகிலுள்ள சிறுவயல் கிராமத்தில் பிறந்த சின்ன அண்ணாமலை, சிறு வயதிலிருந்தே நாட்டுப்பற்று மிக்கவராக இருந்தார். 1944-ல் ஒரு விழா நடத்தி கவிஞர் நாமக்கல் வெ. ராமலிங்கத்துக்கு ரூ.20,000 பணமுடிப்பை ராஜாஜி தலைமையில் அளித்தார். அதுவரை அண்ணாமலையாக இருந்தவரை 'சின்ன அண்ணாமலை' என்று ராஜாஜி அழைத்ததால், அதுவே அவரது பெயராக நிலைத்தது. சுதந்திரப் போராட்டத்தில் தீவிரமாகக் கலந்துகொண்டு பல முறை போலீஸால் தேடப்பட்டவர் அவர். திருவாடனை சிறை உடைப்பு சம்பவத்தில் அவர் பிரபலமானார். சிவாஜி கணேசனின் நெருக்கமான நண்பரும் ரசிகருமான சின்ன அண்ணாமலை, அவருக்கு ரசிகர் மன்றம் தொடங்கினார். புத்தகங்கள் மீது இருந்த காதல் காரணமாக 'தமிழ்ப் பண்ணை' என்றொரு பதிப்பகத்தைத் தொடங்கினார். அதன் மூலம் 'கண்டறியாதன கண்டேன்', 'சொன்னால் நம்ப மாட்டீர்கள்', 'கதைக்குள்ளே கதை', 'ராஜாஜி உவமைகள்' உள்ளிட்ட பல நூல்களை வெளியிட்டார். 18.06.1980-ல் அவரது 60-வது பிறந்தநாளன்று அவருக்கு அபிஷேகம் செய்யப்பட்டபோது, உயர் ரத்த அழுத்தம் காரணமாக சின்ன அண்ணாமலை உயிரிழந்தார். அவரின் மறைவுக்குப் பிறகு அவருடைய நூல்கள் நாட்டுடைமையாக்கப்பட்டன.

பாரி நிலையம் செல்லப்பன்

புதுக்கோட்டை மாவட்டம் அரிமளம் கிராமத்தில் 19.07.1920-ல் பிறந்தவர் பாரி நிலையம் செல்லப்பன். பத்து வயதில் பர்மா சென்றார். அங்கேயே சில ஆண்டுகள் படித்துவிட்டு வேலை பார்த்தார். இரண்டாம் உலகப் போர் காரணமாக 1942-ல் இந்தியாவுக்கு நடந்தே திரும்பினார். இந்தியா திரும்பும்போது காந்தியை சந்தித்து அவரது ஆசிரமத்திலேயே சில காலம் இருந்தார். பிறகு தமிழ்நாட்டுக்கு வந்தார். திருச்சியில் பழனியப்பா பிரதர்ஸ் பதிப்பகத்தில் வேலைக்குச் சேர்ந்தார். இவரும் முல்லை முத்தையாவும் நல்ல நண்பர்கள். "பதிப்பகம் ஆரம்பிக்கலாமே" என்று அவர் கொடுத்த ஊக்கத்தில் 1946-ல் சென்னையில் செல்லப்பன் தொடங்கியதுதான் 'பாரி நிலையம்'. பாரதிதாசன், தேசிக விநாயகம் பிள்ளை, ராஜாஜி, தெ.பொ.மீ., கி.ஆ.பெ. விசுவநாதம், அ.கி. பரந்தாமனார், அழ.வள்ளியப்பா

போன்றோரின் நூல்களை பாரி நிலையம் வெளியிட்டிருக்கிறது. அண்ணாவின் 'தம்பிக்கு அண்ணாவின் கடிதங்கள்' நூலை 21 தொகுதிகளாக பாரி நிலையம் வெளியிட்டது இந்தப் பதிப்பகத்தின் முக்கியமான மைல்கல். வையாபுரிப் பிள்ளையைப் பதிப்பாசிரியராகக் கொண்டு, சங்க இலக்கியத்தின் பிழையற்ற பதிப்பை இரண்டு தொகுதிகளாக வெளியிட்டதும் இந்தப் பதிப்பகத்தின் சாதனைகளுள் ஒன்று. 1996-ல் சிறந்த பதிப்பாளருக்கான மத்திய அரசின் விருதை பாரி நிலையம் செல்லப்பா பெற்றார்.

புத்தகங்களுக்குப் பிரதான இடம் இன்றுவரை நம் சமூகத்தில் கிடைக்கவில்லை என்பதுதான் உண்மை. ஆயினும் புத்தகங்கள் மீதான காதலில் பதிப்பகம் தொடங்கி வெற்றிகரமாக நடத்தி, மலிவு விலையில் அந்தப் புத்தகங்களை மக்களிடம் கொண்டுசேர்த்தது இந்த முன்னோடிப் பதிப்பாளர்களின் பெரும் சாதனை. இந்த ஆண்டு அவர்கள் நூற்றாண்டு என்பதால் அவர்களை அரசு கௌரவிக்க வேண்டும் என்பது புத்தகக் காதலர்களின் எதிர்பார்ப்பு.

(பதிப்புத் துறை நால்வர் நூற்றாண்டை முன்னிட்டு 2020-ல் எழுதியது.)

க்ரியா ராமகிருஷ்ணன்:
தமிழில் முன்னுதாரணமில்லாத ஒரு எடிட்டர்

'**த**மிழில் புத்தகக் கலாச்சாரம் என்பது இல்லை' என்பது க்ரியா ராமகிருஷ்ணன் அடிக்கடி வெளிப்படுத்தும் வருத்தங்களுள் ஒன்று. புத்தகக் கலாச்சாரம் என்பது புத்தகங்கள் அதிகம் வெளியாகும் சூழல் அல்ல, புத்தகங்களுக்கு நம் வாழ்க்கையில் நாம் முக்கிய இடம் கொடுப்பதே புத்தகக் கலாச்சாரம். அப்படிப்பட்ட கலாச்சாரம் இல்லாமல் போனதன் விளைவுகளுள் ஒன்றுதான் தமிழில் எடிட்டர்களும் 'கிட்டத்தட்ட' இல்லாமல் போனது. அந்தக் குறையைப் போக்க வந்த முக்கியமான இருவர் – 'க்ரியா' ராமகிருஷ்ணன் (2020), நஞ்சுண்டன் (2019) – சமீப ஆண்டுகளில் காலமானது தமிழுக்கும் தமிழ்ப் பதிப்புத் துறைக்கும் பேரிழப்பு.

எடிட்டிங்கை க்ரியா ராமகிருஷ்ணன் எப்படி அணுகினார் என்பதைப் பார்ப்பதற்கு முன்பு, 'எடிட்டிங்' என்பதைப் பற்றித் தமிழ்ச் சூழல் எப்படிப்பட்ட எண்ணங்களை வைத்திருந்தது என்பதைப் பார்க்க வேண்டியது அவசியம். இவற்றை எண்ணங்கள் என்று சொல்வதைவிட 'முற்சாய்வு' என்று சொல்வதே பொருத்தம். ஓர் எழுத்தாளர் கொண்டுவந்து கொடுக்கும் படைப்பை வெட்டி, ஒட்டி, திருத்தி எழுதுபவர்தான் எடிட்டர் என்ற கருத்தே இங்கு நிலவுகிறது. தமிழ்ப் பத்திரிகை உலகைப் பொறுத்தவரை இதில் கொஞ்சம் உண்மை இருக்கலாம். அதிலும்கூட, குறிப்பிட்ட எழுத்தாளர் புகழ் பெற்றவராக இருந்தால் அவரது ஒப்புதலுடனே திருத்தங்கள் மேற்கொள்ளப்படும். எழுத்தாளர்களின் ஒப்புதல் இல்லாமல் கைவைத்து அவர்கள் சீற்றம் கொண்ட நிகழ்வுகளெல்லாம் உண்டு. பதிப்புலகத்திலும் வெகுஜன வாசிப்புக்காக நூல்கள் வெளியிடும் சில பதிப்பகங்கள் இப்படித் தங்கள் இஷ்டப்படி

வெட்டி ஒட்டி, திருத்தி எழுதி வெளியிடுவது உண்டு. இது தீவிர இலக்கியப் பதிப்புகளுக்குப் பெரும்பாலும் கிடையாது.

பதிப்புத் துறையில் ஒரு நல்ல எடிட்டரின் பணிகள் என்னென்ன? தனக்கு வரும் நூல்களை முதலில் படித்துப் பார்த்து, அவை பிரசுரத்துக்குத் தகுதியானவைதானா என்று முடிவெடிப்பது முதல் வேலை. ஒரு பிரதி நல்ல படைப்பு சாத்தியங்களையும் விஷய கனத்தையும் கொண்டிருந்து மொழி நடை, கட்டமைப்பு போன்றவற்றில் ஏதும் பிரச்சினைகள் கொண்டிருந்தால், அந்தப் பிரச்சினைகளையெல்லாம் சுட்டிக்காட்டி, அவற்றை எழுத்தாளரைக் கொண்டு சரிசெய்யச் சொல்வது மிக முக்கியமான பணி. இதற்கு எழுத்தாளர்-எடிட்டர் இருவருக்கிடையிலான தொடர்ச்சியான, சரியான தகவல் தொடர்பு முக்கியம். நேரடிச் சந்திப்புகள் அதைவிட முக்கியம். ஒரு பிரதியில் ஏராளமான தகவல்கள் இருக்கும், காலம் பற்றிய குறிப்புகள் இருக்கும். ஆகவே, அவற்றைச் சரிபார்ப்பது அவசியம். எடுத்துக்காட்டாக, 28–09–69-ல் நடந்த சட்டமன்றக் கூட்டத்தைப் பற்றிய குறிப்புக்கு ஆசிரியர் 28–09–69 நாளிதழை மேற்கோள் காட்டியிருக்கிறார் என்று வைத்துக்கொள்வோம்; ஒரு நாளில் நடந்த நிகழ்வு, ஒன்று அதே நாளின் மாலை செய்தித்தாளில் வெளியாகலாம், இல்லையென்றால் அடுத்த நாள் செய்தித்தாளில்தான் வெளியாகும். மேற்கண்ட செய்தித்தாள் மாலை நாளிதழ்தானா, குறிப்பிட்ட ஆண்டில் மாலை நாளிதழ்கள் வெளியாகினவா என்பதையெல்லாம் முதலில் சரிபார்க்க வேண்டும். அந்த இதழ் மாலை நாளிதழ் என்றால் பிரச்சினையில்லை; இல்லையென்றால் பிரதியில் தேதியை மாற்ற வேண்டும். எல்லாவற்றுக்கும் முக்கியமாக குறிப்பிட்ட நாளில் சட்டமன்றக் கூட்டம் நடைபெற்றதா என்பதை, வேறு ஆதாரங்களின் மூலம் உறுதிப்படுத்திக்கொள்ள வேண்டும். அடுத்து, மொழி வழக்குகள். இதற்குத் தமிழில் போதுமான கவனம் செலுத்தப்படுவதில்லை. ஒரு நாவலில் கதைசொல்லல் எழுத்து வழக்கிலும், உரையாடல்கள் பேச்சு வழக்கிலும், குறிப்பாக வட்டார வழக்கிலும் இருக்கின்றன என்று வைத்துக்கொள்வோம். இதில் ஒருமை நிலவ வேண்டும். கதைசொல்லலில் ஆசிரியரை அறியாமல் பேச்சு வழக்கு வந்து கலந்துவிடலாம்; அதே போல் உரையாடல்களில் (மேடைப் பேச்சு போன்ற சில சூழல்களைத் தவிர்த்து) எழுத்து வழக்கு கலந்துவிடலாம். இவை சரிசெய்யப்பட

வேண்டியவை. அதேபோல் குறிப்பிட்ட வட்டாரத்தினர் பேச்சில் அவர்களுடன் தொடர்பில்லாத வட்டாரத்தினரின் பேச்சு கலப்பதுபோல் இருந்தால் எச்சரிக்கையாக இருக்க வேண்டும். திரைப்படத்தில் கோயம்புத்தூர்வாசியாக இருக்கும் கதாநாயகன் மதுரை வழக்கில் பேசினால் எப்படி இருக்கும்? அதுபோல்தான் இதுவும்.

ஒரு பிரதி தற்போது இருப்பதைவிட மேலும் பல சாத்தியங்களைக் கொண்டிருக்கிறது; ஆனால், அந்த எழுத்தாளர் அதைத் தவறவிட்டிருக்கிறார் என்றால், ஒரு நல்ல எடிட்டர் அதைச் சுட்டிக்காட்டக் கடமைப்பட்டுள்ளார். திறந்த மனதுடைய எழுத்தாளர் என்றால், தனது 'ஈகோ'வைவிட தனது படைப்பு முக்கியமானது என்று நினைக்கும் எழுத்தாளர் என்றால், அந்தச் சவாலை ஏற்றுத் தன் படைப்பைச் செழுமைப்படுத்துவார். எடிட்டர்கள் என்றாலே கொடுங்கோலர்கள், ஆசிரியரின் பிரதியை முழுவதும் தாங்களே எழுதிவிடுபவர்கள் என்று நினைத்துக்கொண்டிருப்பவர்கள்கூட தாங்கள் எழுதியதைத் தங்கள் நண்பர்களிடம் கொடுத்துக் கருத்துக் கேட்பதில்லையா? அந்த நண்பர்கள் கருத்து சொல்வதில்லையா? அதில் சிலவற்றை ஏற்றுக்கொண்டு அந்த எழுத்தாளர்கள் தனது படைப்புகளில் திருத்தங்கள் மேற்கொள்வதில்லையா? (இதில் விதிவிலக்கான, தான் எழுதும் எதிலும் தனது தலையீடு உட்பட யாருடைய தலையீடும் இருக்கக் கூடாது என்று விரும்பும் எழுத்தாளர்களும் இருக்கிறார்கள்தான்.) கருத்து சொல்லும் அந்த நண்பர்களைப் போன்றவர்தான் க்ரியா ராமகிருஷ்ணன்.

க்ரியா ராமகிருஷ்ணன் பற்றித் தமிழில் நிறைய கட்டுக்கதைகளும், அவதூறுகளும், குற்றச்சாட்டுகளும் நிலவுகின்றன. அவரிடம் வரும் படைப்பாளிகளின் பிரதிகளை அழகுபடுத்துகிறேன் என்ற பேரில் அவர் சுரண்டுகிறார், படைப்புகளை அவரே திருத்தி எழுதுகிறார் என்பது பிரதானக் குற்றச்சாட்டு. இதனை எழுத்தாளர் ஜெயமோகன் 25 ஆண்டுகளுக்கும் மேலாகத் தொடர்ந்து முன்வைத்துவருகிறார். க்ரியாவில் ந. முத்துசாமி, சா.கந்தசாமி, அசோகமித்திரன், சுந்தர ராமசாமி, இராசேந்திர சோழன், பூமணி தொடங்கி இமையம் வரை ஏராளமான எழுத்தாளர்களின் புத்தகங்கள் வெளியாகியிருக்கின்றன. இவர்களில் மரணமடைந்தவர்கள்,

உயிரோடு இருப்பவர்கள் என்று பலரிடமும் ஜெயமோகனுக்கு உறவு இருந்திருக்கிறது. இவர்களிடம் பேசிப் பார்த்திருந்தால் அது எவ்வளவு பொய் என்பது அவருக்குத் தெரிந்திருக்கும். முக்கியமாக, அவரது இலக்கிய குருவான சுந்தர ராமசாமியிடம் பேசிப்பார்த்திருக்கலாமே? ஆக, ஜெயமோகன் கருத்துப்படி பார்த்தால், மேற்படி எழுத்தாளர்களின் எழுத்துகள் செம்மையானதற்குக் காரணம் க்ரியா ராமகிருஷ்ணன்தான். இது அந்த எழுத்தாளர்களை எவ்வளவு அவமானப்படுத்தும் செயல்! இந்த அவதூறுக்கு முக்கியமான காரணம் இமையத்தின் 'கோவேறு கழுதைகள்'. இந்த நாவலை ராமகிருஷ்ணன் பல முறை திருத்தி எழுதினார் என்று தொடர்ந்து சொல்லிவருகிறார் ஜெயமோகன். இமையத்தின் வாழ்க்கை தொடர்பான ஒரு வரியைக் கூட, க்ரியா ராமகிருஷ்ணனால் எழுதியிருக்க முடியாது என்பதை அறியாத அளவா வாசகர்கள் அறிவிலிகள்? தமிழின் முக்கியமான நாவல்களுள் ஒன்றான 'ஆழி சூழ் உலகு' நாவலை தமிழினி வசந்தகுமார் செம்மையாக்கம் செய்து வெளியிட்டார் என்பதும் செவிவழிச் செய்தி. (இதில் எவ்வளவு உண்மை இருக்கிறது என்பது நமக்குத் தெரியாது.) அதை ஜெயமோகன் கண்டுகொள்ள மாட்டார். அவரது சீற்றம் க்ரியா ராமகிருஷ்ணன் மட்டும் மீது பாய்வதற்கு வேறு காரணங்கள் இருக்கலாம்.

எனக்குத் தெரிந்து க்ரியா ராமகிருஷ்ணன் எந்த எழுத்தாளரினதும் ஒரு வரியைக்கூட தானே திருத்தியதில்லை. "இந்த இடத்தில் பிரச்சினை இருப்பதைப்போல் தெரிகிறது. வாக்கியம் தெளிவாக இல்லை. இதை சரிசெய்யுங்களேன்" என்று எழுத்தாளரிடம் சொல்வார். "கதைப் போக்கில் சில முரண்கள் இருக்கின்றன. அதையெல்லாம் சரிசெய்தால் நன்றாக இருக்கும்" என்று கேட்டுக்கொள்வார். எழுத்தாளரின் முடிவே இறுதியானது. ஆனால், ஒற்றுப் பிழைகள், தகவல் பிழைகளை அனுமதிக்கவே மாட்டார்.

க்ரியா ராமகிருஷ்ணனுடனான 20 ஆண்டுகள் உறவில் அவருடைய ஆளுமையின் பல்வேறு பரிமாணங்களை அருகில் இருந்து பார்த்திருக்கிறேன் என்பதால், ஒரு எடிட்டராக அவர் எப்படிப்பட்ட பணியை ஆற்றினார் என்பதை மற்றவர்களைவிட அதிகம் அறிவேன். ராமகிருஷ்ணன் ஒரு பதிப்பாளர், எடிட்டர், அகராதியியலர், பிழைதிருத்துநர், புத்தகத்தின் வடிவமைப்பில்

மிகுந்த ரசனை உடையவர் என்று பல்வேறு முகங்கள் கொண்ட ஓர் ஆளுமை. (அவருக்கு மூன்று வயதிலிருந்தே ஒரு கண் மட்டும்தான் தெரியும். அதை வைத்துக்கொண்டுதான் இவ்வளவு நுணுக்கமாகப் பிரதியைப் பார்த்திருக்கிறார் என்பது பலருக்கும் தெரியாத தகவல்.) இந்தப் படைப்புக்கு இன்ன எழுத்துரு, இன்ன எழுத்துரு அளவு வைத்தால் இன்னும் அழகாக இருக்கும் என்பது போன்ற விஷயங்களையெல்லாம் யோசித்தவர்.

இலக்கியத்தில் சிறுகதை, நாவல், நாடகம், தத்துவம், மொழிபெயர்ப்புகள் என்று சிறந்த இலக்கிய எடிட்டராக அவர் திகழ்ந்த அதே நேரத்தில், இலக்கியமல்லாத நூல்கள் பலவும் அவர் எப்படிப்பட்ட எடிட்டர் என்பதை நமக்குக் காட்டும். ஐராவதம் மகாதேவனின் 'எர்லி டமில் எபிகிராஃபி ஃப்ரம் தி எர்லியஸ்ட் டைம்ஸ் டூ த சிக்ஸ்த் செஞ்சுரி ஏ.டி.' என்ற நூல் ஒரு எடிட்டராக அவரது பயணத்தில் முக்கியமானது. இப்படி ஒரு நூலைத் தான் எழுதிக்கொண்டிருப்பதாகவும், தமிழ்நாட்டில் அந்த நூலை வெளியிடும் அளவுக்குப் பதிப்பாளர் இல்லை என்றும் ராமகிருஷ்ணனிடம் ஐராவதம் மகாதேவன் கூறியபோது "க்ரியாவுக்குத் தாருங்கள், நாங்கள் வெளியிடுகிறோம்" என்று சவாலாக ஏற்றவர் ராமகிருஷ்ணன். புத்தக உருவாக்கத்தின்போது அந்தப் புத்தகத்தில் உள்ள சிக்கல்கள், மொழிப் பிழைகள் போன்றவற்றை ஐராவதம் மகாதேவனிடம் எப்படி எடுத்துச் சொல்வது என்று ராமகிருஷ்ணன் தயங்கினார். மிகவும் வெளிப்படையாகத் தெரியும் பிழைகளை முதலில் பட்டியலிட்டுக்கொண்டு, தனது ஆங்கிலேய நண்பரை உடன் அழைத்துக்கொண்டு ஐராவதம் மகாதேவனைச் சந்தித்து அந்தப் பிழைகளை விவரித்தார். "நான் 40 வருஷமாக ஆங்கிலத்தில் எழுதுகிறேன்" என்று கோபக்காரரான ஐராவதம் மகாதேவன் முரண்டுபிடித்தாலும் ராமகிருஷ்ணனின் சுட்டிக்காட்டல்களை உடன் இருந்த நண்பர் ஆமோதித்ததால் ஒப்புக்கொண்டிருக்கிறார். இதற்கிடையே இப்படியொரு புத்தகம் உருவாவது ஹார்வர்டு பல்கலைக்கழகத்துக்குத் தெரியவருகிறது. தாங்கள் வெளியிடுகிறோம் என்று அவர்கள் கூறுகிறார்கள். ஐராவதம் மகாதேவனுக்குப் பெரும் சங்கடம். ஹார்வர்டு பல்கலைக்கழகத்தின் 'ஹார்வர்டு ஓரியண்டல் வரிசை'யில் தன் புத்தகம் வெளியாவது பெரிய கௌரவம்; அதே நேரத்தில் க்ரியாவிடம் ஒப்புக்கொண்டாயிற்று. அப்போது

ராமகிருஷ்ணன் ஒரு யோசனையைத் தெரிவித்தார்: "ஹார்வர்டு பல்கலைக்கழகத்தில் ஒரு பிரதியை நூலாக வெளியிட ஒப்புக்கொண்டால் அது புத்தக வடிவம் பெறுவதற்கு பத்து ஆண்டுகள் வரை ஆகலாம். கூடவே, அந்த நூலின் காப்புரிமை அவர்களிடமே இருக்கும்; ஆசிரியருக்குத் தன் நூலின்மேல் உள்ள உரிமை பறிக்கப்படும். உங்கள் நூல் இந்தியச் சொத்து. இந்தியாவிடமே இருக்க வேண்டும். வேண்டுமென்றால், க்ரியாவுடன் இணைந்து ஹார்வர்டு வெளியிடலாம். ஆனால், க்ரியா இறுதி செய்த வடிவம்தான் வெளியிடப்பட வேண்டும். முக்கியமாக, வெளியீட்டாளர்களின் பெயரில் க்ரியாவின் பெயர்தான் முதலில் இருக்க வேண்டும். இதற்கெல்லாம் அவர்கள் ஒப்புக்கொண்டால் இணைந்து வெளியிடலாம்." ஹார்வர்டு இந்த நிபந்தனைகளையெல்லாம் ஒப்புக்கொண்டு, புத்தகம் வெளியானது. பிழைகள் களையப்பட்டு செம்மையாக்கப்பட்ட புத்தகத்தைக் கண்டு க்ரியா ராமகிருஷ்ணனிடம் ஐராவதம் மகாதேவன், "நீங்கள் மட்டும் இல்லையென்றால் நான் வங்காள விரிகுடா கடலில்தான் போய்க் குதித்திருக்க வேண்டும்" என்றிருக்கிறார்.

இதனால் தன்னை மேலாகவும் எழுத்தாளர்களைக் கீழாகவும் ராமகிருஷ்ணன் வைத்திருந்தார் என்று அர்த்தமல்ல. "எடிட்டர் ஒருபோதும் எழுத்தாளரின் இடத்தை எடுத்துக்கொள்ளக் கூடாது, முடியவும் முடியாது. ஒரு ஆசிரியருக்கு உதவிசெய்வதற்குத்தான் எடிட்டர் இருக்கிறார். இதில் ஈகோவுக்கு வேலையே இல்லை" என்று ராமகிருஷ்ணன் ஒரு பேட்டியில் குறிப்பிட்டிருந்ததை இங்கே நினைத்துப்பார்க்கலாம்.

நானும் ஒரு கவிஞன், க்ரியாவில் எனது கவிதைத் தொகுப்புகள் வெளியாகியிருக்கின்றன என்ற முறையில் அவரது யோசனைகளால் எனது கவிதைகள் செழுமையடைந்திருக்கின்றன என்றே கூறுவேன். கவிதைகளை எழுதியவுடன் அவரிடம் போய்க் காட்டுவேன். மிகப் பிரமாதமான வரிகள் என்று எனக்கு நானே மனதுக்குள் மெச்சிக்கொண்டிருக்கும் வரிகளைத்தான் அவர் சுட்டிக்காட்டி "இந்த வரிகள் உங்கள் புத்திசாலித்தனத்தின் வெளிப்பாடு. கவிதைக்கும் புத்திசாலித்தனத்துக்கும் வெகு தூரம்" என்பார். அது முதலில் என் 'ஈகோ'வைத் தாக்கும். நியாயப்படுத்துதலில் இறங்குவேன். "எனக்குத் தோன்றியதைச்

சொன்னேன். அப்புறம் உங்கள் படைப்பு, நீங்கள்தான் முடிவெடுக்க வேண்டும்" என்பார். சில நாட்கள் கழித்து அவர் கூற்றின் உண்மையை உணர்ந்து அதற்கேற்ப மாற்றம் செய்துபார்த்தால் கவிதை மேலும் துலங்குவது தெரியும். 'தான் ஒரு கவிதை வாசகர் இல்லை' என்று அவர் சொல்லிக்கொண்டாலும் சி.மணி, பசுவய்யா (சுந்தர ராமசாமி), வ.ஐ.ச. ஜெயபாலன், ஷங்கர் ராமசுப்ரமணியன் உள்ளிட்ட முக்கியமான கவிஞர்களின் நூல்களை வெளியிட்டிருக்கிறார். அவர்களுக்கும் என்னைப் போன்ற அனுபவங்கள் ஏற்பட்டிருக்கலாம். "படைப்போ மொழிபெயர்ப்போ இம்மீடியேட் கிராட்டிஃபிகேஷன் (உடனடி சந்தோஷம்) நம்மை ஏமாற்றிவிடும். ஆகவே, அந்தப் படைப்பையோ மொழிபெயர்ப்பையோ தள்ளி இருந்து, ஒரு விலகல் மனநிலையிலிருந்து பார்க்கும்போது நிறைகுறைகள் நமக்குப் புலப்படும். அப்போது செம்மையாக்கினால் படைப்பு மேலும் பொலிவு பெறும். ஆகவே, ஒரு படைப்பாளிதான் ஒரு படைப்பின் முதல் எடிட்டராக இருக்க வேண்டும்" என்று அவர் அடிக்கடி சொல்வதுண்டு.

2003-ல் தொடங்கி 2013 வரை பல்வேறு நூலாக்கங்களில் க்ரியா ராமகிருஷ்ணனுடன் பயணித்திருக்கிறேன். எனது அனுபவத்தில் முதல் இரண்டு புத்தகங்கள் பிரெஞ்சு சமூகவியலாளரான பியர் பூர்தியுவின் 'தொலைக்காட்சி ஒரு கண்ணோட்டம்', இமையத்தின் 'மண் பாரம்' சிறுகதைத் தொகுப்பு. 'தொலைக்காட்சி ஒரு கண்ணோட்டம்' நூலின் உருவாக்கம் போல் தமிழில் வேறு ஒரு புத்தகம் உருவாகியிருக்குமா என்பது சந்தேகமே. அந்த மொழிபெயர்ப்பின் முதல் வரைவை அதன் மொழிபெயர்ப்பாளர் வெ.ஸ்ரீராம் வரிக்கு வரி வாசிப்பார்; ஓய்வுபெற்ற வெளியுறவுத் துறை அதிகாரியும் பல மொழிகள் அறிந்தவருமான டி.கே. கோபாலன் அதனை பிரெஞ்சு மூலத்துடன் வரிக்கு வரி ஒப்பிடுவார். க்ரியா ராமகிருஷ்ணன் தன் கையில் வைத்திருக்கும் ஆங்கில நூலுடன் ஒப்பிடுவார். ஒரு வாசகனாக நான் எனது கருத்துகளைப் பகிர்ந்துகொள்வேன். இப்படி ஒன்றரை ஆண்டுகள் வெவ்வேறு அமர்வுகளில் இந்தப் புத்தகத்தின் உருவாக்கம் நிகழ்ந்தது. தமிழில் புத்தகங்கள் அதிகம் விற்காத சூழலில் ஒரு புத்தகத்துக்காக இவ்வளவு உழைப்பைச் செலுத்த வேண்டுமா என்ற கேள்வி எழுவது இயல்பே. இந்த அளவுக்கு உழைப்பைச் செலுத்த ஒருவராவது

இருக்க வேண்டுமல்லவா? அப்படிப்பட்டவர்தான் க்ரியா ராமகிருஷ்ணன்.

அதுமட்டுமல்ல, மொழிபெயர்ப்பு நூல்களின் ஒவ்வொரு பதிப்பிலும் மொழிபெயர்ப்பாளருடன் உட்கார்ந்து திருத்தங்கள் மேற்கொண்டுதான் வெளியிடுவார். 40 ஆண்டுகளுக்கு முன்பு வெளியிட்ட மொழிபெயர்ப்பின் மறுபதிப்பு வெளியிடும்போது இடைப்பட்ட ஆண்டுகளில் தமிழில் ஏற்பட்ட மாற்றங்களைக் கணக்கில் கொள்வார். அதற்கேற்ப மொழிபெயர்ப்பில், மொழிபெயர்ப்பாளரின் ஒத்துழைப்புடன் திருத்துவார்.

ஒரு எடிட்டராக 'க்ரியாவின் தற்காலத் தமிழ் அகராதி'யின் உருவாக்கத்தில் க்ரியா ராமகிருஷ்ணனின் பங்கைக் குறிப்பிட்டுச் சொல்ல வேண்டும். எடிட்டர் என்றால் ஒட்டுமொத்த அகராதிப் பதிவுகளையும் அவரே எழுதுவார் என்று அர்த்தமல்ல. இந்த வரையறையெல்லாம் தனிநபர் உருவாக்கும், கதிரைவேற்பிள்ளையின் அகராதி போன்றவற்றுக்கே பொருந்தும். ஆனால், அகராதியானது ஒரு குழுவால் உருவாக்கப்பட்டால்தான் பல்வேறு அறிவுகள், திறமைகள், துறைகள் உள்ளே வரும். ஆக்ஸ்போர்டு ஆங்கில அகராதி உள்ளிட்ட சர்வதேச அகராதிகள் அப்படி உருவானவைதான். தமிழில் தன்னால் இயன்ற சிறப்பான ஒரு குழுவை உருவாக்கியவர் ராமகிருஷ்ணன். அகராதியின் ஒவ்வொரு சொல்லுக்குமான விளக்கம் குழுவினருக்கும் ஆலோசகர்களுக்கும் அனுப்பப்படும். அவர்கள் தங்கள் கருத்துகளைத் தெரிவிப்பார்கள். அவற்றை ஒருங்கிணைத்து, அந்தக் கருத்துகளில் எவற்றையெல்லாம் வைத்துக்கொள்வது, எவற்றை விடுவது என்ற இறுதி முடிவை ராமகிருஷ்ணன் எடுப்பார். 2008-ல் வெளியான விரிவாக்கப்பட்ட பதிப்பில் நான் துணை ஆசிரியராகப் பணியாற்றியிருக்கிறேன். அகராதியில் இடம்பெறும் வெவ்வேறு துறைகள் சார்ந்த சொற்களின் பட்டியலை எனக்குத் தந்து, தொடர்புடைய துறையின் வல்லுநர்களை சந்தித்து அந்தச் சொற்களை சரிபார்த்து, திருத்திக்கொண்டு வரும்படி என்னை அனுப்பினார். உயிரியல், பறவையியல், இயற்பியல் என்று பல துறைகளின் பரிச்சயம் எனக்குக் கிடைத்ததற்கு ராமகிருஷ்ணன்தான் காரணம். ஓர் அகராதியியலர் எல்லாத் துறைகளின் அறிவையும் பெற வேண்டும் என்று அடிக்கடிச் சொல்லிக்கொண்டிருப்பார். க்ரியாவின்

தற்காலத் தமிழ் அகராதியின் மூலம் க்ரியா ராமகிருஷ்ணன் தமிழுக்குப் பெரும் பங்களிப்பு செய்திருந்தாலும் அறிவுத் துறை அவருக்கு அங்கீகாரம் கொடுக்கவில்லை. ஏனெனில், அவர் மொழியியலிலோ அகராதியியலிலோ பட்டம் பெற்றவர் இல்லை. அதே போல் இலக்கிய உலகமும், அகராதி என்பது இலக்கியத்துக்குத் தொடர்பற்ற விஷயம் என்று ராமகிருஷ்ணனின் அகராதிப் பங்களிப்பை அலட்சியப்படுத்திக்கொண்டிருக்கிறது

மொழியானது உயிர்ப்போடு இருக்கும் ஒரு விஷயம். அதற்கேற்ப, அகராதியும் உயிர்ப்போடு இருக்க வேண்டும். கடந்த 30 ஆண்டுகளில், உலகம் தொழில்நுட்பத்திலும் ஏனைய துறைகளிலும் பெரும் பாய்ச்சல் கண்டுகொண்டிருக்கிறது. இது எல்லா மொழிகளிலும் பிரதிபலித்தது. க்ரியாவின் தற்காலத் தமிழ் அகராதியின் முதல் பதிப்பு வெளியானது 1992–ல். அதற்குப் பிந்தைய ஆண்டுகளில் எவ்வளவோ சொற்கள் தமிழுக்கு வந்துசேர்ந்திருக்கின்றன, எவ்வளவோ சொற்கள் வழக்கொழிந்து போயிருக்கின்றன, எவ்வளவோ சொற்களுக்குப் புதிய பொருள் கிடைத்திருக்கிறது. இது போன்று மொழியில் நிகழ்ந்துகொண்டிருக்கும் மாற்றங்களை அகராதியும் பிரதிபலிக்க வேண்டும். ஆகவே, க்ரியாவின் தற்காலத் தமிழ் அகராதியை விரிவாக்கித் திருத்தி 2008, 2020 ஆகிய ஆண்டுகளில் மேலும் இரண்டு பதிப்புகளை ராமகிருஷ்ணன் வெளியிட்டார். மூன்று பதிப்புகளிலும் குறிப்பிட்ட சொல்லிலிருந்து குறிப்பிட்ட சொல் வரை எடுத்துக்கொண்டு அவற்றுக்குக் கொடுக்கப்பட்ட விளக்கங்கள், எடுத்துக்காட்டுச் சொற்றொடர்கள், கூடுதல் தகவல்கள் போன்றவற்றை ஒப்பிட்டுப் பார்த்தால் அது பெரும் வியப்பை ஏற்படுத்தும். ஒரு அகராதி எப்படியெல்லாம் பரிணாம வளர்ச்சி அடைந்திருக்கிறது, அதன் பின்னுள்ள மனித உழைப்பு, அறிவு உழைப்பு எப்படிப்பட்டது என்று நமக்குப் புரியும். தெற்காசிய மொழிகள் எதிலும் நிகழ்ந்திராத சாதனை இது என்று இந்தியவியல் அறிஞர் டேவிட் ஷுல்மன் கூறியிருப்பது மிகையல்ல.

எடுத்துக்காட்டாக, 'போடு' என்ற சொல்லை எடுத்துக் கொள்வோம். 1992–ல் வெளியான முதல் பதிப்பிலும், 2008–ல் வெளியான இரண்டாம் பதிப்பிலும் 'போடு^{1}', போடு^{2}' என்று இரண்டு தலைச்சொற்கள் கொடுக்கப்பட்டிருக்கின்றன.

2020 பதிப்பில் 'போடு[1]', 'போடு[2]', போடு[3]', போடு[4]' என்று நான்கு தலைச்சொற்கள் கொடுக்கப்பட்டிருக்கின்றன. 'போடு[1]'–ஐத் தவிர ஏனையவை துணைவினைகள். 1992–ம் ஆண்டு பதிப்பில் 'போடு[1]–க்கு 29 பொருளும், 2008–ம் ஆண்டு பதிப்பில் 54 பொருளும், 2020–ம் ஆண்டு பதிப்பில் 56 பொருளும் கொடுக்கப்பட்டிருக்கின்றன. அதேபோல் 1992–ம் ஆண்டு பதிப்பில் 'போடு[1]' என்ற சொல்லுக்கு 63 எடுத்துக்காட்டுச் சொற்றொடர்களும், 2008–ம் ஆண்டு பதிப்பில் 172 சொற்றொடர்களும், 2020–ம் ஆண்டு பதிப்பில் 176 சொற்றொடர்களும் கொடுக்கப்பட்டிருக்கின்றன. இந்த மூன்று அகராதிகளிலும் 'போடு' என்ற சொல்லுக்கான விளக்கத்தையும் எடுத்துக்காட்டுகளையும் மட்டும் வரிக்கு வரி ஒருவர் ஒப்பிட்டுப் பார்த்தால் அகராதி என்றால் என்ன, ஓர் அகராதிக்குள் என்னென்ன வேலைகள் இருக்கின்றன என்பதெல்லாம் புரியும்.

பதிப்பாளராகத் தனது 46 ஆண்டு காலப் பயணத்தில் ராமகிருஷ்ணன் வெளியிட்டிருக்கும் புத்தகங்கள் 200–க்கும் குறைவுதான். ஆனால், அவற்றுக்குள் உள்ள வகைமைகள் நம்மை வியக்க வைப்பவை.

சிறுகதை, நாவல், நாடகம் என்று புனைவுகளை எடுத்துக்கொண்டால் மௌனி, ஜி.நாகராஜன், ந.முத்துசாமி, சுந்தர ராமசாமி, அசோகமித்திரன், சா.கந்தசாமி, இராசேந்திரசோழன், எஸ். சம்பத், சார்வாகன், பூமணி, திலீப் குமார், இமையம், புகழ் போன்றோரின் நூல்களை க்ரியா வெளியிட்டிருக்கிறது.

கவிதை என்று எடுத்துக்கொண்டால் ந.பிச்சமூர்த்தி, சி.மணி, பசுவய்யா (சுந்தர ராமசாமி), நாரணோ ஜெயராமன், தி.சோ. வேணுகோபாலன், வ.ஐ.ச. ஜெயபாலன், எம்.ஏ. நுஃமான், அ.யேசுராசா, ஷங்கர் ராமசுப்ரமணியன் உள்ளிட்ட பல கவிஞர்களின் நூல்களை க்ரியா வெளியிட்டிருக்கிறது. ஞானக்கூத்தனின் நூல்களை க்ரியா வெளியிடவில்லை என்றாலும் அவருடைய முதல் நூலை க்ரியா ராமகிருஷ்ணன் உள்ளிட்ட நண்பர்கள்தான் சேர்ந்து வெளியிட்டிருக்கிறார்கள்.

கலை இலக்கியம் விமர்சனம், கலாச்சாரம், சித்தாந்தம் போன்ற வகைமைகளை எடுத்துக்கொண்டால் சுந்தர ராமசாமி, பெ.கோ.சுந்தரராஜன் (சிட்டி), சோ.சிவபாதசுந்தரம்,

எஸ்.வி.ராஜதுரை, தங்க.ஜெயராமன் போன்றோரின் நூல்களை க்ரியா வெளியிட்டிருக்கிறது.

முக்கியமாக, ஈழத்து நவீன இலக்கியம் அநேகமாக க்ரியா மூலமாகத்தான் தமிழில் அறிமுகமாகிறது. எம்.ஏ. நுஃமானும் அ.யேசுராசாவும் தொகுத்த 'பதினொரு ஈழத்துக் கவிஞர்கள்' அவ்வகையில் க்ரியாவின் முக்கியமான பங்களிப்பாகும். மேலும், மு. தளையசிங்கத்தின் இரண்டு நூல்களை க்ரியா வெளியிட்டிருக்கிறது. மு.நித்தியானந்தனின் 'கூலித் தமிழ்' ஒரு முக்கியமான நூல்.

மேற்குறிப்பிட்டவர்களில் பெரும்பாலானோர் தமிழ் இலக்கிய உலகின் தனித்துவமான இடத்தைப் பெற்றிருப்பவர்கள். இவர்களின் பிரதிகள் ஒவ்வொன்றும் ஒரு எடிட்டராக ராமகிருஷ்ணனுக்குச் செழுமையான அனுபவத்தைத் தந்ததுடன், அவையும் மிகச் சிறந்த ஒரு எடிட்டரை க்ரியா ராமகிருஷ்ணனிடம் கண்டடைந்தன.

க்ரியா வெளியிட்ட மொழிபெயர்ப்புகளும் முக்கியமானவை ஆல்பெர் காம்யு, ஃப்ரன்ஸ் காஃப்கா, ழான்–போல் சார்த்ர், ழூல் ரேமோன், விக்தோர் ஹ்யூகோ, ரே பிராட்பரி, ஜோஷ் வண்டேலூ, ஷார்ல் போத்லெர், அந்த்வான் து செந்த்–எக்சுபெரி, ழாக் ப்ரெவெர், ஸீக்ஃப்ரீட் லென்ஸ், யூழேன் இயொனெஸ்கோ, பியர் பூர்தியு ஆகிய மேலை நாட்டு எழுத்தாளர்களின் படைப்புகள் நேரடியாக மொழிபெயர்க்கப்பட்டு தமிழ் இலக்கிய உலகில் பெரும் தாக்கத்தை ஏற்படுத்தின. லா வோட்சுவின் 'தாவோ தே ஜிங்', ஓமர் கய்யாமின் 'ருபாயியத்' போன்ற கீழை இலக்கியங்களின் மொழிபெயர்ப்புகளும் குறிப்பிடத் தகுந்தவை. இந்திய மொழிகளிலிருந்து சுரேந்திர வர்மா (இந்தி), பாதல் சர்க்கார் (வங்கமொழி), கிரீஷ் கர்னாட் (கன்னடம்) போன்ற எழுத்தாளர்களின் படைப்புகள் நேரடியாக மொழிபெயர்க்கப்பட்டன.

இலக்கியத்தைத் தவிர மற்ற நூல்களை தமிழ் இலக்கிய உலகம் தீண்டாத நிலையில் க்ரியா வெளியிட்ட இலக்கியம் சாராத நூல்களும் பெரும் தாக்கத்தை ஏற்படுத்தின. 'டாக்டர் இல்லாத இடத்தில்', 'தோண்டு கிணறுகளும் அவற்றின் அமைப்பும்', 'மரம் வளர்ப்பு', 'இந்தியாவின் சுற்றுச்சூழல்' போன்றவை க்ரியா வெளியிட்டவற்றில் புனைவல்லாத, முக்கியமான நூல்கள்.

ஆங்கிலத்திலும் ஈஜின் இர்ஷிக்கின் 'டமில் ரிவைவலிஸம் இன் த 1930ஸ்', அ.மா.சாமியின் 'ஜென் ஹார்ட், ஜென் மைண்டு', 'ஜென்: அவேக்கனிங் டு யுவர் ஒரிஜினல் ஃபேஸ்', ஜோப் தாமஸின் 'சோழா ப்ரான்ஸெஸ்' உள்ளிட்ட பல நூல்களை க்ரியா வெளியிட்டிருக்கிறது.

இத்தனை வகைமைகளில் பல்வேறு பிரதிகளையும் தமிழில் கையாண்டிருக்கும் ஒரே எடிட்டர் க்ரியா ராமகிருஷ்ணன்தான். ஒரு பிரதியைப் பிழைகளின்றி, செம்மையாக, அழகாக, நூலாசிரியரின் ஒத்துழைப்புடன் வாசகரிடம் கொண்டுசெல்ல வேண்டும் என்பதுதான் அவரது பிரதான அக்கறை. இந்த அக்கறைதான் ஒரு எடிட்டராக அவர் அடைந்த புகழுக்கும் அவர் மீது சுமத்தப்படும் குற்றச்சாட்டுகளுக்கும் காரணம்.

(க்ரியா எஸ்.ராமகிருஷ்ணனின் நினைவாக க்ரியா பதிப்பகம் வெளியிட்ட 'Book Culture in Tamil / தமிழில் புத்தகக் கலாச்சாரம்' [2021] என்ற நூலில் இடம்பெற்ற கட்டுரை.)

அஞ்சலிகள்

ஜூஸே ஸரமாகு (1922 - 2010):
கடவுளின் ஸ்தானத்திலிருந்து...

தொலைபேசியின் ஒலிதான் இன்று என்னை எழுப்பியது; அழைத்தது என்னுடைய நண்பர், ஜூஸே ஸரமாகுவின் மரணச் செய்தியைச் சொல்வதற்காக. எனக்கும் சரி தொலைபேசியில் அழைத்த நண்பருக்கும் சரி ஜூஸே ஸரமாகு (இலக்கியத்துக்காக 1998–ல் நோபல் பரிசைப் பெற்றவர்) மிகவும் பிடித்தமான நாவலாசிரியர். அடிக்கடி அவருடைய நடையை நாங்கள் இருவரும் சிலாகிப்பதுண்டு. இரண்டு நாட்களுக்கு முன்புதான் அவருடைய 'Blindness' நாவலைப் படிக்க ஆரம்பித்தேன். இப்போது அந்த நாவலைத் தொடர்வதில் ஒரு சிக்கல் வந்துவிட்டதைப் போல உணர்கிறேன்.

என்ன சிக்கல்? ஸரமாகு தன்னுடைய நாவல்களில் காட்சியையோ கதாபாத்திரங்களையோ அதனதன் போக்கில் போக விட்டு, ஒளிப்பதிவாளர் போன்று பதிவுசெய்யும் கதைசொல்லி அல்ல. கதையின் கடிவாளம் அவருடைய கையில் இருக்கும். தோற்பாவைக் கூத்துக் கலைஞர்போல கதாபாத்திரங்களை ஆட விட்டு அவர்தான் கதையைச் சொல்லுவார். உதாரணத்துக்குத் தமிழில் அசோகமித்திரனை எடுத்துக்கொண்டால் அவர் கதையின் போக்கில் ஆசிரியருடைய குரலை வெளியிடவே மாட்டார். காட்சிகள், கதாபாத்திரங்கள் மட்டும்தான் பேசும். ஆனால் புதுமைப்பித்தன் அப்படியல்ல; பெரும்பாலும் தான்தான் கதையை வழிநடத்திச்செல்வார். அதுபோலத்தான் ஸரமாகுவும். ஆனால், புதுமைப்பித்தன் கதைகளில் புதுமைப்பித்தன் கதாசிரியரின் ஸ்தானத்தைதான் எடுத்துக்கொண்டார் என்றால் ஸரமாகுவோ கடவுளின் ஸ்தானத்தை எடுத்துக்கொண்டவர். அவர் கண்களிலிருந்து

எதுவும் தப்பிக்காது; யாரும் தப்பிக்க முடியாது. ஒரு நாய் என்ன நினைக்கிறது என்பதையும், அந்த நாயின் புது முதலாளி என்ன நினைக்கிறார் என்பதையும் ஒரே சமயத்தில் பார்க்கும் கடவுளின் ஸ்தானம் அவருடையது ('The Cave' நாவல்). குகை ('The Cave') நாவலில், அந்த நாவலின் நாயகரான வயதான குயவரின் மகளும் அவளின் கணவரும் உடலுறவு கொண்ட குறிப்பிட்ட அந்தத் தருணத்தைச் சொல்லி, அவளுடைய வயிற்றில் கரு அந்த நொடிதான் உருவானது என்று துல்லியமாகச் சொல்வார். நான் படித்த அவருடைய பிற நாவல்களிலும் அப்படித்தான். இதனால் நான் அவருடைய நாவல்களைப் படிக்கும்போது ஸரமாகு என்னருகில் அமர்ந்துகொண்டு தன்னுடைய குரலில் (அது எப்படியிருக்கும் என்று எனக்குத் தெரியாவிட்டாலும்கூட) கதையை எனக்குச் சொல்வதாகக் கற்பனை செய்துகொள்வேன். இனி அது சாத்தியமாகுமா என்பது தெரியவில்லை. அப்படியே கற்பனை செய்துகொண்டாலும் மனதின் ஓரத்தில் ஸரமாகு இறந்துவிட்டார் என்ற நினைப்பு தொடர்ந்து இருந்துவந்தால் என்ன செய்வது? எனக்கு யார் கதை சொல்வது?

'The Gospel According to Jesus Christ' என்ற தனது நாவலை, ஐரோப்பிய இலக்கிய விருதுக்குப் போட்டியிட அனுமதி மறுத்த போர்ச்சுகீசிய அரசுக்கு எதிர்ப்பு தெரிவிக்கும் விதத்தில் நாட்டை விட்டு வெளியேறி, கனரி தீவில் வசித்துவந்த ஸரமாகுதான் இறந்துபோய்விட்டார். கதைசொல்லி ஸரமாகுவோ அப்படியில்லை. அவர் கடவுளின் ஸ்தானத்தை எடுத்துக்கொண்டபோதே தனது கதைகளுக்குள் நுழைந்து தாளிட்டுக்கொண்டு மரணத்திலிருந்து விலக்கு பெற்றுவிட்டார். அதனால் எனக்குப் பிரச்சினை இருக்காது என்றே நினைக்கிறேன்.

அழிந்துகொண்டிருக்கும் ஒரு இலக்கிய வடிவத்தின் (நாவலின்) கடைசிப் போராளிகளில் ஒருவர் என்று பிரபல விமர்சகரான ஹெரால்ட் ப்ளூம் இவரைப் பற்றி ஒருமுறை சொன்னார். ஸரமாகுவுக்கு இலக்கியத்துக்கான நோபல் பரிசு 1998-ல் வழங்கப்பட்டது. அப்படி என்ன அதிசயம் இவருடைய எழுத்தில் என்றால், அதிசயம்தான் இவரது எழுத்து என்று சொல்லலாம். வரலாற்றைப் பின்புலமாக வைத்துக்கொண்டு மாய யதார்த்தக் கதை சொல்வது (Balthasar and Blimunda); இயேசுவே தனது சுவிசேஷத்தைச் சொல்வதுபோல எழுதுவது

(The Gospel According to Jesus Christ); பிறப்பு, இறப்பைப் பதிவு செய்யும் பதிவகத்தில் உள்ள ஒரு ஊழியன் இறந்துபோன ஒரு பெண்ணைப் பற்றிய தகவல்களை எந்த விதக் காரணமுமின்றிச் சேமிக்க ஆரம்பித்து பிறகு வெறித்தனமாக அந்தச் செயலில் ஈடுபட, அதை அவனுக்கே தெரியாமல் பதிவாளர் (இது கடவுளாகவும் இருக்கலாம் அல்லது ஸரமாகுவாகவும் இருக்கலாம்) கண்காணித்துவருவது (All the Names); திடீரென்று மரணம் விடுமுறை எடுத்துக்கொள்வது (Death at Intervals); திடீரென்று ஒரு நாட்டிலுள்ளோருக்குக் கண் தெரியாமல் போய்விடுவது (Blindness) என்று அவரது கதைகள் எல்லாமே யதார்த்தத் தளத்திலிருந்து விலகி ஒரு அதீத நிலையிலிருந்து எழுதப்பட்டவை. இதில் மிகவும் குறிப்பிட்டுச் சொல்ல வேண்டியது அவரின் நடை; தனித்துவமான, அற்புதமான ஒரு நடை. முற்றுப்புள்ளியே இல்லாமல் நீண்டுகொண்டே செல்லும் வாக்கியங்களை, வெகு இயல்பாகவும் படிப்பதற்கு ஆசையூட்டும் விதத்திலும் எழுதியவர் ஸரமாகு. இரண்டு பேர் பேசிக்கொண்டால் யார் பேசுகிறார்கள் என்பதையே நாம் கண்டுபிடிப்பது மிகவும் சிரமம். இருவருடைய பேச்சையும் தனித்தனியாகப் பிரிக்காமல் சேர்த்தே கொடுப்பார். ஒரு காற்புள்ளியை வைத்துதான் நாம் தெரிந்துகொள்ள வேண்டும். எனவே, உண்மையில் கொஞ்சம் நமது உழைப்பைக் கோரும் எழுத்து என்பதுடன், அப்படிப்பட்ட உழைப்பைச் செலுத்திப் படித்தால் அற்புதமான அனுபவத்தைத் தரும் எழுத்து ஸரமாகுவுடையது.

இன்னும் பலமுறை படித்துப் பார்க்க வேண்டும் என்ற விருப்பத்தோடுதான் ஒவ்வொரு முறையும் நான் ஸரமாகுவின் நாவலை முடிக்கிறேன். அவருடைய எல்லா எழுத்துகளையும் படித்துப் பார்க்க வேண்டும் என்பது என்னுடைய ஆசை. நாவல் எழுத வேண்டும் என்ற எனது விருப்பத்துக்கு ஸரமாகுவைப் போன்ற எழுத்தாளர்கள்தான் எப்போதும் தடையாக இருக்கிறார்கள். ஒவ்வொரு விஷயத்துக்கும் ஸரமாகு மேற்கொண்ட உழைப்பு என்னைப் பிரமிக்க வைக்கும். ஒரு லாரியை எடுத்துக்கொண்டால் அதைப் பற்றிச் சொல்ல எவ்வளவோ இருக்கிறது அவருக்கு; பானைகள் செய்யும் தொழிலைப் பற்றியும் அப்படியே (The Cave). பல சமயங்களில் அவர் கொடுக்கும் பட்டியல் நான்கைந்து பக்கங்களுக்கு

நீளும். கல்லறைகளைப் பற்றி 'All the Names' நாவலில் வரும் பட்டியல்; இயேசுவுக்குப் பிறகு அவருடைய சீடர்களும் அவரைப் பின்பற்றுவோரும் எப்படிக் கொல்லப்படப்போகிறார்கள் என்று இயேசுவுக்குக் கடவுள் தரும் பட்டியல் என்று சொல்லிக்கொண்டே போகலாம். இப்படிப்பட்ட உழைப்பும் கற்பனைத் திறனும் ஒன்றுசேர்ந்தால்தான் ஒருவர் பெரிய நாவலாசிரியராக ஆக முடியும். நமது உழைப்பு மிகவும் குறைவு; கற்பனைத் திறனோ மிகவும் பின்தங்கிப்போன ஒன்று. இந்தச் சூழலில் எங்கிருந்து மகத்தான நாவல்களைப் படைப்பது என்று மலைப்பாக இருக்கிறது எனக்கு.

(ஜூஸே ஸரமாகு மறைந்தபோது
'தமிழ் இன்று' இணைய இதழில் 2010-ல் எழுதியது.)

சார்வாகனுக்கு (டாக்டர் ஹரி ஸ்ரீனிவாசனுக்கு) அஞ்சலி!

டாக்டர் ஹரி ஸ்ரீனிவாசன், சார்வாகன் (1929-2015) என்ற புனைபெயரில் சிறுகதைகள் எழுதியவர். தொழுநோய் மருத்துவத்தில் அவரது சேவைகளும், ஆராய்ச்சிகளும், கண்டுபிடிப்புகளும் மிகவும் முக்கியமானவை. நேற்று (டிசம்பர் 21) திருவான்மியூரில் உள்ள அவரது இல்லத்தில் சார்வாகன் காலமானார். அவருக்கு வயது 86. எங்கள் வீட்டிலிருந்து நான்கு தெரு தாண்டி அவர் இருந்ததுகூட தெரியாமல் இருந்திருக்கிறேன். அவரை விரைவில் ஒரு பேட்டி எடுக்க வேண்டும் என்ற எண்ணத்தில் இருந்தேன், அது நிறைவேறாமல் போய்விட்டது. இன்று காலை 8.00 மணிக்கு அவரது இல்லத்துக்கு சென்று இறுதி மரியாதை செலுத்திவிட்டு வந்தேன். க்ரியா ராமகிருஷ்ணன், கவிஞர் வைத்தீஸ்வரன் ஆகியோரும் அங்கே வந்திருந்தார்கள்.

க்ரியாவில் நான் பணிபுரிந்தபோது அங்கே சிலமுறை அவர் வந்திருக்கிறார். க்ரியா அகராதியின் முதல் பதிப்பில் அவர் கண்ட பிழைகள், தேவையான சேர்க்கைகள் போன்றவற்றை அவ்வப்போது சிறு துண்டுச் சீட்டுகளில் எழுதிச் சேர்த்துக்கொண்டுவந்து கொடுத்தார். க்ரியா அகராதியின் விரிவாக்கிய இரண்டாம் பதிப்பில் அவரது திருத்தங்களில் பலவற்றைக் கணக்கில் எடுத்துக்கொண்டோம். அதை என் கைப்படவே செய்திருக்கிறேன். க்ரியா வெளியிட்டிருந்த 'எதுக்குச் சொல்றேன்னா...' என்ற தொகுப்பில் சில கதைகளை மட்டும் படித்திருந்தேன். அந்தக் கதைகளைப் பற்றி எனக்குப் பெரிதும் அபிப்பிராயம் இல்லை. 'ரப்பர் மாமா' என்ற கதை மட்டும் திகிலாக மனத்தில் பதிந்தது.

க்ரியாவில் அவரைச் சந்தித்தபோதே, தொழுநோய் மருத்துவத்தில் அவர் ஆற்றியிருக்கும் பணிகளை க்ரியா ராமகிருஷ்ணன் சொல்லியிருக்கிறார். சமீபத்திய சில மாதங்களாகவும் அவரைப் பற்றிக் கேள்விப்பட்டிருந்ததெல்லாம் அவர் மீது பெரும் மதிப்பை ஏற்படுத்தியிருந்தது. சமூகத்தால் முற்றிலும் புறக்கணிக்கப்பட்ட, விளிம்பு நிலையின் விளிம்பில் இருக்கும் தொழுநோயாளிகளுக்காக 60 ஆண்டுகளுக்கும் மேலாகத் தன்னை ஒப்படைத்திருந்த டாக்டர் ஹரி ஸ்ரீனிவாசனை நாம் பெரிதும் அறிந்திருக்கவில்லை என்றாலும், தன் துறை சார்ந்து அவர் உலக அளவில் அறியப்பட்டிருந்தார். நாற்பதுகளில் லண்டனில் மருத்துவம் (FRCS) பயின்றபோதே அங்கிருந்த இளைஞர் கம்யூனிச அமைப்பொன்றில் உறுப்பினராக அவர் இருந்தார் என்றும், அதன் தாக்கம் இந்தியாவுக்கு அவர் திரும்பிய பிறகும், அது ஆயுள் முழுவதும் அவருக்கு நீடித்தது என்றும் 'தளம்' இதழின் ஆசிரியர் பா.ரவி தெரிவித்தார். இந்தியா திரும்பிய பிறகு தொழுநோய் மருத்துவத்திலும் தொழுநோயாளிகளுக்கு சேவையாற்றுவதிலும் முழுமூச்சாக ஈடுபட்டார். செங்கல்பட்டு திருமணி தொழுநோய் மருத்துவமனை மற்றும் ஆராய்ச்சி நிறுவனத்தில் தனது மருத்துவப் பணியைத் தொடங்கிய டாக்டர் ஹரி ஸ்ரீனிவாசன் ஓய்வுபெறும்வரை அங்கேயே பணிபுரிந்தார். தொழுநோய் குறித்துப் பல ஆராய்ச்சிகளை மேற்கொண்டிருக்கிறார். தொழுநோயால் மடங்கிப்போகும் கைவிரல்களுக்கு அறுவை சிகிச்சை செய்வதில் டாக்டர் ஹரி ஸ்ரீனிவாசன் கண்டுபிடித்த வழிமுறை உலகமெங்கும் அவரின் பெயரிலேயே வழங்கப்படுகிறது. டாக்டர் ஹரி ஸ்ரீனிவாசனுக்கு பத்மஸ்ரீ விருதை 1984-ல் வழங்கி இந்திய அரசு கவுரவித்தது. அது மட்டுமல்லாமல், 2004-ம் ஆண்டுக்கான சர்வதேச காந்தி விருதையும் டாக்டர் ஹரி ஸ்ரீனிவாசன் பெற்றிருக்கிறார். ஐ.நா.சபையின் உலகச் சுகாதார அமைப்பின் (WHO) நிபுணர் குழுவில் 20 ஆண்டுகள் இடம்பெற்ற சிறப்பும் இவருக்கு உண்டு.

டாக்டர் ஹரி ஸ்ரீனிவாசன் பன்முகத்தன்மை கொண்டவர். சார்வாகன் என்ற புனைபெயரில் அவர் எழுதிய படைப்புகளால் தமிழ் இலக்கிய உலகத்திலும் அவர் பிரபலம். 'எதுக்குச் சொல்றேன்னா...', 'சார்வாகன் கதைகள்' ஆகிய சிறுகதைத் தொகுப்புகள் இதுவரை வெளியாகியிருக்கின்றன. அவருடைய கவிதைத் தொகுப்பொன்று தற்போது அச்சில் இருக்கிறது.

ஓவியத்திலும் இவருக்கு ஈடுபாடு உண்டு. 'கனவுக்கதை' என்ற சிறுகதைக்காக இவருக்கு 'இலக்கியச் சிந்தனை' விருதும் கிடைத்திருக்கிறது.

செல்வம் சேர்ப்பதில் சற்றும் ஈடுபாடு இல்லாமல் சேவையில் மட்டுமே அவரது உள்ளம் ஈடுபட்டிருந்தது. சுயநலமற்ற, தொண்டுள்ளம் கொண்ட ஒரு தலைமுறையின் இறுதிப் பிரதிநிதிகளில் ஒருவர் டாக்டர் ஹரி ஸ்ரீனிவாசன். அவருக்கு அஞ்சலி!

(சார்வாகனின் மறைவையொட்டி எனது வலைப்பூவில் 2015-ல் எழுதியது.)

பிரான்சிஸ் ஏன் உங்களைக் கைவிட்டீர்?

மறைந்த கவிஞர் பிரான்சிஸ் கிருபாவின் (1974 – 2021) மொத்தக் கவிதைகள் திரட்டை டிஸ்கவரி புக் பேலஸ் பதிப்பகம் 2018–ல் வெளியிட்டது. அந்தப் பதிப்பின் அட்டையில் ஒரு பசுமையான பூவரச இலையொன்று எந்த வாடலும் இல்லாமல் மணற்பரப்பில் செங்குத்தாகச் செருகியபடி இருக்கும். அது காற்றில் உதிர்ந்த இலை போலவோ யாரும் பறித்து மணலில் செருகிய இலை போலவோ இருக்காது. அந்த இலையே தன்னைத் தானே மரத்திடமிருந்து விடுவித்துக்கொண்டு மணலில் செருகிக்கொண்டதுபோல்தான் இருக்கும். பிரான்சிஸ் கிருபாவும் அப்படித் தன்னைத் தானே கொண்டுபோய் காலத்தில் செருகிக்கொண்டுவிட்டார். அகாலத்தில் பிரான்ஸிஸை மரணம் கொத்திக்கொண்டுபோய்விடக் கூடாது என்று, அவருடைய நண்பர்களும் வாசகர்களும் துடித்துக்கொண்டிருந்தாலும் அவர் கவிதைகளிலும் நாவலிலும் வரும் கடற்கரையைப் போல தன்னை, பெருங்கடலென அலை வீசும் மரணத்திடம் முழுமையாகத் திறந்துகாட்டிக்கொண்டு நின்றிருந்தார்.

பிரான்சிஸின் மறைவுக்கு இன்று ஒட்டுமொத்தத் தமிழ் இலக்கியச் சூழலும் துக்கம் அனுசரித்துக்கொண்டிருக்கிறது. நிறைவாழ்வு வாழ்ந்து கல்யாணச் சாவாக நிகழ்ந்திருந்தால் அவரது மரணம் கொண்டாடப்பட்டிருக்கும். மாறாக, இன்று அவரது கவிதைகள் வழியே அவர் துயரத்துடன் நினைவுகூரப்பட்டுக்கொண்டிருக்கிறார். இத்தனைக்கும் மிகச் சிறிய படைப்புலகம் அவருடையது. 'மெசியாவின் காயங்கள்', 'வலியோடு முறியும் மின்னல்கள்', 'நிழலன்றி ஏதுமற்றவன்', 'மல்லிகைக் கிழமைகள்', 'ஏழுவால் நட்சத்திரம்', 'சம்மனசுக்காடு', 'பிரான்சிஸ் கிருபா கவிதைகள்', 'சக்தியின் கூத்தில் ஒளியொரு

தாளம்' ஆகிய எட்டுக் கவிதைத் தொகுப்புகளும் 'கன்னி' என்ற ஒரு நாவலும் வெளியாகியிருக்கின்றன. இன்னும் சில படைப்புகளுக்கான கனவுகளுடன் பிரான்சிஸ் இருந்ததாக அவருடைய நண்பர்கள் பகிர்ந்துகொள்கிறார்கள்.

பிரான்சிஸ் உயிரோடு இருந்தபோது வாசகர்கள் கொண்டாடிய அளவுக்குத் தீவிர இலக்கியவாதிகள் கொண்டாடவில்லை என்றே தோன்றுகிறது. இதற்குக் காரணம் பிரான்சிஸின் படைப்புகளில் காணப்பட்ட ரொமாண்டிசிசம் (கற்பனாவாதம்). 'பஞ்சுப் பாறைகளின் பரஸ்பர முத்தத்தால்/ பேரொளி நிறைந்து/ ஆகாயம் நெஞ்சு ததும்ப நேரிட/ வீடுகளின் உட்சுவரில்/ நிழல் ஜன்னல்களை/ தற்காலிகமாகப் பொறிக்கிறது/ மின்னல்' என்ற வரிகளில் காணப்படும் அழகு பெரும்பாலான நவீன இலக்கிய விமர்சகர்களுக்கும் நவீனக் கவிகளுக்கும் ஒவ்வாதது. எனினும், இப்படிப்பட்ட கவித்துவத்தின் மிகச் சில பிரதிநிதிகளுள் ஒருவராக பிரான்சிஸ் தொடர்ந்து எழுதிவந்தார். இதுபோன்ற கற்பனாவாதக் கூறுகளை பிரமிள், தேவதேவன் ஆகியோரின் கவிதைகளிலும் காணலாம். தமிழ் நவீனக் கவிதை ஒற்றைத்தன்மை உடையதாக ஆகிவிடாமல் இருக்க இதுபோன்ற கவித்துவமும் முக்கியம் அல்லவா! மேலும், கற்பனைத் திறனின் உச்சபட்ச சாத்தியங்களை நோக்கிக் கவிஞர்களை அழைத்துச்செல்கிறது என்ற வகையில், கற்பனாவாதத்துக்கு மிக முக்கியப் பங்கு இருக்கிறது.

ஒரே நேரத்தில் அழகையும் வலியையும் பாடிய கவிஞர் பிரான்சிஸ். அவரது கவிதைகளில் வலியானது அழகையும், அழகானது வலியையும் பரஸ்பரம் உண்டுபண்ணுகின்றன. இதற்கான திறவுகோல் அவரது 'கன்னி' நாவலில் இருக்கிறது. பிரான்சிஸின் தொகுப்பில் முதலாவதாக இடம்பெற்ற கவிதையில்

'சூழ்ந்து நின்ற மனிதர்களுக்கு
மத்தியில் மல்லாத்தியிட்டு
தன் வயிற்றில் இறங்கி முழு
வட்டமடித்த கத்தியைத்
தலை தூக்கி எட்டிப் பார்த்தது
ஆமை'

என்று எழுதியிருப்பார். அந்த ஆமையின் கண்களில்,

'உயிர் பிரியும் கணத்தில்
தம் காயங்களை
கடைசியாய் பார்வையிட்ட
மெசியாவின் கண்களை
பல நூற்றாண்டுகள் கழித்து'
(மெசியாவின் காயங்கள்)

சந்தித்ததாக பிரான்சிஸ் கூறுவார். ஆமையின் கண்களில் மெசியாவை மட்டுமல்ல தனது மரணத்தையும் முன்கூட்டியே கண்டுணர்ந்து எழுதியிருப்பது போன்ற கவிதை அது.

உடலுக்குள் உயிர் எப்போதும் துடித்துக்கொண்டே இருக்கிறது. காற்றடித்தும் அணையாத சுடர் போன்றது அது. அந்தச் சுடரைப் பற்றியும் சூரியன், ஒளி பற்றியும் பாரதி தீராமல் எழுதியிருக்கிறார், பிரான்சிஸ் கிருபாவும் எழுதியிருக்கிறார். உயிரை, ஆன்மாவை 'இம்மெழுகுவர்த்தியின்/ உச்சியிலேறி வெளிச்சத்தை/ திரியில் கட்டும் சுடர்' என்கிறார். ஒளியைச் சூரியன், நிலா, விண்மீன், மின்னல், ஏசுவுக்கு ஏற்றிய மெழுகுவர்த்திச் சுடர் என்று பல வடிவங்களில் போற்றிப்பரவுகிறார் பிரான்சிஸ்.

'புல்லின் தளிர் விரல் நுனியில்
பனிக்காலம்
கட்டி முடித்த கண்ணாடித் தீவுக்கு
விளக்கேற்றுகிறது ஒரு
விடிவெள்ளியின் முகம்'

என்பதெல்லாம் தூய அழகியல்.

இன்னொரு பக்கம் வலியில் அழகு காண்கிறார் பிரான்சிஸ்.

'தூண்டில்காரனிடம்
சிக்கிவிட்ட மீன்
நாசியில் ஊசி நுழைந்த வேதனையோடும்
புதிய நம்பிக்கையோடும்
மீதி வாழ்வின் முன்வாசலில்
மெல்ல நீந்திப் பார்க்கிறது
பாதியளவு நீர் நிரப்பிய தோள்பையுள்'

என்றொரு கவிதை. இந்தக் காட்சியில் ஒரே நேரத்தில் எவ்வளவு வலியும் நம்பிக்கையும் அழகும் நிரம்பியிருக்கிறது. இந்த

மூன்றின் சமனும் வாழ்தலுக்கு மிகவும் முக்கியம். ஆனால், நம்பிக்கையை விடுத்து வலியையும் அழகையும் மட்டும் பிரான்சிஸ் தேர்ந்தெடுத்துக்கொண்டதுதான், அவரை நம்மை விட்டு இவ்வளவு சீக்கிரம் கொண்டுசென்றுவிட்டதோ என்று தோன்றுகிறது.

'காணி நிலம் வேண்டும்' என்று பாரதி கேட்டதுபோல்

'ஒரு துண்டு பூமி
இரண்டு துண்டு வானம்
...குட்டியாய் ஒரு சாத்தான்
உடல் நிறைய உயிர்
மனம் புதைய காதல்
குருதி நனைய உள்ளொளி
இறவாத முத்தம்
என் உலகளவு எனக்கன்பு.'
(போதும்)

என்று வாழ்தலுக்கான கனவை பிரான்சிஸ் அரிதாக வெளிப்படுத்தியிருந்தாலும், அதை அவர் தன் வாழ்க்கை முழுவதும் தக்கவைத்துக்கொள்ளவில்லை. மீண்டும் மீண்டும் தன்னைத் தானே அவர் தண்டித்துக்கொண்டுதானே இருந்தார். இந்த உலகில் எத்தனையோ பேர் நம்மைத் தண்டிக்கட்டும், ஆனால் நம்மை மன்னிப்பதற்கு நாம் மட்டுமாவது இருக்க வேண்டும் அல்லவா. ஆனால்,

'கணங்கள்தோறும்
என்னை நானே தண்டித்துக்கொண்டிருக்கும்
போது
ஏன்
நீயேனும் கொஞ்சம்
என்னை மன்னிக்கக்கூடாது!'

என்று யாரைப் பார்த்துக் கேட்டுக்கொண்டிருந்தார்?

பிரான்சிஸ் மறைந்ததும் வரையப்பட்ட ஓவியம் ஒன்று பலருடைய கவனத்தையும் ஈர்த்தது. ஏசுவைப் போன்று அங்கியணிந்த தோற்றம் கொண்ட ஒருவர், உயிர் பிரிந்த ஏசுவைப் போல இடுப்பில் மட்டும் துணியைக் கொண்டிருக்கும் இறந்த மனிதர் ஒருவரின் சடலத்தை மடியில் தாங்கியிருப்பது

போன்ற ஓவியம் அது. இரண்டு பேருமே பிரான்சிஸ்தான். அவரின் கவிதைகள், 'கன்னி' நாவல் என அனைத்தையும் வாசித்திருப்பவர்களுக்குத் தெரியும், ஏசு அவரது படைப்புகளில் மிக முக்கியமான ஒரு பாத்திரம், குறியீடு என்று. 'கன்னி' நாவலின் தொடக்கத்தில் 90 வயசுக்கும் மேற்பட்ட கிழவராக ஏசு (பெயர் குறிப்பிடப்படாமல்) வருவார். அப்படியென்றால் சிலுவையில் ஏறியது யார்? அது அந்த நாவலின் நாயகனான பாண்டியன்தான் (பிரான்சிஸ் கிருபா). வழிதவறிச் சென்ற ஆட்டுக்குட்டியான தன்னை அணைத்துக்கொள்ள ஒரு அன்னை மரியாளையும், கால்களுக்குப் பரிமளத் தைலம் தடவிவிடும் பெண்ணையும், சிலுவையையும் ஒரே நேரத்தில் வேண்டும் ஒருவராக பிரான்சிஸ் கிருபா தன் படைப்புகளில் தெரிகிறார். ஆனால், நமக்கோ 'பிரான்சிஸ் பிரான்சிஸ் ஏன் உங்களைக் கைவிட்டீர்?' என்று கேட்கத் தோன்றுகிறது.

(பிரான்சிஸ் கிருபாவின் மறைவையொட்டி 2021-ல் எழுதியது.)